சிறியதே அழகு

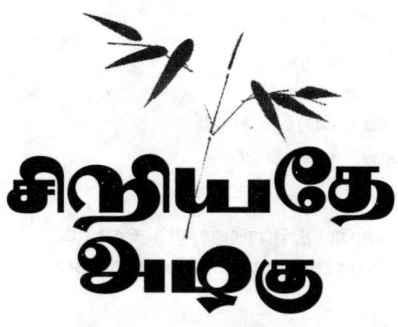

சிறியதே அழகு

இ.எஃப். ஷூமாஸர்

தமிழில்

எம். யூசுப்ராஜா

எதிர் வெளியீடு

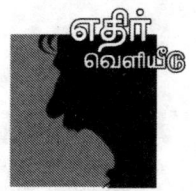

சிறியதே அழகு
இ.எஃப். ஷூமாஸர்

தமிழில்: எம். யூசுப்ராஜா
முதல் பதிப்பு: டிசம்பர் 2011
மூன்றாம் பதிப்பு: பிப்ரவரி 2021
நான்காம் பதிப்பு: ஜனவரி 2024

எதிர் வெளியீடு,
96, நியூ ஸ்கீம் ரோடு, பொள்ளாச்சி – 642 002.
தொலைபேசி: 04259 – 226012, 99425 11302.

விலை: ரூ. 350

Small is Beautiful
E.F. Schumacher

Translated by: M. Yusuf Raja
First Edition: December 2011
Third Edition: February 2021
Fourth Edition: January 2024

Published by
Ethir Veliyeedu, 96, New Scheme Road. Pollachi – 2
email: ethirveliyedu@gmail.com
www.ethirveliyeedu.com

ISBN: 978-93-84646-51-6
Printed at Jothy Enterprises, Chennai.
Layout & Cover Design: Jeevamani

Copyright © E.F. Schumacher

All rights reserved. No part of this book may be reprinted or reproduced or utilised in any form or by any electronic, mechanical or other means, now known or hereafter invented, including Photocopying and recording, or in any information storage or retrieval system, without permission in writing from the Publisher.

மொழிபெயர்ப்பாளர் குறிப்பு

வாழ்க்கை மிக முக்கியமான பயன்களையும் நோக்கங் களையும் கொண்டது. பல மில்லியன் ஆண்டுகளாக பூமியில் உயிரினங்கள் வாழ்ந்து வருகின்றன. மனிதனும் வாழ்ந்து கொண்டிருக்கிறான். பூமியின் உயிரினங்களும் அவற்றின் வாழ்வும் நிலைத்து நீடித்திருக்க வேண்டும். பல்வேறு உயிரினங்கள் வாழ்ந்து அடையாளமற்று அழிந்து போயிருக்கின்றன. பூமியின் இயற்கைவளம் மனித வாழ்க்கைக்கு மட்டுமல்லாமல் எல்லா உயிரினங்களுக்கும் அவசியமான ஒன்று. ஆனால் எந்த ஒரு வளத்தையும் கணக்கு வழக்கு இல்லாமல் சூறையாடுவது, அதிலும் குறிப்பாக அவை அற்றுப் போய்விடும்படி சுரண்டுவது பெரிய குற்றம். மனிதன் தனது பேராசை, பொறாமை முதலிய குணங்களால் வழி நடத்தப்படும்போது அவ னுக்கே, அவன் சந்ததிகளுக்கே தீங்கிழைத்து அழிவைத் தேடுகிறான். அவனது வேட்கையின் வேகத்தில் இது அவனுக்குத் தெரிவதில்லை.

ஒருமுறை அழிக்கப்பட்ட, அழிவுக்குள்ளாக்கப்பட்ட இயற்கை வளங்களை மனிதனால் மீண்டும் உண்டாக்க முடியுமா? உண்டாக்க இயலாத நிலையில் வேறு வழி களைத் தேடி ஓடும் மனிதனின் அறிவு மனித இனத்திற்கே அழிவைத் தேடித் தரும் வகையில் உள்ளதென்பதற்கு உதாரணம் அணுசக்தி உற்பத்திக்குப் பயன்படும் கதிரி யக்கத் தனிமங்களுற்பத்தி மற்றும் கதிரியக்கக் கழிவுகளில் ஏற்படும் கதிரியக்கம். இது பல ஆயிரம் ஆண்டுகளுக்கு

நீடித்திருக்கும் தன்மை கொண்டது. கதிரியக்கத்தினால் ஏற்படும் பாதிப்புகளுக்கு நாகசாகி, செர்னோபில் முதல் ஃபுகுஷிமா வரை உதாரணங்கள் கனத்துப் பெருத்துக் கொண்டே இருந்த போதும் பல நாடுகள் - இந்தியா உட்பட, இன்னும் அதிக அணுசக்திக் கூடங்களை நிர்மாணிப்பதில் முனைப்பு காட்டியே வருகின்றன. இது அல்லாமல் புவிவெப்பமயமாதல் என்னும் அபாயமும் மனிதன் தனக்கே இழைத்துக் கொண்ட கொள்ளிச்சூடு போல உள்ளது.

தொழில் துறைகளில் தானியங்கி இயந்திரங்களை நுழைத்து மனிதப் பயன்பாட்டைக் குறைத்து வருவதன் மூலம் மனித இனத்திற்கே துரோகம் இழைப்பதோடு மனிதர்களின் படைப்புத்திறன்களை மனிதனே இல்லா தொழித்து சுற்றுச் சூழலைக் கெடுத்து நாசமாக்குகிறான்.

மூலாதாரங்களில் எல்லாம் மிகப் பெரியது கல்வி. கல்வி கற்றவன் என்ன செய்ய வேண்டும்? அவன் கற்ற கல்வி அவனது சலுகையான வாழ்க்கைக்கான கடவுச்சீட்டா அல்லது சமூகப் பயன்பாட்டிற்கானதா?

மண்வளம் கெடாமல் நிலத்தைப் பயன்படுத்துவதால் மனித குலத்துக்கு நீடித்தப் பலனுண்டு. தொழில் நுட்பங் களின் தேவை மிக அதிகமாக உள்ளபோதும் அவை இயந்திரத் தன்மையுடன் இறுக்கமானதாக இருக்க வேண்டுமா? அல்லது மனிதனுக்கு, மனிதனின் நன்மதிப்பு களுக்கு நலம் பயக்கும் விதத்தில் மனிதத் தன்மையுடனான இணக்கமான தொழில் நுட்பமாக இருக்க வேண்டுமா?

வளர்ச்சி என்பதை மொத்த உள்நாட்டு உற்பத்தி *(GDP)* மொத்த தேசிய உற்பத்தி *(GNP)* என்ற அடிப்படையில் அளவிடுதல் சரியா?

நவீன பெருந்தொழில் நுட்பம், சிறு தொழில் நுட்பம் இவற்றிற்கு இடையிலான இடைத்தரத் தொழில் நுட்பத்தின் தேவை எவ்வளவு அவசியமாகிறது? உலகின் பெரும்பகுதி கிராமங்களாயிருக்கையில் கிராம வாழ்க்கையை முன் னேற்றுவது எவ்வளவு அவசியம்? அதற்கு செய்ய வேண்டி யவை என்ன?

இந்தியா அசுர வளர்ச்சியில் இருப்பதாகப் பிரகடனப் படுத்தப்படும் நிலையிலும் தேசத்தின் 80 சதவீத மக்கள் வெறும் இருபது ரூபாய் வருமானத்தில் வாழ்வது என்ன கொடுமை? இந்தியாவின் 20 சதவீத மக்களுக்கு கேளிக்கைக் கான, சொகுசு வாழ்க்கைக்கான அதிநவீன ஆடம்பரப் பொருட்கள் தேவையாய் இருக்கின்றன; 80 சதவீத மக்கள் உணவுத் தேவையே நிறைவடையாமல் இருக்கின்றனர். இந்த "இரட்டை இந்தியா" எப்போது ஒழியும்? எல்லாருக்கு மான வேலைவாய்ப்பு சம அளவில் எப்போது கிட்டும்?

சில துறைகளில் பெரு முதலீட்டு நிறுவனங்கள் தேவை தான். ஆனால் அந்த பகாசுர நிறுவனங்கள் கடிவாளமிடப் படாத நிலையில் என்னவாகும்? எனவே அத்தகைய நிறு வனங்களுக்கான கொள்கைகளை வரையறுப்பது எப்படி?

தனியார் நிறுவனம், உடமைத்துவம் ஆகியவை எப்படி இருக்க வேண்டும்?

மனிதனுக்கு என்ன வேண்டும்? அதற்கு என்ன செய்ய வேண்டும்? அவனது குறைபாடுகள் என்ன? அவற்றைச் சரி செய்ய வேண்டியதன் தேவை என்ன? அவற்றை எப்படிச் செய்வது? முழு உலகிற்குமான நற்பலன் கிடைக்க எந்த வகையான தொழிற் செயல்பாடுகள் சரியானவை? *"அளவில் சிறிய மனிதனுக்கு சிறியவைகளே அழகானவை"*, *'உள்ளதே போதும்'* என்ற மனநிலை எவ்வளவு நன்மை யானது? தனி உடமைத்துவம் மனித இனத்தை எப்படிச் சுரண்டிச் சீரழிக்கிறது? அனைத்தும் பொதுவாவதால் விளையும் நன்மைகள் மனித குலத்தை எந்த அளவுக்கு வாழ்விக்கும்? எல்லாவற்றுக்கும் விடைதேடி அலசி ஆராய்கிறார் பேரா. *E.F. ஷுமாஸர்.*

இப்போதும் தேவையாய் உள்ள இந்த நூல் மனித குலம் விழித்து செயல்படவில்லை எனில் எப்போதும் தேவைப்படும் ஒன்றாகி விடுமோ என்ற அச்சம் தொடருகிறது.

- எம். யூசுப்ராஜா

இ.எஃப். ஷூமாஸர்
1911 - 1977

இ.எஃப். ஷுமாஸர்

மேற்கத்திய பொருளாதார மனநிலையை மறுமதிப்பீடு செய்யும் இந்த நூல் வெளிவரும் முன்னரே டாக்டர் E.F. ஷுமாஸர் மிகப் பிரபலமான நன்கறியப்பட்ட பொருளாதார நிபுணராகவும், பத்திரிகையாளராகவும், முன்னேற்றகரமான தொழில் முனைபவராகவும் விளங்கியவர். பிரிட்டிஷ் தேசிய நிலக்கரிக் கழகத்தின் பொருளாதார ஆலோசகராக 1950லிருந்து 1970 வரை பணியாற்றியவர். வளர்முக நாடுகளுக்கான இடைத்தரத் தொழில்நுட்பம் என்ற கொள்கையை உருவாக்கியவர் இவரே. இடைத்தரத் தொழில் நுட்ப வளர்ச்சிக் குழுமம் *(Intermediate Technology Development Group Ltd.,)* என்ற அமைப்பின் நிறுவனராகவும் தலைவராகவும் விளங்கியவர். பிரிட்டனின் மிகப்பெரிய இயற்கை வேளாண்மை அமைப்பான Soil Association என்னும் அமைப்பின் தலைவராகவும், ஸ்காட் பேடர் நிறுவனத்தின் இயக்குநராகவும் பணியாற்றியவர்.

ஜெர்மனியில் பிறந்த இவர், 1930ல் ஆகஸ்ஃபோர்ட் பல்கலையின் நியூ காலேஜில் பொருளாதாரம் பயில வந்தார். பின்னர் தனது 22வது வயதில் நியூயார்க்கின் கொலம்பியா பல்கலைக்கழகத்தில் பொருளாதாரத்தை கற்பிக்கும் ஆசிரியரானார். செயல் அனுபவம் இல்லாத கொள்கை வகுத்தலில் திருப்தியடையாத அவர், வர்த்தகம், வேளாண் பண்ணைத் தொழில் மற்றும் பத்திரிகைத் துறையில் நேரடியாக ஈடுபட்டு அனுபவம் பெற்றார்.

1946 முதல் 1950 வரை ஜெர்மனியில் இருந்த பிரிட்டிஷ் கட்டுப்பாட்டு ஆணையத்தின் *(British Control Commission)* பொருளாதார ஆலோசகராக பணியாற்றிய பின்னர், மீண்டும் ஆக்ஸ்ஃபோர்ட் பல்கலைக் கழகத்தில் பணியில் சேர்ந்தார். கிராமப்புற முன்னேற்றம் குறித்த பல பிரச்சினைகளுக்கு பல வெளிநாடுகளுக்கு ஆலோசனைகள் வழங்கினார்.

1974-ல் CBE என்னும் உயரிய விருதைப் பெற்ற டாக்டர் ஷூமாஸர் 1977-ல் மரணமுற்றார்.

அறிமுகம்
ஜொனாதன் போரிட்

'சிறியதே அழகு' என்னும் இந்த நூல் வெளிவந்து பல ஆண்டுகளாகிவிட்டன. இது முதலில் பிரசுரமாகி வெளியானபோது உடனடியாக வாசகர்கள் அதிகரிக்கவில்லை. மதிப்புரைகளும் பெரிய அளவில் எழுதப்படவில்லை. மெதுவாகத் தொடங்கிய விற்பனை சூடு பிடித்து புத்தகத்தின் தலைப்பும் புத்தகமும் எங்கும் பிரபலமாகிவிட்டது.

அது இன்னும் தொடர்ந்து கொண்டே இருக்கிறது. பல்வேறு நாடுகளின் எண்ணற்ற மக்கள் இந்த நூலில் சொல்லப்பட்டுள்ள தெளிவான கருத்துக்களால் உந்தப்பட்டு, தங்களது வீடுகளிலும் பணியிடங்களிலும் அதனைப் பயன்படுத்தத் தலைப்பட்டார்கள். பல்லாண்டுகளாக எழுதப்பட்ட கட்டுரைகளும், விரிவுரைகளுமே இந்த நூல் என்பது வியப்பிற்குரியது. அவை கவனிப்பவர்களாலும் படிப்பவர்களாலும் அவரவர்களுடைய கண்ணோட்டத்திற்கு ஏற்ப இன்றும் பொருத்தமாக பயனுடையதாக இருப்பதாகவே தோன்றுகின்றது.

எல்லாவற்றுக்கும் மேலாக ஃபிரிட்ஸ் ஷுமாஸர் பல்வேறுபட்ட விஷயங்களை ஒரே குறிப்பின் மூலம் கொண்டு வரும் மிகப் பெரிய அறிஞர், நவீன பசுமை இயக்கத்தின் முதல் சிந்தனையாளர்களில் ஒருவர்.

இந்த நூலைப் படிக்கும் எவரும் வளமான மரபிலிருந்து ஷுமாஸர் பெற்ற அளப்பரிய கூறுகளை உணர்வார்கள். நல்ல வேலைகளை மனிதர்கள் மேற்கொள்வது பற்றிய வில்லியம் மோரிஸ், லேடி ஈவ்பால்ஃபூர் மற்றும் ஹென்றி டபுள்டே ஆகியோரின் இயற்கை வேளாண்மை, மண் வளம், தொழில் நுட்பம் குறித்து லூயிஸ் மம்ஃபோர்ட், தொழிற் புரட்சி குறித்து மகாத்மா காந்தி, குரோபோட்கின் டாவ்னி மற்றும் கால்பிரெய்த் ஆகியோரின் நுண்ணறிவின் வாரிசாக ஷுமாஸர் விளங்குகிறார். இவர்கள் அனைவரது கருத்துக்கள் ஷுமாஸரின் பானைக்குள் இட்டு கலவை யாக்கி அற்புதமான செயலூக்கம் நிறைந்த அசல் விஷய மாகி உள்ளது. பொருளாதாரம் குறித்த மக்களின் கண் ணோட்டத்தில் உள்ள பிரச்சினைகளைக் குறித்தே மீண்டும் மீண்டும் அவர் பேசுகிறார். அவர் அப்போது எழுதியது இன்றைக்கும் பொருத்தமானதாக இருக்கிறது. ஈடு செய்ய இயலாத இயற்கை வளங்களை வருவாய் என்ற கணக்கில் கையாளும் தொழில் முறையின் மிகப் பெரிய தவறைக் குறித்து அவர், மனதை உருக்கும் வகையில் வாதிடுகிறார்.

படிம எரிபொருள்களை 'இயற்கை மூலதனம்' என்ற வகையிலும் அதன் முக்கியத்துவத்தை உணராமல் வருவாய் என்ற வகையிலும் கையாள்கிறோம். நமது படிம எரி பொருள்களை விரயம் செய்தால், நாம் மனித குலத்தையே அச்சுறுத்துகிறோம். ஆனால் நம்மைச் சூழ்ந்துள்ள இயற்கை யையே விரயம் செய்யும் போது, நாம் நம் வாழ்க்கை யையே அச்சுறுத்துகிறோம்.

மொத்த உள்நாட்டு உற்பத்தி என்னும் அளவீட்டை வளர்ச்சி என்று நம்புவதன் மூலம், எல்லாவித சமூக சுற்றுப்புற புறவயம் சார்ந்தவற்றை ஒதுக்கித் தள்ளும் மடத் தனத்தை செய்கிறார்கள். இதனை பொருளாதார நிபுணர்கள் கவனித்து எழுதவே செய்கிறார்கள். ஆனால் இதனை சிறிய பிரச்சினையாகவே தொடர்ந்து கையாள்கிறார்கள்.

இருந்தபோதும் ஒரு கட்டத்தில் இது குறித்த சிந்தனை தொடர்ந்தது. அரசுகள் மாசுக்கட்டுப்பாடு பற்றிய கொள்கைகளை பேசத் தொடங்கின.

சில நாடுகள் இந்த பிரச்சினை குறித்து வேலைகளை செய்ய ஆரம்பித்தன. சில பொருளாதார நிபுணர்கள் சுற்றுப் புறப் பொருளாதாரத்தை தங்களது கல்லூரி, பல்கலைக் கழகம், வர்த்தகம் பற்றிய கல்விச் சாலைகளின் பாடத் திட்டத்தில் கொண்டு வர கடினமாக முயன்றனர்.

ஆனால் எந்த மாற்றமும் நிகழவில்லை. அரசியல் வாதிகள் மீது அழுத்தம் கொடுக்கும் வகையில் இந்த பிரச்சினையில் விருப்பம் கொண்டிருந்த பொருளாதார நிபுணர்களால் எல்லோரும் இணைந்த இயக்க அமைப்பாக மாற்ற முடியவில்லை. இங்கு (இங்கிலாந்தில்) ஷுமாஸர் அளவிற்கு எவராலும் பணியாற்ற முடியவில்லை.

உதாரணமாக வேலை வாய்ப்பு அமைச்சகத்தின் ஒரு அமைச்சர், எதிர்க்கட்சி அமைப்பிலிருந்து ஒருவர் ஆகிய இருவர் மட்டுமே "புத்த மதம் சார்ந்த பொருளாதாரம்" என்பதைப் படித்து எடுத்துக் கொள்ள முடியும். அவர்கள் முழு வேலை வாய்ப்பைத் தரக் கூடியதைப் பற்றிப் பேசி னால் 'தொழிலாளர் பணியை' விற்பதை அடிப்படையாகக் கொண்டது போன்ற காரணங்களால் அது பொருட்படுத்தப் படுவதேயில்லை. தொழில் சமூகத்தில் மனோரீதியான பலன்களான பாதுகாப்புணர்வு, நிறைவு, கௌரவம், ஒற்று மையாய் உணர்தல் எல்லாம் மக்கள் செய்யும் வேலை யினாலேயே அளிக்கப்படுகிறது.

வேலை என்பதற்கும் உத்தியோகம் என்பதற்குமான வேறுபாடு அடிப்படையான ஒன்றாகவே இருந்து வரு கிறது. "முழு வேலை வாய்ப்பு" என்பது மிகப்பிரபலமான எல்லா நோய்களுக்கும் தீர்வான மருந்து போன்று அரசியல் வாதிகளால் சொல்லப்பட்டுவருகிறது. இதற்குப் பொருள் எல்லோருக்கும் முழுநேர வேலை, ஆனால் அடைய முடியாத சிறுபான்மையினருக்கல்ல என்பதாகும். இயன்ற அனைவருக்கும் நல்ல வேலையளிப்பது என்பதை அது குறிக்கவில்லை.

இதனைப் போன்ற எல்லாவற்றையும் குறித்து ஷுமாஸர் பேசுகிறார்.

நவீன அறிவியல் தொழில் நுட்ப வகைகளிலும் ரோபோக்களைக் கொண்டு தொழிலாளர் செலவினைக் குறைக்கும் வகையிலும் செயல்படும் அநீதியான அராஜக மான முறைக்கு மாற்றான ஒன்றை முன்வைக்க ஷூமாஸர் முனைகிறார்.

இன்றைய சந்தைகள் சுதந்திரமானவையாகவும் இல்லை, ஆற்றல் மிக்கவையாகவும் இல்லை. அவை செல்வ வளம் என்ற விஷயத்தில் நிறைய பாரபட்சத்தைக் கொண்டிருக்கின்றன. அவை சுற்றுச் சூழல் சீர்கேட்டை ஊக்குவிப்பதாகவும் உள்ளன. இந்த விஷயத்தில் ஷூமாஸரின் கருத்துக்கள் மிக அழுத்தமாக வலிமையாக உள்ளன.

"மான்யம்" என்ற ஒன்று ஐரோப்பிய சமூகத்தினரிடம் பிரபலமாக இருக்கையில் 'சிறியதே அழகு' என்பது நல்ல மரபுச் சொற்றொடராக இருக்கும் என்று நாம் உறுதியாகக் கூறலாம். மான்யம் குறித்த கத்தோலிக்க திருச்சபையின் கருத்துக்கு புதிய கருத்தை ஷூமாஸர் வைக்கிறார். இவ் விஷயத்தில் அவருக்கு சிறியது அழகற்றது போலும்!

"அளவு என்று வரும்போது மனிதத் தேவை "சிறியதே அழகானது" என்பதை விட "சிறியது சில வேளைகளில் அழகானது" என்பது கவர்ச்சியானதாக இருக்காது என்பது இந்த நூலின் பிரசுரகர்த்தாக்களுக்கு நன்கு தெரியும். இன்றைய பசுமை இயக்கத்தில் 'சிறியதே அழகானது' என்பது வலிமையாக ஒலித்து நவீன யுகத்தின் மிகப் பெரும் ஆளுமை ஒன்றின் அற்புதமான வாழ்க்கையையும் பணியையும் நமக்கு நினைவூட்டிக் கொண்டே இருக்கிறது.

பொருளடக்கம்

■ பாகம் I
நவீன உலகம்

01. உற்பத்தி பிரச்சினை 19
02. அமைதியும் நிரந்தரத் தன்மையும் 33
03. பொருளாதாரத்தின் பங்கு 56
04. புத்தமதம் சார்ந்த பொருளாதாரம் 73
05. அளவு பற்றிய கேள்வி 85

■ பாகம் II
மூலாதாரங்கள்

06. மாபெரும் மூலாதாரங்கள் - கல்வி 103
07. நிலங்களை முறையாகப் பயன்படுத்துதல் 129
08. தொழில்துறைக்கான மூலாதாரங்கள் 147
09. அணுசக்தி காக்குமா? அழிக்குமா? 160
10. மனிதத் தன்மையுடனான தொழில் நுட்பம் 173

■ பாகம் III
மூன்றாம் உலக நாடுகள்

11. வளர்ச்சி 189
12. இடைத்தர தொழில் நுட்பத்திற்கான அறைகூவல் 197
13. இருபது லட்சம் கிராமங்கள் 217
14. இந்தியாவில் வேலையில்லாப் பிரச்சினை 230

■ பாகம் IV
அமைப்பும் உடமைத்துவமும்

15. எதிர்காலத்தை முன்கூட்டியே தெரிவிக்கும் கருவி? 247
16. பெருமுதலீட்டு தொழில் கொள்கையை நோக்கி 265
17. சோஷலிஸம் 281
18. உடைமைத்துவம் 291
19. உடமைத்துவத்தின் புதிய வகைகள் 304
20. முடிவுரை 328

பாகம் I
நவீன உலகம்

உற்பத்தி பிரச்சினை

நமது சம காலத்தைய நாசகரமான மாபெரும் தவறு களில் ஒன்று "உற்பத்தி பிரச்சினை" தீர்க்கப்பட்டுவிட்டது என்று நம்புவதுதான். உற்பத்திக்கு சம்பந்தமேயில்லாதவர் களால் மட்டுமின்றி, நிபுணர்களாலும் உற்பத்தித் துறையில் மேலாதிக்கம் செலுத்துபவர்களாலும், அரசாங்கங்களின் பொருளாதாரத் துறையினராலும், பொருளாதாரம் பயின்ற, பயிலாதவர்களாலும் இப்படி ஆழமாக நம்பப்படுகிறது. பல்வேறு விஷயங்களில் இவர்களிடையே முரண்பாடு களிருந்தாலும் இந்த நம்பிக்கையில் இவர்கள் எல்லோரும் ஒரே மாதிரியாகவே உள்ளனர். பணக்கார நாடுகளுக்குள்ள பெரும் பிரச்சினை "கல்வி பொழுது போக்கிற்காக" என்று இருப்பதும், ஏழை நாடுகளின் தலையாய பிரச்சினை "தொழில் நுட்பங்களுக்கு மாற வேண்டியிருப்பது" என்றும் சொல்லப்படுகிறது.

உலகின் அனைத்து விஷயங்களும் விவகாரங்களும் சரியாக நல்ல முறையில் நடைபெறவேண்டும் என்பது செயல்பாட்டில் இல்லை. இதற்குக் காரணம் மனிதர்களி டையே அறப்பண்புகள் இல்லாமல் போனதுதான். எனவே மனிதர்களிடையே அறப்பண்புகளற்ற தன்மை மறையும் வகையில் நாம் ஒரு முழுமையான அரசியலமைப்பை நிர்மாணித்தாக வேண்டும். அது ஒவ்வொரு மனிதனது நடத்தைகளை செழுமைப் படுத்துவதாக இருக்க வேண்டும். உண்மையாக சொல்லப் போனால், பிறக்கும்

சிறியதே அழகு

போது ஒவ்வொருவரும் மிகவும் நல்லவராகவே பிறக்கிறார். அவர் குற்றகரமானவராகவோ அல்லது சுரண்டல்காரராகவோ மாறுவதற்கு அவர் வாழும் அமைப்பே காரணம் என்று பரவலாக நம்பப் படுகிறது. "அமைப்பு முறை" பல வகைகளில் கேடான நிலையில் உள்ளது என்பதிலும், அது கட்டாயம் மாற்றி அமைக்கப்பட வேண்டும் என்பதிலும் எந்த சந்தேகமுமில்லை. இத்தகைய ஒரு கேடான அமைப்புமுறை, ஏன் மாறவில்லை என்பதற்கான பல காரணங்களில் முக்கியமானது "உற்பத்தி பிரச்சினை" தீர்க்கப்பட்டுவிட்டது என்ற தவறான நம்பிக்கைதான். இந்த தவறு நடப்பு காலத்தில் உள்ள அனைத்து முறைகளும் சரியானவை என்றும் மாற்று அமைப்பின் தேவை அவசியமானதல்ல என்ற நிலைக்கும் கொண்டு செல்கிறது.

ஆழமாக வேரூன்றிய, அப்பட்டமான தவறான இந்த நம்பிக்கையின் தோற்றம் தத்துவார்த்த ரீதியாகவும், ஏன் மதரீதியாகவுமே நன்கு பின்னிப் பிணைந்துள்ளது. இந்த பிணைப்பு கடந்த மூன்று அல்லது நான்கு நூற்றாண்டு காலமாக இயற்கையைப் பற்றிய மனிதனின் கண்ணோட்டத்தை மாற்றிக் கொண்டே வந்திருக்கிறது. நான் இதனை இப்படியே சொல்லியாக வேண்டும் "மேற்கத்திய மனிதனின் இயற்கை சார்ந்த கண்ணோட்டம்" என்று. முழு உலகமும் மேற்கத்திய மயமாக்கலில் உள்ள போதும் இயற்கை பற்றிய மனிதனின் கண்ணோட்டத்தை அப்படித்தான் சொல்ல வேண்டியிருக்கிறது. நவீன கால மனிதன் தன்னை இயற்கையின் ஒரு பகுதியாக நினைப்பதில்லை. தன்னை இயற்கையிலிருந்து அந்நியமான ஒரு சக்தி என்றும், தான் அதனை ஆதிக்கம் செலுத்தி வெற்றி கொள்ளவிருப்பதாகவும் கருதுகிறான். இயற்கையை மனிதன் வென்றால் அவனே நஷ்டமடைவான் என்பதை மறந்து, இயற்கையை எதிர்த்து வெல்லப் போவதைப் பற்றி மனிதன் பேசித் திரிகிறான். இயற்கைக்கு எதிரான செயல்பாடுகளில் அளவிடற்கரிய சக்திகளை பெற்று விட்டதான ஒரு மாயத் தோற்றத்தை மனிதன் சமீப காலங்களில் உணர்கிறான்.

ஆனால் அந்த உணர்வு முழுமையான வெற்றியை அவனுக்குத் தரவில்லை. மனிதகுலம் தொடர்ந்து வாழ வேண்டியிருப்பதன் காரணத்தின் அடிப்படையில் பலர் இதனை இப்போது உணரத் தொடங்கிவிட்டனர். ஆனாலும் இவர்கள் சிறுபான்மையாகவே உள்ளனர்.

அறிவியல் தொழில்நுட்ப சாதனைகள் காரணமாக அளவிடற்கரிய சக்தியை தான் பெற்று விட்டதான மாயத் தோற்றம் மனிதனுக்கு ஏற்பட்டதன் விளைவாக உற்பத்தி பிரச்சினை தீர்ந்து விட்டதான மாயத் தோற்றம் மனிதனிடம் உருவாகியுள்ளது. வருமானத்திற்கும் மூலதனத்திற்குமான மிக முக்கிய வேறுபாட்டை அறிந்து கொள்வதில் ஏற்பட்ட தோல்விதான் " உற்பத்திப் பிரச்சினை" தீர்ந்து விட்டதான மாயத் தோற்றத்தின் அடிப்படையாகும். ஒவ்வொரு பொருளாதார நிபுணரும், வர்த்தகர்களும் வருமானத்திற்கும் மூலதனத்திற்குமிடையிலான வேறுபாட்டை நன்குணர்ந்து வெகு சாமார்த்தியமாக எல்லாவித பொருளாதார விவகாரங்களையும் கையாள்கின்றனர். எதனை கவனிக்க வேண்டுமோ அதனைத் தவிர மற்ற விவகாரங்களிலேயே கவனம் செலுத்துகின்றனர். மனிதன் தயாரிக்காத, வெறுமனே கண்டறிந்த, ஆனால் ஈடு செய்ய முடியாத மூலதனத்தை - அந்த மூலதனம் இல்லாமல் மனிதனால் ஒன்றுமே செய்ய இயலாது என்ற நிலையில் உள்ள மூலதனத்தை கணக்கில் எடுத்துக் கொள்வதேயில்லை.

தனது மூலதனம் நஷ்டமடைந்து குறைந்து கொண்டே வருவதைக் காணும் ஒரு முதலாளி, தனது நிறுவனத்தின் உற்பத்திப் பிரச்சினை தீர்ந்து விட்டதாகவோ, தனது நிறுவனம் நல்ல செயல்பாட்டிலுள்ளதாகவோ நிச்சயமாகக் கருத மாட்டான். மாபெரும் நிறுவனமான வான்வெளியில் பயணிக்கும் பூமியின் பொருளாதார நிலை நசிந்து வருவதை கவனத்தில் கொள்ளாமல் ஒதுக்கித் தள்ளுவது எப்படி? குறிப்பாக பூமியின் பெருவள நசிவுகளை?...!

புவிப் பொருளாதார நசிவை நாம் கருத்தில் கொள்ளாமல், கவனிக்காமல் இருப்பதன் பெரிய காரணம்,

எதார்த்தமான உண்மையை விட்டு விலகி நம்மால் உற்பத்தி செய்யப்பட்டிராத வளங்களை நாம் மதிப்பற்ற தாகக் கருதுவதுதான். மாபெரும் மேதையாகிய டாக்டர் மார்க்ஸூம் கூட "வேலை மதிப்புக் கொள்கை"யை உருவாக்கும் போது, இந்த அதிர்ச்சிக்குள்ளாக்கும் தவறில் சிக்கினார். நாம் இயற்கை வள மூலதனத்தை அறிவியல் தொழில்நுட்பம் மற்றும் பிற துறைகளிலும் பயன்படுத்தி இருக்கிறோம். நசிந்துவரும் இயற்கை வளத்தில் சிறு அளவையே இப்படி பயன்படுத்தி இருக்கிறோம். அனைத்துவகை மூலதனங்களும் இயற்கை தந்ததே என்பதையும், மனிதனால் உருவாக்கப்பட்டவை அல்ல என்பதையும் நாம் அங்கீகரிப்பது, ஒத்துக் கொள்வது கூட இல்லை. இயற்கை வளத்தின் பெரும் பகுதி அசுர வேகத்தில் பயன்படுத்தப் பட்டுக் கொண்டிருக்கிறது. எனவே உற்பத்திப் பிரச்சினை தீர்ந்து விட்டது என நம்புவதும் அந்த நம்பிக்கையின் அடிப்படையில் செயல் படுவதும் படு முட்டாள்தனமானதும், தற்கொலை செய்து கொள்வதற்குச் சமமானதுமாகும்.

"இயற்கை மூலதனத்தை" நாம் சற்றே கூர்ந்து கவனிப்போம். நமக்கு முதலில் தோன்றுவது தொன்மைப் படிமங்களால் உருவான எரிபொருள்கள். இவை இயற்கை மூலதனம் என்பதை எவரும் மறுக்க இயலாது. ஆனால் நாம் இவற்றை வருமானம் ஈட்டக் கூடியவைகளாகவே கையாள்கிறோம் என்பதையும் எவரும் மறுக்க முடியாது என்பதை நிச்சயமாக என்னால் சொல்ல முடியும். அவற்றை நாம் மூலதனமாகக் கருதி கையாண்டால் அவற்றை சேமிப்பது பற்றியோ, பாதுகாப்பது பற்றியோ கவனம் கொண்டிருப்போம். அவற்றின் தற்போதைய பயன்படு வேகத்தை எந்த அளவுக்கு முடியுமோ அந்த அளவுக்கு குறைக்க நமது சக்தியைப் பயன்படுத்தி செய்ய முடிந்த அனைத்தையும் செய்திருப்போம். ஈடு செய்ய முடியாத இந்த இயற்கை வளங்களிலிருந்து கிடைக்கும் செல்வத்தை ஒரு சிறப்பு நிதியாக சேர்த்து வைத்து, வேறு மூலதன உற்பத்தி முறைகளுக்குப் பயன்படும்படியாக செய்திருக்

கலாம், நமது வாழ்க்கை முறையை படிம எரிபொருளைச் சார்ந்ததாக இல்லாமல் செய்து இருக்கலாம் அல்லது எவ்வளவு குறைந்த அளவு சார்ந்திருக்க முடியுமோ அந்த அளவுக்கு குறைத்து சார்ந்து இருக்கலாம். படிம எரி பொருட்களை நாம் வருமானம் என்று கருதாமல் மூலதனமாகக் கையாண்டிருந்தால் மேலே குறிப்பிட்டது மட்டுமல்லாமல் இன்னும் வேறு என்ன செய்ய வேண்டுமோ அவற்றைச் செய்திருப்போம். இவற்றில் எதையுமே நாம் செய்வதில்லை. மாறாக, இவற்றிற்கு முரணான அனைத்தையும் செய்கிறோம். இவற்றை நாம் சேமிப்பது, பாதுகாப்பது பற்றி சிறிதளவும் கவனம் கொள்வதில்லை. இத்தகைய இயற்கை வளங்களின் நடப்புப் பயன்பாட்டைக் குறைப்பதற்கு மாறாக, எந்த அளவு முடியுமோ அந்த அளவுக்கு அதிகரித்துக் கொண்டி ருக்கிறோம். கடும் நெருக்கடியான தீவிர மோதலுக்குள் சிக்கிக் கொள்ளும்படியான அதிகரித்துக் கொண்டேயிருக் கும் வேகத்தில் சென்று கொண்டேயிருக்கிறோம். மாற்று உற்பத்திக்கான மற்றும் மாற்று வாழ்முறைக்கான சாத்தியமான வழிமுறைகளைக் கண்டறிவதை விட்டு வெகு தூரத்தில் இருக்கிறோம். அதே நேரத்தில் பொழுது போக்கிற்கான பணக்கார நாடுகளின் கல்வித் தேவையைக் குறித்தும், ஏழை நாடுகளின் தொழில் நுட்ப மாற்றத்தின் தேவை குறித்துமான அளவிடற்கரிய வளர்ச்சி பற்றிய பேச்சை மிக மகிழ்ச்சியாக எப்போதும் பேசிக் கொண்டே யிருக்கும் விதத்தில் பேசிக் கொண்டே இருக்கிறோம்.

இயற்கை மூலதன வளங்களை செலவழிப்பது படு வேகமாகத் தொடர்கிறது. உலகிலேயே பணக்கார நாடெ னக் கருதப்படும் அமெரிக்காவில் கூட இந்த விஷயம் பற்றி கவலைப்படும் அனேகர் உள்ளனர். ஏன், வெள்ளை மாளிகை வரை கூட ஆட்களிருக்கிறார்கள். இவர்களெல் லாம் நிலக்கரிப் படிமங்களை எண்ணெயாகவும், எரிவாயு வாகவும் மாற்றும் முயற்சிகளை பெரிதாகத் தேடுவதன் மூலமும் இயற்கைப் பொக்கிஷங்களை சுரண்ட முயற்சிக்கிறார்கள்.

"2000-த்திற்கான உலக எரிபொருள் தேவை" என்ற தலைப்பில் வெளியிடப்பட்டுள்ள தகவல்களைப் பார்ப்போம். இப்போது நாம் 7,000 மில்லியன் டன் நிலக்கரிப் படிமங்களை உபயோகிக்கிறோம் எனக் கொண்டால் இன்னும் 28 ஆண்டுகளில் நிலக்கரித் தேவை மூன்று மடங்காகி விடுமாம். அதாவது, 20,000 மில்லியன் டன்களாகி விடுமாம்!

அது என்ன 28 ஆண்டுகள் கணக்கு? இதனைக் கணக் கிட்டவர்கள் இரண்டாம் உலகப் போர் கால கட்டத்தி லிருந்து கணக்கைத் தொடங்கி இருக்கிறார்கள். இரண்டாம் உலகப் போருக்குப் பின்னர் எரிபொருள் பயன்பாடு மும்மடங்காகி இருக்கிறதுதான். ஆனால் இந்த மும்மடங்கு என்பது 5,000 மில்லியன் டன் நிலக்கரி பயன்பாட்டை சமமாகக் கொண்டது. நாம் இதனை கவனத்தில் கொள்ளாமல் எரிபொருள் தேவையை மூன்று மடங்கு அதிகரிப்பது பற்றி பேசிக் கொண்டிருக்கிறோம்.

எல்லோரும் கேட்கக்கூடும் "இது சாத்தியம்தானா?" என்று. "அது செய்யப்பட்டாக வேண்டும், எனவே செய்யப்படும்" என்று பதில் வரும். கண் தெரியாத ஒருவரை நல்லதொரு மனிதன் வழி நடத்துவது போலாகும் இது என கருதக்கூடும் (ஜான் கென்னத் கேப்ரியேல் மன்னிப்பாராக). அப்படி என்றால் ஏன் குறை சொல்ல வேண்டும்? குறைதான். ஏனெனில் கேள்வியே தவறானது. மூலதனத்தை விட வருமானம் என்ற ஒன்றையே மனதில் கொண்டு கேள்வி அமைந்துள்ளது.

2000-மாவது ஆண்டிற்கு அப்படி என்ன சிறப்பு? இப்போது துள்ளித் திரிந்து விளையாடும் குழந்தைகள் ஓய்வு பெறும் வயதான 2028-ற்கான முக்கியத்துவம் என்ன? அப்போது எரிபொருளின் பயன்பாடு இன்னும் மும்மடங்கு அதிகரிக்கும் என்பதா? நாம் மூலதனத்தையல்லாது வருமானத்தைக் குறித்தே கவனம் கொள்கிறோம் என்பதை உணரும் போது, இந்த கேள்விகள், பதில்கள் எல்லாம் மடத்தனமானவை என்று புரியவரும். படிமங்களால்

உருவான எரிபொருள்கள் மனிதன் உற்பத்தி செய்தவை அல்ல, அவற்றை மறு சுழற்சி செய்யவும் முடியாது என்பதையும் உணரும்போது இந்த கேள்விகள், பதில்களின் அபத்தம் புரிய வரும். இந்த இயற்கை வள மூலதனங்கள் ஒருமுறை பயன்படுத்தப்பட்டால் அவ்வளவுதான், அவற்றை மீண்டும் பெற முடியாது.

வருமானம் ஈட்டக்கூடிய மற்ற எரிபொருள்கள் உள்ளனவே என்று கேட்கப்படும். தற்போதைய நிலவரப்படி அத்தகைய எரிபொருட்களின் பங்கு (கலோரி அடிப்படையில்) வெறும் 4 சதவீதத்திற்கும் குறைவுதான். எதிர்காலத்தில் இந்த எரிபொருள்கள், உலகப் பயன்பாட்டின் 70, 80, 90 சதவீதத் தேவையை நிறைவு செய்ய வேண்டும். சிறிய அளவில் ஏதேனும் செய்ய வேண்டி இருப்பது ஒரு புறம். பெருமளவில் செய்ய வேண்டியது என்பது மறுபுறம். உலகின் எரிபொருள் தேவையை நிறைவு செய்வது என்பதற்காக செய்ய வேண்டியிருப்பது உண்மையிலேயே மிகப் பெரிய வேலை ஆகும். வருமானம் தரக்கூடிய எரிபொருள்களின் தேவை மிகப் பெரியதாக இருக்கும் போது, உற்பத்திப் பிரச்சினை தீர்ந்து விட்டது என்று எவரால் சொல்ல முடியும்?

படிம எரிபொருள்கள் 'இயற்கை மூலதனத்தின்' ஒரு பகுதி. இதனை நாம் வருமானம் எனக் கருதி அதன் முக்கியத்துவத்திற்கு எந்த பொருளுமின்றி அவை செலவழிக்கக் கூடியவைதான் எனக் கருதுகிறோம். இப்படி நாம் இந்த இயற்கை மூலதனத்தை கவனமின்றி வீணாக அழிப்பதன் மூலம் சமூகத்தையே அச்சத்திற்குள்ளாக்குகிறோம். நம்மை சூழ்ந்துள்ள இந்த இயற்கைவள மூலதனத்தை வீணாக அழிப்பதன் மூலம் நாம் வாழ்க்கையையே அச்சத்திற்குள்ளாக்குகிறோம். இத்தகைய அச்சங்களின் காரணமாக மக்கள் விழிப்புற்று, சுற்றுச் சூழல் மாசடைவது நிறுத்தப்பட வேண்டும் எனக் கோருகின்றனர். இவர்கள் சுற்றுச் சூழல் சீர்கேடு என்பதை சமூக அக்கறையற்ற பேராசை பிடித்த மக்கள் தங்கள் குப்பைகளை அடுத்த வீட்டுப் பகுதியில் போடுவது என்று நினைக்கிறார்கள். பொருளாதார வளர்ச்சியை அதிகப்படுத்தி தேவைகளை

சிறியதே அழகு | 125

பூர்த்தி செய்து கொள்வது நல்லதொரு சமூக செயல் என்று அவர்கள் உணர்கிறார்கள். இப்போது முதல் அதிகரித்துக் கொண்டே இருக்கும் உற்பத்தியின் ஒரு பகுதியையாவது உபயோகத்தின் அளவை அதிகரிப்பதைக் காட்டிலும் வாழ்க்கைத் தரத்தை மேம்படுத்திக் கொள்ள பயன்படுத்த வேண்டும் என்று அவர்கள் சொல்லிக் கொள்கிறார்கள். இந்த வகை சிந்தனைகள் எல்லாம் நல்லதுதான். ஆனால் இவ்வகைச் சிந்தனைகளின் மூலம் பிரச்சினையின் வெளிப் புற நுனிப்பகுதியை மட்டுமே தொடுகிறார்கள்.

பிரச்சினையின் அதிமுக்கியப் பகுதியை புரிந்து கொள்ள மாசு, சுற்றுச் சூழல், சூழல் சீர்கேடு மற்றும் இன்ன பிறவும் ஏன் திடீரென்று முக்கியமாகிக் கொண்டிருக்கின்றன என்று யோசிக்க வேண்டும். இவ்வளவுக்கும் நாம் பெரிய பெரிய தொழிற்சாலைகளை நீண்ட காலமாக செயல்படுத்தி வருகிறோம். ஆனால் கடந்த பத்து பதினைந்து ஆண்டு களாகத்தான் நமக்கு முன்னர் அறிமுகமேயில்லாத இந்த வார்த்தைகளைப் பயன்படுத்துகிறோம். இது ஏதோ ஒரு வித ஃபேஷனா, அல்லது ஏதேனும் திடீர் மாற்றமா அல்லது குழப்பமா?.

இதற்கான விளக்கத்தைக் கண்டறிவது கடினமானது ஒன்றும் அல்ல. படிம எரிபொருள்களைப் பொறுத்தமட்டில், இயற்கை மூலதனத்தின் பயன்பாட்டில் நாம் வாழ்ந்து கொண்டிருக்கிறோம். இந்தப் பயன்பாடு இரண்டாம் உலகப் போருக்கு முன்புவரை நிதானமான அளவில் இருந்தது. அதன் பின்னர், இந்தப் படிம எரிபொருள்களின் பயன்பாட்டை அபாயகரமான வேகத்திற்குக் கொண்டு சென்றுவிட்டோம். கடந்த கால் நூற்றாண்டு காலமாக நாம் பயன்படுத்தும், பயன்படுத்திக் கொண்டே இருக்கும் எரி பொருள் அளவின் முன், இரண்டாம் உலகப் போர்க்காலம் வரையிலான எரிபொருள் பயன்பாட்டு அளவு ஒன்றுமே இல்லை எனலாம். இரண்டாம் உலகப் போருக்குப் பிந்தைய நான்கு அல்லது ஐந்து ஆண்டுகளில் உலகம் முழுவதையும் கணக்கில் எடுத்துக் கொண்டால்,

தொழிற்சாலை உற்பத்தி அதிகமானது. இன்னும் வேறு வார்த்தைகளில் சொல்ல வேண்டுமென்றால், தொழிற் சாலை உற்பத்தி அளவு மிகவும் அதிகரித்துள்ளது என்பதை சமீப காலத்தில்தான் உணரத் தொடங்கி இருக்கிறோம்.

ஏதோ காரணங்களாலோ, ஏதேனும் விளைவுகளாலோ உற்பத்தித் தரத்திலும் சட்டென்று ஒரு முன்னேற்றம் உண்டானது. இயற்கையாகவே இல்லாதவற்றை உருவாக்கு வதை நமது அறிவியலாளர்களும், தொழில்நுட்ப நிபுணர் களும் கற்றுக் கொண்டுவிட்டனர். இவர்களுக்கு எதிராக இயற்கையால் ஒன்றும் செய்ய முடியவில்லை. அறிவிய லாளர்களாலும் தொழில்நுட்ப நிபுணர்களாலும் உண்டாக் கப்பட்டவை எதிர்க்காது இருக்கும் இயற்கையின் மீது பெரும் தாக்கத்தை உண்டாக்கி, அபாயகரமான சுற்றுப்புறச் சீர்கேட்டை உண்டாக்குகின்றன. கடந்த இருபது இருபத்தி ஐந்து ஆண்டுகளாகத்தான் இந்த விஞ்ஞான தொழில் நுட்பக் கண்டுபிடிப்புகள் அதிக அளவில் உற்பத்தி செய்யப்படுகின்றன. இவற்றிற்கு எதிரான எந்த இயற்கைச் செயல்பாடுகளும் இல்லாததால், இவற்றின் உற்பத்தி அதிகரித்து, இவற்றினால் அபாயகரமான நீண்டகால தொடர் விளைவுகள் அதிக அளவில் உண்டாகின்றன. இன்னும் சில வகை உற்பத்திகளின் அபாயகரமான விளைவுகள் என்னவாக இருக்கும் என்பது சொல்லக்கூட முடியாதவைகளாக உள்ளன.

வேறு விதமாக சொல்ல வேண்டுமானால் கடந்த 25 ஆண்டுகளாக தொடர்ந்துவரும் மனிதனின் தொழிற்சாலை செயல்பாடுகள் புதியதொரு நிலையையே தோற்றுவித் திருக்கின்றன. இந்தப் புதியதொரு நிலை நாம் தொடர்ந்து செய்துவரும் செயல்பாடுகளின் தோல்வியால் உருவானவை அல்ல. மாறாக அவற்றின் வெற்றிகளால் உருவானவை. ஈடு செய்ய இயலா இயற்கை மூலதனத்தை நாம் படுவேக மாகப் பயன் படுத்தியதால் உண்டான இந்த திடீர் நிலை நாம் உண்மையை கண்டறியாததால் தோன்றியதாகும்.

நான் முன்னர் குறிப்பிட்டிருந்த "வருமான எரிபொருள்" பற்றிய விஷயத்திற்கு மீண்டும் செல்வோம். எதிர்காலத்தில், அதாவது ஈராயிரமாவது ஆண்டைத் தொடரும் நூற்றாண்டில் உலகின் தொழிற்சாலைகள் அனைத்தும் நீர்சக்தி அல்லது காற்றின் சக்தி மூலம் செயல்படும் என்று எவரும் சொல்வதில்லை. மாறாக, நாம் அணுசக்தி காலத்திற்குள் செல்வதாக நமக்கு சொல்லப்படுகிறது. இந்தக் கதை கடந்த இருபதாண்டு காலமாகவே சொல்லப்பட்டு வருகிற ஒன்றுதான். ஆனால் உலகின் சக்தித் தேவையில் மிக மிகச் சிறிய அளவே அணு சக்தியிலிருந்து பெறப் படுகிறது. 1970களில் இந்த அணுசக்தி உற்பத்தி பிரிட்டனில் 2.7 சதவீதமாகவும், ஐரோப்பாவில் 0.6 சதவீதமாகவும், அமெரிக்காவில் 0.3 சதவீதமாகவும் மட்டுமே இருந்தது. அணுக்கழிவுகள் இயற்கையின் தாங்கும் திறனுக்கு மிகச் சிறிதளவே என்று நாம் ஒரு வேளை எண்ணக்கூடும். இதனைப் பற்றி கவலை கொள்ளக்கூடிய சிலர் இருக் கிறார்கள். அமெரிக்காவின் முன்னாள் அதிபர் நிக்ஸனின் அறிவியல் ஆலோசகர் டாக்டா எட்வர்ட் D டேவிட் ஒரு முறை கதிரியக்க கழிவுப் பொருள்களை வைத்திருப்பதைப் பற்றி சொன்னார், "நன்கு மூடி 25,000 ஆண்டுகள் வரை பாதிப்பேதையும் தராத பொருளை பூமிக்கடியில் வைப்பதைப் பற்றி சிலர் அருவறுப்புடன் அச்சம் கொள்கின்றனர்" என்று.

அது எப்படி இருந்த போதிலும் எளிதான ஒரு விஷயத்தை எழுப்புகிறேன். அதாவது ஆயிரக்கணக்கான மில்லியன் டன் படிம எரிபொருள்களுக்கு மாற்றாக, ஒவ்வோராண்டும் அணுசக்தியை உற்பத்தி செய்து சுற்றுப் புறச் சூழல், மாசுக்கட்டுப்பாடு ஆகிய பிரச்சினைகளை தீர்ப்பது நிக்ஸனின் அறிவியல் ஆலோசகர் டாக்டர் டேவிட்டுக்கு மட்டுமே அருவருக்கத்தக்க அச்சம் தரும் உணர்வைத் தருவதில்லை. அதாவது, ஒரு பிரச்சினையைத் தீர்ப்பது என்பது, அளவே இல்லாத பெரும் பிரச்சினையாக மாற்றுவதுதான் அது.

இதனைச் சொல்வதன் மூலம் இன்னொரு பிரச்சினை யுடன் நான் மோதுகிறேன் என்பது உறுதி. அதாவது, எதிர் காலத்தில் கதிரியக்கப் பொருள்களைப் பயன்படுத்துவது, எடுத்துச் செல்வது, கையாள்வது மற்றும் அவற்றை சேகரித்து வைப்பது போன்றவற்றில் அறிவியலாளர்களும், தொழில் நுட்பவியலாளர்களும் தேவையான பாதுகாப்பு விதிகளையும், முன்னெச்சரிக்கை நடவடிக்கைகளையும் உருவாக்கிக் கொள்ள முடியும்.

மேலும், உலகில் போரோ அல்லது சமூக வன்முறை பிரச்சினைகளோ ஏற்படாத, உருவாகாத ஒரு சூழலை அரசியல்வாதிகளும், சமூக அறிவியலாளர்களும் உருவாக்க வேண்டும். மேலும் இது ஒரு பிரச்சினையைத் தீர்க்க அதனை வேறொரு தளத்திற்கு மாற்றுவதாகும். இது நம்மை "இயற்கை மூலதனத்தின்" மூன்றாவது வகைக்குக் கொண்டு செல்கிறது. இந்த வகை இயற்கை மூலதனத்தை யும் நாம் எந்தவித முன்யோசனையும் இன்றி அஜாக்கிரதை யாக அழித்துக் கொண்டிருக்கிறோம். அதனை வருமானம் போலெண்ணி, ஏதோ நாமே அதனை உற்பத்தி செய்தது போலவும் அதனை எளிதில் வேறொன்றின் மூலம் மாற்றிக் கொள்ளலாம் என்பது போலவும் நமது வளர்ந்து வரும் தேவைக்கேற்ப பயன்படுத்தி வருகிறோம்.

தற்போதைய நமது உற்பத்தி முறைகள் ஆலைத் தொழிலாளிகளை அழித்துக் கொண்டிருக்கிறது என்பது தெளிவாகத் தெரியவில்லையா? பலருக்கு இது புரிவ தில்லை. அவர்கள் சொல்கிறார்கள், உற்பத்திப் பிரச்சினை தீர்ந்துவிட்டது, இப்போது இருப்பது போல் முன்னெப் போதும் நன்றாக இருந்திருக்கிறோமா? முன்னெப்போதை யும் விட நல்ல உணவு, உடை, உறைவிடம், கல்வி நமக்குக் கிடைக்கிறதா இல்லையா? ஆமாம் தான். பணக் கார நாடுகளிலே கூட அனைவருக்கும் இவை எல்லாம் கிடைக்கவில்லை. மனிதனுக்கான பயனை மொத்த உள் நாட்டு உற்பத்தியின் அடிப்படையில் கணக்கிட முடியாது. சில நஷ்டமடையும் விவகாரங்களைத் தவிர, இதனை

கணக்கிடவே முடியாது. இருந்த போதும், குற்றங்கள், போதைப் பொருளுக்கு அடிமையாதல், வன்முறை, மன முறிவுகள், கலகம் என்பன போன்றவற்றை கணக்கிலெடுத்துக் கொள்ள இந்த வகையில் முடியாது. புள்ளிவிபரங்கள் எப்போதும் எதனையும் நிரூபிப்பதில்லை.

நமது சமகாலத்தைய நாசகரமான மாபெரும் தவறுகளில் ஒன்று "உற்பத்திப் பிரச்சினை" தீர்க்கப்பட்டுவிட்டது என நம்புவதுதான் என நான் தொடங்கினேன். அனைத்து நவீன தன்மைகளுடன் கூடிய தொழில்துறை அமைப்பு எதன் அடிப்படையில் அடித்தளத்தில் அது அமையப் பெற்றதோ அதனை அழித்துக் கொண்டிருக்கிறது என்பதை நம்மால் ஒத்துக் கொள்ள முடியாமலிருப்பதற்குக் காரணம் உற்பத்திப் பிரச்சினை தீர்க்கப்பட்டு விட்டதான மாயத் தோற்றமே. பொருளாதார நிபுணர்களின் வார்த்தைகளில் சொல்ல வேண்டுமானால் நமது தொழில்துறை அமைப்பு நம்மால் வருமானம் என்று மகிழ்வாகக் கொள்ளக்கூடிய ஈடுசெய்ய இயலாத மூலதனத்தினை அழித்து வாழ்கிறது. நான் மூன்று விஷயங்களைக் குறிப்பிட்டேன். ஒன்று படிம எரிபொருட்கள், இயற்கையின் தாங்கு திறன் மற்றும் மனித சாரம். எனது வாதத்தின் மூன்று விஷயங்களையும் ஏற்றுக் கொள்ளாவிட்டாலும் கூட, நான் சொல்ல வந்த விஷயத்திற்கு ஏதாவது ஒரு வாதமே போதுமானதாகும்.

எனது குற்றச்சாட்டு என்ன? இப்போதைய அழிவுச் சூழ்நிலையை விட்டு ஒழிவதே மிக முக்கியமானது. இதனை யார் செய்வது? நம்மில் ஒவ்வொருவரும் முதியவரோ, இளையவரோ, ஏழையோ, பணக்காரரோ, செல்வாக்கு படைத்தவரோ, செல்வாக்கு இல்லாதவரோ அனைவரும் இதனைச் செய்ய வேண்டும் என நான் கருதுகிறேன். இப்போதே நாம் செயல்பட்டால்தான், எதிர் காலத்தைப் பற்றிப் பேசுவது பயனுள்ளதாக இருக்கும். "முன்னெப்போதையும் விட இப்போது நாம் நன்றாக இருக்கிறோம்" என்ற எண்ணத்தில், நிலையில் இருந்தால் நம்மால் இப்போது என்ன செய்ய முடியும்? நாம் முன்னரே

கூறியபடி, நாம் பிரச்சினையை நன்றாகப் புரிந்து கொண்டு, புதிய உற்பத்தி முறைகளைக் கண்டறிந்து நமது வாழ்க்கை முறையை உருவாக்கி நுகர்வுப் பயன்பாட்டு முறையை மாற்றிக் கொண்டேயாக வேண்டும். இந்த வாழ்க்கை முறை நிரந்தரமான ஒன்றாக இருக்க வேண்டும். இதற்கு முதன்மையான மூன்று உதாரணங்களைத் தரலாம். வேளாண் மற்றும் தோட்டப் பயிர்த்துறைகளில் இயற்கை வேளாண்மை, மண் வளம் கெடாமல் பாதுகாத்து வளமான உற்பத்தியை நிரந்தரமாகப் பெருக்கத் தேவையான முறை களை உருவாக்குவதில் முழுமையாக நம்மை ஈடுபடுத்திக் கொள்ள வேண்டும். பின்னர் உற்பத்தி தன்னை கவனித்துக் கொள்ளும். தொழில் துறைகளைப் பொறுத்தவரையில் சிறு குறு தொழில்களை உருவாக்குவதில் நாம் ஈடுபட வேண்டும். அத்தொழில்களும் அழிவுகளுக்கானவைகளாக இருக்கக்கூடாது. வெறும் பணத்துக்காக மட்டும் உழைக் கும்படியானதாக அத்தொழில்கள் இல்லாமல் தொழிலாளர் கள் உற்சாகத்துடன் மகிழ்ச்சியுடன் ஈடுபாட்டுடன் செய்யக் கூடியவைகளாக அவை இருக்க வேண்டும்.

நவீன வாழ்வின் போக்கைத் தீர்மானிக்கும் தொழில் துறை நிர்வாகம் மற்றும் தொழிலாளர்களின் கூட்டு அமைப் பாக மாற முயற்சிகளை மேற்கொள்ள வேண்டும். இரு வரும் அதில் பங்குதாரர்களாகும்படி செய்ய வேண்டும்.

"கற்றுக் கொள்ளும் காலத்திற்குள்" நாம் நுழைவதாக அடிக்கடி கேள்விப் படுகிறோம். இதனை சரி என்றே நாம் நம்புவோம். நமது சக மனிதர்களோடு மட்டுமல்லாது, இயற்கையுடனும் அதற்கும் மேலாக இயற்கையையும் நம்மையும் படைத்த மாபெரும் சக்தியுடனும் நாம் அமைதி யாக வாழக் கற்றுக் கொள்ள வேண்டும். நிச்சயமாக ஒரு விபத்தின் மூலமோ அல்லது நம்மை நாமே உருவாக்கிக் கொண்டோ நாம் உருவாகவில்லை.

இந்த அத்தியாயத்தில் நாம் தொட்டிருக்கிற விஷயங் களை விரிவாக பின்னர் காண்போம். அரசியலமைப்பை மாற்றுவதாலோ அல்லது சில மாற்றங்களை செய்வதாலோ

மனிதனை எதிர்நோக்கும் சவால்களை சந்திக்க முடியாது என சிலர் கருதக் கூடும்.

வருகின்ற அத்தியாயங்களில் இந்த அனைத்து விஷயங்களையும் பற்றி அமைதி, நிரந்தர வாழ்வு எனும் கோணத்தில் காண்பதற்கான முயற்சியை மேற்கொள்வோம். மனிதனே அழித்துக் கொண்ட அமைதி பற்றிய தேவை இப்போது பெருமளவில் உருவாகி உள்ளது வெளிப்படையாகத் தெரிகிறது. நமது பொருளாதார வாழ்க்கையின் நிரந்தரத் தன்மைக்கு உத்தரவாதம் இல்லாமல் அமைதியை எப்படி உருவாக்க முடியும்?

அமைதியும் நிரந்தரத் தன்மையும்

அமைதியின் வலுவான அடித்தளம் சர்வதேச வளமே என்பது மேலாதிக்கம் நிறைந்த நவீன நம்பிக்கையாக உள்ளது. பணக்காரர்களே எப்போதும் நிறைவாய் அமைதி யாய் இருக்கிறார்கள் என்று ஒருவர் பேதமையாய் எண்ணக்கூடும். ஆனால் வறிய நிலையில் உள்ள மக்களின் முன்னால் பணக்காரர்கள் எப்போதுமே பாதுகாப்பாய் உணர்வதில்லை என வாதிடக் கூடும். பணக்காரர்களின் ஆக்கிரமிப்பு குணம், மற்றவர்களை நசுக்கும் தன்மை ஆகியவை பயத்தினாலேயே உண்டாகின்றன என்றும் வாதிடக் கூடும். ஆனால் எல்லோருமே பணக்காரர்களாகி விட்டால் இந்த நிலை தலைகீழாகும் என்றும் கூறக் கூடும். ஒரு பணக்காரர் ஏன் போருக்குப் போகிறார்? அவர் பெற வேண்டியது ஒன்றுமில்லை. ஆனால் ஏழைகளின் நிலை அப்படி அல்ல. சுரண்டப்பட்டு, நசுக்கி ஒடுக்கப்பட்ட ஏழைகளுக்கு அவர்களைப் பிணைத்திருக்கும் அடிமை சங்கிலிகளைத் தவிர இழப்பதற்கு ஒன்றுமில்லை எனும் போது ஏழைகள், பணக்காரர்கள் போலிருக்க முடியாது. பணக்காரர்களாக மாற வேண்டிய வழிகளைத் தேடுவதே, அமைதிக்கான வழி என்ற வாதம் முன் வைக்கப்படுகிறது.

உங்களுக்கு விருப்பமான ஒன்றை விரைந்து அடையும் போது, அடுத்த ஒன்றிற்கான முயற்சி உண்டாவதை கூறுவதால், அந்த மேலாதிக்கமான நவீன நம்பிக்கை ஒதுக்கித் தள்ள முடியாத கவர்ச்சியைக் கொண்டுள்ளது.

அறப் பண்புகளை முற்றிலுமாக ஒதுக்கித் தள்ளிவிட்டு செயல்படுவதால் இந்த மேலாதிக்கம் நிறைந்த நவீன நம்பிக்கை மேலும் கவர்ச்சியாக உள்ளது. மாறாக, எதனையும் துறந்துவிடவோ அல்லது தியாகம் செய்யவோ வேண்டியதும் இல்லை. அமைதிக்கும் வளத்திற்குமான பாதையில் செல்ல அறிவியலையும் தொழில்நுட்பத்தையும் நாம் பெற்றிருக்கிறோம். நம்மை நாமே அழித்துக் கொள்ளும்படியான மடத்தனமான மூடத்தனமான பகுத்தறிவற்ற வகையில் செயல்படாதிருப்பதே அதன் தேவையாகும். ஒடுக்கப்பட்ட வறிய மக்களுக்கான செய்தி என்னவெனில் அவர்கள் பொறுமையிழக்காமல் எதிர்காலத்தில் பொன் முட்டைகளை அவர்களுக்காவும் இடக்கூடிய வாத்து போன்ற வாய்ப்புகளை அழித்து விடக்கூடாது. பணக்காரர் களுக்கான செய்தி என்னவெனில் தேவையான நேரங்களில் ஏழைகளுக்கு உதவும் புத்திசாலித்தனத்துடன் அவர்கள் செயல்பட வேண்டும். இதனால் அவர்கள் மேலும் பணக் காரர்களாகவே ஆவார்கள்.

"எவருமே நல்லவராக இருக்கத் தேவையற்ற முழு அமைப்பைக் கனவு காண்பதை" காந்தியடிகள் எப்போதும் இழித்துப் பேசுவார். ஆனால் நிதர்சனத்தில் நாம் பயன் படுத்தக் கூடிய அற்புத சக்திகளான அறிவியல் தொழில் நுட்பத்தினாலான அமைப்பு முறையை கனவு காண்பதைப் பற்றியா அவர் கூறினார்? அறிவியலறிவும் தொழில் நுட்ப மேன்மையும் மட்டுமே தேவையான நிலையில், மனிதன் எப்போதுமே அடைந்திட முடியாத நற்பண்புகளைப் பற்றி ஏன் சிந்திக்க வேண்டும்?

காந்தியடிகள் கூறுவதைவிட நமது நூற்றாண்டின் மாபெரும் பொருளாதார நிபுணரான கெய்ன்ஸ் கூறுவதின் மீது நாம் கவனம் கொள்வதில்லையா? 1930-ல் உலகளாவிய வகையில் பொருளாதார மந்தநிலை தோன்றியபோது "நமது பேரக் குழந்தைகளின் பொருளாதார சாத்தியங்கள்" குறித்து அவர் ஆராய்ந்தார். "ஒவ்வொருவரும் பணக்காரர்களாகும் நிலை வெகுதூரத்தில் இல்லை" என அவர் முடிவு

செய்தார். வழிமுறைகளுக்கு முன்னால் நன்மதிப்புகள் நிற்பதில்லை, பயன்மிக்கதே நன்மைதர வல்லது என்றும் நாம் எண்ணுவோம் என்று அவர் கூறினார்.

அவர் மேலும் கூறினார், "ஆனால் எச்சரிக்கையாக இருங்கள். ஆனால் மேற்சொன்னவற்றிற்கான காலம் இன்னும் வரவில்லை. ஒவ்வொருவரும் சரியானதைத் தவறு என்றும், தவறானதைச் சரி என்றும், தவறானது பயன்தரக் கூடியது, சரியானது அப்படி அல்ல எனும் வகையில் இன்னும் ஒரு நூற்றாண்டாவது பாவித்துக்கொண்டு இருக்க வேண்டும். பொருள் வளம் சேர்க்கும் பெரு விருப்பமும், பொருள் கடன் கொடுத்துதவுவதில் முன்னெச்சரிக்கையுமே சிறிது காலத்திற்கு நம் கடவுள்கள் போன்றிருந்தால் மட்டுமே பொருளாதாரத் தேவை என்ற இருட்குகைகளிலிருந்து வெளிச்சத்திற்கு அவர்களால் நம்மை வழி நடத்த முடியும்.

இவை பல ஆண்டுகளுக்கு முன்பு கூறப்பட்டவை. இன்னும் விஷயங்கள் கண வேகத்திலேயே சென்று கொண்டிருக்கின்றன. சர்வதேசத் தன்னிறைவு எட்டப்படும் காலம் வரை நாம் காத்திருக்க வேண்டி இல்லாமல் இருக்கலாம். கெய்ன்ஸின் கூற்று தெளிவானது அறப்பண்புகளைப் பெரிதாகக்கொண்டாடுவது பொருத்தமற்றது. அவை உண்மையில் தடைகளே. "தவறுகள் பயனுள்ளவை, சரியானவை பயனற்றவை" சரியான ஒன்றிற்கான நேரம் இன்னும் வரவில்லை. சொர்க்கத்திற்கான பாதை தவறான நோக்கங்களால் ஆனது.

நான் இப்போது ஒன்றை முன்னுரைக்கிறேன். அதனை மூன்று பகுதிகளாகப் பிரிக்க முடியும்.

முதலாவது: சர்வதேச வளமை சாத்தியமே என்பது.

இரண்டாவது: உங்களை வளம் பொருந்தியவர்களாக மாற்றிக் கொள்ளும் பொருளாதாரம் சார்ந்த தத்துவத்தின் அடிப்படையில் சர்வதேச வளம் பெறுதலை அடைய முடியும்.

மூன்றாவது: இதுவே அமைதிக்கான வழி.

எனது ஆய்வை எந்தக் கேள்வியிலிருந்து தொடங்குவது என்பது வெளிப்படையானது. அது, எல்லாவற்றிற்கும் "போதுமானது" உள்ளதா? உடனே நமக்கு பிரச்சினை எழுகிறது. "போதுமானது" என்றால் என்ன? எவரால் இதற்கு பதில் கூற முடியும்? எல்லாவற்றையும் விட "பொருளாதார வளர்ச்சியே" என்பதைப் பின்பற்றும் பொருளாதார நிபுணரால் இதற்குப் பதில் சொல்ல நிச்சயமாக முடியாது. எனவே "போதுமானது" என்ற கருத்தாக்கமே கொள்கையே இல்லை எனலாம். வளமே இல்லாத மிக வறிய நிலையில் உள்ள சமூகங்களும் உள்ளன. ஆனால் பணம் படைத்த சமூகம் கூறுகிறது, "நிறுத்து எங்களிடம் போதுமானது உள்ளது".

இந்த "போதுமானது" என்பதை விட்டு விடுவோம். ஒவ்வொருவரும் அதிகமாகப் பெற கடினமாக முனையும் உலகத்தின் மூலாதாரங்களின் அதிகரித்து வரும் தேவையை ஆராய்வோம். அனைத்து மூலாதாரங்களைப் பற்றியும் நம்மால் ஆராய முடியாதாகையால் மிக முக்கியமான மூலாதாரங்களில் ஒன்றான "எரிபொருள்" என்பதனை நான் எடுத்துக் கொள்கிறேன். பேரளவு வளம் என்பதற்கு பெருமளவு எரிபொருள் பயன்பாடு என்பதில் எந்த சந்தேகமும் இருக்க முடியாது. தற்போதுள்ள நிலையில் உலகில் ஏழைகளுக்கும் பணக்காரர்களுக்கு மிடையிலான வள வேறுபாடு மிகவும் பெரிது. இது ஒரு சாராரின் எரிபொருள் நுகர்விலேயே தெளிவாகத் தெரிகிறது. 1966ஆம் ஆண்டுக் கணக்கின்படி ஒரு நபரின் எரிபொருள் பயன்பாடு என்ற அளவு ஒரு மெட்ரிக்டன் நிலக்கரிக்குச் சமமாக இருப்பவர்களை நாம் பணக்காரர்கள் எனக் கொள்வோம். அதற்குக் கீழ் எரிபொருள் பயன்பாடு உள்ளவர்களை "ஏழைகள்" எனக் கொள்வோம். இதன் அடிப்படையில் நாம் ஒரு அட்டவணையை உருவாக்குவோம் (ஐ.நா சபைக் கணக்கின்படி)

அட்டவணை - 1 (1966)

பணக்காரர் (%)	ஏழை (%)	உலகம் (%)
மக்கள் தொகை (மில்லியன்களில்)		
1,060 (31)	2,284 (69)	3,384 (100)
எரிபொருள் பயன்பாடு (மில்லியன் டன்)		
4,788 (87)	721 (13)	5,509 (100)
எரிபொருள் பயன்பாடு ஒருவருக்கு (டன் கணக்கில்)		
4.52	0.32	1.65

ஏழைகளில் ஒரு நபருக்காகும் சராசரி எரிபொருள் பயன்பாடு 0.32 டன்கள். அதாவது தோராயமாகச் சொன்னால் பணக்காரர்களின் எரிபொருள் பயன்பாட்டில் பதினான்கில் ஒரு பங்கு மட்டுமே. உலகின் மக்கள் தொகையில் 70 சதவீதமானோர் ஏழைகளே. ஏழைகள் திடீரென்று பணக்காரர்கள் பயன்படுத்தும் அளவு எரி பொருளைப் பயன்படுத்தினால் உலகின் எரிபொருள் பயன்பாடு சட்டென்று மூன்று மடங்காகி விடும்.

எல்லாவற்றிற்கும் காலம் நிறைய ஆகும். ஆதலால் இது உடனே நடக்காது. பணக்காரர்களும், ஏழைகளும் ஆசைகளிலும் எண்ணிக்கையிலும் அதிகரிக்கும் போது இது நடக்கும். எனவே நாம் ஒரு கணக்கீட்டைத் தயார் செய்வோம். ஒரு ஆண்டுக்கு பணக்காரர்களின் வளர்ச்சி $1\,^{1}/_{4}$ சதவீதமாகவும், ஏழைகளின் வளர்ச்சி $2\,^{1}/_{2}$ சதவீதமாகவும் இருக்குமேயானால் உலகின் மக்கள் தொகை 2000மாவது ஆண்டில் 6,900 மில்லியனாகி விடும். இது கிட்டத்தட்ட எல்லா அங்கீகரிக்கப்பட்ட நிறுவனங்களின் கணக்கிற்கு ஒத்துவரும். ஆனால் அதே நேரத்தில் பணக்காரர்களின் எரி பொருள் பயன்பாடு ஆண்டொன்றிற்கு ஒரு நபருக்கு $2\,^{1}/_{4}$ சதவீதம் அதிகரிக்குமேயானால் 2000மாவது ஆண்டை அடிப்படையாகக் கொண்டு கணக்கிட்டால் பின்வரும் அட்டவணைப்படி கணக்கீடுகள் உண்டாகும்.

அட்டவணை - 1 (கி.பி. 2000)

	பணக்காரார் (%)	ஏழை (%)	உலகம் (%)
மக்கள் தொகை (மில்லியன்களில்)			
	1,617 (23)	5,292 (77)	6,909 (100)
எரிபொருள் பயன்பாடு (மில்லியன் டன்)			
	15,588 (67)	7,568 (33)	23,156 (100)
எரிபொருள் பயன்பாடு ஒருவருக்கு (டன் கணக்கில்)			
	9.64	1.43	3.35

(எரிபொருள் கணக்கு நிலக்கரி சமானத்திற்கு கணக்கிடப்பட்டுள்ளது)

1966ல் 5.5 ஆயிரம் மில்லியன் டன்களாக இருந்த உலகின் மொத்த எரிபொருள் பயன்பாடு 2000மாவது ஆண்டில் 23.2 ஆயிரம் மில்லியன் டன்களாக மாறும். அதாவது நான்கு மடங்காக மாறும். அதில் பாதி மக்கள் தொகைப் பெருக்கத்தினாலும் பாதி தனிநபர் எரிபொருள் பயன்பாடு அதிகரிப்பின் காரணமாகவும் நிகழும்.

இந்த பாதி பாதி கணக்கு சுவாரசியமானதுதான். ஆனால் ஏழைகளுக்கும் பணக்காரர்களுக்குமான இடை வெளி இன்னும் சுவாரசியமானது. உலகின் மொத்த எரி பொருள் பயன்பாடு (நுகர்வு) 5.5 ஆயிரம் மில்லியன் டன்களிலிருந்து 23.2 ஆயிரம் மில்லியன் டன்களாகும். அதாவது 17.7 ஆயிரம் மில்லியன் டன்கள் உயரும். இதில் பணக்காரர்கள் மூன்றில் இரண்டு பங்கையும், ஏழைகள் மூன்றில் ஒரு பங்குக்குக் குறைவாகவும் பயன்படுத்துவர். 34 ஆண்டு காலத்தில் 425 ஆயிரம் மில்லியன் டன் எரி பொருள்களை (சமானமான நிலக்கரிக் கணக்கில்) உலகம் பயன்படுத்தும். இந்த அளவில் 321 ஆயிரம் மில்லியன் டன்களை அதாவது 75 சதவீதத்தை பணக்காரர்கள் பயன்படுத்தும்போது ஏழைகள் வெறும் 104 ஆயிரம் மில்லியன் டன்களையே பயன்படுத்துவர்.

இப்போது மொத்த நிலைமை தெளிவாகப் புரிகிறதா? இந்தக் கணக்கீடுகள் வெறும் கற்பனைகளல்ல, ஆராய்ச்சிப்

பூர்வமானவை, அறிவியல் பூர்வமானவை. பணக்கார மக்கள் தொகைப் பெருக்கத்தை மிதமானதாகவும், ஏழை களின் மக்கள் தொகைப் பெருக்கத்தை இரண்டு மடங்கு அதிகமாகவும் கொண்டு கணக்கிட்டுள்ளேன். இருந்தும் இயற்கை வள மூலதனத்திற்கு சேதமுண்டாக்குவதில் பணக்காரர்களே ஏழைகளை விட பெரும்பங்கு வகிக் கின்றர். ஏழைகளின் மக்கட் தொகைப் பெருக்கம் பணக் காரர்களின் மக்கள் தொகைப் பெருக்கத்தின் வேகத்தி லேயே இருந்தால் ஏழைகளின் எரிபொருள் பயன்பாடு மிகக் குறைந்த அளவே (அதாவது, பத்து சதவீதமே) குறையும். ஆனால் பணக்காரர்களின் ஒரு நபர் பயன்பாடு மிகவும் அதிகம். இப்போது அவர்கள் பயன்படுத்தும் அளவுக்கு மேல் பயன்படுத்த அனுமதிக்காவிட்டால் இது நடக்காது. இருந்த போதும் அப்படி கட்டுப் படுத்தினால் எரிபொருள் பயன்பாட்டினை கனிசமான அளவு குறைக்க முடியும். ஏனெனில் பணக்காரர்கள், ஏழைகளைக் காட்டிலும் பதினான்கு மடங்கு அதிகமாகப் பயன்படுத்து கின்றனர். அப்படிக் கட்டுப்படுத்தும்போது மூன்றில் ஒரு பங்கு எரிபொருள் பயன்பாட்டைக் குறைக்க முடியும்.

இருந்தபோதும், மிக முக்கியமான கேள்வி ஒன்று உண்டு. உலக எரிபொருள் பயன்பாடு ஆண்டுக்கு ஆண்டு 23,000 மில்லியன் டன்களாக உயரும் என்று தோன்றுவது உண்மையா? அதுவும் 34 ஆண்டுகளில் 4,25,000 மில்லியன் டன்கள் பயன்படுத்தும்போது? உலக எரிபொருள் தேவை யின் மூன்றில் ஒரு பங்கையோ அல்லது நான்கில் ஒரு பங்கையோ அணு சக்தி, எரிபொருளாகத் தந்தாலும் கூட உலகின் படிம எரிபொருள் இருப்பின் அளவு இந்த அளவாக இருக்க இயலாது.

ஆய்வுரீதியான கணக்கீடுகள், எவற்றையும் நிரூபிப்ப தில்லைதான். எதிர்காலம் பற்றிய முன்கூட்டியே சொல்லப் படும் முடிவுகளை முற்றிலுமாக சார்ந்துவிட முடியாது. ஏனெனில் எதிர் காலம் பற்றிய எத்தகைய நிரூபணங்களும் சாத்தியமற்றதாக இருக்க வாய்ப்புகள் உண்டு.

என்ன தேவையெனில் தீர்ப்புதான். இந்த தீர்ப்புக்கு தீர்மானத்திற்கு ஆய்வு ரீதியான கணக்கீடுகள் உதவலாம். பிரச்சினையின் அளவை பரிமாணத்தை நமது கணக்கீடுகள் மிக முக்கியமான ஏதோ ஒரு வகையில் சாதாரணமாகக் காட்டக் கூடும். உலகை ஒரே அலகில் அளவீடு மூலம் கணக்கீடு செய்து நடத்துதல் சரியானதல்ல. எரிபொருள் மூலாதாரங்கள் பரவலாக உலகெங்கும் ஒரே மாதிரியான அளவில் இருப்பில் இல்லை. விநியோகத்தில் ஏற்படும் சிறிய அளவு குறைபாடு கூட உலகை இரண்டாக "உள்ளவர்கள், இல்லாதவர்கள்" என உடனடியாகப் பிரித்து விடும். எரிபொருளை பெருமளவில் பயன் படுத்தும் மேற்கு ஐரோப்பா, ஜப்பான் போன்ற நாடுகள் இயற்கை எரி பொருள்களை அதிக அளவில் கொண்ட மத்திய கிழக்கு மற்றும் வட ஆப்ரிக்கப் பகுதிகளின் மீதான போட்டி பொறாமை நிறைந்த, இன்று கற்பனை செய்து பார்க்க வியலாத ஒரு உரிமைப் போட்டியில் ஈடுபடும். என்றுமே இல்லாத ஒரு பெரும் பிரச்சினை இந்த வகையில் தோன்றும். மிகவும் அச்சமூட்டக்கூடிய பெரும் பிரச்சினை களுக்கு மாற்று ஏற்பாடாக ஏதேனும் ஒன்றை சொல்லிக் கொண்டு எதிர்காலம் பற்றி நிரூபணம் இல்லாத நிலை யில் பிரச்சினைகளை ஒதுக்கித்தள்ளிவிடும் வாய்ப்புகள் எப்போதுமே உண்டு. இதுவரை கண்டறியப்படாத பெரிய அளவிலான எண்ணெய், இயற்கை எரிவாயு, நிலக்கரி போன்றவைகளின் இருப்பை அறியும் வாய்ப்புகளும் இருக்கக் கூடும். ஏன் அணுசக்தியின் உற்பத்தி, மொத்த தேவையில் கால் பங்காகவோ, மூன்றில் ஒரு பங்காகவோ இருக்க வேண்டும்? இப்போது பிரச்சினை அடுத்த தளத் திற்குக் செல்கிறது. ஆனாலும் பிரச்சினை தீர்வதாயில்லை. எரிபொருள் கிடைப்பதில் எந்தத் தட்டுப்பாடும் இல்லை என்று எண்ணிக் கொண்டு எரிபொருள் பயன்படுத்தப்படும் அளவை கருத்தில் கொண்டால் சுற்றுச் சூழல் சீர்கேடு அபாயம் எதிர்பார்த்ததை விடக் கடுமையாக இருக்கும்.

அணுசக்தியை எடுத்துக் கொள்வோம். பெரும் அளவி லான அணு சக்தித் திட்டங்களுக்குத் தேவையான அடர்

யுரேனியம் போதுமானதாயில்லை என சிலர் கூறுகின்றனர். ஏனெனில் எரி பொருள் தேவை ஆயிரக்கணக்கான மில்லியன் டன் நிலக்கரிக்குச் சமானமானதாக இருக்கிறது. இவர்களின் கூற்று தவறெனக் கொள்வோம். தேவையான அளவு யுரேனியம் கண்டுபிடிக்கப்படும். அவை அனைத்தும் உலகின் பல்வேறு மூலை முடுக்குகளிலிருந்து உலகின் மக்கள் தொகை மிகுந்த இடங்களுக்குக் கொண்டு வரப் பட்டு அதிக அளவு கதிரியக்கம் உள்ளதாக மாற்றப்படும். வெகுசிலர் இதன் சிறு பகுதியை அழிவுக்குப் பயன் படுத்தும் அரசியல் ரீதியான பயத்தைக் காட்டிலும், இந்தக் கதிரியக்கப் பொருள்களால் உண்டாகும் உயிரியல்பூர்வ மான அச்சுறுத்தல் கற்பனை செய்துகூட பார்க்க இயலாதது.

இன்னும் அணுசக்தி உற்பத்தியை வேண்டாமென ஒதுக்கித் தள்ளும் வகையில் பேரளவு படிம எரிபொருள்கள் கண்டு பிடிக்கப்பட்டு பயன்படுத்தப்பட்டால் வேறொரு ரீதியில் வெப்ப சுற்றுப்புறச் சூழல் சீர்கேடு (வெப்பமய மாதல்) ஏற்படும் பெரும் பிரச்சினை உண்டு.

எரிபொருள் எதுவாக இருந்தாலும் அதன் பயன்பாடு மடங்கு மடங்காக அதிகரித்துக் கொண்டே இருக்கையில் உண்டாகும் சுற்றுப்புறச் சீர்கேட்டுக்கு சாத்தியமான எந்தத் தீர்வும் இல்லை.

ஒரு எளிய கோட்பாட்டை - கொள்கையை விளக்கவே நான் எரிபொருளை உதாரணமாக எடுத்துக்கொண்டேன். பொருளாதாரம், இயற்பியல், வேதியியல் மற்றும் தொழில்நுட்பம் போன்ற துறைகளின் கீழ் பார்க்கப்படும் நன்றாக அறியப்படாத அளவிலான பொருளாதார வளர்ச்சி சுற்றுப்புறவியல் ரீதியாகப் பார்க்கப்படும்போது நிச்சயமாய் சிக்கலுண்டாக்குகின்றது. பொருள் வளத்தில் நிறைவடைவ தொன்றையே குறிக்கோளாகக் கொண்டு ஒரே மனதுடன் செயல் படுவது, இந்த உலகிற்குப் பொருந்தாது. ஏனெனில் அந்த எண்ணத்திற்கு அளவே கிடையாது. ஆனால் சுற்றுப் புறச் சூழல் என்பதோ வரையறைகளுக்கு உட்பட்டது. இப்போதே பல்வேறு வலிகள், அழுத்தங்கள் அதிகமாகி

வருவதை சுற்றுச் சூழல் நம்மிடம் சொல்ல முயன்று கொண்டிருக்கிறது. ஒரு பிரச்சினை தீர்க்கப்படுகையில், அதன் விளைவாக, பத்து பிரச்சினைகள் எழுகின்றன, முளை விடுகின்றன. "புதிய பிரச்சினைகள் நிகழ்வுகளின் தோல்விகளால் வரவில்லை, ஆனால் தொழில் நுட்பங்களின் வெற்றிகளால் அவை உண்டாகின்றன" என்று பேராசிரியர் பேரி காமனர் கூறுகிறார்.

இந்த பிரச்சினைகளை பலர் வெறுமனே நேர்மறையாகவும் எதிர்மறையாகவும் விவாதிக்கின்றனர். "அறிவியல் நிச்சயமாக இதற்குத் தீர்வு கண்டுவிடும்" என்று நேர் மறையாக சிந்திப்பவர்கள், விவாதிப்பவர்கள் பெருமையுடன் வலியுறுத்துகின்றனர். அறிவியல் செயல்பாடுகளில் தெளிவான உணர்வுடன் கூடிய அடிப்படை மாற்றங்களை செய்தால்தான் அவர்களது கூற்று சரியாக இருக்கக்கூடும் என நான் கூறுவேன். கடந்த நூறாண்டு காலமாக உருவாகியுள்ள அறிவியல் தொழில்நுட்ப வளர்ச்சி, வாய்ப்புகளை உருவாக்கித் தேவைகளை நிறைவு செய்வதை விட, அபாயகரமானவற்றையே மிக வேகமாக வளர்த்துள்ளது. இதனைப் பற்றி நிறைய விபரங்களைப் பின்னர் காண்போம்.

தானாகவே சமன் செய்து கொள்ளக் கூடிய இயற்கை அமைப்பு குறிப்பிட்ட சில முக்கியமான தளங்களில் தன்னை சரி செய்து கொள்ள இயலாமல் இப்போதே திணறி வருகிறது. இயற்கை சமன்பாடு பாதிக்கப்பட்ட பல்வேறு தளங்களைப் பற்றி ஆழமாக காண வேண்டும் எனில் விரிவாகப் பேச வேண்டி வரும். பல நிபுணர்களுடன் சேர்ந்து பேராசிரியர் பேரி காமனர், 'எர்ரி' என்ற ஏரியின் நிலை பற்றி கவனத்திற்குக் கொண்டு வந்ததே போதுமான எச்சரிக்கையாகும். இன்னும் பத்து அல்லது இருபது ஆண்டுகளில் அமெரிக்காவில் உள்ள உள்நாட்டு நீர் நிலைகள் எல்லாம் எர்ரி ஏரியின் நிலைமைக்கு வந்து விடும். அதாவது சமநிலையற்ற இயற்கை, குறிப்பிட்ட தளங்கள், இடங்கள் என்றில்லாது எங்கும் வியாபித்து

விடும். இதே நிலை தொடருமேயானால் மீண்டும் பழைய நிலைக்கு வருவது என்பது இயலாததாகிவிடும். அந்த அபாயகரமான நிலையை அடையாது இருந்தால் மட்டுமே "திரும்பி வருதல்" என்பதும் சாத்தியம்.

ஒவ்வொருவரும் பெருவளம் பெறும் வேட்கையிலேயே, அளவிடற்கரிய பொருளாதார வளர்ச்சி என்ற கருத்தின் அடிப்படையிலேயே செயல்படுவதால் மிகவும் முக்கியத்துவம் வாய்ந்த கேள்விகளை முன்வைக்கலாம் எனக் கருதுகிறோம். ஒன்று கூடுதலாகவோ அல்லது மாற்றாகவோ உள்ள அடிப்படை மூலாதாரங்களின் கிட்டக்கூடிய தன்மை. இரண்டாவது, சுற்றுப்புறச் சூழலில் மனிதன் ஏற்படுத்தும் தாக்கத்தை ஏற்றுச் சமன் செய்து கொள்ளக்கூடிய சுற்றுப்புறச் சூழலின் தன்மை. பொருள்களல்லாதவற்றால் ஏற்படக் கூடிய சிலவற்றைக் காண்போம்.

தனிமனிதன் வளம் பெறுவதென்பது மனிதனின் வலுவான இயல்பு என்பதில் எந்த சந்தேகமும் இருக்க முடியாது. முன்னரே பொருளாதார நிபுணர் கெய்ன்ஸின் கட்டுரையிலிருந்து நான் குறிப்பிட்டபடி "பேராசை கொள்வது, தீய ஒழுக்கம், வட்டி வாங்குவது குற்றம் மற்றும் பொருள் வளத்தின் மீதான விருப்பு வெறுக்கத்தக்கது போன்ற மதம் மற்றும் மரபு சார்ந்த ஒழுக்க நிலைக்கு மீண்டும் வருவதற்கான காலம் இன்னும் வரவில்லை" என அவர் அறிவுறுத்துகிறார்.

மதங்களும் மரபுசார் நல்லறிவும் எல்லா வகைகளிலும் எதிர்க்கச் சொல்லும் மனிதனின் வலுமிக்க சுயநலத்தின் காரணமாகவே பொருளாதார வளர்ச்சி என்பதை அடைய முடியும் என அவர் கூறுகிறார். நவீன பொருளாதாரம் வெறி பிடித்த பேராசை, பொறாமை போன்றவற்றாலேயே முன் செலுத்தப்படுகிறது. இவை எதிர்பாராத விதமாகத் தோன்றுபவை அல்ல; இந்த காரணிகள் நீண்டகாலம் வலுவுடன் இருக்குமா அல்லது தாமாகவே அழிந்து விடும் படியான விதைகளைத் தன்னகத்தே கொண்டிருக்குமா

என்பதே கேள்வி. "தவறே பயன் மிக்கது மற்றும் சரி என்பது அப்படி அல்ல" என்று கெய்ன்ஸ் கூறுகிறாரென்றால் ஒன்று சரியாகவும் இருக்கலாம் அல்லது தவறாகவும் இருக்கலாம் என்ற உண்மையை விவரித்து நிறுவ முயல்கிறார் அல்லது சில காலம் சரியாகத் தோன்றும் ஒன்று, பின்னர் தவறாகக் கூடும் என்பதுதான் அவர் நிறுவ நினைப்பதாக இருக்கலாம்.

இந்தக் கூற்று தவறென்று நேரடியான செயல் முறை மூலம் விளக்குவதற்கான போதுமான ஆதாரம் என்னிடம் இருப்பதாக நான் நினைக்க வேண்டும். மனிதனின் தீய பண்புகளான பேராசை அல்லது பொறாமை முறைப்படி உருவாக்கப்பட்டது என்றால், அறிவின் அழிவு தவிர்க்க முடியாததாகி விடும். பேராசையாலும் பொறாமையாலும் வழி நடத்தப்படும் ஒரு மனிதன் அனைத்தின் உண்மைத் தன்மையையும் பார்க்கும் சக்தியை இழந்து விடுகிறான். சுய நலத்தின் அடிப்படையிலேயே ஒவ்வொன்றையும் பார்க்கிறான். அவனது வெற்றி என்பது தோல்வியாகி விடுகிறது. ஒரு முழு சமூகமே இந்த குணங்களால் வழி நடத்தப்படும்போது அது சில சாதனைகளை அடைந்தாலும் தினசரி வாழ்க்கையின் சின்னஞ்சிறு பிரச்சினைகளைக் கூடத் தீர்க்கும் திறனற்றுப் போய் விடுகிறது. மொத்த உள்நாட்டு உற்பத்தி வேண்டுமானால் அதிகரித்துக் கொண்டே போகலாம், புள்ளியியல் விபரங்களின்படி. ஆனால் அதிகரித்துக் கொண்டே இருக்கும் ஏமாற்றங்கள், ஒதுக்கப்படுதல், அந்நியப்படுத்தப்படல், பாதுகாப்பின்மை மற்றும் இன்ன பிறவற்றால் பாதிக்கப்படும் சாதாரண மனிதன் தான் வளர்ந்து விட்டதாக நினைப்பதில்லை. சிறிது காலத்திற்குப்பின் மொத்த உள்நாட்டு உற்பத்தி என்ற அளவீடு அதிகரிக்காமல் தேங்கும். இது அறிவியல் தொழில் நுட்ப தோல்விகளால் அல்ல. மாறாக ஓசையின்றி ஏற்படும் ஒத்துப் போகாத ஒரு நிலையாலே ஏற்படும். இது ஒடுக்கப்பட்ட, சுரண்டப்பட்ட மக்களால் மட்டுமல்ல, வசதி படைத்தவர்களாலும் சம்பவிக்கும்.

எல்லா மட்டங்களிலும் உள்ள ஆண் பெண் ஆகிய இருபாலோரையும் அவர்களது உண்மையான விருப்பு எங்கிருக்கிறது என்று அறிந்து கொள்ளாமலிருக்கும் பகுத்தறிவற்ற மடத்தனமான நிலையை ஒருவர் கண்டிக்கக் கூடும். ஆனால் இந்த மக்கள் ஏன் அதை உணரவில்லை? ஒன்று, பேராசையாலும் பொறாமையாலும் அவர்களின் புத்தி மழுங்கடிக்கப்பட்டிருக்க வேண்டும் அல்லது அவர்களது ஆழ்மனதில் அவர்களது உண்மையான விருப்புகள் வேறெங்கோ இருக்கின்றன என்று புரிந்து கொள்ளப்பட்டிருக்க வேண்டும். ஒரு புரட்சிகரமான சொற்றொடர் உண்டு. அது "உணவினால் மட்டுமே மனிதன் வாழ்ந்துவிட முடியாது, ஆனால் கடவுளின் ஒவ்வொரு சொல்லாலுமே".

நல்லதொரு அரசாங்கம் (அமைக்க முடியுமானால்) தனது அறிவியல் தொழில்நுட்ப முன்னேற்றங்களாலோ அல்லது கடுமையான சட்ட முறைகளாலோ இன்று பெரும்பாலான பணக்கார சமூகங்களை பீடித்திருக்கும் கொடிய நோய்களை போக்கிட முடியும் என்று இன்னும் கூட நினைப்பது சரியாகுமா? சாத்தியமாகுமா?

எனவேதான் நான் கூறுகிறேன், சர்வதேசம் முழுமையும் நிறைவான பொருள்வளம் பெறுதலின் மூலம் அமைதி என்பதைக் கொண்டுவர முடியாது. இந்தப் பொருள்வளம் என்பது நவீன காலத்தில் உச்சரிக்கப்படும் அர்த்தத்தில் கொள்ள வேண்டும். அடையக் கூடியதாகச் சொல்லப்படும் இந்தப் பொருள்வளம் மூடத்தனமான அறிவியலுக்குப் பொருத்தமில்லாத உண்மையான நிலைக்குப் புறம்பான தொரு நம்பிக்கையாகும். பொருளாதாரம், அறிவியல், தொழில்நுட்பம் ஆகியவற்றில் இருந்து விவேகத்தை அப்புறப் படுத்தி விடுதல் என்பது சிறிது காலத்திற்குப் பின்னர் தோல்வியில்தான் முடியும். ஆனால் ஆன்மிக - அறப்பண்பு சார்ந்த உண்மைகள் பற்றிய பிரச்சினைகளை முக்கியமான மைய நிலைக்குக் கொண்டு வருவதால் நாம் வெற்றியாளர்களாகிறோம்.

சிறியதே அழகு | 145

பொருளாதாரக் கண்ணோட்டத்தில் பார்க்கையில், விவேகம் என்ற கருத்தாக்கத்தின் மையம் "நிரந்தரம்" ஆகும். நிரந்தரமான பொருளாதாரம் பற்றி நாம் ஆய்வு செய்தே தீர வேண்டும். எந்த விதமான மூடத்தனமான விளைவுகளின்றி நீண்டு செயல்படாவிட்டால் பொருளா தாரம் என்பதற்கு அர்த்தம் இல்லாமற் போய்விடும். ஒரு குறித்த இலக்கை நோக்கி வளர்ச்சி இருக்கக் கூடும். ஆனால் அந்த வளர்ச்சி அளவிடற்கரிய பொதுவான எல்லா நிலை களிலுமான வளர்ச்சியாய் இருக்க முடியாது. இது "ஒவ்வொரு மனிதனின் தேவையைத் தீர்ப்பதற்கு பூமி அனைத்தையும் கொண்டிருக்கிறது, ஆனால் ஒவ்வொரு மனிதனின் பேராசைகளைத் தீர்ப்பதற்கு அல்ல" என்று மகாத்மா காந்தி சொன்னதைப் போல்தான். "நமது தந்தையர்க்கு ஆடம்பர சாதனங்களாய் இருந்தவை, நமக்கு அத்தியாவசியத் தேவைகள்" என்ற கேடான எண்ணத்துட னான செயல்பாடுகள் நிரந்தரம் என்ற ஒன்றுடன் ஒத்துப் போக முடியாது.

புதிதாகத் தேவைகளை உருவாக்கிக் கொள்வதும், தேவைகளை விரிவாக்கிக் கொண்டே போவதும் விவேக மாகாது. இன்னும் இது சுதந்திரம், அமைதி என்பனவற்றுக் கும் எதிரானது. மனித குலத்தில் பேராசை, பொறாமை போன்றவற்றை வளர்த்து, நல்லறிவு, மகிழ்ச்சி, இணக்கம் ஆகியவற்றை அழித்து அதன்மூலம் மனிதனின் ஒட்டு மொத்த அமைதியையுமே அழிப்பதன் மூலம் அது கட்டப்படுகிறது. ஏழைகளை விட பணக்காரர்களே அமைதியை நாட முடியும். அதுவும் அவர்கள் பாது காப்பாக உணரும் பட்சத்தில்தான். இங்கே முரண்பாடு தோன்றுகிறது. பணக்காரர்களின் செல்வவளம் என்பது ஓரளவே உள்ள இயற்கை வளங்களிலிருந்து பேரளவு வளத்தை அவர்கள் சேர்த்துக் கொள்வதிலேயே உள்ளது. இது தவிர்க்கவியலா ஒரு தீவிர மோதல் போக்கை மற்ற பணக்காரர்களுடன் ஏற்படுத்திவிடும். பலவீனமாகவும், எதிர்க்க சக்தி இன்றியும் இருப்பதால் ஏழைகள் இந்த மோதலில் ஈடுபட முடியாது.

மனிதர்கள் விவேகத்துடன் வாழ்வதற்கான அறிவிலிருந்து வெகு தொலைவில் மனிதன் இப்போது இருக்கிறான் என்று நம்மால் சொல்ல முடியும். "தவறானது பயன்மிக்கது மற்றும் சரி என்பது அப்படி அல்ல" என்ற கூற்று விவேகத்திற்கு எதிரான கருத்தாகும். விவேகத்தைத் தக்க வைத்துக் கொள்வதற்காக எவர் செயல்படவில்லையோ, அவர் அமைதிக்கான வழியில் உண்மையாக செயல்படவில்லை. சர்வதேசம் முழுமையையும் வளம் மிக்க நிலையை அடையும் வரை நற்பண்புகளையும் நல்லொழுக்கத்தையும் பின்பற்றுவதை தள்ளிப் போடலாம் என்ற நம்பிக்கையும், வளத்தைப் பற்றி மட்டு சிந்தித்து ஆன்மீக, அறம் சார்ந்த எவற்றையும் ஒரு சிறிதும் கவலைப் படாமல் புவியில் நம்மால் அமைதியை நிர்மாணிக்க, நிறுவ முடியும் என்பதும் தேவைகளின் ஒவ்வொரு அதிகரிப்பும் கட்டுப்பாட்டில் இல்லாத புற சக்திகளை சார்ந்து இருக்க வேண்டிய நிலையை அதிகரிக்கிறது. இதனால் வாழ்க்கை இருத்தலில் பயம் அதிகரிக்கிறது. போருக்கும், சச்சரவுகளுக்கும் காரணமான பதட்டங்களை தேவைகளைக் குறைப்பதன் மூலம் மட்டுமே நன்றாகக் குறைக்க முடியும். விவேகத்தின் அடிப்படையிலான அறிவியல் மற்றும் தொழில்நுட்பத்தின் மீது சார்ந்திருப்பதன் மூலமே நிரந்தர பொருளாதாரத்தை நிறுவ முடியும்.

சுற்றுச் சூழலை நஞ்சாக மாற்றி சமூக அமைப்பை சிதைக்கும் அறிவியல் தொழில்நுட்ப "தீர்வுகள்" - அவை எந்த அளவு புத்திசாலித்தனமாக உருவாக்கப்பட்டிருந்தாலும் மனிதனுக்கு பயனளிப்பதில்லை. மாபெரும் பொருளாதாரத்தை உற்பத்தி செய்யக் கூடிய மாபெரும் இயந்திரங்கள் மாபெரும் சுற்றுச் சூழல் சீர் கேட்டை உண்டாக்கக் கூடியவை. ஆதலால் அவை வளர்ச்சி என்ற ஒன்றினைப் குறிப்பதில்லை. அத்தகைய இயந்திரங்கள் விவேகம் என்ற ஒன்றையே ஒதுக்கித் தள்ளி விடுகின்றன. அழகான, கம்பீரமான, நேர்த்தியான, வன்முறையற்ற இயற்கை சார்ந்த அறிவியல் தொழில்நுட்பத்தையே விவேகம் வேண்டி நிற்கின்றது. அமைதி என்பது பகுக்க

முடியாத ஒன்று. அப்படி இருக்கும்போது எச்சரிக்கையற்ற முன்யோசனை இல்லாத அறிவியல் மற்றும் வன்முறையிலான தொழில் நுட்பம் ஆகியவற்றை அடித்தளமாகக் கொண்டு எப்படி அமைதியை உருவாக்க முடியும்? இப்போது நம்மனைவரையும் பயமுறுத்திக் கொண்டிருக்கும் அழிவுக்குக் கொண்டு செல்லும் அறிவியல் தொழில் நுட்பத் துறையில் ஒரு புரட்சியை நாம் செய்ய வேண்டும். அறிவியலாளர்களிடம் இருந்தும் தொழில் நுட்ப வல்லுநர்களிடமிருந்தும் உண்மையிலேயே நமக்கு எது தேவைப்படுகிறது? நமக்கு புதிய முறைகளும் இயந்திர உபகரணங்களும் வேண்டும் என நான் சொல்வேன். அவை,

- அனைவருக்கும் எளிதில் கிட்டக்கூடிய மலிவானவையாக இருக்க வேண்டும்.

- சிறு மற்றும் குறுந்தொழில்களுக்கு ஏற்றவையாக அவை இருக்க வேண்டும்.

- மனிதனின் படைப்பாற்றலை வெளிப்படுத்தும் தேவைகளுக்கு ஏற்றவையாக அவை இருக்க வேண்டும்.

நிரந்தரமான வாழ்வை உறுதியாகத் தரக்கூடிய வன்முறையற்ற இயற்கையுடனான உறவை மனிதனுக்குக் தரக்கூடிய நிலை இந்த மூன்று தன்மைகளிலிருந்து பிறக்கும்.

இயந்திரங்களும் செயல்முறைகளும் ஒவ்வொருவருக்கும் மலிவாகக் கிடைக்க வேண்டும். ஆனால் நமது அறிவியலாளர்களும் தொழில் நுட்ப வல்லுநர்களும் இப்படிப்பட்டவற்றை உருவாக்குவதில்லை என நாம் ஏன் எண்ண வேண்டும்? "நமது தேசத்தின் கோடிக்கணக்கான பாமர மக்கள் மகிழ்ச்சியாகவும் ஆரோக்கியமாகவும் இருக்க வேண்டும் என நான் விரும்புகின்றேன். ஆன்மீக ரீதியில் அவர்கள் வளர வேண்டும் எனவும் விரும்புகிறேன்... கருவிகளின் தேவை நமக்கிருப்பதாக நாம் எண்ணினால் கட்டாயம் நாம் அவற்றைப் பெற வேண்டும்.

ஆனால் சிலரின் கைகளில் சிக்கி மக்களை வேலை அற்றவர்களாக்கி கருவிகளையே சார்ந்திருக்கும் படியான கருவிகளுக்கு இடம் இருக்கக் கூடாது'' என்பது காந்தியடிகளின் கவலையுடன் கூடிய எண்ணமாக இருந்தது.

"அரசியல் பொருளாதார வகையில் பரவலாக்கப்பட்ட அதிகாரத்துடன் ஒவ்வொரு ஆணும் பெண்ணும் முதலாளிகளிடமிருந்து விடுதலை பெற்று சுயமாக நிர்வாகம் செய்து கொள்ளும்படியாகவோ அல்லது கூட்டுறவு சங்கங்கள் போன்றோ செயல்பட்டு பலன் தரக்கூடிய அடிப்படையில் முக்கியத்துவம் வாய்ந்த வேலைகளையும், உள்ளூர் சந்தைகளையும் உருவாக்கித் தர வேண்டியது பொறியாளர்கள் மற்றும் கண்டுபிடிப்பாளர்களின் பணியாகும்'' என்று ஆல்டஸ் ஹக்ஸ்லி கூறுகிறார்.

"மிகவும் திருப்தியுள்ள நிறைவான வாழ்க்கையை இன்னும் அதிக மக்களுக்குத் தந்து சுய அதிகாரமுள்ள ஜனநாயக முறையை அளித்து விளம்பரங்களின் மூலம் திணிக்கப்படும் நுகர்வுப் பொருட்கள் போன்ற அபாயகரமான வழிகளிலிருந்து மக்களை விடுவித்தல் போன்றவையும் கூடுதலாக நடக்கும்'' என்று ஆல்டஸ் ஹக்ஸ்லி கூறுகிறார் *(1)*.

சமூகத்தின் வருவாய்க்குக் கட்டுப்படியாகக் கூடிய மலிவான வகையில் எளிதில் மக்களால் பெற்றுக் கொள்ளக் கூடியதாக செயல்முறைகளும் இயந்திரங்களும் இருக்குமேயானால் அதைப் பயன்படுத்தும் சமூகத்திற்கும் வருவாய்க்கும் இடையே வரைமுறையிலான அடக்கமான ஒரு உறவு இருக்கும். ஒரு வேலையிடத்திற்கான மூலதனம், நன்கு உழைக்கக்கூடிய ஒரு தொழிலாளியின் ஆண்டு வருமானத்தைவிட அதிகமாகிவிடக் கூடாது என்று நானே ஒரு முடிவுக்கு வந்துள்ளேன். அதாவது ஒரு தொழிலாளி ஒரு ஆண்டுக்கு *5000* டாலரை சம்பாதிக்கிறான் என்றால் ஒரு வேலை இடத்தின் முதலீடு எந்த காரணத்தைக் கொண்டும், எந்த வகையிலும் *5000* டாலரை விட அதிகமாகக் கூடாது. மூலதனம் அதிகமானால் பொருள்

வளமும் அதிகாரமும் வெகு சிலர் வசம் செல்லக்கூடிய கடுமையான அபாயம் நேரிடும். அது மட்டுமல்லாது இத்தகைய அமைப்பில் சேரவியலாதவர்களின் எண்ணிக்கை கூடி அதனால் பிரச்சினைகள் சச்சரவுகள் அதிகமாகும். வேலையில்லாத் திண்டாட்டம் பெருகும். நகர்மயமாதல் பெருகி மக்கள் தொகை அடர்த்தி இடத்திற்கு இடம் மாறுபட்டு ஒரு சமனற்ற தன்மை தோன்றும். மக்கள் தங்களுக்குள் அந்நியப்பட்டு, குற்றங்கள் பெருகும்.

சிறு-குறு தொழில்களுக்குப் பொருந்தும்படியான செயல் முறைகளும் இயந்திரங்களும் இரண்டாவது தேவையாகும். தொழில் அளவு (சிறு-குறு) பற்றி ஏற்றுக் கொள்ளும்படியாக புத்திசாலித்தனமாக பேராசிரியர் லியோ போல்ட் கோர் எழுதியுள்ளார். சிறு தொழில் கூடங்களால் சுற்றுச் சூழலுக்கு ஏற்படும் தீமை பெரும் தொழில் கூடங்களால் உண்டாவதை விட மிகவும் குறைவே, அவை எண்ணிக்கையில் எத்தனை அதிகமாக இருந்தாலும். ஏனெனில் சிறு தொழில் கூடங்களால் ஏற்படும் பாதிப்பு, இயற்கையின் மீளும் தன்மைக்குள்ளேயே அடங்கிவிடும். புரிந்து கொள்வதைக் காட்டிலும் சோதித்துப் பார்ப்பதையே சார்ந்திருக்கும் மனிதனின் சிறிய அறிவைக் கணக்கில் கொண்டாலே சிறிய அளவு என்பது விவேகமுள்ள தென வாகும். அணு சக்தித் திட்டங்கள், வேளாண்மையில் புதிய வேதிப்பொருள்கள், போக்குவரத்துக்கான தொழில்நுட்ப செயல் பாடுகள் மற்றும் இவை போன்ற எண்ணிலடங்கா செயல்பாடுகளால் பெருமளவில் அபாயங்கள் தோன்றுகின்றன.

இத்தகைய பெரும் நாசங்களுக்கு சிறிய கூட்டங்களே சில வேளைகளில் காரணமாக இருந்தபோதும், பேராசை, பொறாமை, அதிகார வெறிபிடித்த பெருங்கூட்டத்தினால் விளையும் பேரழிவுகளோடு ஒப்பிடும்போது சிறு கூட்டத் தினரால் ஏற்படும் நாசம் அற்பமானதுதான். ஒட்டு மொத்த பிரபஞ்சத்திற்கும் தாங்களே வாரிசுகள் போலக் காட்டிக் கொள்ளும் அநாமதேய நிறுவனங்கள் அல்லது அதிகார

பித்து பிடித்த அரசாங்கங்களை விடவும் சிறு அளவிலான அமைப்பினர் தங்கள் பகுதிகளை நில அமைப்பை நன்கு கவனித்துக் கொள்வார்கள் என்பது தெளிவு.

செயல்முறைகளும், இயந்திரங்களும், உபகரணங்களும் மனிதனின் படைப்பாற்றலுக்குப் போதுமான இடத்தை-வாய்ப்பை அளிக்க வேண்டும் என்பது மிக முக்கியமான மூன்றாவது தேவையாகும். இதனைப் பற்றி கடந்த நூறு ஆண்டுகளில் எவரை விடவும் ரோமின் போப் பதவியி லிருந்தவர்களே அதிகம் பேசியுள்ளனர். செயல்பாடுகளில் மனிதத் தன்மையின் எந்த எச்சமும் இல்லாத, வெறும் இயந்திரத்தனமானதாக உற்பத்தி முறை இருப்பின், மனிதனுடையதாக என்ன இருக்கும்? தொழிலாளியே எந்தப் பிடிப்பு மற்ற, இயந்திரம் போன்ற வக்கிரமானவ னாக மாறுவான்.

"தொழிற்சாலைகளிலிருந்து மேம்படுத்தப்பட்ட தரத்தில் உற்பத்தி வெளித்தள்ளப்படுகிறது. ஆனால் மனிதன் தரம் தாழ்ந்து, தூய்மையற்று கறைபடிந்தவனாகி விடுகிறான். எனவே உடலுழைப்பு பல தருணங்களில் வக்கிரமானதாக மாறிவிடுகிறது", என்று போப் பயஸ் XI கூறுகிறார்.

இந்தத் தலைப்பு மிகப் பெரியது. என்னால் முழுவது மாக சொல்ல இயலாது. எனவே லேசாக தொட்டுச் செல்கிறேன்.

எல்லாவற்றுக்கும் மேலாக, வேலைபற்றிய தத்துவப் புத்துருவாக்கம் தேவைப்படுகிறது. அது, தன்னையே அழித்துக் கொள்ளும்படியான மனிதத் தன்மையற்றதாக மாறிப் போனதாக இருக்கக் கூடாது. மனிதனின் உடலுக் கும் ஆன்மாவுக்கும் நன்மை பயக்கும்படியானதாக புரிந்துக் கொள்ளப்பட்ட (கடவுளின் கட்டளை போன்று) ஒன்றாக இருக்க வேண்டும். குடும்ப வாழ்க்கைக்கு அடுத்தபடியாக வேலைத்தளங்களில் உள்ள உறவு முறைகள் இருக்க வேண்டும். இவையே சமூகத்தின் உண்மையான அடித்

தளங்கள். அடித்தளங்கள் வலுவாக இல்லை என்றால், சமூகம் எப்படி வலுவானதாக இருக்க முடியும்? சமூகம் நோயுற்றதாக இருக்குமேயானால் அமைதிக்கு ஏற்படும் அபாயத்தை அது எப்படி வெல்ல முடியும்?.

"பிரபஞ்சத்தை ஆளும் சட்ட திட்டங்களுடன் - நெறி களுடன் வன்மையாக சச்சரவிட்டு மோதும் கொள்கையில் சமூகங்கள் வாழும் போது, போர் நிகழ்கிறது. போர் என்பது கண்மூடித்தனமான அழிவு என்று ஒரு போதும் எண்ணா தீர்கள். அது தவறான எண்ணங்களாலும், வாழ்க்கையாலும் சகிக்க இயலாத சூழல் உண்டாகும்போது நிகழ்கிறது. போர் என்பது தீர்ப்பாகும்" என்று டொரொதி எல் சேயர்ஸ் கூறுகிறார் (2). முறையாக வளர்த்தெடுக்கப்பட்ட பேராசை பொறாமை போன்றவைகளின் மீது கட்டப்பட்ட தவறான வாழ்க்கையின் காரணமாக பொருளாதார ரீதியாக அவசியமற்ற பல்வேறு தேவைகளை அதிக அளவில் பெருக்கிக் கொள்கிறோம். பேராசை என்னும் பாவம், நம்மை இயந்திரங்களின் அதிகாரத்திற்குள் கொண்டு போய் விட்டு விட்டது.

பொறாமையின் துணை கொண்ட பேராசை என்பது நவீன மனிதனின் எசமானன் அல்ல என்றால், "உயர்ந்த வாழ்க்கை நிலையை" அடைந்த பிறகும் பொருளாதார வெறி ஏன் தணியவில்லை? குறிப்பாக, பணக்கார சமூகங்கள் தங்களது பொருளாதார முன்னேற்றங்களை இரக்கமற்ற முறையில் ஏன் தொடர்ந்து கொண்டிருக்க வேண்டும்? வேலையை மனிதத்தன்மையுள்ளதாக்கும் வகையில் பணக்கார சமூகங்களின் ஆட்சியாளர்கள் செயல் படுவதை கிட்டத்தட்ட மொத்த பிரபஞ்சமும் மறுக்கிற தென்பதை நாம் எப்படி விளக்க முடியும்? "வாழ்க்கைத் தரம்" என்பதை ஏதாவது ஒன்று குறைக்க வேண்டும் என்று வலியுறுத்தப்படவேண்டியது தேவையாகிறது. இது சார்ந்த எல்லா விவாதங்களும் உடன் நிறுத்தப்படவேண்டும். தப்பித்தலையும் ஒடுக்குமுறையையும் தரக்கூடிய ஆன்மா வை அழிக்கும், அர்த்தமற்ற, இயந்திரத்தனமான, ஒருமுகத்

தன்மையுடைய, மனவளர்ச்சி குன்றியது போன்ற வேலை மனித இயல்பை புண் படுத்துவதாகும். எதனைச் செய்தும் இத்தகைய வேலைகளால் உண்டான சிதைவை சரிக்கட்ட முடியாது. இவை மறுக்க இயலாத ஒப்புக் கொள்ளவும் படாத உண்மைகள். ஆனால் இந்த குற்றச்சாட்டுகள் அமைதியான உடைக்கவியலாத சதியின் மூலம் எதிர் கொள்ளப்படுகின்றன. ஏனெனில் இவற்றை மறுப்ப தென்பது வெளிப்படையான மடத்தனம் ஆகும். ஏற்றுக் கொண்டாலோ நவீன சமூகத்திற்கு எதிரான குற்றம் இழைத்ததாகக் கூறி கண்டிக்க வேண்டி வரும்.

விவேகத்தை அலட்சியப்படுத்துவது, ஏன் இன்னும் மறுப்பது என்று கூடச் சொல்லலாம் - அது எந்தஅளவிற்கு உள்ளது எனில், நமது அறிவு ஜீவிகளில் பெரும்பாலா னோருக்கு அந்த பதத்தை - வார்த்தையைப் பற்றிய லேசான சிறிய கருத்து கூட இல்லை. இதன் விளைவாக அதனை குணப்படுத்த முயல்கிறார்கள். விவேகமாகச் செயல்படு வதை விடுத்து அறிவுப்பூர்வமாக செயல்பட்டதனால்தான் இந்த வியாதி உண்டானது. அறிவுப்பூர்வமான எந்த அளவு செயல்பாடும் வியாதியைத் தீர்க்கும் மருந்தைக் கண்டறிவ தாக இல்லை. விவேகம் என்றால் என்ன? அதனை எங்கு கண்டு பிடிக்கலாம்? இந்த நிலையில் நாம் பிரச்சினையின் முக்கிய பகுதிக்கு வந்து விட்டோம். இதனைக் குறித்து ஏராளமான நூல்களில் படிக்கலாம். ஆனால் கண்டறிவது என்பது தனக்குள் மட்டுமே முடியும். இதனைக் கண்டு பிடிக்க வேண்டுமானால், முதலில் பொறாமை, பேராசை போன்ற எஜமானர்களிடமிருந்து ஒருவன் விடுதலை பெற வேண்டும். இந்த விடுதலைக்குப் பின்னர் கிட்டும் நிலையில் வேறு எவ்வழியிலும் பெற இயலாத விவேக தரிசனம் கிட்டும்.

இந்த விவேக தரிசனம் பெரும் வெற்றிடத்தையும், பொருள் சார்ந்த தேடல்கள் கொண்டு, ஆன்மீக வாழ்க்கையை அலட்சியம் செய்ததால் வந்த திருப்தியற்ற வாழ்க்கையையும் காணச் செய்யும். இத்தகைய வாழ்க்கை

ஒவ்வொரு மனிதனையும் மற்ற மனிதனுக்கு எதிராகவும், ஒவ்வொரு நாட்டையும் இன்னொரு நாட்டுக்கு எதிராகவும் கட்டாயமாக செயல்பட வைக்கும். ஏனெனில் மனிதனின் தேவைகள் அளவற்றவை. இந்த அளவற்ற தன்மை என்பதை ஆன்மிக ரீதியில் பெற இயலுமேயல்லாது, பொருள் சார்ந்து பெறவே முடியாது. களைப்பான உலகி லிருந்து மனிதன் கட்டாயமாக மேலே வந்தாக வேண்டிய திருக்கிறது. அதற்கான வழியை விவேகம் காண்பிக்கிறது. விவேகமின்மையால் உலகை அழிக்கும், நிலவில் மனிதன் வாழ்வது போன்ற பெரும் திருப்திகளைத் தேடும் பெரிய பொருளாதாரத்தைக் கட்டமைக்க ஓடும்படியாக மனிதன் ஆகிறான். துறவு மனப்பான்மையைக் கொண்டு தனது “களைப்பான உலகை” வெற்றி கொள்வதை விடுத்து தன்னி கரில்லா பொருளாதார அறிவியல், அதிகாரம் போன்ற வற்றால் வெற்றி கொள்ள நினைக்கிறான்.

இவையே போருக்கான காரணங்கள். இவற்றை ஒழிக் காமல் அமைதிக்கான அடித்தளமிடுதல் என்பது வீண் கற் பனையே. மனிதர்களை சச்சரவுகளிலாழ்த்திவிடும் பேராசை யையும், பொறாமையையும் வளர்த்தெடுக்கும் பொருளா தார அமைப்பை மாற்றாமல் அமைதிக்கு அடித்தளம் இடுவதென்பது அதனை விட பெரும் வீண் கற்பனை.

பேராசையையும் பொறாமையையும் ஒழிப்பதற்கு எங்கிருந்து நாம் துவங்கலாம்? நம்மிடமிருந்தே துவங்க வேண்டும். எந்த அளவுக்கு அந்த குணங்கள் இல்லாமல் இருக்க முடியுமோ, அந்த அளவுக்கு இருக்க வேண்டும். நமது ஆடம்பரங்களை அத்தியாவசியங்களெனக் கொள் வதை தடுக்க வேண்டும். இன்னும் நமது தேவைகளை எவ்வளவு சுருக்க இயலுமோ அந்த அளவிற்கு சுருக்க வேண்டும். இவற்றில் எதனையும் செய்யும் வலு நம்மிடம் இல்லை என்றால், நிரந்தரத் தன்மையின் அடிப்படையைத் தகர்க்கும் பொருளாதார “வளர்ச்சியை” பாராட்டுவதை நிறுத்திக் கொள்ள வேண்டும். எந்தவித அச்சமுமின்றி வன்முறைக்கு எதிராக செயல்படுபவர்களான இயற்கை

வளங்களைப் பாதுகாக்கும் கொள்கையுடையவர்கள், சுற்றுப்புறச் சூழலியலாளர்கள், வனப்பாதுகாப்புக்காக உழைப்பவர்கள், இயற்கை வேளாண்மை செய்பவர்கள், குடிசைத் தொழில் உற்பத்தியாளர்கள் போன்றவர்களுக்கு நல்ல ஆதரவு தர வேண்டும். ஆயிரக்கணக்கான கருத்துரைகளை விடவும் ஒரு துளி செயல்பாடு மேலானது.

பொருளாதார அடிப்படையிலான அமைதியை நிறுவுவதற்கு ஏராளமான "துளி" செயல்பாடுகள் தேவைப்படும். பயங்கரமானதொரு கூட்டத்தை எதிர்த்து வேலை செய்யும் வலிமையை ஒருவர் எங்கு பெறக்கூடும்? தன்னிடம் உள்ள பேராசை, பொறாமை, வெறுப்பு, தீய இச்சை போன்ற வன்முறைகளை வெல்லும் சக்தியை - வலிமையை ஒருவர் எங்கு பெறக்கூடும்?

இதற்கு காந்தியடிகள் சொன்ன பதில் சரியாக இருக்கும் என நான் நினைக்கிறேன். "உடலை விட்டு ஆன்மா இருக்கிறது என்பது அங்கீகரிக்கப்பட வேண்டும். அதன் நிரந்தரத் தன்மை அங்கீகரிக்கப்பட வேண்டும். இதன் விளைவாக நம்பிக்கை உருவாகும். அன்பு மயமான கடவுள் மீது நம்பிக்கை இல்லாதவர்களுக்கு அஹிம்சை கிட்டாது".

பொருளாதாரத்தின் பங்கு

நமது பொருளாதார எதிர்காலம் பொருளாதார நிபுணர்களால் நிர்ணயிக்கப்படுகிறது என்று சொல்லப்படுவது மிகையான ஒன்றாகும். ஆனால் பொருளாதாரத்தில் எந்த வகையிலாவது அவர்களுக்கு செல்வாக்கு உள்ளது என்பது சந்தேகத்திற்கிடமில்லாதது. எது பொருளாதாரம், பொருளாதாரமற்றது எது என்ற காரணிகளைக் கொண்டு செயல்படும் தனி நபர்கள், குழுக்கள் அரசாங்கங்களின் செயல்பாடுகளில் அதிக அளவில் இந்த காரணிகளைவிட வேறு எதுவும் செல்வாக்கு செலுத்துவதில்லை. பொருளாதாரம், நவீன உலகின் செயல்பாடுகளை உருவாக்குவதில் மிக முக்கியமான மையப் பங்கை வகிக்கிறது. எனவே நவீன உலகம் எதிர்கொள்வதாகக் கருதும் அபாயங்கள் மற்றும் கடினமான சிக்கல்களை எப்படி வெல்வது என்றும், பாதுகாப்பான அமைதி மற்றும் நிரந்தரம் ஆகியவற்றை எப்படி அடையலாம் என்பது பற்றிய அறிவுரைகளை பொருளாதார நிபுணர்களிடம் எதிர் நோக்கலாம் என்று நினைக்கலாம்.

இதற்கு முந்தைய அத்தியாயங்களில் பேசப்பட்ட பிரச்சினைகள் பொருளாதாரத்துடன் எப்படி தொடர்பு கொண்டுள்ளன? எந்த செயல் பொருளாதார ரீதியில் சரியானது என்றும் தவறானது என்றும் பொருளாதார நிபுணர்கள் ஒரு முடிவைத் தெரிவிக்கும்போது, அதனுடன் நெருங்கிய தொடர்புடைய இரண்டு கேள்விகள் எழுகின்றன. நடைமுறைச் செயல்பாடுகள் அந்த முடிவின்

அடிப்படையில் செயல்படும்படி அந்த முடிவு தீர்மான மானதுதானா?

பல (150) ஆண்டுகளுக்கு முன்பு ஆக்ஸ்ஃபோர்ட் பல் கலைக் கழகத்தில் அரசியல் பொருளாதாரம் என்ற பிரிவில் பேராசிரியர் படிப்பைக் கொண்டு வரலாம் என்ற பேச் செழுந்தபோது அனேகருக்கு அது ஏற்புடையதாயில்லை. 'மற்றவற்றை ஆக்கிரமித்துக் கொள்ளக்கூடிய' தன்மையுள்ள அந்தத் துறையை பல்கலைக்கழக பாடத்திட்டத்தில் அனுமதிக்க ஓரியல் கல்லூரியின் தலைவரான எட்வர்ட் கோப்ஸ்டன் விரும்பவில்லை. 1825ல் பேராசிரியரான ஆல்பரி பார்க்கின் ஹென்றி டிரம்மன்ட் கூட புதிய அரசியல் பொருளாதாரத் துறையை பல்கலைக் கழகத்தில் எந்த நிலையில் வைக்கலாம் என்பது பற்றி தெளிவுபடுத்தப்பட வேண்டும் என்று எதிர்பார்த்தார்.

அரசியல் பொருளாதாரத் துறையின் முதல் பேராசிரிய ரான நஸாப் சீனியரைக் குறைத்து மதிப்பிட முடியாது. அவர் தனது தொடக்க உரையில் "நீதிநெறி சார்ந்த பயன் பாடு மற்றும் அக்கறைகளில் இந்தத் துறை முதன்மையான இடத்தில் இருக்க வேண்டும்" என்று கூறினார்.

"வளத்தை நோக்கி மனித குலம் பயணித்தல் என்பது அறம்சார் பண்புகளின் வளர்ச்சியே" என்றும் அவர் கூறினார். இந்த அளவிற்கு எல்லா பொருளாதார நிபுணர் களும் கூறி இருக்க முடியாது என்பது உறுதி. ஜான் ஸ்டூவர்ட் மில் (1806-1873) என்னும் பொருளாதார அறிஞர் அரசியல் பொருளாதாரம் பற்றி பின்வருமாறு கூறினார். "அது தனியான ஒரு துறை மட்டுமல்ல, முழுமையானதன் ஒரு பகுதியாகும். எல்லா பிரிவுகளுடன் உள்ளார்ந்த தொடர் புடையதான முடிவுகளைக் கொண்ட சமூக தத்துவவியலின் ஒரு பிரிவாகும். அது தனது துறை சார்ந்த அனைத்திலும் செல்வாக்கு செலுத்தவும் எதிர்வினையாற்றவும் கூடியது".

நூலின் முற்பகுதியில் மேற்கோள் காட்டப்பட்ட கருத்துக்கு முரண்பட்ட கருத்தை கெய்ன்ஸ் கூட சொல்லி

இருக்கிறார். அவர் "பேராசை, வட்டி மற்றும் முன்னெச்சரிக்கை ஆகியவை நாம் நீண்டு நிலைத்திருப்பதற்கான கடவுள்களாக இருக்க வேண்டும்" என கூறுகிறார்.

"பொருளாதாரப் பிரச்சினையின் முக்கியத்துவத்தை அதிகமாக மதிப்பிடவேண்டாம் அல்லது நீண்ட கால நிரந்தரத்தை வேண்டி தியாகமும் செய்ய வேண்டாம்" எனவும் அவர் எச்சரிக்கிறார்.

இப்படிப்பட்ட கருத்துக்கள் இந்தக் காலத்தில் அபூர்வமாகவே ஒலிக்கின்றன. செல்வவளம் அதிகரித்து பொது மக்களின் முக்கியமான ஒன்றாக பொருளாதாரம் மாறிவிட்டது என்பதும், எல்லா நவீன சமூகங்களிடமும் கொள்கைப் பிடிவாதம் இல்லை என்றால், பொருளாதாரச் செயல்பாடு, பொருளாதார வளர்ச்சி, பொருளாதார விரிவாக்கம் இன்னும் பொருளாதாரம் சார்ந்த இன்ன பிறவும் மக்களிடம் முக்கியத்தவம் பெற்றுள்ளன என்று கூறுவது மிகைப் படுத்தப்பட்ட ஒன்றல்ல. "பொருளாதாரமற்றவை" என்று கண்டிக்க தற்காலத்தில் மிகச் சில வார்த்தைகளே எஞ்சியுள்ளன. ஒரு செயல்பாடு பொருளாதாரமற்றது என்று முத்திரையிடப்பட்டால் அது இருக்க வேண்டுமா என்று கேள்வி எழுப்பப்படுவது மட்டுமல்லாமல் அது வலுவாக புறந்தள்ளவும் படுகிறது. பொருளாதார வளர்ச்சிக்குத் தடையாக உள்ள எதுவும் வெட்கக் கேடானது என்றும் அதனைப் பிடித்து நிற்கும் மக்கள் முட்டாள்கள் அல்லது நாசகாரர்கள் எனவும் எண்ணப்படுகிறார்கள். ஒரு விஷயம் அசிங்கமானதோ, அறநெறிகளுக்கு மாற்றானதோ, ஆன்மாவை அழிக்கக் கூடியதோ, மனிதனை தரம் தாழ்த்துவதோ, உலகின் அமைதிக்கு பங்கம் விளைவிப்பதோ அல்லது எதிர்காலச் சந்ததியினரின் நலன்களுக்கு எதிரானதோ, இப்படி எதுவாக இருந்தாலும், அது பொருளாதார ரீதியில் பயனற்றது என சொல்லப்படாதவரை, அதன் வளர்ச்சி பற்றி எந்த கேள்வியையும் எழுப்பவில்லை என்றே அதற்குப் பொருள்.

ஆனால் ஒன்றை நாம் பொருளாதார ரீதியில் பயனற்றது என்று குறிப்பிடும்போது, என்ன அர்த்தத்தில் கூறுகிறோம்?

பெரும்பாலான மக்கள் என்ன அர்த்தத்தில் அப்படி சொல்லு கிறார்கள் என நான் கேட்கவில்லை. ஏனெனில் அது நன்றாகத் தெரிந்த ஒன்றுதான். அவர்கள் பொருளாதார ரீதியாக பயனற்றது என்று கூறும் ஒன்றை ஒரு நோயைப் போன்றே பொருள் கொள்கிறார்கள். அது இல்லை எனில் நீங்கள் நன்றாக இருப்பீர்கள் என்றும் நினைக்கிறார்கள். பொருளாதார நிபுணர்கள் அந்த நோயைக் கண்டறிந்து, அதிர்ஷ்டம் மற்றும் திறமையைக் கொண்டு அதனை நீக்க வேண்டும். பொருளாதார நிபுணர்கள் நோயைக் கண்டறி வதிலே ஒத்துப்போவதில்லை, மட்டுமல்லாது அதனை நீக்குவதிலும் முரண்படுகிறார்கள். இந்த விஷயம் அசாதார ணமான கடினத் தன்மை கொண்டது என்பதையும் மற்ற மனிதர்களைப் போலவே, பொருளாதார நிபுணர்களும் தவறிழைக்கக் கூடியவர்கள் என்பதையுமே நிரூபிக்கின்றது.

பொருளாதார அமைப்பு என்ன அர்த்தத்தை தருகிறது என்று நான் கேட்கிறேன். ஒன்று போதுமான லாபத்தை தரத்தவறும்போது அது பொருளாதார ரீதியாக பலன் தரக் கூடியதல்ல என்பதே இந்தக் கேள்வியின் பதிலாக இருக்க முடியும். வேற எந்த அர்த்தத்தையும் பொருளாதார அமைப்பு தரமுடியாது, தருவதில்லை. இந்த உண்மையை மறைக்க ஏராளமான முயற்சிகள் மேற்கொள்ளப் படுகின்றன. ஆனால் அவையும் பல்வேறு வகையான குழப்ப நிலைகளுக்கு செல்கின்றன. ஆனாலும் உண் மையை மறைக்க முடியவில்லை. பொருளாதார நோக்கங்க ளேதுமில்லாத சமூக, உயர் நவிற்சியினாலான, அறப் பண்புகளுக்கான செயல்கள் பொருளாதார ரீதியில் பயனற் றவை என்ற தன்மையை இழப்பதில்லை. அதுபோலவே அரசியல் ரீதியிலும் சமூகத்தினாலோ, ஒரு குழுவினாலோ அல்லது சமூகத்தின் தனிநபர் ஒருவராலோ செய்யப்படும் செயலும் பொருளாதார ரீதியில் பயனற்றது என்ற தன்மையை இழப்பதில்லை. மற்றெல்லா விஷயங்களிலும் முடிவு எடுக்கப்படுவதற்கு பல்வேறு கூறுகளை நோக்க வேண்டி இருக்கின்றது. ஆனால் பொருளாதாரம் சம்பந்தப்பட்ட முடிவுகள் “லாபம்” என்ற ஒன்றின் அடிப்

படையில் மட்டுமே எடுக்கப்படுகிறது. நிறுவனமோ அமைப்போ அதனை எடுத்து நடத்துபவர்களுக்கு கிடைக்கும் பலன் என்ற ஒன்றின் அடிப்படையிலேயே முடிவெடுக்கப்படுகிறது.

"அதனை எடுத்து நடத்துபவர்" என்பதைக் கவனிக் கவும். ஒரு குழுவினரால் மேற்கொள்ளப்படும் பொருளா தார செயல்பாடுகள் ஒட்டுமொத்த சமூகத்திற்கும் பலனளிக் கிறதா என்ற வகையில் பொருளாதார அமைப்பை கற்பனை செய்வது பெருந்தவறு. இது போல பலவும் உள்ளன. தேசியமயமாக்கப்பட்ட தொழிற்சாலைகளைக் கூட இப்படிப் பார்க்கக் கூடாது. ஒவ்வொரு அமைப்பிற்கும் ஒவ்வொரு நிதிக் குறிக்கோள்கள் உள்ளன. அவற்றை அடைய அந்த நிறுவனங்கள் எப்படி வேண்டுமானாலும் செயல்படும். பொருளாதாரத்தின் எப்பகுதி பாதிக்கப் படினும் சரியே. ஒவ்வொருவரும், ஒவ்வொரு தொழிற் சாலையும், வணிகமும் அது தனிப்பட்ட ஒருவருடைய தானாலும் சரி அல்லது தேசிய மயமாக்கப்பட்ட தாயினும் சரி. அவை அவற்றின் மீது முதலீடு செய்யப்பட்டுள்ள கணக்கில் இருந்து "லாபத்தை" கட்டாயமாகக் கொடுக்க வேண்டும் என்பது எல்லாவித அரசியல் கட்சிகளின் கொள்கையாக உள்ளது என்பது உண்மை. அமெரிக்காவின் ஜெனரல் மோட்டார்ஸ் நிறுவனத்திற்கு எது நல்லதோ, அது அமெரிக்காவுக்கும் நல்லது என்ற 'தவிர்க்கவியலா உள் நோக்கத்தை' ஆடம் ஸ்மித் கூட கொண்டிருக்கவில்லை.

எது எப்படி இருந்தபோதிலும், பொருளாதாரத்தின் தீர்மானம் என்பது முழுமையானதல்ல என்பதில் சந்தேக மில்லை. பொருளாதாரத்தின் குறுகிய நுட்பமான கணக்கின் படி, இத்தகைய தீர்மானங்கள் நிச்சயமாகவும், அமைப்பு ரீதியாகவும் குறுகியவையே. இந்தப் பொருளாதாரத் தீர்மானங்களை குறைந்த கால அளவிற்கான வகையிலேயே அதிகமாகச் செய்கின்றனர். ஏனெனில் கெய்ன்ஸ் போல நீண்டகால அடிப்படையில் பொருளாதார தீர்மானங்கள் செய்யப்படுமேயானால், நாம் அனைவரும் அழிந்து விடு வோம். இரண்டாவதாக, இறைவனால் நமக்குக் கிடைக்கப்

பெற்றுள்ள இயற்கை வளங்களைத் தவிர்த்தே "அடக்க விலை" என்பது வரையறுக்கப்படுகிறது. இதன் உள்ளார்ந்த பொருள் என்னவெனில் சுற்றுச் சூழலை நாசமாக்கினாலும் கூட எந்தச் செயலும் பொருளாதார ரீதியில் பலனளிக்கக் கூடியது என்பதும், ஓரளவு செலவு செய்து சுற்றுச் சூழலை யும் இயற்கையையும் பாதுகாத்து இயற்கை வளங்களை சேமிக்கும் செயல்கள் பொருளாதார ரீதியில் பலனற்றவை என்பதும்தான்.

இன்னும் சொல்லப்போனால், பொருளாதாரம் என்பது ஒன்றின் உண்மை நிலையைக் கணக்கில் கொள்ளாமல் அதன் "சந்தை மதிப்பு" என்பதன் அடிப்படையிலேயே தீர்மானிக்கப்படுகிறது. இந்த வகையான நெறிமுறைகளே மனிதன் வென்றெடுக்க வேண்டியதான இயற்கை வளங் களுக்கும், முதன்மைப் பொருள்கள் உண்டாவதற்கான சார்நிலைப் பொருள்களுக்கும் மேற்கொள்ளப்படுகின்றது. தனியார் "லாபக் கணக்கு" என்ற ஒன்றையே நோக்கமாகக் கொண்டுள்ளதால் எல்லாப் பொருட்களுமே ஒரே மாதிரியா கக் கையாளப் படுகின்றன. பொருளாதார அமைப்பு முறை யில் இயற்கைவளம் சார்ந்து மனிதன் இருக்க வேண்டியதை ஒதுக்க முடியாது என்பதுதான் இதன் பொருள்.

வேறொரு வகையில் இதனைச் சொல்ல வேண்டு மெனில் பொருளாதாரம் என்பது பொருள்கள் மற்றும் சேவைகளின் சந்தை மதிப்பைப் பொறுத்தே உள்ளது. அது பொருளை வாங்குபவருக்கும் விற்பவருக்கும் இடையி லானது. பொருளை வாங்குபவர் பேரம் பேசி அதன் விலையை குறைக்க முயல்வார். அந்தப் பொருள் எங்கி ருந்து வந்தது, அதன் மூலம் என்ன, முக்கியத்துவம் என்ன என்பது பற்றியெல்லாம் அவர் சிந்திக்க மாட்டார். தனது பணத்திற்கு ஆகச் சிறந்த மதிப்பு கிடைப்பதற்கே அவர் முயலுவார்.

எனவே சந்தை என்பது சமூகத்தின் மேல் மட்டத்தை மட்டுமே காட்டுகிறது. அதன் முக்கியத்துவம் அந்தந்த கால நேரங்களின்படி அமைகிறது. எந்த ஒன்றும், அதன்

பின்னால் உள்ள இயற்கையான சமூக அடிப்படையிலான உண்மைத் தன்மையினடிப்படையில் ஆராயப் படுவ தில்லை. அதன் பொருள் என்னவெனில், "சந்தை என்பது பொறுப்பற்ற தன்மையுடனான தனியார்மயம் என்ற அமைப்பு" என்பதுதான். எல்லாவற்றிற்கும் பொறுப்பு வாங்குபவரும் விற்பவரும்தான். ஏழைகளுக்கு மிகவும் அத்தியாவசியமாக ஒரு பொருள் உள்ளதென்று வளம்மிக்க விற்பனையாளர் பொருளின் விலையைக் குறைப்பாரே யானால் அது பொருளாதார ரீதியில் பயனற்றது. அல்லது வளம் பொருந்திய பொருள் வாங்குபவர், பொருளை விற்பனை செய்பவர் வெறுமனே ஏழை என்பதால் மட்டும் அதிக விலை கொடுத்து பொருளை வாங்குவதும் பொருளா தார ரீதியில் பயனற்றதாகும். அதைப் போன்றே அயல் நாட்டிலிருந்து தருவிக்கப்படும் பொருள் விலைமலிவான தாக இருக்கும் பட்சத்தில் விலை அதிகமான உள்ளூர் தயாரிப்புகளை வாங்குவதும் பொருளாதார ரீதியில் பயனற்றதுதான். நாட்டு பொருளாதாரம் குறித்து வாங்கு பவருக்கு எந்தவிதமான பொறுப்பும் இருக்காது. அதனை எதிர்பார்க்கவும் முடியாது.

பொருள்களை வாங்குபவர்களுக்கு கட்டுப்பாடுகள் ஏதும் தேவையில்லை என்ற நிலையில் முக்கியமாக ஒன்றை மட்டும் சொல்ல வேண்டும். அதாவது அவர் "களவாடப் பட்ட" பொருளை வாங்கக் கூடாது என்பதுதான் அது. கவனக் குறைவினாலோ அப்பாவித்தனத்தினாலோ களவாடப்பட்ட பொருளை வாங்குவது அசாதாரணமான முடிவுகளைத் தரும். அது நீதியற்ற செயலுமாகும். இந்த நெறி தனியார் சொத்துக்களைப் பொறுத்தமட்டில் செயல் படுகிறது.

ஒரு வியாபாரத்தை தனக்கு சாதகமாக வசதியாக மாற்றிக் கொள்வதென்பதை வியப்புடன் நோக்க வேண்டிய தில்லை, அது எல்லாவித பொறுப்புகளின்றி செய்யப் பட்டாலும் கூட. எது ஆச்சர்யப் படுத்துகிறது எனில் வியாபாரத்தை சாதகமாக - வசதியாக மாற்ற எந்த அளவுக்கு செயல்பட முடியுமோ அந்த அதிகபட்ச அளவை

சரியானது, நெறியானது என்று கருதுவதுதான். ஒரு பொருளின் விலை மலிவு என்பது எந்த வகையிலான சுரண்டலினாலோ அல்லது நெறிமுறை மீறிய செயல் களினாலோ இருக்கலாம் எனச் சந்தேகித்து அந்தப் பொருளை வாங்க ஒருவர் மறுப்பது பொருளாதார ரீதியாக பயனற்றது என்று விமர்சிக்கப்படும். அது முட்டாள்தன மெனவும் பொருளாதார நிபுணர்களாலும், மற்றவராலும் பரிகசிக்கப்படும் "பொருளாதார மதம்" என்பது தனக் கேயான நெறிமுறைகளைக் கொண்டது. இதன் முதல் கட்டளை பொருளை உற்பத்தி செய்தாலும், விற்றாலும், வாங்கினாலும் பொருளாதார ரீதியில் பயன்தரக் கூடியதாக இருக்க வேண்டும் என்பது. பொருளாதார மதத்தை கணக்கில் கொண்டோமானால் நுகர்வோர் எனப்படுவர் பூமியிலிருந்து அந்நியமான வேற்றுக் கிரகவாசி போன்றவர். இத்தகைய முக்கியத்துவம் மிக்க விநோதமான நவீன உலகின் நிலை இப்போதுள்ளதைவிட இன்னும் ஆராயப்பட வேண்டியதாகும்.

மனிதனுக்கும் சமூகத்திற்கும் தேவையான எண்ணற்ற தரம் சார்ந்த நன்மதிப்பு விஷயங்கள் சந்தையில் ஒடுக்கப் பட்டு மறைக்கப் படுகின்றன. அத்தகைய விஷயங்களை வெளிவரவே அனுமதிப்பதில்லை. இப்படியாக அளவு, நிறை, பரிமாணம் ஆகியவற்றின் ஆட்சி சந்தைகளில் வெற்றிக் களி கொண்டாடுகிறது. அனைத்தும் எல்லா வற்றுடனும் சமானப்படுத்தப் படுகிறது. சமானப்படுத்துவ தென்பது எல்லாவற்றிற்கும் ஒரு விலையை நிர்ணயித்து ஒவ்வொன்றையும் மாற்றிக் கொள்ளலாம் என்பதுதான். பொருளாதார சிந்தனை என்பது சந்தையின் மதிப்பு நிலவர அடிப்படையிலேதான் என்பது வாழ்க்கையின் புனிதத் தன்மையை நீக்கி விடுகிறது. ஏனெனில் எல்லாவற்றுக்கும் ஒரு விலை உண்டு எனும் போது, புனிதமென்று ஏதும் இருக்க இயலாத நிலை ஏற்படுகிறது. எனவே பொருளாதார ரீதியில் அனைத்தையும் நோக்குவதனால், பொருளாதாரம் சம்பந்தமற்ற மதிப்பீடுகளான அழகு, ஆரோக்கியம், சுத்தம், சுகாதாரம் போன்றவைகள் கூட பொருளாதார

ரீதியில் பயனுள்ளவை என்றால் மட்டுமே நீடித்திருக்க முடியும் என்ற நிலை நேர்வதில் ஆச்சர்யப்பட ஏதுமில்லை.

பொருளாதாரப் பலன்களற்ற மதிப்பீடுகளை பொருளாதார நுண் கணிதத்திற்குள் குறிப்பிடுவதற்கு பொருளாதார நிபுணர்கள் அடக்கவிலை/ லாபம் என்ற ஆய்வை அடிப்படையாகக் கொள்கின்றனர். இதனால் இந்த முறையே நல்ல முறை என்று பொதுவாக எண்ணப்படுகிறது. இருந்த போதிலும் உண்மையில் இந்த முறையில் உயர்வானவைகளை கீழான நிலையிலுள்ளவற்றிற்குச் சமமாகவும், விலையற்ற ஒன்றிற்கு ஒரு விலையை அளித்தும் மதிப்பீடுகள் மேற்கொள்ளப்படுகின்றன. இதனால் உண்மையான நிலையை அறிய முடியாமல் போகிறது. அது மிகைப்படுத்தப்பட்ட முடிவுகளுக்கே இட்டுச் செல்கிறது. இவற்றாலெல்லாம் தன்னைத் தானே ஏமாற்றிக் கொள்வதாகவோ அல்லது மற்றவர்களை ஏமாற்றுவதாகவோ ஆன முடிவுகளுக்கு இட்டுச் செல்கிறது. அளவிட முடியாதது என்பதை அளவிட முயல்வது மடத்தனமானது; அது முன்னரே தீர்மானிக்கப்பட்ட முடிவுகளுக்கு இட்டுச் செல்லக்கூடிய நுட்பமான பெரிய முறைகளைக் கொண்டுள்ளது.

ஒருவனுக்கு விருப்பமான முடிவுகள் கிட்ட வேண்டுமெனில் அவன் செய்ய வேண்டியது அளவிடற்கரிய மதிப்பிட முடியாதவற்றிற்கான அடக்கவிலை மற்றும் பயன் பற்றி தனக்குத் தேவையான மதிப்புகளை இட்டு கணக்கிட்டுக் கொள்வதுதான். இப்படியான எல்லாவற்றையும் கணக்கிடுவது மடத்தனம்தான். ஆனால் மிக மோசமானதும், மனித குலத்திற்கே ஆபத்தானதும் எது என்றால், ஒவ்வொன்றுக்கும் ஒரு விலை உள்ளது என்று எண்ணிச் செயல்படுவதுதான். இன்னும் வேறு வார்த்தைகளில் சொல்ல வேண்டுமென்றால் எல்லாவித மதிப்பீடுகளையும் விட பணமே உயர்ந்தது என்று கருதுவதுதான்.

முன்னரே வடிவமைக்கப்பட்ட பொருளாதார நுண் கணிதத்திற்கு வெளியே இருக்கும் ஒரு அமைப்புக்குள்ளேயே பொருளாதாரம் முறையாகவும் வெற்றிகரமாகவும்

செயல்படுகிறது. பொருளாதாரம் தனது சொந்தக் கால்களிலேயே நிற்கவில்லை என்று நம்மால் சொல்ல முடியும் அல்லது அது சிந்தனைகளின் உருவாக்கம் என்றோ அல்லது பொருளாதார தத்துவத்திலிருந்து உருவானது என்றோ இருக்கலாம். அதாவது மெட்டா எகானமிக்ஸ் எனப்படும் பொருளாதாரத் தத்துவத்திலிருந்து அது பெறப்பட்டிருக்கலாம். பொருளாதார நுண் கணிதத்தின் எல்லைகளையும், அது செயல்படும் விதங் களையும் அறியாமல், பொருளாதாரத்தை நன்கு ஆராயாமல் ஒரு பொருளாதார நிபுணர் இருப்பாரேயானால் மத்திய கால தத்துவவியலாளர்கள் பைபிளின் மூலம் இயற்பியல் தத்துவக் கேள்விகளை தீர்க்க முயன்ற தவறுகளைச் செய்தவர் போலாகி விடுவார்கள். அறிவியல் அனைத்தும் அவற்றின் வரம்புக்குள் மிகப் பயனளிக்கக் கூடியவையே. ஆனால் அறிவியலை அத்துமீறி அதன் பயன்தரும் வரம் பையும் மீறினால் அது அபாயகரமானதாக மாறி விடுகிறது.

அறிவியல் பொருளாதாரம் மற்றெல்லாவற்றையும் ஆக்கிரமித்துக் கொள்ளக் கூடிய தன்மை உடையது. இது 150 ஆண்டுகளுக்கு முன்னரே பொருளாதார நிபுணர் எட்வர்ட் கோப்ஸ்டனால் கூறப்பட்ட அபாயமாகும். ஏனெனில் பொருளாதாரம் என்பது, பேராசை, பொறாமை போன்ற மனித இயல்புகளை வலுவாக உருவாக்கக் கூடிய ஒன்றாக இருக்கிறது.

“மெட்டா எக்கனாமிக்ஸ்” என்றால் என்ன? மனிதனின் சூழலியலுடன் கூடிய பொருளாதாரமே மெட்டா எக்கனாமிக்ஸ் எனப்படுவது. அது இரண்டு பிரிவுகளைக் கொண்டது. ஒரு பிரிவு மனிதனைப்பற்றியது. மற்றதோ, சுற்றுப்புறச் சூழல் பற்றியது. வேறு வார்த்தைகளில் சொல்ல வேண்டுமானால், பொருளாதாரம் மனிதனை ஆராய்ந்து அதன் குறிக்கோள்களையும் நோக்கங்களையும் கொள்ள வேண்டும். அதே நேரத்தில் அதற்கான முறைமையின் பெரும்பகுதியை இயற்கையைப் பற்றிய ஆழ்ந்த ஆய்வு களின் மூலமே கொள்ள வேண்டும்.

அடுத்த அத்தியாயத்தில் புவிமாற்றத்தில் மனிதனின் பங்கு, அவன் எடுத்த முடிவுகளாலும், முன்மொழிதல்களாலும் எப்படி ஏற்பட்டது என்பதனை சொல்ல முயல்கிறேன். மெட்டா எகனாமிக்ஸின் இரண்டாவது பகுதியைச் சொல்லி இந்த அத்தியாயத்தை முடிக்கிறேன். நான் முன்னரே அழுத்தமாகக் குறிப்பிட்டபடி அனைத்துப் பொருட்களும் சந்தையில் ஒன்றாகவே ஒரே மாதிரியாகவே கையாளப்படுகின்றன. ஏனெனில் சந்தை என்பது எந்த வரம்புமற்ற, பேரம் பேசுவதற்கான ஒரு அமைப்பாக உள்ளது. சந்தையை பெருமளவில் சார்ந்துள்ள நவீன பொருளாதார அமைப்பிலிருந்தே இது அமைகிறது. அது மனிதன் இயற்கையை சார்ந்துள்ளதை ஒதுக்கித் தள்ளி விடுகிறது. பேராசிரியர் E.H.ஃபெல்பஸ் பிரவுன் "போதுமான முன்னேற்றத்தைப் பெறாத பொருளாதாரம்" என்ற தலைப்பில் ராயல் எகனாமிக்ஸ் சொஸைட்டி என்ற அமைப்பில் பேசுகையில், "கடந்த கால் நூற்றாண்டு காலத்தில் பொருளாதாரத்தில் வலிமையான வளர்ச்சி எனப்படுவது, மிகக் குறைவான பங்களிப்பையே தந்திருக்கிறது என்பது தீர்வு காணப்படவேண்டிய தற்காலத்தைய மிகப் பிரதானமான ஒரு பிரச்சினை" என்றார். இந்தப் பிரச்சினைகளில், "பொருளாதார முன்னேற்றம் சுற்றுப் புறச் சூழலில் ஏற்படுத்தியுள்ள எதிர்மறை விளைவுகள், எந்திரமயமானதால் மனித வாழ்க்கையில் ஏற்பட்டுள்ள தர மாற்றங்கள் மற்றும் நகர்மயமாதலினால் உண்டான மக்கள் தொகைப் பெருக்கம்" ஆகியவைகளையும் அவர் குறிப்பிட்டார்.

உண்மையில் சொல்லப் போனால், "மிகக் குறைவான பங்களிப்பு" என்பதை பங்களிப்பே இல்லை என்றே கொள்ள வேண்டும். தற்போதைய பொருளாதாரமும் அதன் நடைமுறைச் செயல்பாடுகளும் மேற்சொன்ன பிரச்சினைகளைப் புரிந்து கொள்வதில் பெருந்தடையாய் விளங்குகிறது என்று சொல்வது தவறாகாது. தற்காலத்தைய பொருளாதார நடைமுறையானது "அளவு எண்ணிக்கை மட்டுமே சார்ந்து இயங்கி, உண்மையான நிலைமையை

அறிந்து கொள்வதை கடுமையான கோழைத்தனத்துடன் மறுதலிக்கிறது".

பொருளாதாரம் அளவிடற்கரிய பொருள்களையும் சேவைகளையும் கொண்டு அளவிடற்கரிய நுகர்வோரைக் கொண்டும் செயல்படுகிறது. பெரும் அளவிலான உயர் தரம் சம்பந்தமான பல நன்மதிப்புகளைக் கணக்கில் கொள்ளாமல், ஒரு பொருளாதாரக் கொள்கையை உருவாக்குவதென்பது இயலாதென்பது தெளிவான ஒன்று. ஆனால் உயர்தரம் சம்பந்தமான எல்லாவற்றையும் ஒட்டு மொத்தமாக ஒடுக்குதல் இது என்பதும் தெளிவானதாகும். இப்படிச் செய்வதன் மூலம் கருத்துருவை - கொள்கையை உருவாக்குதல் எளிதானது. ஆனால் அது பலவீனமான, ஒன்றுமே இல்லாததாக இருக்கும். பேராசிரியர் ஃபெல்ப்ஸ் பிரவுன் குறிப்பிட்ட "கடந்த இருபத்தைந்து ஆண்டுகளில் ஏற்பட்டுள்ள அதிரடியான பொருளாதார வளர்ச்சி" என்பது வெறும் அளவுகள் என்ற வகையிலேயே அமைந்து, தரம் என்ற ஒன்றை - தர வேறுபாடுகள் என்ற ஒன்றை கணக்கி லேயே கொள்ளாமல் ஏற்பட்டதாகும். தரம் என்ற வகையில் பார்க்கையில் பொருளாதார வளர்ச்சி என்று சொல்லப் படுவது சகித்துக் கொள்ளக் கூடியதாக இல்லை என்று ஒருவர் கூறக்கூடும். நடப்பு பொருளாதார வளர்ச்சி என்பது, பொருளாதாரம் சார்ந்த ஆழமான கண்ணோட்டத்துடன் கூடிய நடைமுறை விஷயங்களை ஒன்று ஏற்றுக் கொள்ள மறுக்கிறது அல்லது ஏற்றுக் கொள்ள இயலாமல் இருக்கிறது. உதாரணமாக ஒரு பொருளாதார நிபுணர் ஒரு நாட்டின் மொத்த உற்பத்தி உயர்ந்துள்ளது என்று கூறுகிறார் என்றால் அந்த நிபுணர் அந்த உள்நாட்டு தேசிய உற்பத்தி 'GNP' உயர்வு நல்லதா கெட்டதா என்பதைச் சொல்வதற்கு விரும்பாமலோ அல்லது இயலாமலோ இருக்கிறார்.

அந்த உள்நாட்டு மொத்த உற்பத்தி வளர்ச்சி நல்லதா கெட்டதா என்று அந்த பொருளாதார நிபுணரிடம் கேட்கப்படுமேயானால் தான் அறுதியிட்டுக் கூறிவந்த கருத்துக்களிலிருந்து பின் வாங்குவார். என்ன உற்பத்தி

செய்யப்பட்டது, யார் உற்பத்தி செய்தது, யார் பலன் அடைந்தது என்ற எல்லாவற்றையும் விட்டு விட்டு GNP எனப்படும் மொத்த தேசிய உற்பத்தி வளர்ச்சி நல்லதுதான் என நிச்சயமாக திட்டவட்டமாகக் கூறுவார். அந்த வளர்ச்சி பெருமளவு நோய்களைக் கொண்டு வருவதாகவோ, பெரும் நாசம் விளைவிப்பதாக இருப்பது தவறான வழியை கடைப்பிடித்ததால் வந்த விளைவாகும். அத்தகைய வளர்ச்சி ஏற்பட அனுமதிக்கக் கூடாது. சிறுபான்மையினரான பொருளாதார நிபுணர்கள் இப்போது இன்னும் எந்த அளவு "வளர்ச்சியை" அதிகரிக்க முடியும் என்று கேட்கத் தொடங்கியுள்ளனர். ஏனெனில் ஒரு அளவுக்குள் உள்ள இயற்கை வளங்களிலிருந்து, அளவே இல்லாத வளர்ச்சியைப் பெறுவதென்பது இயலாத ஒன்றாகும். அனாலும் இந்த நிபுணர்களாலேயே உற்பத்தி வளர்ச்சி என்ற கருத்தாக்கத்தை "அளவு" என்ற ஒன்றிலிருந்து "தரம்" என்ற ஒன்றிற்கு எடுத்துச் செல்ல முடியவில்லை. உற்பத்தி என்பது தரத்தின் அடிப்படையில் என்பதை விடுத்து வளர்ச்சி என்ற ஒன்றிற்கு மாற்றாக வளர்ச்சியற்ற நிலை என்பதை பிரதியிடுகின்றனர். இது எப்படி இருக்கிறதென்றால் வெற்றிடத்தை நிரப்ப இன்னொரு வெற்றிடத்தைக் காண்பிப்பது போலத்தான்.

தரம் என்ற ஒன்றை கையாள்வது என்பது அளவு என்ற ஒன்றை கையாள்வதைவிட கடினமானது என்பது உண்மைதான். அளவு சம்பந்தமானவற்றை தரம் சம்பந்தப் பட்ட வைகளைவிட எளிதாக வரையறுக்க முடியும். அளவு சம்பந்தமான அறிவியல்பூர்வமான எளிய வழிகள் தரம் என்ற ஒன்றை ஒதுக்கிவிட்டு அளவு என்ற ஒன்றையே வரையறுக்க உதவுகின்றன. பெரும்பாலான பொருளாதார நிபுணர்கள் தங்கள் கொள்கைகளையே அறிவியற்பூர்வமானதெனவும், இயற்பியல் போன்று மிகத்துல்லியமானதெனவும் மடத்தனமான கருத்தைக் கொண்டிருக்கின்றனர்.

பொருளாதாரத்தின் பிரதானமான கூறு "பொருட்கள்" என்பதாகும். பொருளை வாங்குபவரின் கண்ணோட்டத்தி

லிருந்து சில அடிப்படைத் தத்துவங்களை பொருளாதார நிபுணர்கள் கொண்டிருக்கிறார்கள். அது "நுகர்வோரின் பொருள்கள்" என்றும் "உற்பத்தியாளர்களின் பொருட்கள்" என்றும் வேறுபடுத்தி கூறுவதாகும். இது அந்தப் பொருட்களின் உண்மைத் தன்மையை புறந்தள்ளிவிட்டு உருவாக்கிக் கொண்ட கருத்தாகும். உதாரணமாக, அவை மனிதனால் உற்பத்தி செய்யப்பட்டவையா அல்லது இறைவனால் படைக்கப்பட்டதா, அவற்றை மீண்டும் உற்பத்தி செய்ய முடியுமா, முடியாதா என்பது பற்றியெல்லாம் ஆராயாமல் மேற்கொள்ளப்பட்ட முடிவுகள். ஒரு பொருள் என்னதான் நுண் பொருளாதாரக் கூறுகளுடையதாக இருப்பினும் அது சந்தைக்குக் கொண்டு வரப்பட்டபின் எல்லாப் பொருட்களையும் போலவேதான் கையாளப்படுகின்றது.

உண்மையில், பொருட்களின் உண்மைத் தன்மையின் அடிப்படையில், பொருட்களுக்கிடையில் பலவிதமான வேறுபாடுகள் உள்ளன. பொருட்களை பின் வருமாறு வகைப் படுத்தலாம்.

பொருள்: முதன்மையானது, இரண்டாம் பட்சமானது.
1. புதுப்பிக்க இயலாதது 2. புதுப்பிக்கக்கூடியது 3. உற்பத்தியாளர்கள் 4. சேவையாளர்கள்

முதன்மைப் பொருட்களுக்கும், இரண்டாம் பட்ச பொருட்களுக்குமிடையிலேயான வேறுபாட்டை காண்பதென்பது சிறிது கடினமே. ஏனெனில் இரண்டாம் பட்ச பொருட்கள் முதன்மைப் பொருட்களையே சார்ந்திருக்கின்றன. முதன்மைப் பொருட்களை பூமியிலிருந்து பெற மனிதன் சக்தி பெற்றிருக்க வேண்டும் என்றால் மட்டுமே இரண்டாம் பட்ச பொருட்களை மனிதன் உற்பத்தி செய்வது பயனளிக்கும். இதில் கவனிக்க வேண்டியது என்னவெனில் மனிதன் உற்பத்தியாளன் அல்ல, பொருளை ஒன்றிலிருந்து இன்னொன்றாக மாற்றுபவன் என்பதுதான். புதுப்பிக்கக் கூடிய அல்லது புதுப்பிக்க இயலாத என்ற இரண்டு கூறுகளின் வேறுபாட்டைக் கொண்ட முதன்மைப் பொருள்களைப் பற்றி அறிந்து கொள்ள வேண்டிய தேவை மனித

னுக்கு உண்டு. இதனடிப்படையிலேயே முதன்மை சக்தியின் ஆற்றலை ஒன்றிலிருந்து இன்னொன்றாக மாற்றும் மனிதனின் ஆற்றல் அமைந்துள்ளது. இரண்டாம்பட்சமான பொருட்களை கவனத்தில் கொள்ளுவோமேயானால், உற்பத்தியாளர்களுக்கும், சேவையாளர்களுக்குமிடையில் நல்லதொரு வேறுபாடு உள்ளது என்பது கண்கூடு. இப்படியாக ஒவ்வொன்றிலிருந்தும் வேறுபட்ட நான்கு பிரிவுகளை நாம் எட்டியுள்ளோம்.

இந்த வேறுபாடுகள் சந்தைகளுக்கு தெரிவதேயில்லை. சந்தை எல்லாப் பொருட்களுக்கும் விலை அட்டையை தொங்கவிட்டு எல்லாம் ஒன்றுதான் என்ற தோற்றத்தை நமக்குத் தரச் செய்கின்றன. ஐந்து பவுன்ட்/ ரூபாய் மதிப்புள்ள எண்ணெய் (பிரிவு 1) ஐந்து பவுன்ட்/ ரூபாய் மதிப்புள்ள செருப்புகளுக்கு சமமாகவும் அல்லது ஐந்து பவுன்ட்/ ரூபாய் வாடகைக்குத் தங்கக்கூடிய விடுதியின் வாடகைக்கு (பிரிவு 4) சமமாகவும் வைத்துப் பார்க்கப்படுகிறது. பல்வேறு விதமான பொருட்களின் முக்கியத்துவம் அவை தரும் லாபத்தைக் கொண்டே நிர்ணயிக்கப்படுகிறது. பிரிவு 3 மற்றும் 4 ஆகியவற்றிலிருந்து கிடைக்கும் லாபம் பிரிவு 1 மற்றும் 2 ஆகியவற்றை விட அதிகமாக இருக்குமேயானால் அதனைக் கருத்தில் கொண்டு, 3 மற்றும் நான்காம் பிரிவுகளின் மூலாதாரங்களை இன்னும் அதிக அளவில் பயன்படுத்தி பிரிவு 1 மற்றும் 2 ஆகியவற்றின் உற்பத்தியைக் குறைப்பது சரியான புத்திசாலித்தனம் எனக் கொள்ளப்படுகிறது.

"மறைமுகக் காரணி" என்று பொருளாதார நிபுணர்களால் சொல்லப்படக்கூடிய சந்தையின் உள் விஷயங்களை ஆராய்வதல்ல என் நோக்கம். மேலே குறிப்பிட்ட நான்கு பிரிவுகளின் போதாமை குறித்த கவனமின்றி பல்வேறு முடிவற்ற விவாதங்கள் நடந்து கொண்டேயிருக்கின்றன. இந்த விஷயம் கவனிக்கப் படாமலே உள்ளது. அல்லது கவனித்தாலும் பொருளாதாரக் கொள்கையை வகுப்பதில் இவை கணக்கில் எடுத்துக் கொள்ளப்படுவதேயில்லை. "அடக்க விலை" என்பது புதுப்பிக்கக்கூடிய பொருட்களி

லிருந்து புதுப்பிக்க இயலாத பொருட்களை விட நிச்சயமாக வேறுபட்டது. அதேபோன்று உற்பத்தியாளர்கள் மற்றும் சேவைகள் அளிப்போர் ஆகியோருக்கும் இடையில் நிச்சயமான வேறுபாடு உள்ளது என்பதை பொருளாதார கொள்கைகள் வகுக்கும் போது கணக்கில் கொள்வதே யில்லை. மொத்தத்தில் பொருளாதாரம் என்பது மூன்றாவது பிரிவான உற்பத்தியாளர்களை மட்டுமே கணக்கில் கொண்டு உள்ளது. ஆனால் இது எல்லாப் பொருட் களுக்கும் சேவைகளுக்கும் எந்த வித்தியாசமும் இன்றி உற்பத்தியாளர்களுக்கான மதிப்பீடுகளின் அடிப்படையி லேயே கைக்கொள்ளப்படுகிறது. இந்த நான்கு பிரிவுகளின் தரவித்தியாசம் என்பது கணக்கில் எடுத்துக் கொள்ளப்படுவ தேயில்லை.

இந்த பிரிவுகளின் வேறுபாடுகள்தான் நுண் பொரு ளியல் எனப்படுகிறது. பொருளாதாரம் குறித்த விரிவான ஆய்வை மேற் கொள்ளும் முன்னர், இதனை ஏற்றுக் (அங்கீகரிக்க) கொள்ள வேண்டும். அதனை ஏற்றுக் கொள்வதற்கு முன்னர் காற்று, நீர், மண் ஆகிய வாழ்க்கை யின் மிக முக்கியமானவற்றின் முக்கியத்துவத்தை நாம் ஏற்றுக் கொண்டேயாகவேண்டும். இவை இதுவரை சந்தைப் படுத்தப்படாதவை, சந்தைப்படுத்த முடியாதவை, எந்த தனி மனிதருக்கும் சொந்தமானவை அல்ல.

மிக சமீபகாலமாகவே பொருளாதார நிபுணர்கள் இயற்கை வளங்களின் நீடித்த தன்மைக்கும் அவை அழிந்து போகாதிருக்கும்படி செயல்படுதல் குறித்தும் உணரத் தொடங்கியுள்ளனர். வாழ்க்கையின் முக்கியத் தேவையான இந்த அடிப்படை வளங்களின் பொருளாதார செயல்பாடு கள் எப்படி இருக்க வேண்டும் என்பது அவர்களது பணி யின் பகுதி அல்ல. சுற்றுப்புறச் சூழலில் இப்போது ஏற் பட்டுள்ள பெரும் மாற்றங்கள் மற்றும் தாக்கங்கள், குறிப்பாக வாழும் சூழலில் ஏற்பட்டுள்ள பிரச்சினைகள் பொருளாதார அமைப்பு மற்றும் செயல்பாடுகள் பற்றிய கேள்விகளை எழுப்பியுள்ளன. நுண் பொருளியல் சார்ந்து சிந்திக்கவில்லையெனில், பொருளாதாரம் பற்றிய ஆய்வு

என்பது மிகக் குறுகியதாகவும் முழுமையற்றதாகவுமே இருக்கும். அதனைக் கொண்டு மிகச் சரியான நல்ல தீர்மானங்களை, முடிவுகளை மேற்கொள்ள இயலாது.

கெய்ன்ஸ் சொன்னதைப் போல நவீன பொருளாதாரத்தின் எண்ணங்களின் காரணமாக, அணுகுமுறைகளின் காரணமாக, மனிதனுக்கு ஆதரவான நன்மை பயக்கக்கூடிய வகையில் ஆராய்ச்சியை மதிப்பிடுவதில் சிரமங்கள் உள்ளன. இது சம்பந்தமான முடிவுகளை எடுப்பதில் நவீன பொருளாதாரத்தின் அணுகுமுறை மனிதனின் சுதந்திரத்தையும், ஆற்றலையும் அழிக்கிறது. சூப்பர் சானிக் வேகமுள்ள போக்குவரத்து மற்றும் மனிதன் நிலவுக்கு சென்றது ஆகியவற்றை உதாரணமாக எடுத்துக் கொள்ளுங்கள். இவை மனிதனின் தேவைகளுக்காகவோ அவசியங்களுக்காகவோ செய்யப்பட்டவை அல்ல. ஆனால் இந்த தொழில் நுட்பங்கள் மனித குலத்திற்கு கிடைக்கப் பெற்றதாலேயே இவை நிகழ்த்தப்பட்டன.

நாம் இதுவரை கண்டது போல பொருளாதாரம் என்பது உருவாக்கப்பட்ட ஒரு அறிவியல்தான். நான் நுண்பொருளியல் என்று கூறியதிலிருந்து அறிவுறுத்தல்களை பரிந்துரைகளை அது ஏற்றுக் கொள்கிறது. அறிவுறுத்தல்கள் மாறும் போது, பொருளாதாரம் என்பதின் உள்ளடக்கமும் மாறுகிறது. பொருளாதார சட்டங்கள் பற்றியும், "பொருளாதாரம்" "பொருளாதாரமற்றது" என்பனவற்றை எவை வரையறுக்கின்றன என்பது பற்றியும், அவற்றின் விளைவுகள் பற்றியும், மேற்கத்திய பொருள்வாதத்தின் அடிப்படையை விட்டு விட்டு புத்தரின் போதனைகள் சார்ந்து நுண் பொருளியலைக் கையாண்டால் என்னவாகும் என்பதை வருகின்ற அத்தியாயத்தில் காண்போம். புத்தமதம் என்பதைத் தேர்ந்தெடுத்தது எதேச்சையாக நிகழ்ந்த ஒன்று. மற்றெல்லா கீழ்த்திசைக் கோட்பாடுகளைப் போலவே கிறிஸ்துவ போதனைகள், இஸ்லாமிய போதனைகள் அல்லது யூத மதம் சார்ந்தும் செய்திருக்கலாம்தான்.

புத்தமதம் சார்ந்த பொருளாதாரம்

புத்தரின் எட்டு புனிதக் கட்டளைகளில் "சரியான வாழ்க்கை முறை" என்பதும் ஒன்று. இதன் மூலம் புத்த மதம் சார்ந்த பொருளாதாரம் என்ற ஒன்று இருக்க வேண்டும் என்பது தெளிவாகத் தெரிகிறது.

புத்த மதத்தைப் பின்பற்றும் நாடுகள் அவற்றின் பாரம் பரியத்திற்கு உண்மையாக இருக்க விழைவதாக சொல்லிக் கொண்டே இருக்கின்றன. "புதிய (நவீன) பர்மாவில் மதம் சார்ந்த மதிப்பீடுகள் மற்றும் பொருளாதார வளர்ச்சி ஆகிய இரண்டிற்கும் இடையில் எந்த முரண்பாடுகளுமில்லை; ஆன்மிக வளமும் பொருளாதார வளமும் எதிரிகளல்ல; அவை ஒன்றையொன்று இயைந்து செல்லக் கூடியவை" என்று பர்மா கூறுகிறது. அல்லது "நவீன தொழில் நுட்பத்தின் பலன்களுடன் மதம் சார்ந்த ஆன்மிகம் சார்ந்த மதிப்பீடுகளுடன் வெற்றிகரமாக இணைக்க எங்களால் முடியும், அல்லது நமது மத நம்பிக்கையின் கனவுகளையும், செயல்பாடுகளையும் ஒத்து அனுசரிக்க வேண்டிய புனிதக் கடமைகள் பர்மியர்களான நமக்கு உள்ளது" என்றும் பர்மா கூறுகிறது.

அனைத்து நாடுகளும் எந்த மாறுபாடுமின்றி ஒரே விதமான கொள்கைகளைக் கொண்டிருக்கின்றன. அவை நவீன பொருளாதாரம் சார்ந்ததாக, வளர்ந்துவிட்டதாகச் சொல்லும் நாடுகளை அப்படியே பின்பற்றி தத்தமது

சிறியதே அழகு 173

நாடுகளில் பெரும் திட்டங்களை வளர்ச்சிக்கென்று செயல் படுத்துகின்றன.

நவீன கால பொருள்மயம் சார்ந்த நவீன பொருளாதாரத் தைப் போல, புத்தமதம் சார்ந்த புத்தமதப் பொருளாதாரக் கொள்கைகளை பின்பற்றலாம் என்று எந்த நாடும் எண்ணுவதாகத் தெரியவில்லை.

அனைத்துத் துறையிலும் உள்ள நிபுணர்களைப் போலவே பொருளாதார நிபுணர்களும் நுட்பமான கண் தெரியாத நுண் இயற்பியல் கோளாறுகளால் அவதிப் படு கின்றனர். அந்த கோளாறுகளால் எல்லா நிபுணர்களையும் போன்றே பொருளாதார நிபுணர்களும் முழுமையான வேறுபாடுகளற்ற உண்மைகளைக் கொண்டது தங்களது அறிவியல் துறை என எண்ணுகின்றனர். இன்னும் சிலர் புவியீர்ப்பு சம்பந்தமான உண்மைகளைப் போலவே பொருளாதார உண்மைகளும் நுண் இயற்பியலிலிருந்து வேறுபட்டு தனித்தது எனக்கூறுகின்றனர். இருந்தபோதும் பொருளாதார அமைப்பு பற்றி நாம் விவாதிக்கத் தேவை யில்லை. மாறாக, சில அடிப்படையான விஷயங்களில் நவீன பொருளாதாரமும், புத்த மதம் சார்ந்த பொருளா தாரமும் எப்படி என்ன விதமாக இருக்கின்றன எனக் காண்போம்.

வளங்களின் அடிப்படை மூலாதாரம் மனித ஆற்றல் என்பது சர்வதேச அளவில் ஏற்றுக் கொள்ளப்பட்ட ஒன்று. இப்போது நவீன பொருளாதார நிபுணர்கள் "வேலை" அல்லது "மனித வேலை" என்பதை ஒரு கெட்ட சுமை யாகப் பார்க்கின்றனர். முதலாளியின் கண்ணோட்டத்தில் வேலைக்கு ஆட்கள் என்பது செலவுவகையைச் சார்ந்தது எனவும், அதனை முற்றிலுமாக ஒழிக்க முடியவில்லை எனில் தானியங்கி அமைப்பு முறையைக் கொண்டு பணியாளர்களின் எண்ணிக்கையைக் குறைப்பதே நல்லது எனவும் எண்ணுகின்றனர். பணியாளரின் கண்ணோட்டத் தில் இது பயன்பாடற்ற ஒன்று; வேலை என்பது ஒருவரின் நேரத்தையும், வசதியையும் தியாகம் செய்து செய்யப்

படுவது; கூலி என்பது ஒருவர் செய்த தியாகத்திற்கான ஈடாக கொடுக்கப்படுவது. எனவே முதலாளியின் கண்ணோட்டத்தில் அவரது குறிக்கோள், பணியாட்கள் அற்ற உற்பத்தி என்பதுதான். பணியாளரின் கண்ணோட்டத்தில் பணியாளரது குறிக்கோள், வேலை ஏதும் செய்யாமல் வருமானம் ஈட்ட வேண்டும் என்பதுதான். கொள்கையிலும் நடைமுறையிலும் இந்த இரு வகை எண்ணங்களின் விளைவு ஒன்றுக்கொன்று வெகு தொலைவிலமைந்தவையாக உள்ளது. வேலைகளிலிருந்து (பணிகளிலிருந்து) விடுபடுவது என்ற குறிக்கோளுடன் நோக்குகையில் "பணிச் சுமைகளைக்" குறைப்ப தென்பது நல்லதுதான். "பணிகளைப் பிரிப்பது" என்ற ஒருவிதமான தானியங்கி இயந்திர மயம் மற்றும் "ஆடம் ஸ்மித்தின் தேசங்களின் வளம்" என்ற நூலில் பெரியதாகப் புகழப்படும் ஊசி தயாரிக்கும் தொழிற்சாலை என்ற உதாரணம் சிறந்த உதாரணங்கள் தான். இங்கே கூறப்படுவது சாதாரண விஷயமல்ல, காலம் காலமாக செய்யப்பட்டு வருவதாகும். அதாவது மொத்த உற்பத்தித் திட்டத்தை சிறிது சிறிதாகப் பிரிப்பது, எனவே உற்பத்தியின் இறுதி நிலை மிகுந்த வேகத்தில் எவருக்கும் பெரிய அளவில் பங்களிப்புச் செய்யத் தேவையற்றதாக அமைவதாகும். இது பெரும்பாலும் ஒருவரின் திறனற்ற இயக்கமாகவே உள்ளது.

புத்தமதம் சார்ந்த வேலைமுறை மூன்று கட்டங்களாக உள்ளது. ஒரு மனிதனின் துறையைப் பயன்படுத்தி வளர்க்க அவனுக்கு வாய்ப்பளிப்பது; அவனுடைய தன்வயம் சார்ந்த நிலையிலிருந்து அவன் வெளிவர பொதுவான முயற்சியில் மற்றவர்களுடன் அவனையும் சேர்த்து ஈடுபடவைப்பது; வாழ்க்கைக்குத் தேவையான பொருட்களையும் சேவைகளையும் கொண்டு வரச் செய்வது ஆகியவை. இந்த வகையிலும் உருவாகும் விளைவுகள் முடிவற்றவை. அர்த்த மற்றதாக, சோர்வளிக்கக் கூடியதாக, முட்டாள்தனமாக அமையப்பெற்ற அல்லது பணியாளரை கடுமையாக கஷ்டப் படுத்துகிற வேலை அமைப்பு, ஒருவிதத்தில் குற்றகரமானதாகும். அப்படிப்பட்ட வேலை அமைப்பில்

சிறியதே அழகு 175

உற்பத்திப் பொருட்களே மனிதனைவிட முக்கியத்துவம் பெறுகின்றன. அதனைப் போன்றே வேலை செய்வதற்கு மாற்றாக, பொழுதுபோக்கு கேளிக்கைகளை நாடி செயல் படுவதும் மனித வாழ்க்கையின் அடிப்படை உண்மை களுக்கு நெறிகளுக்கு மாறுபாடானதாகப் புரிந்து கொள்ளப்படும். வேலை செய்வதில் உள்ள களிப்பு, பொழுதுபோக்கில் உள்ள ஆனந்தம் இவற்றை அழிக்காமல் வாழ்வியலின் ஒன்றை ஒன்று சார்ந்தவையாக உள்ள வேலையையும், பொழுது போக்கையும் பிரிக்க முடியாது என்ற வகையில் புரிந்து கொள்ளப்படும்.

எனவே புத்தமதம் சார்ந்த கண்ணோட்டத்தில் முற்றிலும் வேறுபட்ட இரண்டு செயல்பாட்டு முறைகள் உள்ளன. ஒன்று மனிதனின் திறமையை ஊக்குவித்து வளர்ந்து, அவன் ஆற்றலை மேம்படுத்துவது. மற்றொன்று, மனிதனின் வேலைத்திறனை இயந்திரமயமாக்கி அவனை ஒரு அடிமை போன்றே ஆக்கிவிடுவது. இதனை விளக்குவதற்கு "கைவினைஞர்" என்ற ஒன்றை எடுத்துக் கொள்ளலாம் என்று மேற்கத்திய நவீன மாற்றங்களையும் (வளர்ச்சியையும்), கீழ்த்திசை நாடுகளின் பழம்பெரும் தொன்மையையும் நன்கறிந்த, விளக்கக்கூடிய திரு. ஆனந்த குமாரஸ்வாமி சொல்கிறார். "கைத்தறியில் ஒருவன் வேலை செய்யும் போது அவனது விரல்களும் கருவியாகிப் பணி புரிகின்றன. ஆனால் விசைத்தறி ஒரு இயந்திரம். அது மனிதன் தனது நுட்பமான திறனைப் பயன்படுத்த விடாமல் அழித்து அவன் கலாச்சாரத்திற்கும் அழிவைத் தருகிறது" என்றும் அவர் கூறுகிறார். எனவே புத்தமதம் சார்ந்த பொருளியல் என்பது நவீன பொருளியலிலிருந்து முற்றிலும் வேறுபட்டதாக உள்ளது என்பது தெளிவாகத் தெரிகிறது. ஏனெனில் பண்பாட்டின் சாரம் என்பது தேவை களைப் பெருக்கிக் கொள்வதல்ல என்றும், மனித குணங் களைத் தூய்மைப்படுத்துவதென்றும் அது கூறுகிறது. மனித குணம் என்பது மனிதன் செய்யும் வேலையைக் கொண்டே பெரும்பாலும் அமைகிறது. மனித சுதந்திரத்துடனும், கௌரவத்துடனும் செய்யப்படும் "மனித வேலை" அதனை

செய்தவனையும், அவனது உற்பத்தியையும் ஆசிர்வதித்துப் பாராட்டுகிறது. இந்தியத் தத்துவஞானியும் பொருளாதார நிபுணருமான ஜே.சி. குமரப்பா இப்படிச் சொல்கிறார்.

"ஒரு வேலை அதன் இயல்பின்படி முறையாக அங்கீகரித்து செய்யப்படுமேயானால், உடலுக்கு உணவு எவ்வளவு முக்கியமானதோ அதனைப் போன்று அந்த வேலை ஆகிவிடுகிறது. அது வேலை செய்யும் மனிதனை ஊக்குவித்து அவனது சிறப்பான வெளிப்பாட்டை வேலை யில் கொண்டு வருகிறது. அத்தகைய வேலை அவனை நல்வழியில் கொண்டு சென்று அவனுள் உள்ள விலங்கை ஒழுக்கமான வளர்ச்சிப் பாதைகளில் ஆக்குகிறது. அது ஒரு மனிதனின் மதிப்பீடுகளை வெளிக்கொணர்ந்து அவனது ஆளுமையை வளர்க்கிறது".

ஒரு மனிதன் வேலை வாய்ப்பைப் பெறாது கடினமான சூழ்நிலையில் இருக்கிறான் என்றால் வருமானமில்லாமல் இருக்கிறான் என்பதல்ல. தன்னை ஒரு வேலை செய்யும் அளவுக்கு ஊக்குவித்து வளர்த்துக் கொள்வதில்லை என்பதே அதன் பொருள். இந்த ஒழுக்கத்தை எதனாலும் ஈடு செய்ய இயலாது. நவீன பொருளாதார நிபுணர் தான் வேலை வாங்கியது தகுந்த பலனளித்ததா, பொருளாதார ரீதியில் வெற்றிகரமானதா என்றெல்லாம் கணக்குகள் போடக்கூடும். அவரது வெற்றி என்பது குறித்த நேரத்தில் ஈட்டப்பட்ட மொத்த உற்பத்தி என்பதே ஆகும். "உடனடித் தேவைக்கேற்ற பொருளுற்பத்தி மிகவும் குறைவு எனில், கடைசிப் பணியாளர் வரை வேலை வாங்க வேண்டிய உடனடி அவசியம் நேர்கிறது" என்றும், "சமூக நலனுக்காக சில வேலை வாய்ப்பற்ற நிலையை நாம் உருவாக்க முடியும், அவர்கள் வாழ்விற்கு நாம் பொருட்களை வழங்க வியலும்" என்றும் பேராசியர் கால்பிரெய்த் தனது "செழிப்பான சமூகம்" *(The Affluent Society)* என்ற நூலில் குறிப்பிடுகிறார்.

புத்தமதக் கண்ணோட்டத்தில், மனிதர்களை விட பொருட்களே அதிக கவனம் பெறுகின்றன; உற்பத்தியை

விட நுகர்தலே முக்கியத்துவம் பெறுகிறது. அதாவது, தொழிலாளி என்பதிலிருந்து தொழில் உற்பத்தி என்பது முக்கியத்துவம் பெறுகிறது. புத்தமதம் சார்ந்த பொருளா தாரம் முழு வேலைவாய்ப்பு என்பதாக உள்ளது. அதாவது வேலை தேடும் அனைவருக்கும் வேலை என்பதாக உள்ளது. அது வேலைவாய்ப்புக்களைப் பெருக்குவ தாகவோ, உற்பத்தியைப் பெருக்குவதாகவோ இல்லை. பெண்களுக்கு "வெளி வேலைகள்" தேவை இல்லை. பெண்கள் வெளியில் அலுவலகங்களிலோ, தொழிற் சாலைகளிலோ பணிபுரிவது பொருளாதாரத் தோல்வி என்று கொள்ளப்படும். குழந்தைகளைக் கவனிக்காத பெண்கள் பணிகளில் ஈடுபடுவது பொருளாதார ரீதியில் வெற்றிகரமானதல்ல என்பது புத்த மதம் சார்ந்த பொருளா தார நிபுணரின் கண்ணோட்டமாக உள்ளது. இது வேலைத் திறனுடைய ஒரு தொழிலாளியை போர் வீரனாகப் பார்க் கும் நவீன பொருளாதார நிபுணரின் கண்ணோட்டத்தைப் போன்றது.

பொருளியல்வாதிகள் உற்பத்திப் பொருள்களுக்கு முக்கியத்துவம் தரும் போது, புத்த மதம் சார்ந்தவர்கள் விடுதலைக்கு முக்கியத்துவம் தருகின்றனர். பொருள்வளம் விடுதலைக்கு தடையல்ல. ஆனால் பொருள் மீதான பற்று விடுதலைக்கு தடையாகும், இன்பங்களைத் துய்ப்பதல்ல, மாறாக அவைகளை ஆவலுடன் வேண்டி நிற்பது, விடுத லைக்குத் தடையாகும். புத்தமதம் சார்ந்த பொருளா தாரத்தின் அடிநாதம் எளிமையும், அஹிம்சையுமாகும். புத்த மதம் சார்ந்த பொருளாதாரத்தின் மிக அதியற்புதமான விஷயம் என்னவெனில் புத்த மத வாழ்க்கையின் பூரண மான பகுத்தறியும் தன்மையே ஆகும். அந்த தன்மை மிகச் சிறியவை வியத்தகு பலன்களை அளிக்கின்றன என்பதாகும்.

நவீன பொருளாதார நிபுணர்களுக்கு இதனைப் புரிந்து கொள்வது கடினமாக இருக்கும். நவீன பொருளாதார நிபுணர் "வாழ்க்கைத் தரம்" என்பதை ஒருவர் எவ்வளவு

பொருள் நுகர்ச்சி செய்கிறார் என்பதைக் கொண்டே கணக்கிடுவார். ஆனால் புத்த மதம் சார்ந்த ஒரு பொருளா தார நிபுணர் இதனை அறிவுக்கு ஏற்புடையதெனக் கருதமாட்டார். ஏனெனில் பொருள் நுகர்ச்சி என்பது மனிதன் நன்றாக வாழத்தான். எந்த அளவுக்குக் குறைவான பொருள் நுகர்ச்சியுடன் எந்த அளவுக்கு நன்றாக இருக்க முடியும் என்பதையே புத்தமதம்சார் பொருளாதார நிபுணர் கருத்தில் கொள்வார். எனவே தட்பவெப்ப நிலைகளுக் கேற்ப வசதியுடன் அழகாக உடையுடுத்துவதற்கு எவ்வளவு குறைந்த அளவு துணியை உபயோகிக்க முடியுமோ அவ்வளவு குறைவாக பயன்படுத்தப்படவேண்டும். தேவையற்ற வேலைப்பாடுகள் குறைக்கப்படவேண்டும். மேற்கத்திய முறையில் மிகவும் நுட்பமான வகைகளில் உடைகளை, மிகுந்த வேலைப்பாடுகளுடன் தயாரிப்பது பொருளாதார ரீதியில் வெற்றிகரமானதல்ல. இந்த உடை விஷயத்தில் கூறப்படுவது எல்லாவற்றுக்கும் பொருந்தும். பொருட்களை உடமைப் படுத்திக் கொள்வதும், அதி நுகர்வும் ஒரு முடிவான நிலைக்குக் கொண்டு சென்று விடும். புத்தமதம் சார்ந்த பொருளாதாரமோ தேவைகளை சுருக்கிக்கொள்வதன் மூலம் எப்போதும் அனைத்தும் கிடைக்கும் நிலையைத் தரும்; ஒரு வழியைத் தரும்.

நவீன பொருளாதாரம் எல்லா வகைகளிலும் நுகர்வுக் கலாச்சாரத்தையே முழுமையான ஒன்றாகக் கொண்டுள்ளது. அதன் பொருளாதாரச் செயல்பாடுகளின் பலன்கள் உற்பத்தி யையே சார்ந்துள்ளன. மொத்தத்தில் நவீன பொருளாதாரம், உள்ள உற்பத்தியைக் கொண்டு அதிக நுகர்வை அடைய முயற்சிக்கிறது. ஆனால் மற்றதோ, உள்ள நுகர்வைக் கொண்டு உச்சபட்ச திருப்தியை அடைய முயற்சிக்கிறது. உள்ளவற்றைக் கொண்டு நுகர்வதற்கான பிரயத்தனம் அதி களவு நுகர்வதற்கானதை விட குறைவானது என்பதைக் காணலாம். எனவே வாழ்க்கைக்கான கடின முயற்சி அமெரிக்காவை விட பர்மாவில் குறைவுதான். வாழ்க்கைத் தேவைக்கான இயந்திரப் பயன்பாடு அமெரிக்காவைவிட பர்மாவில் மிகக்குறைவு. இது வியப்பூட்டும் உண்மையாகும்.

சிறியதே அழகு |179

எளிமையும் அஹிம்சையும் ஒன்றுக்கொன்று தொடர்புடையவை என்பது கண்கூடு. குறைந்த அளவைக் கொண்டு அதிக அழுத்தமும், கஷ்டமும், பிரயத்தனமும் இன்றி பெறப்படும் நுகர்வு "தீமைகளைத் தவிர்த்திடுங்கள், நன்மையாக இருக்க முயலுங்கள்" என்னும் புத்தமதக் கோட்பாட்டின்படி அமைந்துள்ளது. இயற்கை வளங்கள் குறைந்த அளவே உள்ள நிலையில் மிதமான நுகர்வு, மிகவும் நன்மையானது. அதனைப் போன்றே, சுயதிருப்தியுள்ள சிறு சமூகங்கள், உலகளவில் வியாபாரம் புரிந்து போட்டியிட்டு வாழ்பவர்களை விட வன்முறையில் ஈடுபடாதிருக்கும் வாய்ப்புகள் அதிகம்.

புத்தமதம் சார்ந்த பொருளாதாரக் கண்ணோட்டத்தில் உள்ளூர் உற்பத்தியைக் கொண்டு உள்ளூர்த் தேவைகளை நிறைவேற்றிக் கொள்ளுதலே பகுத்தறிவுள்ள பொருளாதார வழியாகும். இது இறக்குமதியை சார்ந்து வாழ்வதைவிடவும், தொலைதூரப் பகுதிகளுக்கு ஏற்றுமதி செய்யும் பொருளாதார ரீதியில் பயனற்ற செயல்பாடுகளை விடவும் சிறந்தது. ஆனால் தவிர்க்கவே இயலாத வேளைகளில் சிறிய அளவுகளில் இவற்றை செய்து கொள்ளலாம். ஒரு மனிதனை அவன் வீட்டிலிருந்து அவன் பணி புரியும் இடத்திற்கு மிகுந்த பொருட்செலவில் கொண்டு செல்வது நல்ல வாழ்க்கை நிலை அல்ல என்று நவீன பொருளாதாரம் சொல்வதைப்போல மனிதனின் தேவைகளை மிக அருகாமையில் இருந்து பெற்றுக் கொள்வதை விடுத்து, மிக நீண்ட தூரத்திலிருந்து பெற்றுக் கொள்வது என்பது தோல்வியே என்று புத்தமதம் சார்ந்த பொருளாதாரம் கூறுகிறது.

நவீன பொருளாதாரத்திற்கும் புத்த மதம் சார்ந்த பொருளாதாரத்திற்கும் உள்ள அதி முக்கியமான மற்றொரு வேறுபாடு இயற்கை வளங்களைப் பயன்படுத்துவதில் உள்ளது. பிரெஞ்ச் அரசியலறிஞரான பெர்ட்ரன்ட் டி ஜூவெனல் நவீன பொருளாதார நிபுணர்களின் கருத்தாக எடுத்துக் கொள்ளக்கூடிய வகையில் "மேற்கத்திய

மனிதரைப்" பற்றி இப்படிக் கூறுகிறார். "அவன் மனித உழைப்பை - பிரயத்தனத்தைத் தவிர வேறெதையும் செலவினமாகக் கணக்கிடுவதில்லை. அவன் எவ்வளவு கனிம வளங்களை வீண் விரயம் செய்கிறான் என யோசிப்பதாகத் தெரியவில்லை. எத்தனை உயிரினங்களை அழிக்கிறான் என்பதையும் கவனத்தில் கொள்வதாகத் தெரியவில்லை. மனிதர்களைப்பற்றி மட்டுமே கணக்கில் கொண்டு மற்றனைத்திலிருந்தும் துண்டித்துக் கொண்டு நகரங்களிலிருந்து உலகை ஆள்வதால் சுற்றுப்புறச் சூழல் சார்ந்து வாழ்வதை உயிர்ப்பிப்பதிலிருந்தும் துண்டிக்கப் பட்டுள்ளான். இதனால் முற்றிலுமாக தான் சார்ந்து வாழக் கூடிய தண்ணீர், மரங்கள் இவற்றை அழிக்கிறான்".

ஆனால் புத்தரின் போதனைகளோ பிற உயிர்களைப் போற்றுவதையும், புலனறிவுள்ள அனைத்தின் மீதும் வன்முறையற்றிருப்பதையும் போதிப்பதோடல்லாமல், மரங்களையும் காக்கச் சொல்கிறது. புத்த மதத்தைப் பின்பற்றும் ஒவ்வொருவரும் சில ஆண்டுகளாவது மரங்களை நட்டு அவை நன்கு வளரும் வரை பராமரிக்க வேண்டியது கட்டாயம் ஆகும். எந்தவித அயல்நாட்டு உதவியும் இன்றி பொருளாதார வளத்தை மரங்களை நடுவதன் மூலம் மேம்படுத்த முடியுமென புத்த மதம் சார்ந்த பொருளாதார நிபுணர்கள் எளிதாக செய்து காட்டலாம். உலகின் மற்ற பகுதிகளைப் போலவே தென்கிழக்காசிய நாடுகளும் மரங்களை அழிப்பதன் மூலம் பெரும் பொருளாதார நசிவை சந்திக்கின்றன என்பதில் சந்தேகமில்லை.

நவீன பொருளாதாரம் உற்பத்தி அளவையும், பண மதிப்பையும் மட்டுமே கவனத்தில் கொள்வதால் புதுப் பிக்கவல்ல புதுப்பிக்க இயலாத வளங்களை வேறுபடுத்திப் பார்ப்பதில்லை. நிலக்கரி, எண்ணெய், மரம் அல்லது நீர் என எதனை எடுத்துக் கொண்டாலும் அவற்றின் ஒவ்வொரு அலகின் (யூனிட்) விலை அடிப்படையில் மட்டுமே அவற்றை பிரித்துப் பார்க்கின்றது. எல்லாவற்றிலும் விலை

மலிவானதே பொருளாதார ரீதியில் பயன்மிக்கது என்று தேர்ந்தெடுக்கப்படுகிறது. ஆனால் புத்த மதம் சார்ந்த பொருளாதாரம் இப்படியானதல்ல. புதுப்பிக்க இயலாத நிலக்கரி, எண்ணெய் போன்றவையும், புதுப்பிக்கவல்ல மரம், நீர் சக்தி போன்றவற்றையும் ஒரு போலப் பார்ப்ப தில்லை. புதுப்பிக்க இயலாத வளங்களை மிக அத்தியா வசியப் தேவைகளுக்கு மட்டுமே பயன்படுத்துவது. மிகுந்த அக்கறையுடன் சேமித்தல், பாதுகாத்தல் முதலியவை களைக் கவனத்தில் கொண்டு செயல்படுவது. அவற்றை குருட்டுத்தனமாகப் பயன்படுத்தி வீண்விரயம் செய்வது வன்முறையாகும். வன்முறையின்றி முழுமையான அஹிம்ஸையை அடைதல் இயலாமலாகும். எனினும் எல்லா வழிகளிலும், எல்லா மட்டங்களிலும் வன்முறை யற்று வாழ்வதே நோக்கமாகும் என்கிறது புத்தபோதனை.

ஐரோப்பாவின் அனைத்து கலைப் பொக்கிஷங்களை யும் அதிக விலைக்கு அமெரிக்காவுக்கு விற்பதை ஒரு பெரும் பொருளாதாரச் சாதனை என எந்த நவீன ஐரோப்பிய பொருளாதார நிபுணரும் கருதமாட்டார். எந்த ஒரு சமூகமும் புதுப்பிக்கவியலாத வளங்களைச் சார்ந்து வாழ்வதை ஒட்டுண்ணி வாழ்க்கை என்றும், வருமானத்தில் வாழ்வதைவிடுத்து முதலீட்டின் மீதே வாழ்கிறது என்றும் புத்தமதம் சார்ந்த பொருளாதார நிபுணர் கூறுவார். அந்த மாதிரியான வாழ்க்கை தற்காலிகமானதுதானேயொழிய நிரந்தரமானதல்ல. உலகெங்கும் விரவிப் பரந்து கிடக்கும் புதுப்பிக்க இயலாத நிலக்கரி, எண்ணெய், இயற்கை எரிவாயு போன்ற ஒரு குறிப்பிட்ட அளவேயுள்ள வளங் களை மிகக் கடுமையான முறையில் - வேகத்தில் சுரண்டி அழிப்பது இயற்கைக்கு எதிரான வன்முறையாகும். அது நாளடைவில் மனிதர்களுக்கிடையேயான வன்முறையாக மாறுவது தவிர்க்க இயலாததாகிவிடும்.

இந்த உண்மையை நவீன பொருளாதாரத்தைப் பின் பற்றக் கூடிய புத்தமத நாடுகள் உள்பட அனைவரும் யோசித்துப் பார்க்க வேண்டும். புத்த மதம் சார்ந்த

பொருளாதாரத்தை வீண் கனவு என்று எண்ணிப் புறந்தள்ளு வோர், தாங்கள் பின்பற்ற விரும்பும் நவீன பொருளாதாரக் கொள்கை எங்கு கொண்டு போய் தங்களை விடும் என எண்ணிப் பார்க்க வேண்டும். கலிபோர்னியா கலாசாலை யின் பேராசிரியர் ஹாரிஸன் பிரவுனின் மனித எதிர் காலத்தின் மீதான சவால் *(The challenge of Human Future)* புத்தகத்தில் கீழ்க்கண்டவாறு கூறுகிறார்.

"இயந்திரமயமான தொழிற்சாலைகள் நிலையற்றவை, மீண்டும் அவை விவசாயத் தொழில்துறைக்கே திரும்ப வேண்டியுள்ளது. எனவே இயந்திரமயமான தொழிற்சாலை களின் பலன்களாகக் கிட்டும் சுதந்திரம் என்பதும் நிலை யற்றது. அந்த சுதந்திரத்தால் பெரு நிறுவனங்கள் மற்றும் ஒட்டுமொத்த அதிகாரங்களைக் கொண்ட சக்திகளின் முன் னால் தாக்குப் பிடிக்க இயலாது. இயந்திரத் தொழில் சமூகத் திற்கு உண்டாகும் நெருக்கடிகளை நாம் முன்னுணர்ந்து ஆராய்ந்தால், அதனை நிலை நிறுத்துவதும் தனி மனித சுதந்திரத்தை தக்கவைத்துக் கொள்வதும் மிகக் கடினம்."

இவையெல்லாம் உடனடியாக சம்பவிக்காது என்று இவற்றைப் புறந்தள்ளினாலும், ஆன்மிகம், மதம் சாராது கடைப் பிடிக்கப்படும் "நவீன மயம்" சரியாக ஏற்றுக் கொள்ளக்கூடிய விளைவுகளை தருமா என்பது கேள்விக் குறியே. வெகு ஜன மக்களை கவனத்தில் கொள்ளும்போது இது மிகுந்த அழிவைத் தரக்கூடியதாக உள்ளது. உள்ளூர் பொருளாதாரம் நசிந்து, நகர்ப்புறங்களில் வேலையில்லாத் திண்டாட்டம் அதிகரித்து நாட்டிலும் வேலை இல்லாத் திண்டாட்டம் அதிகரித்து உடல் ரீதியாகவும், ஆன்ம ரீதியாகவும் நலிவும் நசிவும் ஏற்படும்.

தற்போதைய அனுபவங்கள் மற்றும் நீண்ட கால விளைவுகளின் அடிப்படையில் நோக்கும்போது "நவீன வளர்ச்சிக்கும்" "மரபுசார் தேக்கநிலைக்கும்" இடையிலான பொருளாதார வளர்ச்சி குறித்து கேள்வி கேட்பவர்கட்குக் கூட பரிந்துரைக்கக் கூடியதே புத்தமதம் சார்ந்த பொருளாதாரம். வளர்ச்சிக்கான சரியான பாதையைத்

தேர்ந்தெடுப்பது கேள்விக்குரிய விஷயமாகும். அது பொருள்வயம் சார்ந்த அஜாக்கிரதையான வழிக்கும், மரபுசார்ந்த தேக்க நிலைக்கும் இடையிலானதொரு நடுநிலை வழியாகும். சுருங்கக் கூறினால், சரியான வாழ்க்கைமுறையை அடைவதாகும்.

அளவு பற்றிய கேள்வி

சமூகத்தின் தொடக்கம் குடும்பமென இருந்த வரலாற்றை நான் முன்பே கூறியுள்ளேன். குடும்பங்கள் இணைந்து இனக்குழுக்கள், பின்னர் பல்வேறு இனக் குழுக்கள் இணைந்து நாடு, பின்னர் நாடுகள் பல இணைந்து "யூனியன்" அல்லது யுனைடெட் ஸ்டேட். இப்படிப் பல்வேறு நிலைகளை அடைந்தன. இறுதியாக ஓருலக அரசை நாம் எதிர் நோக்கலாம். இது சம்பந்த மானவற்றை நான் விருப்பூன்றி கவனித்தபோது புதிய நாடுகள் சட்டென உருவாவதை என்னால் காண முடிந்தது. ஐக்கிய நாடுகள் சபை வெறும் 25 நாடுகளை உறுப்பு நாடுகளாகக் கொண்டு தொடங்கப்பட்டது. இப்போது அது சில மடங்குகள் கூடுதலாகி, இன்னும் வளர்ந்து கொண்டே இருக்கிறது. எனது இளமைக்காலத்தில் புதிய நாடுகள் உருவாவது "பால்கனைசேஷன்" என்று அறியப்பட்டது. இது மிக கெடுதலான தென்றும் கூறப்பட்டது. எல்லோ ராலும் கெட்டது என கூறப்பட் டாலும், உலகம் முழுவதும் இந்நிலை தொடர்ந்து கொண்டே இருக்கிறது. பெரியவை எல்லாம் சிறிய சிறிய பாகங்களாக பகுதிகளாக உடைய தலைப்பட்டன. இந்த நிலை, நான் கற்றதற்கு மாறானதாக இருந்தது. இதனை நாம் ஏற்றுக் கொண்டாலும் இல்லை என்றாலும் கவனிக்காமல் இருக்க முடியாது.

இரண்டாவதாக, ஒரு நாடு வளம்மிக்கதாக இருக்க வேண்டுமெனில் எவ்வளவு பெரிதாக இருக்க முடியுமோ

அப்படி இருக்க வேண்டும் எனவும் நான் கற்பிக்கப் பட்டிருந்தேன். இதுவும் உண்மை போலத் தோற்றம் கொள்ளும் ஒன்றுதான். ஜெர்மனியின் வளர்ச்சி சாத்திய மானது அதன் ஒன்றினைப்பினால்தான் என்பது உண்மை அல்ல. உலகின் வளமான நாடுகளின் பட்டியலொன்றைத் தயாரித்தால், அவற்றில் பெரும்பாலான நாடுகள் சிறியவை என்பதை அறியலாம். ஆனால் பெரிய நாடுகள் பலவும் ஏழ்மையாக இருப்பதைக் காணலாம். இங்கேயும் நாம் சிந்திக்க வேண்டி இருக்கிறது.

மூன்றாவதாக, "பொருளாதார அளவுகோல்" என்பது பற்றி கற்பிக்கப்பட்டேன். அதாவது எல்லா நாடுகளிலும் தொழிற் சாலைகளும் நிறுவனங்களும், நவீன தொழில் நுட்பத்தால் பெரிதாகிக் கொண்டே வருகின்றன. வரலாற் றில் நாம் முன்னெப்போதும் கண்டிராத அளவுக்கு இப் பொழுது பெரிய பெரிய தொழில் நிறுவனங்கள் உள்ளன. ஆனால் பிரிட்டன், அமெரிக்கா போன்ற நாடுகளில் சிறு சிறு தொழில் நிறுவனங்களும் பெருகிக் கொண்டுதான் இருக்கின்றன. இவற்றுள் பெரும்பாலான நிறுவனங்கள் வெற்றிகரமாக லாபத்துடன் இயங்கி வளர்ச்சிக்குத் தேவை யான பங்களிப்பைச் செய்கின்றன. கொள்கைக் கோட் பாட்டையும், உண்மையான செயல்பாட்டையும் ஒன்றாக்கு வது அத்தனை எளிதான ஒன்றல்ல. அளவு பற்றி நான் முன்னர் கூறியுள்ள இம்மூன்று விஷயங்களும் புதிராகவே ஒருவருக்குத் தோன்றும்.

இன்றும் கூட மாபெரும் நிறுவனங்கள் என்பவை தவிர்க்க முடியாத தப்பிக்கவியலாத தேவைகளாகிவிட்டன என்று பொதுவாகச் சொல்லப்படுகின்றது. ஆனால் நாம் அதனை உற்று நோக்கினால் பெரியவற்றினுள் சிறியன வற்றை அடைவதற்கான விடா முயற்சி தொடர்ந்து கொண்டே இருப்பதைக் காணமுடியும். ஜெனரல் மோட்டார் கம்பெனியின் திரு. ஸ்லோன் அந்தப் பெரிய நிறுவனத்தை சிறு நிறுவனங்களின் தொகுப்பாகத்தான் உருவாக்கினார். பிரிட்டிஷ் நேஷனல் நிலக்கரி கார்ப்ப

ரேஷன் எனப்படும் மேற்கு ஐரோப்பாவின் மாபெரும் நிறுவனத்தை ரோபன்ஸ் பிரபு தன் காலத்தில் அப்படித் தான் உருவாக்கினார். ஒன்றாகத் தோன்றக் கூடிய பெரிய நிறுவனங்கள் தனித்தனியாக வேலைகளைச் செய்து முடிக்கக்கூடிய தன்மையுடனான சிறு அலகுகளைக் கொண்டவையாகவே உள்ளன. நடைமுறையை நன்கு உற்று நோக்கி அறிந்து கொள்ளாத பல நிபுணர்களும் பெரும் நிறுவனங்களைப் பற்றியே பேசி வருகின்றனர். அவை லாபமீட்ட தூண்டுகின்றன. ஆனால் மனிதனின் வசதிக் கேற்ப கையாளுவதற்கு எளிதானவை சிறியவைகளே. இதனை எவரும் எளிதில் உணர்ந்து கொள்ள முடியும்.

நாம் எடுத்துக் கொண்டுள்ள இந்த விஷயம் குறித்து இன்னொரு கோணத்தில் அணுகி செய்யப்படவேண்டியது என்னவென்று யோசிப்போம். மனிதர்களைப் பொறுத்த மட்டில் ஒரே நேரத்தில் இரண்டு விஷயங்கள் தேவைப் படுகின்றன. அவை ஒன்றை ஒன்று இணங்கிப் போகா தவை, வேறுபட்டவை. நமக்கு எப்போதும் சுதந்திரமும் ஒழுங்கமைப்பும் தேவையாய் இருக்கிறது. நமக்கு சுதந்திர மான சுயமான எண்ணற்ற சிறிய திட்டங்கள் (அலகுகள்) தேவைப்படும் அதே சமயத்தில் பெரு நிறுவனங்கள் உலகளாவிய பெரு நிறுவனங்களிடையே ஒழுங்கமைப்பு, ஒத்திசைவு, ஒற்றுமை ஆகியவையும் தேவைப்படுகின்றன. நடைமுறையில் பார்க்கும் போது, செயல்பாடு என்பது மிகவும் தனி நபர் சம்பந்தப்பட்ட விஷயம். ஒரு மனிதன் ஒரே நேரத்தில் குறிப்பிட்ட அளவு மனிதர்களுடனே தொடர்பில் இருக்க முடியும். நமக்கு சிறிய திட்டங் களிலான தொழில்கள் - நிறுவனங்கள் அதிகம் தேவைப் படுவது கண்கூடு. ஆனால் கருத்துக்கள், கொள்கைகள் அல்லது சமாதானம் மற்றும் சுற்றுச்சூழல் ஆகியவற்றிலான அடிப்படை நெறிமுறைகள் என்று வரும்போது, மனிதகுல ஒற்றுமையை நாம் அங்கீகரிக்க வேண்டிய தேவை உள்ளது. இந்த அங்கீகாரத்தின் அடிப்படையிலேயே நமது செயல் பாடுகள் இருக்க வேண்டி உள்ளது அல்லது இதனை வேறு விதமாகப் பார்த்தோமானால், அனைத்து மனிதர்களும்

சகோதரர்களாவார்கள். ஆனால் நம்மால் சிலரிடம் மட்டுமே சகோதர உறவுடன் இருக்க முடியும் என்பதும், உலகிலுள்ள அனைவரிடமும் நாம் சகோதர பாவத்துடன் பழக வேண்டும் என வந்தால், நமக்கு நெருக்கமானவர்களுடன் இன்னும் சகோதர உறவுடன் பழக வேண்டிவரும். எல்லோருடனும் சகோதர உறவு கொள்ள வேண்டும் என்று கூறுபவர்கள் அவர்களின் அண்டை அயலாரை எதிரிகளாகப் பார்ப்பதை நம்மால் காண முடியும். அண்டை அயலாருடன் நன்முறையில் பழகுபவர்கள், தங்களது வட்டத்திற்கு வெளியில் உள்ள மற்ற மனித சமூகங்களிடம் தீங்கிழைக்கும் வகையில் செயல் படுவதையும் பார்க்க முடியும்.

மனிதனுக்கு சிறியதும் பெரியதுமான இரண்டுமே தேவையானதாக இருக்கிறது. தனிப்பட்ட சில தேவைகள் மற்றும் பொதுவான சில தேவைகள் என அவை உள்ளன. நேர் எதிரான இரண்டு தேவைகளை ஒரே நேரத்தில் வைத்துக் கொண்டிருப்பதை மனிதர்கள் கடினமாக உணருகிறார்கள். உண்மையான வாழ்வில் இறப்பைத் தவிர வேறு இறுதி முடிவு இல்லை என்ற ரீதியில் தீர்வுகளைத் தேடுகிறார்கள். ஆக்கப்பூர்வமான எந்த ஒரு செயலுக்கும் முதன்மையானது சமநிலை ஒன்றை தக்கவைப்பதுதான். இன்று நாம் உலகம் முழுமையும் வியாபித்துள்ள மாபெரும் ராட்சத நிலையை கொண்டாடும் துன்பத்தில் இருக்கிறோம். எனவே, எங்கெல்லாம் சாத்தியமாகிறதோ அங்கெல்லாம் சிறியவற்றைக் கொண்டு வருவதின் நன்மைகளை நாம் சொல்ல வேண்டி இருக்கிறது. (அதே நேரத்தில் சிறியவைகளையே கொண்டாடும் போக்கு பெருமளவில் இருக்குமேயானால் ஒருவர் அதற்கு எதிராக செயல்பட வேண்டி இருக்கும்.)

அளவுபற்றி வேறொரு வகையிலும் சிந்திக்கலாம். அனைத்து விஷயங்களையும் வேறுபடுத்திப் பகுத்து அறிய என்ன செய்ய வேண்டும்? அதிக வேலை, வேலைகளை தெரிவித்தல், குறைந்த எண்ணிக்கையில் மனிதர்களை வேலைகளில் ஈடுபடுத்துதல், இவற்றிற்கு இடையிலான

அதிகமான தொடர்புகளை உருவாக்குதல் என்று ஒவ்வொரு செயல்பாட்டுக்கும் வரையறை உண்டு. கற்பித்தலை எடுத்துக் கொள்வோம். கற்பிக்கும் இயந்திரத்தின் மேன்மை பற்றிய எல்லாவித விவாதங்களையும் ஒருவர் கேட்கிறார். என்ன நாம் கற்றுக் கொடுக்க முயல்கிறோம் என்று கேள்வி தோன்றிய உடனே எல்லோருக்கும் வானொலி, தொலைக்காட்சி, கற்பிக்கும் இயந்திரம் போன்றவைகள் மூலமாக சிலவற்றை கற்பிக்க முடியும் என்று தோன்றும். ஆனால் சிலவற்றை நெருங்கியதொரு வட்டத்திற்குள் மட்டுமே கற்பிக்க முடியும்.

எந்த அளவு சரியானதென்பது, நாம் என்ன செய்ய முயல்கிறோமோ, அதனைப் பொறுத்தது. சமூக, அரசியல் மற்றும் பொருளாதார விஷயங்களிலே அளவு என்ற ஒன்றை உருவாக்குவது சிக்கலான பணியாக உள்ளது. உதாரணத்திற்கு, ஒரு நகரம் என்பதன் அளவு என்ன? அதனைப் போல் ஒரு நாடு என்பதற்கும் அளவுகோல் என்ன? இவை கடினமான கேள்விகளே. ஒரு கணினி மூலம் கூட இந்தக் கேள்விகளுக்கு பதிலளிக்க முடியாது. வாழ்க்கையின் தீவிரமான விஷயங்களைக் கணிக்க முடியாது. எது சரியானது என்று நம்மால் நேரடியாகக் கணிக்க முடியாது. ஆனால் எது சரியல்ல என்று நமக்கு சாதாரணமாகவே தெரியும். சரியானதும் தவறானதும் எதுவென்று அறுதியிட்டுக் கூறமுடியாது, ஆனால் நாம் இப்படிச் சொல்லிக் கொள்ளலாம் "இது ஐந்து சதவீதம் அதிகமாக இருக்க வேண்டும், அல்லது அது ஐந்து சதவீதம் குறைவாக இருக்க வேண்டும்" என்று.

நகரத்தின் அளவு என்ன என்ற கேள்வியை எடுத்துக் கொள்வோம். இந்தக் கேள்விக்கு மிகச் சரியாக பதிலளிக்க இயலாது. எனினும் அரை மில்லியன் (ஐந்து லட்சம்) மக்கள் தொகையைக் கொண்டதாக அது இருக்க வேண்டும் என்று சொல்வது ஓரளவு பரவாயில்லை என நான் நினைக்கிறேன். அதற்கு மேல் அளவு என்பது அதிகமானால் அது நல்ல தன்மை அல்ல. மாநகரங்களான லண்டன், டோக்கியோ,

சிறியதே அழகு | 89

நியூயார்க் போன்றவைகளின் அதிக மக்கள் தொகை அந் நகரங்களுக்கு நன்மை பயக்கவில்லை. மாறாக அதிகமான பிரச்சினைகளையே தோற்றுவித்து மனிதனைத் தரம் தாழ்த்துகின்றன. எனவே ஒரு நகரத்திற்கு 5 லட்சம் மக்கள் தொகை என்பது அதிகபட்சமான ஒரு அளவாக கருதப்பட வேண்டும். ஒரு நகரத்தின் குறைந்தபட்ச மக்கள் தொகை என்னவாக இருக்க வேண்டும் என்பதைத் தீர்மானிப்பது மிகவும் கடினம். இருபதாம் நூற்றாண்டுகளின் தர நிலை யின்படி வரலாற்றில் அருமையான நகரங்கள் என்பது மிகவும் குறைவே. பொருள் வளத்தைப் பொறுத்தே நகர வாழ்க்கையின் வசதிகள் அமைகின்றன. ஆனால் என்ன மாதிரியான கலாச்சார வாழ்க்கை என்பதைப் பொறுத்து பொருள்வளத்தின் தேவை இருக்கிறது. தத்துவம் சார்ந்த, கலை சார்ந்த மற்றும் மதம் சார்ந்த வாழ்விற்கு பணத் தேவை குறைவாகவே இருக்கிறது. வானியல் ஆய்வு மற்றும் அதிநவீன இயற்பியல் சார்ந்த, உயர் கலாச்சார வாழ்க்கைக்குப் பணம் அதிகம் தேவைப்படுகிறது.

நகரங்களின் சரியான அளவைப் பற்றிக் கேள்வி கேட் கும் அதே வேளையில் நாம் தேசங்களின் அளவு பற்றியும் சிந்திக்க வேண்டி வருகிறது. ராட்சதத் தன்மையைக் கொண்டாடுவது என்பது, நவீன தொழில் நுட்பத்தின் காரணத்தால்தான். அதுவும் குறிப்பாக, போக்குவரத்து மற்றும் தொலைக்தொடர்புத் துறைகளில். அதிவேக வளர்ச்சி அடைந்துள்ள போக்குவரத்து மற்றும் தொலைத் தொடர்புத் துறை, மனிதர்களை கட்டு தளையற்றவர் களாக்கி உள்ளது.

லட்சக்கணக்கான மக்கள் ஊர்ப்புறங்களில் இருந்தும் சிறு நகரங்களிலிருந்தும் பெரு நகரங்களை நோக்கி இடம் பெயர்ந்து நோய்களைப் பெருக்குகின்றனர். அமெரிக்கா வையே இதற்கு உதாரணமாகக் கொள்ளலாம். அமெரிக் காவின் பாஸ்டன் நகரிலிருந்து வாஷிங்டன் வரை 60 மில்லியன் மக்கள் தொகையைக் கொண்டும், சிகாகோ நகரைச் சுற்றி 60 மில்லியன் மக்களும், மேற்குக் கரையோர

மான சான் பிரான்சிஸ்கோவிலிருந்து சான்டீகோ வரை 60 மில்லியன் மக்கள் தொகையைக் கொண்டும், தேசத்தின் பிற பகுதிகள் கிட்டத்தட்ட ஆட்களே இல்லாமலும், ஆட்களற்ற மாகாண சிறு நகரங்களைக் கொண்டும், பெரும் டிராக்டர் போன்ற இயந்திரங்களையும், பெருமளவிலான வேதிப்பொருட்களைக் கொண்டு வேளாண்மை செய்யப் படும் நிலங்களைக் கொண்டும் அமைந்துள்ளன.

இதுதான் அமெரிக்காவின் எதிர்காலம் என எவரும் கருதுவாரேயானால், அது எந்த நன்மதிப்புமற்ற எதிர்காலமாகும். ஆனால் நாம் விரும்பினாலும் விரும்பா விட்டாலும் கட்டு தளைகளற்ற மக்கள் வாழ்வின் விளைவு இதுவேயாகும். பொருளாதார நிபுணர்கள் பெரும் புதைய லாகக் கருதும் மனிதர்களின் பெருமளவிலான இடம் பெயர்தலின் விளைவாகும் இது.

உலகின் ஒவ்வொன்றும் அதற்கான ஒரு அமைப்பில் இருக்க வேண்டும். இல்லை என்றால், நாசம்தான். பெரு மளவிலான போக்குவரத்தும், தொழில் நுட்பமும் வரு வதற்கு முன்னால் ஆரம்ப அமைப்பு என்பது அப்படியே இருந்தது. ஏனெனில் மக்கள் அதிகம் இடம் பெயரவில்லை. இடம் பெயர எண்ணிய குறைந்த அளவு மக்கள் இடம் பெயர்ந்தார்கள். ஏராளமான துறவிகள் அயர்லாந்திலிருந்து ஐரோப்பா முழுவதும் விரவிப் பரந்தார்கள். அப்போதும் இடம் பெயர்தலும், தொலைத் தொடர்புகளுமிருந்தன. ஆனால் கட்டுதளைகளை பந்தங்களை விடவில்லை. ஆனால் இப்போது அனைத்தும் சிதைந்து நாடு ஒரு சரக்குக் கப்பல் போலாகிவிட்டது. இதிலுள்ள பொருட்களுக்கு எந்தப் பாதுகாப்பும் இல்லை.

மனித குலத்திற்கான அமைப்பின் முக்கியமானவற்றில் ஒன்று நாடு. அமைப்பிற்கான காரணிகளில் முக்கியமான வற்றில் ஒன்று எல்லை. தொழில்நுட்ப வளர்ச்சி இல்லாத போது, அரசியல் மற்றும் மன்னர்கள் சார்ந்த ஒன்றாகவே எல்லை என்பது இருந்தது. போருக்கான மக்களைத் திரட்ட முடியும் என்பதால் எல்லைகளுக்கு வரையறை இல்லா

திருந்தது. இந்த எல்லைகள் வர்த்தகம் செய்ய பொருளா தாரத் தடைகளாக இருந்தமையால் இதனைப் பொருளாதார நிபுணர்கள் எதிர்த்தனர். ஆனால் அப்போது மக்களும் பொருட்களும் கட்டுதளை களற்றிருக்கவில்லை. போக்கு வரத்துச் செலவினங்கள் மிகவும் அதிகமாக இருந்தமை யால், மக்களும், பொருட்களும் இடம் பெயர்தல் மிகவும் குறைவாகவே இருந்தது. அது அளவு கடந்து போய்விட வில்லை. இயந்திர யுகத்திற்கு முந்தைய வர்த்தகம் என்பது அத்தியாவசியப் பொருட்களின் வர்த்தகமாக இல்லை. அப்போதைய வர்த்தகம் அரிய கற்கள், அரிய உலோகங் கள், ஆடம்பரப்பொருட்கள், வாசனைத் திரவியங்கள் மற்றும் துன்பங்கள் நிறைந்த அடிமைகள் வியாபாரமாகவே இருந்தது. வாழ்க்கையின் அடிப்படைத் தேவைகள் உள்ளூர் உற்பத்திப் பொருட்களைக் கொண்டே நிறைவேறின. பேரழிவுக் காலங்களைத் தவிர மற்ற நேரங்களில் மக்கள் இடம் பெயர்தல் என்பது குறிப்பிட்ட விசேஷ காரணங் களுக்காக, அதாவது அயர்லாந்தின் துறவிகளும், பாரிஸ் நகரின் அறிஞர்களும் இடம் பெயர்ந்ததைப் போலவே இருந்தன.

ஆனால் இப்போது ஒவ்வொருவரும், ஒவ்வொன்றும் இடம் பெயர்கின்றனவாக இருக்கின்றன. அனைத்து அமைப்புகளும் அச்சுறுத்தலுக்குள்ளாகி விட்டன. அனைத்து அமைப்புகளும் அவை இருந்ததற்கான அடை யாளம் தெரியாத அழியும் நிலைக்குப் போகும்படி உள்ளன.

பொருளாதார நிபுணரான கெய்ன்ஸ் பல் மருத்துவம் போன்று மிதமான ஒரு துறையாக இருக்கும் என்று நம்பி இருந்த பொருளாதாரத்துறை அனைத்துத் துறைகளையும் விட முக்கியமானதாக சட்டென்று மாறிவிட்டது. அர சாங்கத்தின் முழு கவனத்தையும் கிட்டத்தட்ட ஈர்த்து விட்ட பொருளாதாரக் கொள்கைகள் செயலற்றவையாகவும் ஆகிவிட்டன. ஐம்பது ஆண்டுகளுக்கு முன்னர் எளிதாக ஒருவரால் செய்யப்பட்ட ஒரு செயல், இப்போது அப்படி செய்ய முடியாததாகிவிட்டது. வளம் பொருந்திய ஒரு

சமூகத்தில் உடனடிப் பணப் பட்டுவாடா இல்லாமல் எந்த வேலையையும் செய்ய இயலாது. கிட்டத்தட்ட எல்லாவித அந்நியக் கொள்கைகளையும் எடுத்துக் கொள்ளக்கூடிய அடிமைத்தனம் மிகுந்ததாக பொருளாதாரம் மாறிவிட்டது. சிலர் கூறுவார்கள் "அவர்களுடன் இணைந்து போக நாங்கள் விரும்பவில்லை. ஆனால் அவர்களைப் பொருளாதார ரீதியில் சார்ந்திருக்கிறோம்" என்று. இந்த நிலை அனைத்து நெறிமுறைகளையும் அழித்துவிட்டு மற்றெல்லா மனிதத்துவங்களையும் மீறச் செய்கின்றது. இது ஒரு நோய் போன்று பெருகி வளர்ந்துவிட்டது. இதற்கு பல வேர்களுண்டு. அவற்றுள் நன்றாகத் தெரிந்த ஒன்று போக்கு வரத்து மற்றும் தகவல் தொடர்புத் துறைகளின் நவீன தொழில் நுட்ப வளர்ச்சியாகும்.

அதிவேகப் போக்குவரத்தும், உடனடித் தகவல் தொழில் நுட்பமும் சுதந்திரத்தின் புதிய பரிமாணத்தை திறந்து விட்டிருப்பதாக சிலர் எண்ணுகின்றனர். இந்தத் தொழில்நுட்ப வளர்ச்சி சுதந்திரத்தை அழிக்கும்படியாக இருப்பதை கவனிப்பதில்லை. இந்த தொழில் நுட்ப வளர்ச்சிகளில் நாசகரமான பாதுகாப்பற்ற தன்மைகளுக்கு மாற்றாக மிக கவனமான நல்ல கொள்கைகள் உருவாக்கப் படவில்லை யென்றால் இவை அழிவைத் தரும் என்பதை கவனிப்பதில்லை.

இப்போது இந்த நாசகரமான வளர்ச்சி பெரிய நாடுகளில் கடுமையான விளைவுகளை கண்கூடாக ஏற்படுத்தியுள்ளன. ஏனெனில், எல்லைகள் "அமைப்புகளாக" உள்ளன. ஒருவன் தன் பகுதியில் இருந்து எல்லை தாண்டி அடுத்த பகுதிக்கு செல்ல எண்ணுவது பெரிய முடிவாகும். கட்டு தளைகளற்ற ஒரு நிலை என்பது, தீவிரமானதொரு நிலை யாகும். இவற்றின் கடுமையான விளைவுகளை பணக்கார நாடுகளிலும், ஏழை நாடுகளிலும் காண முடியும். அமெரிக்கா போன்ற செல்வந்த நாடுகள் "மெகாபோலிஸ்" என்ற பெரு நகரங்களை உருவாக்குகின்றன. கட்டு தளை யற்ற, எங்கும் காலூன்றவியலாத மக்களையும் பெரு

மளவில் உருவாக்குகின்றன. இவர்களால் சமூகத்தில் தங்களுக்கென்று ஒரு இடத்தைக் காண முடியாத நிலை பெருகிவருகிறது. இது நிறைய குற்றச் செயல்களையும், அந்நியமாதலையும், மன அழுத்தங்களையும், சமூகப் பிரச்சினைகளையும் நேரடியாக ஏற்படுத்துகிறது. ஏழை நாடுகளில், இன்னும் குறிப்பாகச் சொல்லப்போனால் பெரிய ஏழை நாடுகளில் பெருமளவில் மக்களை நகரங்களை நோக்கி இடம் பெயரச் செய்து, பெருமளவு வேலை இல்லாத் திண்டாத்தை உருவாக்கி, ஊர்ப்புறங்களில் செயல்தன்மையற்ற நிலை உருவாகி, பஞ்சம் ஏற்படும் நிலையை உருவாக்குகிறது. இவற்றின் விளைவாக, “இரட்டை சமூக நிலை” உருவாகி அரசியலில் நிலையற்ற தன்மை ஏற்படும் சூழல் உருவாகிறது.

உதாரணத்திற்கு பெரு நாட்டைப் பற்றிப் பார்ப்போம். பெருவின் தலைநகரான லிமா 1920களில் 1,75,000 மக்கள் தொகையுடன் பசிபிக் கடற்கரையில் இருந்தது. இதன் மக்கள் தொகை 1970களில் மூன்று மில்லியனாகிவிட்டது. அழகிய நகரான லிமா, இப்போது சேரிகள் நிறைந்து, ஏழ்மை தாண்டவமாடும் சமூகத்தைக் கொண்டு ஆன்டீஸ் மலைப் பகுதிவரை நீண்டுவிட்டது. இது மட்டுமல்ல, ஊர்ப்புறங்களிலிருந்து தினமும் ஆயிரம் பேர் இந்நகரை நோக்கி வருகின்றனர். இந்த பிரச்சினையை என்ன செய்வது என்று எவருக்கும் தெரியவில்லை. சமூக வாழ்வு இங்கு சிதைந்து போய்விட்டது. ஊர்ப்புறங்களிலிருந்து வரும் மக்கள் கிடைக்கும் இடத்தில் மண்ணாலான குடிசைகளை அமைத்துக் கொண்டு, போலீசாரின் அடிகளை வாங்கிக் கொண்டு வாழ்கிறார்கள். இந்த குழப்பமான சிக்கலான பிரச்சினையை எப்படித் தீர்ப்பதென்று எவருக்கும் தெரியவில்லை.

1864ல் பிஸ்மார்க் டென்மார்க்கின் சிறு பகுதியை இணைப்பதற்குப் பதிலாக, முழு டென்மார்க்கையும் இணைத்ததாக எண்ணிப் பாருங்கள். டேனிஷ் மக்கள் ஜெர்மனியின் சிறுபான்மை பழங்குடியினராகி, தங்கள்

மொழியை காத்துக் கொள்ள போராடினர். ஜெர்மன் மொழி ஆட்சி மொழியாக இருந்ததால் இரண்டு மொழிகளையும் புழங்கினர். தங்களை முழு ஜெர்மானியர்களாக மாற்றிக் கொண்டால் மட்டுமே இரண்டாம் தரக்குடிமகன்களாக மாறுவதைத் தடுக்க முடியுமென்ற நிலைக்கு ஆளாயினர். நன்கு ஜெர்மனி மயமான டானிஷ் மக்களால் தவிர்க்க முடியாத ஒரு குழப்ப நிலை உருவாகும். தென்பகுதியில் அவர்கள் வளம் பொருந்தியவர்களாகிவிட்டால், கோபன்கேஹனின் நிலை என்னவாகும்? அல்லது பெல்ஜியத்தை பிரான்ஸின் ஒரு பகுதியாக எண்ணிப் பாருங்கள். பிரஸ்ஸல்ஸின் நிலை என்னவாகும்? எந்த முக்கியத்துவமும் இல்லாத ஒரு நகராக அது மாறிவிடும். ஜெர்மனியின் ஒரு பகுதியாக டென்மார்க்கையும், பிரான்ஸின் ஒரு பகுதியாக பெல்ஜியத்தையும் கற்பனை செய்து பாருங்கள். ஒரு சுதந்திரப் போராட்டம் உடனடியாக வெடிக்கும். இந்த நாடென்று அழைக்கப்படாத நாடுகள் பொருளாதார ரீதியாக எழுச்சி பெற முடியாது என்பது பற்றி கடும் விவாதங்கள் நடைபெறும்.

சுதந்திரமான சிறிய நாடுகளின் பொருளாதாரம் பற்றி எப்படி ஒருவர் பேசக் கூடும்? ஒரு பிரச்சினையை "பிரச்சினையற்றது" என்று எப்படி ஒருவர் வாதிடக் கூடும்? ஒரு நாடோ, பகுதியோ மீண்டும் வளர்ச்சி பெறும் என்பது பிரச்சனை இல்லை; மாறாக அந்த மக்கள் வளர்ச்சி பெறுவது என்பதே பிரச்சினை. மக்கள், உங்களையும் என்னையும் போன்றவர்களே. தங்கள் சொந்தக் கால்களால் நின்று சம்பாதனை செய்ய முடியும் என்பதே பொருளாதார எழுச்சியாக இருக்கும். எழுச்சியோ வளர்ச்சியோ அற்ற மக்களை ஒரு பெரும் சமூகமாக்குவதன் மூலம் அவர்களை வளர்ச்சி பெறுபவர்களாக மாற்ற முடியாது. அதே போன்று வளர்ச்சியுடன் உள்ள பெரிய சமூகத்தினை சிறிது சிறிதாக உடைப்பதன் மூலம் அவர்களை வளர்ச்சியற்றவர்களாகச் செய்ய முடியாது. இவை தெளிவாகத் தெரிந்தவைகளே. சிலர் கேட்கிறார்கள், "செல்வ வளம் நிரம்பிய ஒரு மாகாணத்தையும், ஏழ்மையான பல மாகாணங்களையும்

சிறியதே அழகு 195

கொண்டுள்ள ஒரு நாட்டிலிருந்து செல்வவளம் பொருந்திய மாகாணம் பிரிந்து போனால் என்னவாகும்?" என்று. "பெரிதாக ஒன்றும் நடந்து விடாது" என்பதே இதன் பதிலாக இருக்கும். செல்வ வளம் பொருந்திய மாகாணம் செல்வ வளத்துடனும், வறிய மாகாணம் வறியதாகவுமே இருக்கும். "ஆனால், பிரிந்து போவதற்கு முன்னால் வளம் பொருந்திய மாகாணம் வறிய மாகாணங்களுக்குப் பொருளாதார ரீதியில் உதவிக் கொண்டிருந்திருந்தால் என்ன வாகும்?" ஆம், இந்த நிலையில் பொருளாதார உதவிகள் நின்று போகும். ஆனால் செல்வ வளம் பொருந்தியவை வறிய நாடுகளுக்கு உதவுதல் என்பது அபூர்வம். அவை வறிய நாடுகளை சுரண்டவே செய்யும். இந்த சுரண்டலை அவை நேரடியாக செய்யாது. சிறிய அளவில் ஏதேனும் உதவிவிட்டு மறைமுகமாக பல்வேறு வகைகளில் சுரண்டும்.

ஆனால் உண்மை நிலை வேறானது. வறிய மாகாணங் கள் செல்வ வளம் மிகுந்த மாகாணங்களிடம் இருந்து பிரிந்து போகவே விரும்பும். பணக்கார மாகாணங்கள் ஏழை மாகாணங்களை தங்களுடன் வைத்துக் கொள்ளவே விரும்பும். ஏனெனில் ஏழைகளை தங்களது எல்லைக் குள்ளேயே சுரண்டுவதென்பது, தங்களது எல்லைகளுக்கு வெளியே உள்ள ஏழைகளைச் சுரண்டுவதைவிட எளிது என்பது அவைகளுக்குத் தெரியும். ஒரு ஏழை மாகாணம் தனக்கு அளிக்கப்படும் பொருளாதார உதவிகளை இழக்கத் துணிந்து, தனியாகப் போகவேண்டும் என்று கோரினால், என்ன மனநிலை ஒருவருக்கு உருவாகும்?.

இதனை நாம் தீர்மானிக்க வேண்டியதில்லை. ஆனால் இதனைப்பற்றி நாம் என்ன நினைக்க வேண்டும்? அது பாராட்டப் படவேண்டிய ஒரு கோரிக்கை இல்லையா? முழு சுதந்திரமான, தங்களது சொந்தக்காலில் நிற்கக் கூடியவர்களான மக்களை நாம் விரும்பவில்லையா? மீண்டும் இது "பிரச்சினையற்ற" ஒன்றாகி விடுகிறது. ஆகையால் வளர்ச்சியுறுவது என்பதில் எந்தப் பிரச்சினையும்

இல்லை. ஒரு நாடு உலகம் முழுமைக்கும் ஏற்றுமதி செய்யவும், உலகம் முழுமையிலிருந்தும் இறக்குமதி செய்யவும் விரும்புமேயானால் அதற்காக முழு உலகையும் தன்னுடன் சேர்த்துக் கொள்ள வேண்டும் என்பது இல்லை.

பெரிய அளவிலான உட்புறமயமான சந்தைக்கு என்ன அவசியம்? இங்கும் இந்த "பெரிய அளவு" என்பது அரசியல் எல்லைகள் என்பதிலிருந்தே பெறப்பட்டது. வளமான சந்தை வறிய சந்தையை விட சிறந்தது என்பதை சொல்லத் தேவையில்லை, சந்தை அரசியல் எல்லை களுக்குள் இருந்தாலும், வெளியே இருந்தாலும். ஜெர்மனி யின் வோல்க்ஸ்வாகன் வண்டிகளை வளம் மிகுந்த அமெரிக்க சந்தைக்கு, ஏற்றுமதி செய்ய அமெரிக்காவுடன் இணைந்த பிறகே ஜெர்மனியால் செய்ய முடிந்ததென்று சொல்லப்படுகிறது. ஆனால் பணக்கார மாகாணங்களுடன் இணைந்த ஒரு ஏழை மாகாணத்தினால் செய்ய முடியுமா வென்பது கேள்விக்குரியதுதான். ஏன்? ஏனெனில், ஸ்திரமற்ற கட்டுதளைகளற்ற ஒரு சமூகத்தில் சமான மின்மை என்பது மிகவும் அதிகம். வெற்றியைப் போன்று எதுவும் வெற்றி பெறுவதில்லை. தேங்கி நிற்பதைப் போன்று எதுவும் தேங்கி நிற்பதில்லை. வெற்றிகரமான ஒரு மாகாணம் வெற்றிகளற்ற, பாதுகாப்பற்ற ஏழை மாகாணங்களை உறிஞ்சுகின்றது. ஏழை மாகாணங்கள் ஒன்று ஏழைகளாகவே இருக்க வேண்டும் அல்லது பணக்கார மாகாணங்களுடன் சேர்ந்து கொள்ள வேண்டும். இதனை விட்டால் ஏழை மாகாணங்களுக்கு வேறு வழியில்லை.

இருபதாம் நூற்றாண்டின் இறுதிப் பாதியில் பூகோள ரீதியாக விரவிக்கிடந்த மக்கள் தொகை சம்பந்தமான "பிராந்தியத்தன்மை" பெரும் பிரச்சினைகளில் ஒன்று. "பிராந்தியத்தன்மை" பிராந்தியங்களை வளர்த்து ஒரே நாட்டிற்குள் வைப்பதேயல்லாமல், நிறையப் பகுதிகளைச் சேர்த்துத் தடையில்லா வர்த்தகத்தை உண்டாக்குவதல்ல. சிறிய நாடுகளின் சுதந்திர வேட்கை சுயாட்சி என்பது

பிராந்திய வளர்ச்சிக்கான பகுத்தறிவோடு கூடிய அணுகு முறைதான். ஏழை நாடுகளின் தலை நகரங்களைத் தாண்டி அந்தப் பிராந்தியம் முழுவதும், மக்கள் உள்ள எல்லா இடங்களிலும் வெற்றிகரமான வளர்ச்சி இல்லை என்றால், ஏழைகளுக்கு எந்த நம்பிக்கையுமில்லை.

இதற்கான முயற்சிகள் செய்யப்படவில்லை என்றால், அந்த ஏழைமக்கள் ஏழ்மையிலே இருக்க வேண்டியதுதான். அல்லது இன்னும் துன்பங்களைத் தரக்கூடிய நகரங்களை நோக்கி அவர்கள் இடம் பெயர வேண்டியதுதான். தற்காலத்தைய பொருளாதாரம் இந்த ஏழை மக்களை முன்னேற்றுவதற்கு ஒன்றும் செய்யவில்லை என்பது வினோதமான ஒன்றுதான்.

இந்தப் பொருளாதாரக் கொள்கைகள் செல்வவளமும், வலிமையும் பெற்றவர்களை மேலும் செல்வவளமும் வலிமையும் மிக்கவர்களாக்குகிறது என்பது சந்தேகத்திற் கிடமின்றி நிரூபணமாகிறது. தலைநகரங்களுக்கு அருகிலேயோ அல்லது பெரு நகரங்களுக்கு அருகிலேயோ இருந்தால் மட்டுமே மக்களுக்கு பலனளிக்கிறது என்ப தையும், ஊர்ப்புறங்களில் இருந்தால் பலனளிப்பதில்லை என்பதையும் இந்தக் கொள்கைகள் நிரூபிக்கின்றன. இந்தப் பொருளாதாரக் கொள்கைகள் மிகப் பெரிய திட்டங்களே சிறிய திட்டங்களை விட பொருளாதார ரீதியில் பலனளிப் பவை என்று நிரூபிக்கின்றன. இந்தப் பொருளாதாரக் கொள்கைகள் அதிக அளவில் தொழிலாளர்களைப் பணியில் ஈடுபடுத்துவதைவிட அதிக முதலீடுகள் செய்வதையே தேர்ந்தெடுக்கின்றன. இன்றைய பொருளாதார சூழலில் பயன்படுத்தப்படும் பொருளாதார நுண்கணிதம், மனிதர்களை தொழிற்சாலைகளில் பணியிலமர்த்துவதை விடவும் இயந்திரங்களையே பயன்படுத்தும்படி நிர்பந்தம் தொழிலதிபர்களை செய்கின்றது. ஏனெனில் இயந்திரங்கள் தவறு செய்வதில்லை என்ற கோட்பாட்டின்படி அப்படி நிர்பந்திக்கின்றது. எனவேதான் தானியங்கித் தொழில் நுட்பத்திற்கும், பெரிய திட்டங்களுக்கும் பெரிய அளவில்

முயற்சிகள் நடைபெறுகின்றன. இதன் பொருள் என்ன வென்றால், தன்னிடம் தொழில் திறமையைத் தவிர வேறெதனையும் விற்க இயலாத நிலையிலுள்ளவர்கள் மிகவும் பலவீனமான நிலையில் பேரம் பேசக் கூடிய நிலை யில் இருத்தி வைக்கப்படுகிறார்கள். பொருளாதாரத் துறையில் அறிவார்ந்த விஷயமாக போதிக்கப்படுவது, உண்மையிலேயே வளர்ச்சி தேவைப்படும் ஏழை மக்களை நசுக்கி சீரழிக்கும்படியானதாக இருக்கிறது. ராட்சதத் தன்மை மற்றும் தானியங்கி இயந்திரப் பயன்பாடு ஆகியவை 19ஆம் நூற்றாண்டுச் சூழலின் எச்சங்களாகும். 19ஆம் நூற்றாண்டின் சிந்தனைகள் இன்றைய பிரச்சினைகள் எதனையும் தீர்க்கும் சக்தியற்றவையாக உள்ளன. முற்றும் முழுவதுமான ஒரு அமைப்பு முறை தேவைப்படுகிறது. அது மக்களை கவனத்தில் கொண்டதாக இருக்க வேண்டுமேயன்றி பொருள்களை அல்ல. (பொருள்கள் தங்களைத் தாங்களே கவனித்துக் கொள்ளும்) இதனை இப்படியான வாக்கியமாகச் சொல்லலாம்.

“பெருமளவு உற்பத்தி என்பதைவிட, பெருமளவு மக்களால் உற்பத்தி” என்று.

19ஆம் நூற்றாண்டில் சாத்தியமில்லாதது இப்போது சாத்தியம். 19ஆம் நூற்றாண்டின் புறந்தள்ளப்பட்டது, உண்மையில் நம்பமுடியாத அளவிற்குத் தற்போது அவசியமாக உள்ளது. அதாவது, வறுமைக்கும், மனிதர் களைத் தரம் தாழ்த்துவதற்கும் எதிரான போரில் நமது வலிமை வாய்ந்த தொழில்நுட்ப அறிவியலறிவை மக்களுடன், தனி நபர்களுடன், குடும்பங்களுடன், சிறு குழுக்களுடன் நெருங்கி மிகக் கவனமாகப் பயன்படுத்த வேண்டும். இந்த செயல்பாடு நாடுகளுடனோ, அநாமதேய குழுமங்களுடனோ இருக்கக்கூடாது. மக்களுடனான இந்த நெருக்கத்தை ஏற்படுத்த அரசியல் ரீதியாகவும், அமைப்பு ரீதியாகவும் ஒரு முறை தேவைப்படுகிறது.

ஜனநாயகம், சுதந்திரம், மனித மாண்பு, வாழ்க்கைத் தரம், தன்னை உணர்தல், நிறைவு ஆகியவற்றின் பொருள்

என்ன? இவை பொருள் சம்பந்தப்பட்டதா அல்லது மக்கள் (மனிதர்கள்) சம்பந்தப்பட்டதா? நிச்சயமாக மனிதர்களுடன் சம்பந்தமுடையதுதான். ஆனால் மக்கள் சிறு குழுக்களாகவே புரிந்துணர்வுடன் இருக்க முடியும். ஆகவே பல்வகை சிறு தொழில் யூனிட்டுகளை திறம்பட நடத்தக் கூடிய முறையான சரியான ஒரு அமைப்பை சிந்திக்க நாம் கற்றுக் கொள்ள வேண்டும். பொருளாதார சிந்தனை அதனைப் பயனற்றது என்று சொல்லிவிட முடியாததாக, தேசிய வருவாய், வளர்ச்சி வேகம், மூலதன/ லாப விகிதம், முதலீடு/ உற்பத்தி ஆய்வு, தொழிலாளர்கள் இடம்பெயர்வு, மூலதனக் குவிப்பு ஆகியவற்றைத் தாண்டி செயல்படக் கூடியதாக, மனிதர்களின் வறுமை, விரக்தி, அந்நியமாதல், அச்சம், உடைந்து போதல், குற்றம், தப்பித்தல், அழுத்தம், அசுத்தம், நெருக்கடி மற்றும் ஆன்ம அழிவு ஆகியவற்றுடன் நெருக்கமானதாக இருக்க வேண்டும். இப்போதைய பொருளாதாரக் கொள்கையை ஒழித்து, புதியதாக தொடங்குவோம்.

தொடங்குவதற்கு "சரியான தருணம்" வந்து விட்டது என்பதற்குப் போதுமான அறிகுறி இன்னும் தோன்றவில்லையா?

பாகம் II
மூலாதாரங்கள்

பாகம் II

கைப்பிராத்து

மாபெரும் மூலாதாரங்கள் - கல்வி

வரலாற்றில், பூமியின் ஒவ்வொரு பகுதியிலும் வாழ்ந்து பல்கிப்பெருகிய மனிதன், கலாச்சாரங்களை உருவாக்கினான். எல்லா இடங்களிலும் எல்லா காலங்களிலும் தனது வாழ்க்கையின் அத்தியாவசியத் தேவைகளைக் கண்டறிந்தான். அவற்றில் கொஞ்சம் மீதம் வைத்திருக்கவும் செய்தான். கலாச்சாரங்கள் உருவாக்கப்பட்டன. செழித்து வளர்ந்தன. பெரும்பாலானவை அழிந்து போயின. அங்கெல்லாம் ஏதேனும் மூலாதாரங்கள் இல்லாது போயிருக்கும் என்று நம்மால் சொல்ல முடியும். பல கட்டங்களில் புதிய பண்பாடுகள் அதே இடங்களில் வளர்ந்தன. அங்கு முன்பிருந்த நாகரிகங்கள் வெறும் மூலாதாரப் பொருட்களின் இல்லாமையால் அழிந்து போயின என்பதைப் புரிந்து கொள்ள முடியவில்லை. அப்படி என்றால் அந்த மூலாதாரப் பொருட்கள் எப்படி மீண்டும் உண்டாகி இருக்கக் கூடும்?

வரலாறு முழுக்க, ஏன் தற்காலத்திலும் கூட, முதன்மையான மூலாதாரம் இயற்கை அல்ல, மனிதன் தான். மனிதனின் சிந்தனையிலிருந்தே எல்லாவித பொருளாதார முன்னேற்றங்களும் தோன்றின. ஒரு துறையில் மட்டுமல்லாது எல்லா துறைகளிலும் துணிச்சலான, புதிய கண்டு பிடித்தல்களுடன் கூடிய ஆக்கப்பூர்வமான செயல்பாடுகள் உடனடியாக வெடித்துக் கிளம்பின. எங்கிருந்து முதலில் இது தோன்றியதென்று எவராலும் சொல்ல முடியாமலிருக்

சிறியதே அழகு | 103

கலாம். ஆனால் அது தன்னை பல்வேறுவகைக் கற்றலின் மூலம் வளர்த்து வலிமைப் படுத்திக் கொண்டது. கல்வி யின் மூலம் வலிமைப் படுத்திக்கொண்டது என்று வேறு விதமாகச் சொல்லலாம். ஆகையால் சரியாகச் சொல்லப் போனால், கல்விதான் எல்லா மூலாதாரங்களிலும் முதன்மையானது.

மேற்கத்தியப் பண்பாடு நிரந்தரமான நெருக்கடியில் இருக்கிறதென்றால், அதன் கல்வியமைப்பில் தவறுகள் இருக்கலாம். இப்படிச் சொல்லுதல் அவற்றிற்கிடையே தொடர்புகள் இருப்பதால்தான். எந்தப் பண்பாடும் அதிக ஆற்றலையும், மூலாதாரங்களையும் முறையான கல்விக்கு அர்ப்பணிக்கவில்லை என்று என்னால் நிச்சயமாகச் சொல்ல முடியும். எதனை நாம் நம்பாவிட்டாலும், அனைத்திற்கு மான திறவுகோல் கல்வி என்று நம்ப முடியும், நம்ப வேண்டும். உண்மையில் நமது அனைத்து பிரச்சினைகளின் பூர்வீக உரிமையாளர் என்று நாம் நடத்தும் அளவிற்கு கல்வியின் மீதான நம்பிக்கை மிக வலிமையானது. அணு சக்திப் பயன்பாடு அதிக அபாயங்களைக் கொண்டு வந்தபோதும், மரபுப் பொறியியல் தவறாகப் பயன்படுத்தப் பட்டாலும், வர்த்தகமயமாக்கல் புதிய நெருக்கடிகளைத் தோற்றுவித்த போதிலும் - இவற்றிற்கெல்லாம் இன்னும் சிறந்த அதிக கல்வியே தீர்வாகும். நவீன வாழ்க்கைமுறை சிக்கலாகிக் கொண்டே இருக்கிறது. இதற்குப் பொருள் என்னவெனில், ஒவ்வொருவரும் நன்கு கல்வி கற்க வேண்டும் என்பதே எதிர்பார்க்கப்பட்டது. அரசியல்வாதி களையும், நிர்வாகிகளையும் அறிவியல் அறிஞர்கள் என்ன பேசுகிறார்கள் என்பதைப் புரிந்து கொள்ளும்படி பயிற்சி யளிப்பதைச் செய்யும்போது, இரு துருவங்களாக உள்ள இரண்டு குழுக்களுக்கும் இடையே இணக்கமான நிலை உருவாகும்.

தற்காலத்தைய கல்விக் கருத்துகள் பொது மக்களால், அரசியல்வாதிகளால், நிர்வாகிகளால் பயன்படுத்தப் படுவ தில்லை என்பது கசப்பான உண்மை. எனவே அறிவியல் அறிஞர்கள் என்ன பேசுகிறார்கள் என்பதைப் புரிந்து

கொள்ளும் அளவுக்கேனும் அவர்களுக்குக் கல்வி கற்பிக் கப்பட வேண்டும். தங்களது அனைத்து உழைப்பும் நடு நிலைமையானது என்று அறிவியலறிஞர்கள் சளைக்காது கூறி வருகிறார்கள். அவர்களது கண்டுபிடிப்புகள் மானுடத் திற்கு வலிமை சேர்த்தாலும் அல்லது அதனை அழித் தாலும், அது அந்தக் கண்டுபிடிப்புகளை எப்படிப் பயன் படுத்தினோம் என்பதைப் பொறுத்தது என்றும் அறிவியலறிஞர்கள் கூறுகிறார்கள். அவை எப்படிப் பயன் படுத்தப்படவேண்டும் என்று யார் முடிவு செய்வது?

அறிவியல் தொழில் நுட்பங்களின் வளர்ச்சியால் உண்டாகும் பிரச்சினைகளை எதிர்கொள்ளும்படி கல்வியின் சக்தி மீது அதிக அளவில் சார்ந்திருந்தால் சார்லஸ் பிரபு சொன்னதை விட சற்று அதிகமாகவே கல்வியைப் பற்றி சொல்லலாம். அறிவியலும் பொறியியலும் "தெரிதல் - புரிதல்" என்பதை உருவாக்குகின்றன. இது ஒரு முற்றுப் பெறாத வாக்கியம். நிகழக்கூடியது என உள்ள ஒன்றை நிகழும் (உண்மை) என்ற ஒன்றாக்கி மனிதனுக்கு பலனளிக் கும்படி, இந்த வாக்கியத்தை முடிக்க கல்வி உதவுமா?

வாழ்க்கையுடன் செயல்பட வேண்டிய கருத்துக்களின் மதிப்புகளை பரப்ப வேண்டியதே கல்வி செய்ய வேண்டிய முதலும் முக்கியமுமான செயலாகும். "தெரிதல் - புரிதல்" என்பதையும் பரப்பவேண்டும். ஆனால் அது இரண்டாவ தாகச் செய்யப்பட வேண்டியதாகும். இது "தெரிதல் - புரிதல்" அறிவு என்ன செய்ய வேண்டும் என்றறியாதவர் களிடத்தில் செல்லக்கூடாது. நமக்கு போதிய அறிவியல் - தொழில்நுட்ப அறிவு இல்லாததால் தற்போது சிறிய சந்தேகம் இருக்கலாம். எல்லா அறிவும் எல்லோருடைய கைகளுக்கும் போகும் போது நாசகரமான விளைவுகள் ஏற்படக்கூடும். அதிக புத்தியை உருவாக்கும் அதிகக் கல்வி இந்த கேட்டிலிருந்து நம்மைத் தடுக்கக்கூடும்.

நான் சொன்னபடி, அறிவியலின் சாரம் என்பது, மதிப்பு களை பரவச் செய்வதுதான். ஆனால் அந்த மதிப்புகள் நமது சொந்தமானதாக, மனதிற்குள் ஊறியதாக இல்லை எனில்,

வாழ்க்கைப் பாதையை தேர்ந்தெடுக்க அந்த மதிப்புகள் உதவாது. இதற்குப் பொருள் என்னவெனில், அவை வெறும் சூத்திரங்களோ அல்லது பிடிவாதம் நிறைந்த வாக்கியங்களோ அல்ல. அதற்கும் மேலானவை. அந்த மதிப்புகளுடனே நாம் சிந்திக்க, உணர வேண்டும். ஒரு விஷயத்தை நாம் பார்ப்பது, வெளிப்படுத்துவது மற்றும் உலகை அனுபவிப்பது ஆகியவற்றிற்கு அந்த மதிப்பீடு களே கருவியாக இருக்க வேண்டும். நாம் சிந்திக்கும்போது வெறுமனே சிந்திப்பதில்லை. கருத்துக்களை சிந்திக் கிறோம். நமது மனம் வெறுமையான ஒன்றல்ல, மாறாக பெரும் தகவல்களைக் கொண்ட களஞ்சியம். நம் மனதில் நிறையத் தகவல்கள் இருப்பதனால்தான் நாம் ஒன்றைப் பற்றிய தகவல்களைக் கொண்டு சிந்திக்க முடிகிறது. சிறு மற்றும் விடலைப் பருவங்களில் நாம் நமது முன்னவர்களின் வாரிசுகள் போலவே சிந்திக்கும் இருண்ட காலம், அதன் பின்னர் நாம் நமது பழையனவற்றை படிப்படியாக சிந்தித்து சரிப்படுத்தக் கற்கிறோம்.

முதலாவதாக, மொழி. ஒவ்வொரு சொல்லும் ஒரு கருத்து. நமது இளமைக் காலங்களில் (இருண்ட காலம்) ஆங்கிலம் நமது மொழியானால், சீன, ரஷ்ய, ஜெர்மானிய மொழிகளில் உள்ளனவற்றைவிட முற்றிலும் வேறான கருத்துக்களைக் கொண்டிருப்போம். வார்த்தைகளுக்கு அடுத்தபடியாக இலக்கணம்.

எல்லா தத்துவவியலாளர்களும், ஏனையவர்களும் சிந்தனை மற்றும் கவனித்தலின் விளைவான கருத்துக்கள் மீது மிகுந்த கவனம் செலுத்தினர். ஆனால் நவீன காலங் களில் கருத்துக்கள் பற்றிய ஆய்வுக்கு மிகச் சிறிய அளவு கவனமே செலுத்தப்படுகிறது. அனுபவங்கள் மற்றும் தெளிவான சிந்தனைகளின் அடிப்படையில் சிறிய எளிய கருத்துக்களை விட்டுவிடலாம். ஆனால், பெரிய, வலுவான, உலகம் முழுவதற்குமான அல்லது நுட்பமான கருத்துக்களை எளிதாக மாற்றிக் கொள்ள முடியாமல் போகலாம். கண்களால் ஒன்றைப் பார்ப்பதன் மூலம்

ஒன்றின் உள்ளமைப்பை எப்படிப் புரிந்து கொள்ள முடியாதோ அப்படியே நுண்ணிய கருத்துக்களைப் புரிந்து கொள்வதும் இயலாத ஒன்று. அக்கருத்துக்கள் கருவி களாகவே உள்ளதால் அவற்றை அறிந்து கொள்ளுதல் பெரும்பாலும் கடினமே. அவற்றை ஒருவர் அறிந்து கொண்டாலும் கூட, சாதாரண அனுபவ அறிவுகளின் அடிப்படையில் அவற்றைக் குறித்து ஒரு முடிவுக்கு வருதல் இயலாது.

தாங்கள் என்ன செய்கிறோம் என்றறியாமலே நிலை யான கருத்துக்களை தங்களின் மனங்களில் சிலர் கொண்டிருப்பதை நாம் பார்த்திருக்கிறோம். அவை சரியான முடிவுகளின்படி அவர்களிடம் உருவாகியிருக்கவில்லை என்பதால் அவற்றை நாம் தவறான எண்ணம் என்று கூறுகிறோம். தவறான மனிதர்கள் கொண்டிருக்கும் தவறான கருத்துக்களையே அப்படி நாம் அழைக்கிறோம். அவர்களில் சிலர் வார்த்தைகள் அல்லது இலக்கணங்களில் பிழை கொண்டிருப்போரைப் போன்றிருப்பதால் அவர் களது கருத்துக்களை கணக்கில் எடுத்துக் கொள்ள முடியாது. மற்றும் சிலர் நிச்சயமாக தவறான எண்ணங்களைக் கொண்டிருப்பதில்லை; மாறாக படிப்படியான சிந்தித்து முடிவெடுத்தலின் மூலமே அவர்கள் அந்த எண்ணங்களைக் கொண்டிருக்கிறார்கள். மேலும் சிலர் புரிந்து கொள்ளக் கடினமான உணர்ந்து கொண்ட யூகங்கள் அல்லது முன்னரே அனுமானித்துக் கொண்ட கருத்துக்களைக் கொண்டிருக் கிறார்கள்.

எனவேதான் முன்னர் இருந்த கருத்துக்களின்படியே தற்போதைய சூழ்நிலைகளுக்கு நாம் சிந்திக்கிறோம் என்று நான் கூறுகிறேன். ஒரு அரசியல் சூழ்நிலை நிலவுகிறது என்றால், முன்னர் நம்மிடமிருந்த கருத்துக்களின் அடிப்படையிலேயே அதனைக் குறித்து சிந்திக்கிறோம். எல்லாவற்றிலும் அப்படியே. சில கருத்துக்கள் மதிப்பின் அடிப்படையிலானவை. அவற்றை நாம் நமது நெறிமுறை களின் மதிப்புகளின் அடிப்படையிலேயே அதன் வெளிச்சத் திலேயே சிந்திக்கின்றோம்.

நமது மனங்களில் முன்பே நிறைந்திருக்கும் கருத்துக்களின்படியே நாம் சிந்திக்கின்றோம், எண்ணங்களை வெளிப்படுத்துகிறோம், உலகை உணர்கின்றோம். அவை பலவீனமான, சிறிய, அற்ப அறிவுடனான, முரண்பாடானவைகளாக இருந்தால், வாழ்க்கை சுவையற்றதாக, சுவாரஸ்யமின்றி, கேவலமான, குழப்பம் நிறைந்ததாக இருக்கும். இந்த வெறுமையை சகிப்பது கடினமானதாகி விடும். மனங்களின் வெற்றிடங்களை சில பெரிய, அற்புதமான கருத்துக்களுடன், அனைத்தையும் ஒளியூட்டக்கூடியதாகத் தோன்றும், வாழ்க்கைக்குப் பொருளும் பயனும் தரக்கூடிய சில பெரிய, அற்புதமான கருத்துக்களைக் கொண்டு நிரப்பலாம். முரண்படுவதற்கு எந்தப் பெரிய ஊக்கமும் தேவையில்லை என்பதே சமகாலத்தைய அபாயங்களில் ஒன்று.

கல்வி என்பது பயிற்சியை விட சற்று அதிகமானது என்றும், உண்மைகளை அறிந்து கொள்வதைவிட சற்று கூடுதலானது என்றும், விலகிச் செல்வதைவிட சற்று அதிகமானது என்றும் சிலர் என்ணுகின்றனர். அவர்களுக்கு என்ன தேவை என்பதை நெறிப்படுத்திக் கொள்ளத் தெரியாதவர்களாக அவர்களிருக்கலாம். அவர்களால் புரிந்து கொள்ளக் கூடிய, வாழ்க்கைக்கான கல்வியாக அதனை அவர்கள் எண்ணக்கூடும் என்று நான் நினைக்கிறேன். ஒரு விஷயம் புரிகிறது எனில் அதில் நீங்கள் பங்கு வகிக்கிறீர்கள், ஒரு விஷயம் புரியவில்லை எனில் அதிலிருந்து நீங்கள் பிரிந்திருக்கறீர்கள் என்ற பொருள். “எனக்குத் தெரியாது” என்று தாங்கள் சந்திக்கும் உலகைப் புரிந்து கொள்ளாதவர்கள் சொல்லும் வார்த்தையை நீங்கள் கேட்டிருக்கலாம். வலிமையான கருத்துக்களுடன் கூடிய ஒன்றை மனதில் கொள்ளாதவர்களுக்கு அது குழப்பம் நிறைந்த ஒன்றாகவும், ஒன்றுக்கொன்று முரணான தத்துவ மூட்டைகளைக் கொண்டதாகவும், பொருளற்ற நிகழ்வுகளுடனானதாகத் தோன்றும். அப்படிப்பட்ட தொரு மனிதன் வரைபடங்கள், குறியீடுகள், பண்பாடுகளேதுமற்ற ஒரு விந்தையான பகுதியில் நிற்பவனைப் போன்றவனா

வான். அவனுக்கு எந்த ஒன்றும் பொருளுள்ளதல்ல, எந்த ஒன்றும் அவனை சுவாரஸ்யப் படுத்திவிடாது, எதனையும் தனக்காகப் புரிந்து கொள்ளும்படி அவன் ஆக்கிக் கொள்வதில்லை.

அனைத்துவிதமான மரபு சார்ந்த தத்துவங்களும் வாழ்வதற்கு முறையான கருத்துக்களை உருவாக்கிடவும், வெளிப்படுத்திடுவதற்குமான முயற்சியே ஆகும். பேராசிரியர் குன், "கிரேக்கவியலில் தத்துவம் என்பது, மனிதன் தான் வாழ தரப்பட்டுள்ள இடத்திலிருந்து மனித மன வெளிப்பாடுகளை உலகுடன் புரிந்து கொள்ளும்படி தொடர்புபடுத்த முனைந்த ஒரு முயற்சி" என்கிறார். மத்திய கால கிறிஸ்தவம், முழுமையான முரண்களற்ற அதிசயக்கக் கூடிய கருத்துக்களைத் தந்தது. அதாவது, மனிதன் பற்றிய, பிரபஞ்சம் பற்றிய, பிரபஞ்சத்தில் மனிதனின் நிலை குறித்த தகவல்களைத் தந்தது. இருந்தபோதும், அந்த முறை உடைந்து, சிதறியது. அதன் விளைவாக பிரிவும் குழப்பமும் நிலவியது. இதனை கீர்கார்ட் இப்படிப்பதிவு செய்கிறார்:

> "நிலத்தில் தனது விரலைப் பதித்து அது என்ன வகை நிலம் என கூறுவதற்கு முயல்கிறான் ஒருவன்; நான் வாழ்க்கைக்குள் - இருத்தலுக்குள் என் விரலைப் பதிக்கிறேன். ஒரு மணமுமில்லை. நான் எங்கே இருக்கிறேன்? நான் யார்? நான் எப்படி இங்கே வந்தேன்? உலகம் என்றழைக்கப்படும் இது என்ன? உலகம் என்பதன் பொருள் என்ன? யார் என்னை கவர்ந்திழுத்து இங்கே விட்டது? எப்படி நான் இந்த உலகிற்கு வந்தேன்? ஏன் என்னிடம் ஆலோசிக்கவில்லை?... நான் ஒரு கடத்தல்காரனால், ஆன்மாக்களின் வியாபாரியால் வாங்கப்பட்டவன் போன்றவனா? உண்மை என்று அவர்களால் அழைக்கப்படும் இந்நிறுவனத்தை எப்படி நான் விரும்புவேன்? இதில் எனக்கு ஏன் விருப்பம் இருக்க வேண்டும்? இது தன்னார்வ அமைப்பா? இதில் நான் பங்கெடுத்தே தீர வேண்டும்

என நிர்பந்திக்கப்பட்டால், எங்கே இதன் இயக்குநர்? எனது கோரிக்கைகள் நிறைவேறாது போகுமா?"

எந்த ஒரு இயக்குநரும் இல்லை. பெர்ட்ரண்ட் ரஸ்ஸல் கூறினார், "இந்த முழு உலகமும் அணுக்களின் எதிர்பாராத மோதலினால் உருவானது". "விவாதத்திற்கு அப்பாற் பட்டதாக இருந்தாலும், சரியானதென்பதற்கு மிக அருகில் இல்லாவிட்டாலும் இதனை எதிர்க்கும் எந்தத் தத்துவமும் நிலைத்து நிற்க முடியாது" என்ற அறிவியல் கருத்தையும் அவர் இதற்கு ஆதரவாகக் கூறினார். "அடிப்படையற்ற அச்சத்தின் மீதே ஆன்மாக்களின் இருத்தல் கட்டப் பட்டுள்ளது" என்றும் ரஸ்ஸல் கூறினார். "உண்மையி லேயே பயங்கரமான நிலையில்தான் நாம் இருக்கிறோம். இந்த அருமையான பிரபஞ்சத்தில் நாம் இருப்பதன் அடையாளம் மிக அரிதாகவே உள்ளது" என்று நமது இருத்தலின் எந்த ஒரு முக்கியத்துவமும் உள்ள அடையாளமே இல்லாது இந்த அருமையான உலகில் நாம் இருக்கின்றோம்" என்று வானியல் நிபுணர் சர் ஃபிரெட் ஹோய்ல் கூறுகிறார்.

தனிமை, நம்பிக்கையின்மை, "வெறுமையுடன் போராட்டம்", எல்லோரும் சுயநலமிகள் என உணர்தல், மறுதலிப்பு ஆகியவை தற்காலத்தைய இருத்தலியல் தத்துவத்திலும், பல நூல்களிலும் காணக் கிடைப்பவை களை பிரிந்து போதல் தருகிறது. அல்லது மூடத்தனமான கற்பித்தலை கண் மூடித்தனமாகப் பின்பற்றுவதாக உடனடியாக மாறிவிடுகிறது. அந்த மூடத்தனமான கற்பித்தல் உண்மையை மிக மலிவாக எளிமையாக்கி எல்லாக் கேள்விகளுக்கும் பதிலிறுப்பது போலத் தோன்றும். இந்த பிரிந்து சிதைந்து போதலின் காரணம் என்ன? அறிவியல் எப்போதும் வெற்றிகரமான ஒன்றாய் இருப்பது இல்லை. சுற்றுப்புறத்தின் மீது மனிதனின் ஆற்றல் முழுமையானதாய் இருந்ததில்லை. அதே போல் அவனது வளர்ச்சியும் அதிவேகமாய் இருந்ததில்லை. கீர்க்கார்ட் போன்ற மத சிந்தனையாளர்களாலோ அல்லது

ரஸ்ஸல், ஹோய்ல் போன்ற அறிவியல் கணித அறிஞர் களாலோ மட்டுமோ அல்லது "தெரிதல் - புரிதல்" என்ற நிலை பின்தங்கிப் போனதாலோ மட்டுமாக இது இருக்க முடியாது. பலவற்றை எப்படிச் செய்ய வேண்டும் என்று நமக்குத் தெரியும். ஆனால் என்ன செய்ய வேண்டுமென்று தெரியுமா? ஓர்டேகா ஒய் கேஸட் கூறுகிறார்:

"கருத்துக்கள் இன்றி மனிதனாக நம்மால் வாழ முடியாது. நாம் என்ன செய்கிறோம் என்பது அவற்றின் அடிப்படையிலேயே உள்ளது. வாழ்க்கை என்பது கிட்டத் தட்ட ஒன்றைச் செய்வதற்குப் பதிலாக வேறொன்றைச் செய்வது அல்ல".

எனில் கல்வி என்பது என்ன? கருத்துக்களைப் பரப்பி இரண்டில் ஒன்றை மனிதன் தேர்ந்தெடுக்கும்படி செய்வதா? அல்லது ஓர்டேகா சொன்னதைப் போல், "அர்த்தமற்ற சோகத்திற்கு மேலான வாழ்க்கையை வாழ்வதா அல்லது சுய அவமானத்துடன் வாழ்வதா?"

உதாரணமாக, வெப்ப இயக்கவியலின் இரண்டாம் விதி இந்த விஷயத்தில் எப்படி நமக்கு உதவ முடியும்? சார்லஸ் பிரபு "அறிவியலறிஞர்களின் இலக்கியப் படிப்புக் குறை யைக் கூறி இலக்கியவாதிகள் வருத்தப்படும்போது அந்த இலக்கியவாதிகளுக்குள் எத்தனை பேருக்கு வெப்ப இயக்கவியலின் இரண்டாம் விதியை தெரியும்? என்று கேட்கிறார். இந்த கேள்விக்கு எந்த பதிலும் இல்லை எனவும் அவர் கூறுகிறார். "அதனைப் போன்றே இன்னொரு கேள்வியைக் கேட்கிறேன். ஷேக்ஸ்பியரின் நூல்களில் எதையாவதை படித்திருக்கிறீர்களா?" என்றும் அறிவிய லறிஞர்களைக் கேட்கிறார். இந்த விஷயம் நமது முழுமை யான பண்பாட்டையுமே கேள்விக்குள்ளாக்குகிறது. நம்மிடம் இருக்கும் கருத்துக் கருவிப் பெட்டி மூலமாக அதைப் பயன்படுத்தி, அதனுடன் நாம் உலகை உணர்ந்து வெளிப்படுத்துகிறோம் என்பதே விஷயம். வெப்ப இயக்க வியலின் இரண்டாம் விதி பல்வேறு வகையான அறிவியல் ஆராய்ச்சிகளுக்குப் பயன்படும் ஒரு கொள்கையே தவிர

வேறல்ல. ஆனால் ஷேக்ஸ்பியரின் ஒரு நூல் மனிதனின் உள்ளார்ந்த வளர்ச்சி பற்றி, மிகவும் வலுவான ஆழமான கருத்துக்களை, மனித வாழ்வின் பெருநிலையையும், அவலநிலையையும் விளக்கிக் கூறுகிறது.

இந்த இரண்டு விஷயங்களும் எப்படி சமமானவையாக இருக்க முடியும்? நான் மனிதனாக இருந்து, வெப்ப இயக்க வியலின் இரண்டாம் விதியைக் கேட்டிருக்கவில்லை. எனில், எதனை இழந்திருக்கிறேன்? இந்தக் கேள்விக்கான பதில், "ஒன்றுமில்லை" என்பதுதான்(1). மேலும் ஷேக்ஸ் பியரைப் பற்றி அறிந்திருக்கவில்லை எனில் எதனை நான் இழக்கிறேன்? எனக்கான புரிதலை பிறிதோர் இடத்தி லிருந்து நான் பெறவில்லை எனில், எனது வாழ்க்கையை நான் இழக்கிறேன். இயற்பியலின் சிறிதளவு அறிவும், இலக்கியத்தின் சிறிதளவு அறிவும் ஒன்றைப் போன்று மற்றதும் நல்லது என நம் குழந்தைகளிடம் கூறலாமா? அப்படிச் செய்தோமெனில் தந்தைகளின் பாவம் மூன்று நான்கு தலைமுறைகள் வரை தொடரும். ஏனெனில் ஒரு கருத்து முதிர்ச்சி அடைந்து அதனைப் பற்றி சிந்திக்க அவ்வளவு காலம் தேவைப்படும்.

நாம் வாழ்வதற்கான கருத்துக்களை அறிவியலால் உருவாக்க முடியாது. அறிவியலின் மாபெரும் கருத்துக்கள் கூட சிறப்பு ஆராய்ச்சிகளுக்குப் பயன்படும் கோட்பாடு களே. நமது வாழ்க்கை நடத்தைகளுக்கும், உலகைப் புரிந்து தெளிவதற்கும் முழுமையாக பொருத்தமற்றவை. பேதப் பட்டு, தனித்து, குழம்பித் தவிக்கும் ஒரு மனிதன், தனது வாழ்வை பொருளற்றதாகவும், வெறுமையாகவும் உணர்ந்து கல்வியைத் தேடுவானேயானால், அறிவியலைப் பயின்று (அதாவது, தெரிதல் - புரிதலைப் பயின்று) அவன் தேடுவதைப் பெறமாட்டான். அறிவியல் கல்வியைக் குறைத்துக் கூறுவது என் நோக்கமல்ல. அறிவியல் கல்வி மனிதனுக்கு இயற்கைச் செயல்பாடுகளையும், பொறியிய லையும் பயிற்றுவிக்கிறது. ஆனால் அது அவனுக்கு வாழ்க்கையின் பொருள் குறித்தோ அல்லது அவனது பேதம்

நிறைந்து பிரிந்துபோன நிலை மற்றும் ரகசிய குழப்பத் தையோ தீர்ப்பதாக இல்லை.

எனில் அவன் எங்கே செல்வான்? அவன் அதுவரை அறிந்த அறிவியல் புரட்சி, அறிவியல் யுகம் இவற்றிலிருந்து மனிதம் நோக்கித் திரும்புவான். அவன் அதிர்ஷ்டசாலியாக இருப்பானேயானால் அவன் மனதை நிரப்பும் மாபெரும் நல்ல கருத்துக்களை, தனது வாழ்க்கையைப் புரிந்து, சமூகத்தையும் உலகையும் புரிந்து கொள்ளும் கருத்துக் களைப் பெறுவான். இன்றைய காலகட்டத்தில் அவனால் எப்படிப்பட்ட கருத்துக்களைப் பெறமுடியும் என பார்ப் போம். எல்லாவற்றையும் தொகுக்க நான் முயலவில்லை. எனவே 19ஆம் நூற்றாண்டில் துவங்கி இன்றுவரை கற்றவர் களின் மனதில் ஆதிக்கம் செலுத்தும் ஆறு கருத்தியல் களைக் கூறுகிறேன்.

1. பரிணாமக் கொள்கை - சிறியவைகளிலிருந்து இயற்கை யாகவும் தன்னிச்சையாகவும் உருவான பெரியவைகள். கடந்த நூற்றாண்டுகளுக்கும் மேலாக இந்தக் கொள் கையே எல்லாவற்றிலும் பயன்படுத்தப்பட்டு வருவ தைக் காணலாம்.

2. போட்டி - தகுதியானதே நிலைத்திருத்தல். பரிணாம வளர்ச்சியை இயல்பானதாகவும் தன்னிச்சையாகவும் கூறும் தகுதியானதே நிலைத்திருக்கும் என்ற கொள்கை.

3. கார்ல் மார்க்ஸால் "மனித மூளையின் மாயத் தோற்றம்" என்றழைக்கப்பட்ட மனித வாழ்க்கையின் உயர் கருத்துக்களான மதம், தத்துவம், கலை போன்றவை மனித வாழ்க்கைக்குத் தேவையானவை என்றும், ஒரு பெரும் சக்தி பொருளாதார வாழ்வை மறைக்கவும், வளர்க்கவும் செய்யும்படி உருவாக்கப்பட்டது எனவும், மனித வரலாறு என்பது வர்க்கப் போராட்ட வரலாறு எனவும் கூறப்படும் ஒரு கருத்து.

4. நான்காவதாக, குழந்தைப் பருவத்திலோ, விடலைப் பருவத்திலோ உண்டான நிறைவேறாத தகாப்புணர்ச்சி

ஆசைகளின் ஆழ்மன இருள் குழப்பங்கள் என்ற ஃபிராய்டின் கருத்து.

5. பெர்ட்ரன்ட் ரஸ்ஸலால் "எதனைப் பற்றிப் பேசுகிறோம் என்று எப்போதுமே அறியப்படாத ஒரு துறை அல்லது நாம் சொன்னது உண்மைதானா" என்று கூறப்பட்ட கணிதவியலையே பாதிக்கக்கூடிய சார்புத் தத்துவம். இது முழுமை என்பதை புறந்தள்ளி, அது சார்ந்த அனைத்து நெறிகளையும் மறுத்து காலாவதியாக்கும் கருத்து.

6. இறுதியாக, நேர்மறைக் கொள்கை. இயற்கை அறிவியல் முறையிலேயே சரியான அறிவைப் பெறமுடியும். நன்கு ஆழ்ந்து கவனித்த உண்மைகளின் அடிப்படையில் அல்லாத எந்த அறிவும் பூரணமான சுத்தமான ஒன்றல்ல என்றும் இது கூறுகிறது. இந்த நேர்மறைக் கொள்கை "தெரிதல் - புரிதல்" என்பதின் மீதே உள்ளது. எதனைப் பற்றிய ஸ்தூலமான அறிவையும் பயனையும் இக்கருத்து புறந்தள்ளுகிறது.

இந்த ஆறு பெரிய கருத்து (கொள்கை) களின் சக்தியையும் பிரபலத்தையும் இல்லை என எவராலும் புறந்தள்ள முடியாது என நான் நினைக்கிறேன். இந்தக் கொள்கைகள் குறுகிய அனுபவ அறிவின் விளைவுகளல்ல. இந்தக் கொள்கைகள் எண்ணற்ற வகைகளில் ஆராயப்பட்டவை. தெரியாததும் தெரியமுடியாததும் குறித்து பன்மடங்கு கற்பனைகளைக் கொண்டவை இவை. இவற்றின் முதல்படி உண்மையாகத் தெரிந்த ஒரு சிறு நிலையிலிருந்து தொடங்கியது என்பது உண்மைதான். இவைகளில் ஒரு சிறிதும் உண்மையில்லை எனில் மனித மனங்களில் இவை நிலைத்த இடத்தைப் பெற்றிருக்க முடியாது. சர்வதேசமயம் வாய்ந்ததே இவற்றின் முக்கிய குணாம்சம். பரிணாமக் கொள்கை நெபுலாவிலிருந்து மனித இனம் வரை மட்டுமல்லாது, மனோரீதியான தத்துவங்களான மதம், மொழி போன்றவற்றையும் விளக்குகிறது. போட்டி, இயற்கைத் தேர்வு, தகுதியானவை நிலைத்திருத்தல் போன்றவை ஒரு

ஆய்வு முடிவுகள் என்றல்லாது சர்வதேச விதிகளாகவே உள்ளன. வரலாற்றின் சில பகுதிகளே வர்க்கப் போராட்டத் தினாலானவை என்று மார்க்ஸ் சொல்லவில்லை. இதுவரை யிலிருந்த அனைத்து சமூகங்களைக் குறித்தும் அவர் ஆய்ந்திருக்கிறார். ஃபிராய்ட் மருத்துவ அறிக்கைகளினடிப் படையில் தனது கொள்கையை தெரிவிக்கவில்லை. ஆனால் மனித மனத் தூண்டுதல் குறித்து சர்வதேச விதியை தெரிவித்தார். உதாரணமாக அனைத்து மதங்களும் "பிடிவாதமான நரம்பு வியாதி" எனக் கூறினார். சார்புத் தத்துவமும், நேர்மறைக் கொள்கையும் நுண் இயற்பியல் கோட்பாடுகளே. அவை நுண் இயற்பியலின் மதிப்பு வாய்ந்த நெறிகளைக் கூட மறுதலிக்கின்றன.

அனுபவம்சார் அறிவற்ற, நுண் இயற்பியல் பண்புகளல் லாது மற்ற எவற்றில் இந்த ஆறு பெரும் கொள்கைகளும் பொதுவான கருத்துக்களைக் கொண்டிருக்கின்றன? இதற்கு முன்னால் உயர்நிலைக் கொள்கையாக சொல்லப்பட்டவை அனைத்தும் மெல்லிய தாழ்நிலைக் கருத்துக்களே என்பதில் இவை பொதுவாக உள்ளன.

ஆக, மனிதன் பிரபஞ்சத்தின் மற்றெல்லாப் பொருட் களையும் போலவே, அணுக்களின் எதிர்பாராத மோதலின் விளைவுதான். மனிதனுக்கும் ஒரு கல்லுக்கும் இடையி லான வேறுபாடு ஒரு மாயத் தோற்றமே. மனிதனின் உயர்வான கலாச்சார சாதனைகளெல்லாம் பொருளாதாரப் பேராசையினாலோ அல்லது மேலதிக பாலுறவு ஏமாற்றங்களினாலோ நிகழ்ந்தவை. கீழான நோக்கங்களைக் கொள்வதை விடவும் உயர்வான நோக்கங்களைக் கொள்ள வேண்டும் என்பது எல்லா வகையிலும் பொருளற்றது. ஏனெனில் உயர்வு, தாழ்வு என்பனவற்றுக்கு புரிந்து கொள்ளக்கூடிய பொருள் இல்லை.

*19*ஆம் நூற்றாண்டின் சிருஷ்டி கர்த்தாக்களின் கருத்துக் கள் இருபதாம் நூற்றாண்டின் பின் பாதியின் மூன்றாம் நான்காம் தலைமுறைகளிடம் வந்து கொண்டிருக்கின்றன. இந்தக் கருத்துக்களின் ஆரம்ப சொந்தக்காரர்களுக்கு இவை

வெறும் அறிவுப்பூர்வமான செயல்பாடுகளே. மூன்றாம் நான்காம் தலைமுறைக்கு அந்தக் கருத்துக்கள் உலகை உணர்ந்து பார்க்கும், வெளிப்படுத்தும் கருவிகளாயின. புதிய கருத்துக்களைக் கொண்டுவந்தவர்கள் அபூர்வ மாகவே அதனால் ஆதிக்கம் செலுத்தப்பெற்றார்கள். மூன்றாம் நான்காம் தலைமுறையினர் இளம் பிராயம் மற்றும் விடலைப் பருவமான "இருண்ட காலத்தில்" இருந்தபோது சிருஷ்டி கர்த்தாக்களின் கருத்துக்கள் மனித வாழ்வில் ஆற்றல் பெற்றன.

இந்த 19ஆம் நூற்றாண்டுச் சிந்தனைகள், மேற்குலகில் (அவர்கள் படித்தவராய் இருந்தாலும், படிக்காதவராய் இருந்தாலும்) ஒவ்வொருவர் மனதிலும் நிரந்தர இடம் பிடித்திருந்தன. படிக்காதவர்களிடம் அவை குழம்பிய நிலையில் திட்டமின்றி உலகைப் புரிந்து கொள்ள பலமற்று இருந்தன. எனவேதான் இந்த இருண்ட குழம்பிய நிலையிலிருந்து வெளிச்சமான புரிந்து கொண்ட நிலைக்கு வர, கல்வியின் மீது பெரும் ஆர்வம் வேண்டியுள்ளது.

நான் முன்பே சொல்லியிருக்கின்றேன், வெறும் அறிவியல் கல்வி இதனை நமக்குச் செய்ய இயலாது. ஏனெனில் அறிவியல் கல்வி வெறும் "தெரிதல் - புரிதலை"யே போதிக்கிறது. ஆனால் பொருள்கள் ஏன் அப்படி இருக்கின்றன, நம் வாழ்க்கையுடன் அவற்றை என்ன செய்ய வேண்டும் என்பனவற்றை நாம் புரிந்து கொள்ள வேண்டிய தேவை இருக்கிறது. ஒரு குறிப்பிட்ட அறிவியலைப் பயிலும் போது, நமது குறிப்பிட்ட தேவைக்கு அதிகமான பயன்பாடுகளுக்குப் பயில்கிறோம். எனவே இதனை மானுடவியலுக்கு மாற்றி பெரிய அளவிலான அதிக முக்கியத்துவம் நிறைந்த தெளிவான கண்ணோட்டத்தைப் பெற முடியும். மானுடவியலில் கூட இயற்கை அறிவியலிலிருந்து பெற்ற பொருத்தமற்ற கருத்துக்களால் செயல்பட இயலாத நிலை நேரிடும். ஆனால் நம் மனதில் முன்னமே இருக்கும் பெரிய உலக ளாவிய கொள்கைகளின் மூலமாக நமது மனதில் தோன்றும்

சந்தேகங்களை நிவர்த்தி செய்து கொள்ளலாம். அதன் மூலம் உலகைப் புரிந்து கொண்டதாக நாம் செய்து கொள்ளலாம்.

அப்படிப்பட்ட ஒன்றையே நாம் "கல்வி" என்று அழைக்க பொருத்தமுள்ளதாக இருக்கும். இன்றிலிருந்து அதனிடம் எதனைப் பெறலாம்? உலகம் என்பது அர்த்தமும் பயனுமற்ற கழிவு நிலம், அதில் பெரும் மனவேதனையும் குழப்பமுமே கொண்ட மனிதனது பிரக்ஞை துரதிர்ஷ்டவசமான காஸ்மிக் விபத்து. ஓர்டேகா கூறிய "நமது காலத்தின் உயரம்" அல்லது " நமது சமகால கருத்துக்களின் உயரத்தில் மெய்யான கல்வியைக் கொண்டே ஏற முடியும்". அவர் தன்னையே ஒன்றுமற்ற ஆழமான பள்ளமாகக் கண்டார். கவிஞர் பைரனை உணர்ந்ததாக அவர் எண்ணியிருக்கலாம்.

மனத்துன்பமே அறிவு: அதிகம் அறிந்தவர்கள்
மரணத்தின் உண்மை மீது ஆழமாக துக்கிக்க வேண்டும்,
அறிவின் மரம் வாழ்க்கையல்ல.

வேறு வார்த்தைகளில் சொல்ல வேண்டுமென்றால், நம் காலத்தின் கருத்துக்களின் உயர்வுக்குக் கொண்டு செல்லும் மானுடவியல் கல்வி கூட நல்லனவற்றைத் தர இயலாது. ஏனெனில் மனிதன் வாழ்க்கையில் ஏராளமாய் எதிர்பார்க் கிறான். ஆனால் துக்கங்களை மன வேதனைகளை அல்ல.

என்னவாயிற்று? அப்படிப்பட்டது எப்படி சாத்தியம்?

19ஆம் நூற்றாண்டின் கொள்கைகள் வாழ்க்கையை அழிக்கும் கேடான, குரூரமான மெய் விளக்க இயல் ஆகும். உயிர்க்கொல்லி நோய் போன்ற இவற்றால் நாம் துன்பப்படுகிறோம். மனவேதனையே (துக்கம்) அறிவு என்பது உண்மையல்ல. ஆனால், மூன்றாம் நான்காம் தலைமுறைகளில் கட்டுக்கடங்காத துக்கத்தை விஷம் தோய்ந்த தவறுகள் கொண்டு வந்துவிட்டன. அந்தத் தவறுகள் அறிவியலில் இல்லை. ஆனால் அறிவியல் என்ற பெயரால் கொண்டு வரப்பட்ட தத்துவங்களில்தான்

உள்ளன. பல ஆண்டுகளுக்கு முன்பே எட்டினி கில்சன் கூறுகிறார்.

“அந்த மாதிரியான வளர்ச்சி தவிர்க்க முடியாததல்ல. ஆனால் இயற்கை அறிவியலின் முன்னோக்கிய வளர்ச்சி அதனை சாத்தியப்படுத்திவிட்டது. அறிவியல் விளைவுகளில் மனிதனுக்கிருந்த நாட்டம், இயல்பானது; முறையானது. அனால் இந்த விளைவுகள் அறிவியல் என்பது அறிவு என்ற உண்மையை மறக்கடித்துவிட்டன. பொருள் சார்ந்த உலகைப் பற்றிய எதிர்பாராத உண்மைகளை சொல்வதில் வெற்றி பெறும் முன்பே அனைத்து ஒழுக்கங்களையும் மனிதன் நிந்திக்கத் தொடங்கி விட்டான். அல்லது ஒழுங்குகளை மீண்டும் கட்டமைக்க மறுத்துவிட்டான். விளைவாக, நன்நெறிகளும், மெய் விளக்க இயலும் புறந்தள்ளப்பட்டு விட்டன, அல்லது வேறொன்றால் நிரப்பப்பட்டு விட்டன. இது மேற்கத்திய கலாச்சாரத்தை மிகவும் அபாயகரமான நிலைக்குக் கொண்டு விட்டது”.

நன்நெறிகளும், மெய் விளக்க இயலும் எடுத்தெறியப் படும் என்பது கூட உண்மையல்ல. மாறாக நமக்குக் கிடைத்திருப்பது கேடான மெய் விளக்க இயலும் பயங்கரமான நெறிகளுமே.

மெய் விளக்க இயல் தவறுகள் மரணத்தில் கொண்டு விடும் என்பது வரலாற்றாசிரியர்களுக்குத் தெரியும்.

ஆர்.ஜி. கோலிங்வுட் எழுதுகிறார். “கிரேக்க ரோம” நாகரிகத்தின் சிதைவு பற்றிய ஆய்வு, நுண் இயற்பியலுக் கேற்பட்ட நோயினைக் காட்டுகிறது. பார்பாரியர்களின் தாக்குதலினால் இந்த நாகரிகம் சிதைவடையவில்லை. மெய் விளக்க இயல் நோயே இதற்குக் காரணம். எந்த வழியிலுமில்லாத உலகம், தனது சொந்த நம்பிக்கைகளை தக்க வைத்துக் கொள்ளத் தவறிவிட்டது. தவறான மெய் விளக்க இயல் ஆய்வுகளினால் இந்த நம்பிக்கைகள் என்ன விதமானவை என்பதில் குழப்பமுற்றது என்று எழுது

கிறார்கள். அறிவுலகின் ஆடம்பரமாக நுண் இயற்பியல் இருந்திருக்குமேயானால், இது ஒரு விஷயமல்ல''.

மேற்கண்ட இந்த பத்தியை எந்த மாற்றமுமின்றி இப்போதைய பண்பாட்டிற்குப் பொருத்திப்பார்க்கலாம். உண்மையில் நமது நம்பிக்கைகள் என்ன என்பதில் நான் குழம்பியிருக்கலாம். 19ஆம் நூற்றாண்டின் மாபெரும் கருத்துக்கள் நம் அறிவை ஏதாவது ஒரு வழியில் நிரப்பி யிருக்கலாம். அனால் நமது இதயங்கள் அவற்றையெல் லாம் ஒரே மாதிரி நம்பியிருக்காது. பொதுவாக சொல்லப் படுவதைப் போல நமது அறிவும் இதயமும் காரணம் மற்றும் நம்பிக்கைகளில் சண்டையிட்டிருக்காது. நமது காரணங்கள் 19ஆம் நூற்றாண்டிலிருந்து பெறப்பட்ட வாழ்வை அழிக்கும் அசாதாரணமான நம்பிக்கைகளால் மூடப்பட்டுவிட்டன. நமது காரண அறிவு இதிலிருந்து விடுபட்டு அதனை விட உண்மையான ஒரு நம்பிக்கையை அடைய வேண்டியது மிக முக்கிய காரியமாகும்.

மெய் விளக்க இயலுக்கு ஒரு இடம் தராதவரை கல்வி நமக்கு உதவ முடியாது. கற்றுக் கொடுக்கப்படும் பாடங்கள் அறிவியலாக இருந்தாலும், மானுடவியலாக இருந்தாலும், அதில் மெய் விளக்க இயல் இல்லை எனில், அதாவது அடிப்படை நம்பிக்கைகள் பற்றி இல்லை எனில் அதனால் ஒரு மனிதனைப் பயிற்றுவிக்க இயலாது; சமூகத்திற்குத் தேவையான உண்மையான நெறி சார்ந்ததாக அது இருக்காது.

அதிவிசேஷ கவனத்தினால் கல்வியானது தடங்களுக் குள்ளாகிறது என்று சொல்லப்படுவதுண்டு. இது ஒரு பகுதியை மட்டும் ஆய்வு செய்த, தவறாக இட்டுச் செல்லக் கூடிய கண்டறிவு. கல்வியில் விசேஷ கவனம் என்பது தவறான கொள்கையல்ல. இதற்கு மாற்று என்னவாக இருக்க முடியும்? லேசான கல்வியுடன் அனைத்து துறைப் படிப்புகளையும் பற்றிய கல்வி முறையா? அல்லது பெரிய கல்வியறையில் தாம் விரும்பாத துறைகளை அனைவரை யும் கட்டாயப்படுத்தி படிக்க வைப்பதா? இது சரியான

தாகாது. அது கார்டினல் நியூமேன் கூறியதைப் போல, "தத்துவத்துறைகளின் அனைத்துத் துறைகளைப் பற்றிய பார்வை கொண்ட, ஒரு தினத்தின் அனைத்து விஷயங் களைப் பற்றிய பார்வை கொண்ட ஒரு அறிவு ஜீவி". இந்தப் பார்வை என்பது அறிவாகாது. "அறிவு என்பதன் பொருளை போதிக்கவா?" என கன்பூசியஸ் கேட்டார். "ஒன்றை உனக்குத் தெரியும் என்பதைத் தெரிந்து கொள்வதும், தெரியாத ஒன்றை உனக்குத் தெரியாது என்று தெரிந்து கொள்வதே - அறிவு" என்றார்.

விசேஷ கவனம் என்பது தவறல்ல. ஆனால் ஒரு துறை சார்ந்த படிப்பின் ஆழம் தெரியாது இருப்பதும், மெய் விளக்க இயலின் இல்லாமையுமே தவறாகும். அறிவியலின் முன்னர் இருந்த நிலை குறித்த அறிதலின்றி, அறிவியல் விதிகளின் பொருளும், முக்கியத்துவமும் அறியாமலும், மனித சிந்தனைகளின் இருப்பிடமான முழு காஸ்மாஸில் இயற்கை அறிவியலின் இருப்பை அறியாமலும் அறிவியல் கற்பிக்கப்படுகிறது. இவற்றின் விளைவாக அறிவியல் கண்டுபிடிப்புகளுக்கு அறிவியலின் முன்னிருந்த அனு மானம் தவறாக எடுத்தாளப்படுகிறது. இன்றைய பொருளாதாரக் கொள்கையில் மனிதனின் இயல்பான பார்வை பற்றிய அறிவே இல்லாமல் பொருளாதாரம் கற்பிக்கப்படுகிறது. இந்தப் பார்வை தவறானது என பெரும்பாலான பொருளாதார நிபுணர்களுக்குத் தெரிய வருமேயானால், உண்மையில் அவர்களது அனைத்துப் பொருளாதாரக் கொள்கைகளும் மாறும். எல்லா வகைக் கேள்விகளும் மெய் விளக்க இயலின் அடிப்படையில் இல்லை எனில் அரசியல் பற்றிய கல்வி எப்படி சரியான பகுத்தறிவுடன் கூடிய ஒன்றாக இருக்க முடியும்? மெய் விளக்க இயலையும் அறநெறி சார்ந்தவற்றையும் அரசியலரங்கில் தொடர்ந்து அனுமதிக்க மறுப்பது, குழப்பத்திலும் "இரட்டைப் பேச்சு" என்ற முடிவிலும் கொண்டு விடும். மானுடவியல் சார்ந்த கல்விகளில் என்று "சொல்லப்படுகிற"வைகளினால் உண்டாகும் கல்வி நெறி சந்தேகத்திற்குரியதாகவே உள்ளது. ஏன் "சொல்லப்படுகிற"

என்று குறிப்பிட்டேன் எனில் அந்த துறைகள் மனித இயல்பை தெளிவாக சரியாக கணக்கில் கொண்டிருக்க வில்லை.

அனைத்துக் கல்வியும், எப்படி விசேஷிக்கப்பட்டிருந் தாலும், ஒரு மையப் புள்ளியுடன் இணைக்கப்பட்டிருக் கின்றன. அவை சூரியனிலிருந்து வெளிவரும் கதிர்களைப் போன்றிருக்கின்றன. நம்மை உண்மையிலேயே இயக்கும் சக்தி வாய்ந்த கொள்கையிலான நம்பிக்கைகளைக் கொண்டே அந்த மையப்புள்ளி அமைந்திருக்கிறது. வேறு விதமாகச் சொல்ல வேண்டுமெனில் உலக உண்மைகளை மீறும் நுண் இயற்பியலையும் அறநெறிகளையும் (நாம் விரும்பினாலும் விரும்பாவிட்டாலும்) அந்த மையம் கொண்டிருக்கிறது. ஏனெனில் உண்மைகளின் உலகத்தை அவை தாண்டிச் சென்று, சாதாரண அறிவியல் முறை களினால் நிரூபிக்கப்படவோ நிரூபிக்கப்படாமலிருக்கும் படியோ உள்ளன. ஆனால் அவை சார்புடையதானது என்றோ, தானாக உருவானவை என்றோ, தொடக்க நிலை நம்பிக்கை என்றோ பொருளல்ல. அவை அப்படி இல்லை எனில் அழிவு நிலைக்குக் கொண்டு செல்வது தவிர்க்க இயலாததாகிவிடும்.

'முழுமனிதர்களை' உருவாக்கினால்தான் கல்வி நமக்கு உதவ முடியும். ஒவ்வொன்றையும் பற்றி ஓரளவு தெரிந்த வன், எல்லாவற்றையும் பற்றி முழுதாக அறிந்தவன் உண்மையிலேயே கற்ற மனிதனாக மாட்டான். முழுமை யான மனிதன் பேருண்மைகளையும், கொள்கைகளையும் ஓரளவே அறிந்தவனாக இருக்கலாம். அவன் மையத்துடன் எப்போதும் உண்மையான தொடர்பிலேயே இருப்பான். அவன் தனது வாழ்வின் பயனையும், அபாயத்தையும் குறித்து தனது கண்ணோட்டத்தால் தனது அடிப்படை நம்பிக்கைகளில் சந்தேகத்துடன் இருக்க மாட்டான். அவனால் இந்த விஷயங்களை சொற்களில் கூற முடியாமலிருக்கலாம். ஆனால் அவனது வாழ்வின் நடத்தை அவனது உள்ளொளி, உள்தெளிவின் வெளிப் பாடாக நிச்சயம் வெளிப்படும்.

"மையம்" என்று நான் சொன்னதைக் குறித்து இன்னும் சற்றே விளக்குகிறேன். மனிதனின் எல்லா செயல்களும் நல்லதை நினைத்த, நோக்கிய கஷ்டப்பாடுகளே. இது சொன்னதையே மீண்டும் சொல்வதல்ல. மாறாக நம்மைச் சரியான கேள்வி எழுப்பவைக்கக் கூடியது. "யாருக்கு நல்லது?" கஷ்டப்படும் மனிதனுக்கு நல்லது. தனது தேவையை, துடிப்பை, ஆசையை முறைப்படுத்திக் கொள்ளவில்லை எனில் ஒரு மனிதனின் கஷ்டப்பாடுகள் குழப்பம் நிறைந்ததாகவும், முரண்பட்டதாகவும், தன்னைத் தானே தோற்கடிக்கக் கூடியதாகவும், மிகவும் நாசகரமான தாகவும் இருக்கும்.

தனது கஷ்டப்பாடுகளுக்கு தன்னைப் பற்றியும் உல கைப் பற்றியுமான சரியான நெறிப்படுத்திக் காட்டக்கூடிய கொள்கைகளை முறையான அமைப்பாக உருவாக்கிடும் இடமே "மையம்" ஆகும். இதற்கான சிந்தனையை அவன் ஒருபோதும் தரவில்லை எனில், மையம் காலியாக இருக் காது. அவனது மையம் முழுவதும் அவனது இருண்ட காலத்தைய (இளம் பிராயத்து) கொள்கைகளால் ஏதேனும் ஒரு வகையில் நிறைந்துவிடும். இந்த கொள்கைகள் வாழ்வின் பயனையும், அர்த்தத்தையும் இல்லாதொழித்து நம்பிக்கையின்மையை உண்டாக்கிவிடும். நான் முன்பே சொன்னது போல், அறிவைவிட மனது இந்த கொள்கை களை அப்படியே ஏற்றுக்கொள்வதில்லை. எனவே மனிதன் நம்பிக்கையற்ற நிலையிலிருந்து காப்பாற்றப் படுகிறான். ஆனால் குழப்ப நிலைக்கு ஆளாகிறான். அவனது அடிப் படை நம்பிக்கைகள் குழம்பியதால், அவனது செயல்களும் கூட குழப்பமானதாகவும், நிச்சயமற்றதாகவும் இருக்கிறது. அவன் தனது "மையத்தின்" மீது சரியா தவறா என்ற கேள்வியுடன் மனசாட்சியின் ஒளியைப் படர அனுமதித் தால், அவன் ஒரு ஒழுங்கு நிலையை ஏற்படுத்திக் கொள்ள இயலும்.

அது அவனை மெய் விளக்க இயலின் குழப்பத்தின் இருளில் இருந்து வெளிவரும்படி பயிற்றுவித்துவிடும். அவன் மனதில் உள்ள பழைய காலங்களின் தவறான

பார்வையால் உருவான கொள்கைகளென்று தன் மனதில் உள்ளவற்றை ஒப்புக் கொண்டால் மட்டுமே வெற்றிகரமாக அவன் அந்த இருளைவிட்டு வெளிவர இயலும்.

19ஆம் நூற்றாண்டின் கொள்கைகள் பிரபஞ்சத்தின் படி நிலைகள் என்பதைப் புறந்தள்ளுகையில், இந்த படி நிலைகள் அனைத்துப் புரிதல்களுக்கும் மிகவும் முக்கிய மானவையாக இருக்கின்றன. படிநிலைகளைப் புரிந்து கொள்ளவில்லை எனில் நமக்கான உலகை நமக்குள் புரிந்து கொள்ள இயலாது. பிரபஞ்சத்தில் மனிதனின் இடத்தை புரிந்து கொள்ளுதலுக்கான வாய்ப்பும் மிகக் குறைவே. உலகை ஒரு ஏணியாகக் கருதினால் மனிதன் ஏணியின் எந்தப் படியில் இருக்கிறான் என்பதை உணர்ந்து, பூமியில் மனிதன் அர்த்தப்பூர்வமாக செயல்படமுடியும். தனது இருத்தலின் மிகச் சரியான நிலையைப் புரிந்து கொள்ள, அந்தப் படிநிலைகளைப் புரிந்து கொள்ள வேண்டும். 19ஆம் நூற்றாண்டின் கொள்கைகள் இந்த வேறுபட்ட படிநிலைகளைப் புரிந்து கொள்ள இயலாதபடி நம்மைக் குருடாக்கி இருக்கின்றன.

இந்தப் படிநிலைகளைப் புரிந்து கொண்டவுடன், இயன் அறிவியல் முறைகள், அரசியலையோ, பொருளாதாரத் தையோ ஆய்வு செய்ய ஏன் பயன்படாது என்பதைப் புரிந்து கொள்ளவியலும்.

மெய் விளக்க இயலை அரிஸ்டாட்டில், மூலம், இயற்கை, அறிவின் வரையறை என்றும், இருத்தலியல் என்றும் இரண்டாகப் பிரித்ததை ஒப்புக்கொண்டோ மானால், அவரது கூற்றுப்படி இருத்தல் நிலைகளை எடுத்துக் கொள்ள வேண்டும். நான் இன்னொன்றையும் சேர்த்துக் கொள்கிறேன். அது "நமது சிந்தனை வயம் நேரெதிராக செயல்படுவதை நம்மால் தடுக்க இயலாது."

நம் வாழ்க்கை முழுவதும் எதிர்கொண்ட நமக்கு எதிரானவைகளை முறையான சிந்தனைகள் மூலம் ஏற்றுக் கொள்ள இயலாமல் உள்ளது. கல்வியில் தேவைப்படும்

சிறியதே அழகு | 123

சுதந்திரத்தையும் ஒழுக்கத்தையும் எப்படி சரிப்படுத்தி ஒத்துப் போக வைக்க முடியும்? இதனை நிறைய தாய்மார்களும், ஆசிரியர்களும் கூறுகின்றனர். ஆனால் எவராலும் தீர்வைக் கூற முடியவில்லை. இதனை அன்பின் சக்தி கொண்டே அவர்கள் சாதிக்கிறார்கள்.

படிப்படியான காரணங்களைக் கொண்டு தீர்க்க முடியாத பிரச்சினைகளை 'பிரிந்தவை' (விரிந்த) என்றும், 'குவிந்தவை' என்றும் இரண்டாகப் பிரிக்கிறார் ஜி.என்.எம். டைரல். பிரிந்த பல்வேறு பிரச்சினைகளுடனே வாழ்க்கை சென்று கொண்டு இருக்கிறது. அவை மரணத்திலேயே தீர்க்கப்படும். குவிந்த பிரச்சினைகள் மனிதனின் பயன்மிகு கண்டுபிடிப்புகள். அவை உண்மையில் இருப்பதில்லை. ஆனால், சேர்த்துக் கொண்ட செயல்களினால் உருவானவை. அவை தீர்க்கப்படும்போது, அந்த தீர்வை எழுதி, மற்றவர்களுக்கும் தெரியப்படுத்த முடியும். அதனை மற்றவர்கள் கஷ்டமின்றி, பயன்படுத்திக் கொள்ள முடியும். இதுவே மனித உறவுகளில் என்றால், அதாவது குடும்ப வாழ்க்கை, பொருளாதாரம், அரசியல், கல்வி இன்னும் பலவாறானவைகளில் என்றால், மனித உறவுகள் இருக்கும். ஆனால் இயந்திரத் தன்மையுடன்தான் இருக்கும். வாழ்க்கை உயிரற்றதாக இருக்கும். பிரிந்த பல்வேறு பிரச்சினைகள் மனிதனின் சக்தியை விட அதிகமாக முயற்சிக்க வைக்கும். அன்பு, அழகு, நன்மை, உண்மை ஆகிய உயர்வான சக்திகளை அளிப்பதால் மிகுந்த முயற்சிகளை இது வேண்டி நிற்கும். இந்த உயர்வான சக்திகளின் உதவியைக் கொண்டே எதிர்மறை விஷயங்களை சரிக்கட்டி ஏற்றுக் கொள்ள இயலும்.

அறிவியலும் கணிதமும் குவிந்த பிரச்சினைகளிலேயே கவனம் செலுத்தும். எனவே அவைகளால் ஒன்று சேர்ந்து திரளாக வளர முடியும். ஒவ்வொரு புதிய தலைமுறையும் அவர்களது மூதாதையர்கள் விட்ட இடத்திலிருந்து தொடங்க முடியும். இருந்தபோதும் இதற்கான விலை மிக அதிகம். குவிந்த குறுகிய பிரச்சினைகளை மட்டும் கவனத்

தில் கொண்டு செயல்படுவது வாழ்க்கையை விட்டு விலக்கிச் செல்லும்.

சார்லஸ் டார்வின் தனது சுய சரிதையில் எழுதுகிறார். "30 வயது வரையும் அதற்குப் பின்னரும் பல்வேறு கவிதைகள் எனக்கு ஆனந்தத்தைத் தந்தன. பள்ளிச் சிறுவனாய் இருக்கும் போதே ஷேக்ஸ்பியரின் நூல்களை, குறிப்பாக அவருடைய வரலாற்று நாடகங்கள் எனக்கு ஆழமான மகிழ்வைத் தந்தன. இசையும் படங்களும் முன்னர் எனக்கு மகிழ்வையூட்டிக் கொண்டிருந்தன என்பதை சொல்லி இருக்கிறேன். ஆனால் இப்போது பல ஆண்டுகளாக என்னால் கவிதையின் ஒரு வரியைக் கூடப் படிக்க இயலவில்லை. ஷேக்ஸ்பியர் நூல்களைப் படிக்க முயற்சித்தேன். அந்த முயற்சி தாங்க முடியாத அயர்வைத் தந்தது. படங்கள் மீதும் இசையின் மீதும் எனக்கு விருப்பம் இல்லாமல் போய் விட்டது. பெருமளவிலான உண்மைகளினால் உருவான பொது விதிகளை அசைபோட்டு அறைக்கும் ஒரு இயந்திரமாக மனது ஆகிவிட்டது போலத் தோன்றியது. ஆனால் உயர் நுகர்ச்சியைச் சார்ந்திருக்கும் மூளைக்கு மட்டும் இது எப்படி நேர்ந்தது என்பதை என்னால் புரிந்து கொள்ள முடியவில்லை. இத்தகைய உயர் நுகர்ச்சிகளின் இழப்பு, மகிழ்ச்சியின் இழப்பு. அது நுண்ணறிவைக் கூட காயப்படுத்தும் சாத்தியம் உள்ளதாக இருக்கலாம். நமது இயல்புகளின் உணர்ச்சியூட்டக் கூடிய இடங்களைத் தாக்கி அறநெறி சார் குணங்களைக் கூட பாதிக்கலாம்.

டார்வினால் மனதைத் தொடும் அளவிற்குச் சொல்லப் பட்ட இந்த பலம் குன்றச் செய்யும் பலவீனம், (இப்போதைய நிலையையே தொடர விடுவோமேயானால்) நமது ஒட்டு மொத்தப் பண்பாட்டையே அடக்கி நசுக்கிவிடும். "குறைப்பு" என்ற செயல்பாட்டின் மூலம் அனைத்து வேறு பட்ட பிரிந்து செல்லும் பிரச்சினைகளையும் ஒன்று சேர்த்து குவியும் குறுகிய பிரச்சினைகளாக மாற்ற இயலும். இதன் விளைவாக, மனித வாழ்வை மேன்மைப்படுத்தும் அத்தனையையும், டார்வின் குறிப்பிட்டது போன்ற அத்தனை

யையும் இழக்க நேரிடும். இதற்கான அறிகுறிகளனைத்தும் இன்றைக்குக் காணப்படுகின்றன.

அரசியல், பொருளாதாரம், கல்வி, திருமணம் போன்ற அனைத்து வகை வாழ்க்கைப் பிரச்சினைகளும் சமாளிக்க வேண்டியவைகளாகவும் அல்லது எதிரான வகையில் சரிக் கட்ட வேண்டியவைகளாகவும் உள்ளன. இவை விரிந்த வேறுபட்ட பிரச்சினைகள். சாதாரணமாக இவற்றிற்குத் தீர்வுகள் இல்லை. காரணகாரிய அறிவு மட்டுமல்லாது, மனிதனின் முழு ஆளுமையுமே இந்த பிரச்சினைகளுக்குத் தேவைப்படுகின்றன. புத்திசாலித்தனமான சூத்திரத்தின் மூலமான போலியான தீர்வுகளே பொதுவாக முன்வைக்கப் படுகின்றன. பிரச்சினையின் ஒரு முனையை இது புறந் தள்ளிவிடுவதால் இந்தத் தீர்வுகள் நீண்டு நிலைத்து நிற்ப தில்லை. எனவே மனித வாழ்வின் தரம் இழக்கப் படுகின்றது. பொருளாதாரத்தில் தீர்வுகள் சுதந்திரத்தை அளிக்கலாம். ஆனால் திட்டமிடுதலை அளிப்பதில்லை. அல்லது திட்டமிடுதலை அளிக்கலாம், சுதந்திரத்தை அளிப்பதில்லை. தொழிற்சாலை அமைப்புகளில் ஒழுங் கைத் தரலாம், ஆனால் நிர்வாகத்தில் தொழிலாளர்களுக் கான பங்களிப்பைத் தருவதில்லை. அல்லது நிர்வாகத்தில் தொழிலாளிகளின் பங்களிப்பைத் தந்துவிட்டு ஒழுங்கைத் தராமல் போகலாம். அரசியலில் ஜனநாயகமற்ற தலைமை யைத் தரலாம் அல்லது தலைமையற்ற ஜனநாயகத்தைத் தரலாம்.

பல்வேறுபட்ட விரிந்த பிரச்சினைகளைக் கையாள்வது மிகுந்த கவலையையும், சலிப்பையும், களைப்பையும் தரக் கூடியது. எனவே மக்கள் இதனைத் தவிர்த்து விட்டு, ஓடி விட முயற்சிக்கிறார்கள். இதனைப் போன்ற பிரச்சினை களைக் கையாளும் அலுவலர், தனது வீட்டிற்குச் செல்லும் போது ஒரு மர்ம நாவலைப் படிக்கலாம் அல்லது ஏதேனும் புதிர் அவிழ்க்கும் விளையாட்டுகளில் ஈடுபடலாம். நாள் முழுக்க அவர் தன் மூளையைப் பயன்படுத்திக் கொண்டே இருந்தார். ஏன் அப்படியே அவர் தொடரக்கூடாது? மர்ம

நாவலும், புதிர் அவிழ்க்கும் விளையாட்டுகளும் குறுகிய குவிந்த பிரச்சினைகளே. எனவே அது ஓய்வான பொழுது போக்கை அளிக்கிறது. இதற்கு மூளை வேலை தேவைதான். ஆனால் விரிந்த பெரிய பிரச்சினைக்குப் பயன்படுத்துவதைப்போல அல்ல. வாழ்க்கையின் உண்மையான விஷயமே விரிந்த பெரிய பிரச்சினைகளைத் தீர்ப்பதில்தான் அடங்கியிருக்கின்றது.

இறுதியாக மெய் விளக்க இயலைச் சார்ந்த ஒன்றை எடுத்துக் கொள்கிறேன். அதுதான் அறநெறிகள். இவை தனியாகக் கூறப்பட்டாலும் மெய் விளக்க இயலைச் சார்ந்தவையே.

19ஆம் நூற்றாண்டின் மிகப்பெரிய கருத்துக்களில் ஒன்று, வாழ்வியல் படிநிலைகளை புறந்தள்ளுவது அல்லது மறைப்பது. அது விஷயங்களை நல்லது கெட்டது என்று பிரித்து, கெட்டதை விட நல்லது உயர்ந்தது என்பதை அழிப்பதாகும். தங்களது மூதாதையர்களிடமிருந்து வரித்துக் கொண்டவைகளால் மூன்றாம் நான்காம் தலைமுறையினர் எந்தவித அறநெறி போதனைகளுமின்றி வளர்கிறார்கள். மூன்றாம் நான்காம் தலைமுறையினரிடம் உயர்வாகத் தோன்றும் அத்தனையும் மலிவானதும் இழிவானதுமல்லாமல் வேறொன்றுமில்லை என்ற கருத்தே நிலவுகிறது.

இவற்றால் உண்டாகும் குழப்பம் விளக்க இயலாதது. ஜெர்மானியர்கள் தங்களை வழி நடத்த "லெய்ட்பில்ட்" என்ற பிம்பத்தைச் சொல்வதைப் போல இளைய தலைமுறையினர் எதனைத் தங்களது வழிகாட்டியாகக் கொண்டு கற்க முடியும்? எல்லாம் கலந்த தெளிவற்ற விஷயமே உள்ளது. அல்லது இல்லை என்று கூடச் சொல்லலாம். இந்தப் பிரச்சினையை தீர்க்கும் வழிகளை அறிவு ஜீவிகள் உருவாக்க வேண்டும். அவர்கள் ஒவ்வொன்றும் ஒன்றை ஒன்று சார்ந்தவை என்ற கருத்தையோ அல்லது அதனைப் போன்றே பலனைத் தரக்கூடிய ஒன்றைப் பற்றியோ வலியுறுத்த வேண்டும்.

மற்றெல்லாத் துறைகளிலும் போலவே அறநெறிகளிலும் நமது பண்டைய பாரம்பரியத்தை விட்டு விட்டோம். சத்தியம், அன்பு, நேர்மை போன்றவற்றை புறந்தள்ளி விட்டோம். ஒன்றுமற்றவை என்ற ஒதுக்கப்பட்டுவிட்ட வைகளுக்கு மாற்றாக என்ன புதிய கருத்துக்கள் தற்போது உள்ளன?

வாழ்வையும், ஆன்மாவையும் நாசமாக்கும் 19ஆம் நூற்றாண்டின் மெய் விளக்க இயலுக்கு மாற்றாக எது வரப்போகிறது? மெய் விளக்க இயலை மறுகட்டமைப்பு செய்வதே நமது தலைமுறையின் பெரும் பணி என்பதில் எனக்குச் சந்தேகமில்லை. இது புதியதொன்றும் அல்ல. அதே நேரத்தில் பழமையை, பழையனவற்றை வெறுமனே பின்பற்றுவதும் அல்ல. எல்லாவித கல்வியிலும் உள்ள பெரும்பணி, நாம் வாழும் உலகின் தற்போதைய நடப்பு நிலையை சரியாகப் புரிந்துகொள்வதுதான்.

நமது சமகாலத்தைய ஆழமான பிரச்சினைகளின் பிரதிபலிப்பே கல்வியில் உள்ள பிரச்சினைகளாகும். நிறுவனங்கள், நிர்வாகம் அல்லது பெரும் பொருட் செலவு ஆகியவற்றின் முக்கியத்துவம் புறந்தள்ளப்படவில்லை என்றாலும் இவற்றால் இந்த பிரச்சினைகளைத் தீர்க்க முடியாது. நாம் மெய் விளக்க இயல் சார்ந்த நோயால் வேதனையடைகிறோம். எனவே இந்த நோய்க்கான மருந்து - தீர்வு, மெய் விளக்க இயலிலிருந்தே வர வேண்டும். நமது முக்கிய நம்பிக்கைகளைத் தெளிவு படுத்தவியலாத கல்வி வெறும் பயிற்சி அல்லது நுகர்தலே. அதற்குக் காரணம் நமது மையமான முக்கிய நம்பிக்கைகள் முறையாக இல்லாததுதான். மெய் விளக்க இயலுக்கெதிரான நிலை இருக்கும்வரை இந்த மைய நம்பிக்கைகளின் ஒழுங்கின்மை இன்னும் மோசமாகிக் கொண்டேபோகும். மனிதனின் மிக முக்கியமான மூலாதாரம் என கல்வி மதிப்பிடப்படாதவரை, அது "அழிவின் முகவர்" போன்றே இருக்கும்.

நிலங்களை முறையாகப் பயன்படுத்துதல்

மூலாதாரப் பொருட்களில் மிக முக்கியமான மிகப் பெரிய மூலாதாரம் நிலம் ஆகும். ஒரு சமுதாயம் நிலத்தை எப்படிப் பயன்படுத்துகிறது என்பதைப் பொறுத்தே அதன் எதிர்காலம் அமையும். நிலத்தின் மேற்பரப்பில் மனிதன் உட்பட எண்ணிறந்த உயிர்கள் வாழ்கின்றன. **1955**ஆம் ஆண்டில், நீண்ட அனுபவம் வாய்ந்த சுற்றுப்புற சூழலியல் அறிஞர்களான டாம் டேல் என்பவரும் வெர்ணன் ஜில் கார்டர் என்பவரும் "மேற்பரப்பும் பண்பாடும்" *(Topsoil and Civilisation)* என்ற நூலை வெளியிட்டனர், அதிலிருந்து:

"நாகரிகமடைந்த மனிதன் தனது சுற்றுச் சூழலின் தற்காலிக எஜமானனாவதற்கு எப்போதும் முடியும். தனது தற்காலிக எஜமானத்தனத்தை நிரந்தரமானதாக அவன் எண்ணிக் கொள்வதிலிருந்துதான் அவனது பெரும்பாலான பெரிய துன்பங்கள் தோன்றுகின்றன. இயற்கையின் விதிகளை முழுமையாகப் புரிந்து கொள்ளாமல் தன்னை அவன் 'உலகின் எஜமானனாக' நினைத்துக் கொள்கிறான்".

"மனிதன் நாகரிகமடைந்திருந்தாலும் அல்லது நாகரிகமடையாத நிலையில் இருந்தாலும் அவன் இயற்கையின் குழந்தையே. மாறாக அவன் இயற்கையின் எஜமானன் அல்ல. சுற்றுப்புற சூழல் மீது அவன் தொடர்ந்து ஆதிக்கம் செலுத்த வேண்டுமெனில், அவன் குறிப்பிட்ட இயற்கை

விதிகளை அனுசரித்து தனது செயல்களை செய்தாக வேண்டும். இயற்கை விதிகளை அவன் வெல்ல முயற்சிக்கும் போது இயற்கை சூழ்நிலையை அழிக்கவே செய்கிறான். சுற்றுச் சூழல் சீர்கேடடையும் போது, அவனது நாகரிகம் வீழ்ச்சி அடைகிறது".

வரலாற்றைக் குறித்து ஒருவர் இப்படிச் சொல்கிறார்: "நாகரிகமடைந்த மனிதன் புவியின் முகத்தில் அணி அணியாய் செல்கிறான், தனது காலடிச் சுவடுகளில் பாலைவனத்தை உருவாக்கிக் கொண்டு". இந்தக் கூற்று சற்றே மிகைப்படுத்தப்பட்டது போல இருந்தாலும் அப்படிச் சொன்னதற்கு ஆதாரமில்லாமல் இல்லை. நாகரிக மனிதன் தான் நீண்ட காலமாக வாழ்ந்த பெரும்பாலான நிலங்களை கொள்ளையடித்துள்ளான். இதன் காரணமாகவே நாகரிகத்தில் வளர்ந்துவரும் அவனது சமூகம் இடம் விட்டு இடம் பெயர்ந்து கொண்டே இருந்தது. அவன் முன்பு இருந்த பண்டைய நாகரிகம் இதன் காரணமாகவே வீழ்ச்சியடைந்து கொண்டிருந்தது. வரலாற்றின் எல்லா நிலைகளையும் நிர்ணயிக்கும் மிக முக்கிய காரணியாக இதுவே இருந்து வருகிறது.

நிலங்களின் பயன்பாடுகளின் முக்கியத்துவம் குறித்து வரலாற்றாசிரியர்கள் மிக அபூர்வமாகவே எழுதியுள்ளனர். மனிதனின் சாம்ராஜ்யங்கள் மற்றும் நாகரிகங்களின் முடிவுகள் மனிதர்கள் நிலங்களை எப்படிக் கையாண்டார்கள் என்பதைப் பொறுத்தே நிர்ணயிக்கப்பட்டது என்பதை அவர்கள் புரிந்து கொண்டதாகத் தோன்றவில்லை. வரலாற்றின் மீது சுற்றுச் சூழலின் ஆதிக்கத்தை அவர்கள் கருத்தில் கொண்டபோது, மனிதன் சுற்றுச்சூழலை மாற்றியோ அல்லது நாசமாக்கியோ வந்திருக்கிறான் என்பதைக் குறிக்கவில்லை.

அருமையான சுற்றுச்சூழலை நாகரிக மனிதன் எப்படி நாசமாக்கினான்? அவன் இயற்கை வளங்களை அழித்தே வந்திருக்கிறான். மலைப் பகுதிகளிலும் சமவெளிகளிலும் இருந்த மரங்களை வெட்டியும், எரித்தும் இருக்கிறான்.

தனது கால்நடைகளுக்காக பெரும் புல்வெளிகளை அளவுக் கதிகமாகப் பயன்படுத்தி அழித்திருக்கிறான். ஏராளமான வன விலங்குகளையும், நீர் வாழ் உயிரினங்களையும் அழித் துள்ளான். மண் அரிப்பைத் தடுக்காமல் விளை நிலங்கள் மற்றும் புவியின் மேற்பரப்பை கொள்ளையிட மண் அரி மானத்தை அனுமதித்திருக்கிறான். தனது நீர் நிலைகளை யும், பாசன வாய்க்கால்களையும், நீறூற்றுகளையும் மண் அரிமானத்தினால் அடித்துக் கொண்டு வரப்பட்ட மண் ணைக் கொண்டு சீரழிய அனுமதித்துவிட்டான். எளிதில் கிட்டக்கூடிய உலோகங்களையும், கனிமங்களையும் பெரும் பாலும் வீணடித்துவிட்டான். அவனாலேயே அவனது நாகரிகம் அழிந்தது அல்லது வேறு இடத்திற்குப் புலம் பெயர்ந்தது. இப்படியான நாசகரமான வழிகளை பத்திலிருந்து முப்பது வகையான நாகரிகங்கள் பின்பற்றி இருக்கின்றன. (இந்த எண்ணிக்கை நாகரிகங்களை வகைப் படுத்துவோரைப் பொறுத்தது).

இந்த "சுற்றுச்சூழல் பிரச்சினை" எப்போதும் சொல்லப் படுவதைப் போல் புதிதானதல்ல. இருந்தாலும் இன்னும் இரண்டு வேறுபாடுகளுண்டு. முன்பிருந்ததை விட தற் போது உலகம் எங்கும் மக்கள் தொகை அடர்ந்து காணப் படுகிறது. இடம் பெயர்ந்து செல்ல புதிய இடங்களில்லை. மாற்றத்தின் வேகம் மிகவும் அதிகமாகியுள்ளது.

முன்னர் இருந்த நாகரிகங்களுக்கு என்ன நேர்ந்திருந் தாலும் நவீன மேற்கத்திய நாகரிகம் இயற்கையை சார்ந் திருக்கும் நிலையிலிருந்து தன்னை விடுவித்துக் கொண் டுள்ளது என்றொரு நம்பிக்கை இன்றிருக்கிறது. "அணு விஞ்ஞானிகளின் செய்தி அறிக்கை" (*Bulletin of Atomic Scientists*) என்ற இதழின் பொறுப்பாசிரியர் யூஜின் ராபி னோவிச் கூறுகிறார்:

"நமது உடலில் வாழ்ந்து வரும் பாக்டீரியாக்களின் மறைவு புவியில் மனிதன் தொடர்ந்து வாழக்கூடிய உயிரி யல் தன்மையை அச்சுறுத்தியுள்ளது. பூமியின் எஞ்சியுள்ள உயிரினமாகக் கூட மனித இனம் வாழ முடியாது என்பதற்

கான திருப்தியளிக்கக்கூடிய எந்த நிரூபணமும் இல்லை. அனங்ககப் பொருட்களிலிருந்து உணவுப் பொருட்களைத் தயாரித்துக் கொள்ள முடியும் என்ற நிலை வரும்போது அவன் தற்போது தனது உணவுக்காக சார்ந்திருக்கும் தாவரங்களை விட்டு விடுதலையாக முடியலாம்...''

"நான் எனது சொந்தக் கருத்தாகக் கூறுகிறேன், தாவரங் களையும் மற்ற விலங்கினங்களையும் சாராத வாழ்க்கை என்ற ஒன்றை நினைக்கும்போது பெரும்பான்மை மனித சமூகத்திற்கும் உதறல் எடுக்கும். ஆனால் நியூயார்க், சிகாகோ, டோக்கியோ, லண்டன் போன்ற நகரங்களின் மனிதர்கள் எலி, சுண்டெலி, கரப்பான் பூச்சி போன்றவை களை உண்ணுவதை விட்டு விட்டு வாழ்ந்து கொண்டுதான் இருக்கிறார்கள்''.

யூஜின் ராபினோவிச், சமீப காலத்தில் இயற்கை சுற்றுப் புறவியலின் புனிதத்தையும், அதன் நிலைத்தன்மையைக் குறித்தும், மனிதனால் சுற்றுச் சூழலுக்கு ஏற்படும் அபாயம் குறித்தும் பல்வேறு புகழ்பெற்ற அறிவியலறிஞர்களின் பகுத்தறிந்த கருத்துக்களை ஆராய்கிறார்.

"பகுத்தறிவு'', "புனிதம்'', என்றால் என்ன? மனிதன் இயற்கையின் எஜமானனா அல்லது அதன் குழந்தையா? தாவரங்களையும் விலங்குகளையும் தவிர்த்துவிட்டு, உணவுப் பொருளை அனங்ககப் பொருட்களிலிருந்து தயாரித்துக் கொள்ள பொருளாதார ரீதியில் முடியுமே யானால், மனித நாகரிகம் மற்றும் அதன் புவிப்பரப்புட னான தொடர்பு இல்லாமல் போய்விடும், அல்லது அந்த தொடர்பு இருக்குமா? இந்தக் கேள்விகள் ஒன்றைக் கூறுகின்றன, "நிலத்தின் முறையான பயன்பாடு'' என்பது தொழில் நுட்பம் அல்லது பொருளாதாரத்தை சார்ந்ததல்ல; மாறாக அது மெய் விளக்க இயலைச் சார்ந்தது.

எப்போதும் சிலவற்றை நாம் அவற்றுக்காகச் செய்ய வேண்டி இருக்கிறது. மற்றும் சிலவற்றை வேறு பயன் பாடுகளுக்காக நாம் செய்யும்படி இருக்கிறது. தீர்வு

என்பதற்கும் தீர்வுக்கான கருவி அல்லது வழி என்பதற்கு மான வேறுபாடு ஒரு சமூகம் அறிந்து கொள்ள வேண்டிய மிக முக்கியமானதொன்றாகும். இதனைக் குறித்து சரியானதொரு பார்வையையும் மனிதன் கொண்டிருக்க வேண்டும். நிலம் என்பது வெறுமனே ஒரு உற்பத்திக் கருவியா அல்லது அதற்கு மேலான ஒன்றா? தனக்குள்ளே ஒரு முடிவைக் கொண்ட ஒன்றா? நான் இங்கே "நிலம்" என்று குறிப்பிட்டது, அதில் உள்ள உயிரினங்களையும் சேர்த்துதான். எதையும் வெறுமனே செய்வதென்பது பயனளிக்கும் ஒன்றாகக் கணக்கிடப்படாது. உதாரணமாக நாம் அனைவரும் நம்மை சுத்தமாக வைத்துக் கொள்ள முயல்கிறோம். ஏன்? வெறும் சுகாதாரத்தைக் கணக்கில் கொண்டு மட்டுமா? இல்லை இங்கே சுகாதாரம் என்பது இரண்டாம்பட்சம்தான். தூய்மை என்பதை மதிப்புமிக்க ஒரு குணாம்சமாக, நெறியாக நினைக்கிறோம். அதன் மதிப்பீடுகளை நாம் கணக்கிட வேண்டாம்; இதில் பொருளாதார நுண்கணக்கியல் வருவதில்லை. தூய்மைப் படுத்திக் கொள்வது என்பது பொருளாதார ரீதியில் பயனற்றது என வாதிடக்கூடும். தூய்மைப் படுத்திக் கொள்வதென்பது சுத்தம் என்பதைத் தவிர ஒன்றையும் உற்பத்தி செய்யாமல் நேரத்தையும், பணத்தையும் செல விடுவதாகும். பல செயல்கள் பொருளாதார ரீதியில் பயனற்றவை. ஆனால் அவை செய்யப்படுகின்றன. இதனைக் கையாள பொருளாதார நிபுணர்கள் எளிய வழிகளைக் கொண்டுள்ளனர். அவர்கள் மனிதனின் அனைத்துச் செயல்பாடுகளையும் "உற்பத்தி" மற்றும் "நுகர்வு" என்பனவற்றுள் பகுத்து வைத்துள்ளனர். "உற்பத்தி" என்ற தலைப்பின் கீழ் உள்ள அனைத்தும் பொருளாதார நுண் கணக்கியலுக்குள் வருவது, "நுகர்வு" என்ற தலைப்பின் கீழ் வரும் எதுவும் நுண்கணக்கியலுக்குள் வராதது. மனிதனே உற்பத்தியாளனாகவும், நுகர்வோராகவும் இருப்பதால், உண்மையான வாழ்க்கையில் இந்த வகை பிரித்தல் சரியான தோற்றத்தில் இருக்காது. ஒரு தொழிற் சாலையில் பணிபுரியும் தொழிலாளி சில வசதிகளை நுகர்கிறான். இந்த வசதிகள் குறைகிறபோது, பணியை

தொடர முடியாமலாகிறான் அல்லது மறுக்கிறான். தண்ணீ ரையும் சோப்பையும் பயன்படுத்தும் ஒரு மனிதன் தூய் மையை உருவாக்குகிறான் என்று சொல்லப்படலாம்.

சில வசதிகளையும் சௌகர்யங்களையும் பெற்றுக் கொள்ளக்கூடிய நுகர்வோரை நாம் உருவாக்குகிறோம். இருந்த போதும் "உற்பத்தியில்" ஈடுபட்டுள்ள ஒருவர் இதே வசதியைக் கோரும்போது, அதனைப் பொருளாதார ரீதியில் பயனற்றது என்றும், போதாது என்றும், அந்த போதா மையை சமூகத்தால் ஏற்றுக்கொள்ள இயலாது என்றும் அவரிடம் சொல்லப்படுகிறது. வேறு வார்த்தைகளில் சொல்ல வேண்டுமெனில் மனிதன் உற்பத்தியாளனாக இருக்கிறானா அல்லது நுகர்வோனாக இருக்கிறானா என்பதைப் பொறுத்தே ஒவ்வொன்றும் அமைகிறது. உற்பத்தி செய்யும் மனிதன் முதல் வகுப்பில் பயணம் செய்தாலோ அல்லது சொகுசுக்காரைப் பயன்படுத்தி னாலோ அது பணத்தை வீணடிக்கும் செயல் என்று சொல்லப்படுகிறது. ஆனால் அதே மனிதன் இன்னொரு வகையில் நுகர்வோனாக இவற்றைச் செய்யும்போது அது உயர்நிலையிலான வாழ்க்கையின் அடையாளம் என்றழைக் கப்படுகிறது. இந்த இரு கூராக்கும் இரட்டை நிலையை வேறெங்கும் இருப்பதைவிட நிலம் சம்பந்தப் பட்டவை களில் நிறைய காண முடியும். தனது செலவினங்களைக் குறைத்துக் கொண்டு சாத்தியமான அனைத்து வழிகளிலும் தனது திறனை அதிகரித்துக் கொள்ள வேண்டிய நிலை யிலுள்ள விவசாயி உற்பத்தியாளனாகவே கருதப்படுகிறான். மனிதனை நுகர்பவனாகக் கொண்டு, விவசாயி மண் வளத்தை அழித்து நில அழகைக் கெடுத்து, மக்கள் தொகையை நகரத்தை நோக்கி விரட்டி நகர்ப்புறங்களில் கூட்டம் அதிகமாகச் செய்தாலும் அவன் உற்பத்தியாள னாகவே கருதப்படுகிறான்.

தங்களது சொந்த உற்பத்தியை நுகர்வதை நினைத்துக் கூடப் பார்க்க முடியாத நிலையில் இன்று ஏராளமான விவசாயிகள், உணவு உற்பத்தியாளர்கள், தோட்டத்துறை

உற்பத்தியாளர்கள் உள்ளனர். உற்பத்தியாளரான மனிதனால் வாங்கக்கூடிய பெற்றுக்கொள்ளக் கூடியவை ஒன்றாகவும், நுகர்வோரான மனிதனால் வாங்கக் கூடிய பெற்றுக் கொள்ளக் கூடியவை வேறொன்றாகவும் இருக்கிறது. ஆனால் இரண்டுமே மனிதர்களாக இருப்பதால் எந்த மனிதன் - சமூகம் பெற்றுக் கொள்ள முடியும் என்ற கேள்வி தீர்வற்ற குழப்பத்தில் விட்டுவிடும்.

நிலத்தையும் நிலத்தின் மீது வாழும் உயிரினங்களையும் "உற்பத்திக் காரணிகள்" என்பதாகக் கருதப்படாதவரை இந்தக் குழப்பத்திலிருந்து விடுதலையே இல்லை. இந்த உற்பத்திக் காரணிகளுள் இயற்கை என்பது இரண்டாம் பட்சம்தான். இயற்கை தனக்குள்ளே முழுமையானது. அது நுண் பொருளியலால் ஆனது. எனவே அது ஒருவிதத்தில் புனிதமானதுதான். மனிதன் அதனை படைக்கவில்லை. தன்னால் உருவாக்க இயலாத, தன்னால் படைக்க இயலாத, தன்னால் மீண்டும் உருவாக்க இயலாத இயற்கையை, தானே உருவாக்கியவைகளைப்போல கையாள்வது பகுத்தறிவுடன் கூடிய செயல் அல்ல. தன்னால் மீளுரு வாக்கம் செய்யவியலாத ஒன்றை அழிப்பதும் பகுத்தறி வுடன் கூடிய செயல் அல்ல.

உயர்வகை விலங்கினங்களின் பயன்பாட்டின் காரண மாக, அவற்றிற்கு பொருளாதாரம் சார்ந்த மதிப்பு உண்டு. மனிதனால் தயாரிக்கப்பட்ட கார் என்னிடம் உண்டு என்றால், அதனைப் பராமரிக்காமல் கேடாகிப் போகும்படி பயன்படுத்தலாம் என்ற வாதம் சரி. நான் அப்படிப் பயன் படுத்துவது பொருளாதார ரீதியில் பயனளிக்கக் கூடிய தாகவும் இருக்கலாம். அப்படியானால் என்னை எவரும் இது குறித்து விமர்சிக்க முடியாது.

எனவே கார் போன்ற மனிதத் தயாரிப்புகளுக்குப் புனித மேதும் இல்லை. ஆனால் நான் ஒரு கன்றுக்குட்டி அல்லது கோழி போன்ற உணர்ச்சியுள்ள 'உயிருள்ள ஒன்றை' காரைப் பயன்படுத்துவதைப் போன்று பயன்படுத்த அனுமதிக்கப்

பட்டுள்ளேனா? அவைகளை கெட்டழிந்து போகும்படி செய்ய அனுமதிக்கப்பட்டுள்ளேனா?

இந்த கேள்விகளுக்கு அறிவியல்பூர்வமாக பதிலளிக்க முனைவது பயனற்றது. அவை அறிவியல் கேள்விகளல்ல. மாறாக மெய் விளக்க இயல் கேள்விகள். பயன்பாட்டினடிப் படையில் "காரையும்", "விலங்கையும்" சமமாகக் கருது வது, மெய் விளக்க இயலின்படி மிகத் தவறாகும். அவற் றின் "இருத்தலியலின்" தரவரிசைப்படி அது மிகவும் தவறாகும். மெய் விளக்க இயலை ஏற்றுக் கொள்ள உதவும் மதரீதியான விஷயங்களை தற்போதைய மதநிந்தனைக் காலம் பொருட்படுத்துவதில்லை, மதிப்பதில்லை. விலங்கு களுடன் குறிப்பாக வீட்டு வளர்ப்புக் கால்நடைகளுடன் மனிதனுக்குள்ள உறவு மிகவும் கொடுமையானதாக எக் காலத்திலும் இருந்திருக்கிறது. புனிதமானவர்கள் மகான் கள் எவரும் எக்காலத்திலும் மனிதனைவிட கீழ் உயிர் களிடத்து கொடூரமாக நடந்ததேயில்லை. மாறாக அவர்கள் விலங்குகளிடம் மிகுந்த அன்புடனேயே இருந்திருக்கிறார் கள். ஏராளமான கதைகள் தன்னைவிட கீழ் உயிர்களின்மீது அன்பு காட்டி அவற்றைக் காத்து மகிழ்ச்சியாக வைத்திருப் பது குறித்து உள்ளன.

அறிவியலின் பெயரால் மனிதனை குரங்கிலிருந்து பிறந்தவன் எனவும், அணுக்களின் எதிர்பாராத சம்பவத்தால் உருவானவன் என்றும் சொல்லி வைக்கப்பட்டுள்ளான் என்பது சுவாரஸ்யமானது. "கார்பன், ஹைட்ரஜன், ஆக்ஸிஜன், நைட்ரஜன் மற்றும் பாஸ்பரஸ் ஆகியவற்றின் மூலக்கூறுகளால் ஆன, ஆறடி உயரமுள்ளவன்" என்று மனிதனைப் பற்றி பேராசிரியர் ஜோஷ்வா லெடர்பெர்க் கூறுகிறார். நவீன மனிதன் தன்னை அடக்கமானவன் என நினைக்கிறான். தனக்கு உதவியாக வாழும் விலங்குகளை இன்னும் அடக்கமாக தனக்கு சேவை புரிய வேண்டும் என்று நினைக்கிறான். அவற்றை இயந்திரங்களைப் போன்றே கையாள்கிறான். கெடுதல் குறைவாக உள்ளவர்கள் அல்லது குறைவான நவீனத்தன்மை

வாய்ந்தவர்கள் வேறு விதமான எண்ணங்களைக் கொண்டிருக்கிறார்கள்.

பர்மாவிலிருந்து (மியான்மர்) எச். ஃபீல்டிங்ஹால் கூறுகிறார்:

"பர்மியர்களுக்கு மனிதர்கள் மனிதர்களே; விலங்குகள் விலங்குகளே; மனிதர்களே உயர்வானவர்கள். ஆனால் மனிதர்களின் இந்த உயர்வான நிலை விலங்குகளைக் கொல்லவோ அல்லது கொடுமையாக நடத்துவதற்கோ அவனுக்கு அனுமதி தருகிறது என்று அவன் கொள்வ தில்லை. மாறாக மனிதன் மற்ற உயிர்களைவிட உயர்வான வனாக இருப்பதால், அவற்றின் மீது அன்பு பாராட்டி, மிகுந்த அக்கறைகாட்டி ஆதரவாய் அவற்றுடன் எப்படி முடியுமோ அப்படி நன்றாக நடந்து கொள்ள வேண்டு மென்று நினைக்கிறான். பர்மியர்களின் இந்தத் தன்மை பின்பற்ற வேண்டிய உயர்தன்மை வெறும் வார்த்தை களல்ல, அவனுக்குப் பொருள் தெரியும்"

புனித தாமஸ் அக்கினாஸ் எழுதுகிறார், "விலங்குகள் மீது மனிதன் அன்பு பாராட்டினால், தனது சக மனிதர் களுடன் அன்பு பாராட்டும்படி செய்பவன் ஆகிறான்". இந்த நம்பிக்கைகளின் எல்லாவற்றையும் பெற்றுக் கொள்ள முடியுமாவென்று எவரும் கேள்வி எழுப்பியதில்லை. உயர் மதிப்பீடுகளின்படி, முழுமையான நிலையில், "பெற்றுக் கொள்வது" என்ற கேள்விக்கே இடமில்லை.

விலங்குகளுக்கு பூமி எப்படியோ, சந்தேகமில்லாமல் பூமிக்கு விலங்குகளும் அப்படியே. கவனமின்மையும், பேராசையும் நாகரிகங்கள் அழிந்து போகும் அளவிற்கு பூமியை நாசமாக்கியுள்ள போதும், "பூமியின் கருணையை யும்", நுண் பொருளாதார மதிப்பையும் குறித்து எந்த வித மரபு சார்ந்த போதனைகளுமில்லை. இந்த போதனைகள் எங்கெல்லாம் கவனம் பெற்றனவோ, அங்கெல்லாம் நாகரி கங்கள் ஆரோக்கியமான நிலையையும், முழுமையையும் அடைந்தன. மாறாக, எங்கெல்லாம் பூமி குறித்த கவனம்

இல்லையோ, அங்கு நோயுற்ற மண், நாகரிகத்தின் அனைத்து காரணிகளையும் நோயுற வைத்தது.

நமது காலத்தில், வேளாண்மைக்கு தொழிற்சாலைக் கொள்கைகளைப் பயன்படுத்த நகர்வாழ்மக்கள் முயல்வதில் இருந்து மண்ணிற்கு மட்டுமல்லாமல், நாகரிகம் முழுமைக்குமான அபாயம் விளைகிறது. இதனை ஐரோப்பிய பொருளாதார அமைப்பின் துணைத்தலைவர், டாக்டர் சீக்கோ எல் மான்ஷால்ட் இப்படிக் கூறுகிறார்: "சமூகத்தின் வேகமான மாற்றங்களை எடுத்துக்கொள்ளாத ஒரு குழுவாக விவசாயிகள் இருக்கிறார்கள்" விவசாயிகளில் பெரும்பான்மையானவர்கள் விவசாயத்திலிருந்து நகரங்களின் தொழிற்சாலை தொழிலாளர்களாக மாறவேண்டும். ஏனெனில் தொழிற்சாலையில் பணியாற்றுபவர்கள், கட்டிடம் கட்டுபவர்கள் மற்றும் நிர்வாகப் பணியில் ஈடுபடுபவர்கள் வாரத்தில் ஐந்து நாட்களே வேலை செய்கின்றனர், ஆண்டு விடுமுறையாக இரண்டு வாரங்களை அனுபவிக்கின்றனர். விரைவில் இது இரண்டு மடங்காகக் கூடும். ஆனால் விவசாயியோ வாரத்தின் ஏழு நாட்களும் பணியாற்ற வேண்டியதிருக்கிறது. ஏனெனில் "ஐந்து நாட்கள் பசு" இன்னும் கண்டுபிடிக்கப்படவில்லை. விவசாயிக்கு விடுறையே இல்லை". மான்ஷால்டின் திட்டப்படி அனைத்து குடும்ப விவசாயத்தையும் ஒன்றிணைத்து பெரும் விவசாயப் பண்ணையாக ஒரு தொழிற்சாலை போன்று மாற்றி சமூகத்தின் விவசாயிகள் எண்ணிக்கையைக் குறைக்கலாம். முதிய விவசாயிகளுக்கு உதவிகள் செய்து இளையோரை விவசாயத்தை விட்டு விலகச் செய்யலாம்.

மான்ஷால்டின் திட்டத்தில், விவசாயம் ஐரோப்பாவின் "தொழிற்சாலை" என்றே பொதுவாகக் குறிப்பிடப்படுகிறது. விவசாயம் என்பது உண்மையில் ஒரு தொழிற்சாலை போன்றதா அல்லது மிக முக்கியமான வேறெதுவுமா என்ற கேள்வி எழுகிறது. இந்தக் கேள்வி நுண் இயற்பியல் சார்ந்ததா அல்லது நுண் பொருளியல் சார்ந்ததா என்ற

கேள்வி பொருளாதார நிபுணர்களால் எழுப்பப்படவே யில்லை.

விவசாயத்தின் அடிப்படைக் கொள்கை வாழ்க்கை யுடன், உயிரினங்களுடன் சம்பந்தப்பட்டு செயல்படக் கூடியது. வாழ்க்கைச் செயல்பாடுகளின் விளைவுகளே அதன் உற்பத்தி. அந்த உற்பத்தியின் மூலம் உயிர்ப்புள்ள மண். ஒரு கன சென்டிமீட்டர் விளைநிலத்தில் மில்லியன் கணக்கான உயிரிகள் உள்ளன. இதனை முழுமையாகக் கணக்கிடுவதென்பது மனிதனின் சக்திக்கு அப்பாற்பட்ட தாகும். ஆனால் நவீன தொழில்களின் கொள்கையோ, மனிதனால் உருவாக்கப்பட்ட உயிரற்றவைகளின் மீது செயல்படும் மனிதனால் உருவாக்கப்பட்ட செயல்முறை களைக் கொண்டது. தொழிற்சாலை என்பது உயிரினங்களை இல்லாதொழிப்பதை அடிப்படையாகக் கொண்டது. இயற்கைப் பொருட்களைவிட, மனிதனால் உருவாக்கப் பட்டவையே சிறந்ததாக முதலில் தேர்ந்தெடுக்கப்படுபவை யாக இருக்கின்றன. ஏனெனில் நம்மால் அவற்றை அளக்க வும் தரக்கட்டுப்பாட்டை மேற்கொள்ளவும் முடியும். மனிதன் போன்ற உயிரினங்கள் பணிபுரிவதைவிடவும், மனிதத் தயாரிப்பான இயந்திரங்கள் நன்றாகவும், எதிர்பார்த்த வகையிலும் செயலாற்றுகின்றன. உயிர்க் காரணிகளை ஒழித்துவிட்டு, மனிதர்களைப் பயன்படுத்தி னாலும் உற்பத்தி செயலை இயந்திரங்களைச் சார்ந்ததாக மாற்றுவதே தொழிற்சாலைகளின் உயர் லட்சியம். ஆல்பிரட் நார்த் வித்தெட் சொல்கிறார், "வாழ்க்கை என்பது பிரபஞ்சத்தின் மீண்டும் செயல்புரியும் செயல்பாட்டுக்கு எதிரான ஒரு குற்றமே. எனவே நாம் நவீன தொழிற்சாலை முறைகளை வாழும் மனிதன் உட்பட்ட இயற்கையின் முன்னறிவிப்பு செய்திட இயலாத தன்மை, காலம் தவறும் தன்மை, தன்னிச்சையாய் நிகழும் தன்மை, நியதி ஆகிய வற்றுக்கு எதிரானதென வரையறுக்கலாம்".

வேறுவார்த்தைகளில் சொல்ல வேண்டுமெனில் விவசாயம் மற்றும் தொழிற்சாலைகளின் அடிப்படைக்

கொள்கைகள், ஒன்றுக்கொன்று இணைந்து செல்ல இயலாத முரண்பட்டவை ஆகும். இணை சேரவியலாத இரண்டு எதிரெதிர் விஷயங்களால் உருவான இறுக்கங்களையும் கொந்தளிப்பையுமே வாழ்க்கை கொண்டிருக்கிறது. மரணம் இல்லை எனில் வாழ்க்கை அர்த்தமற்றுப் போவதைப் போல, இந்த இரண்டு எதிரெதிர் விஷயங்கள் தேவையாகவே இருக்கின்றன. எனவே, விவசாயம் என்பது தொழில் துறை இல்லை எனில் அது அர்த்தமற்றது. இருந்தபோதும் விவசாயம் முதன்மையானது. தொழில்துறை இரண்டாம் பட்சமானது. இதன் பொருள் என்னவெனில் தொழில் துறை இல்லாமல் மனித வாழ்வு தொடரும்; ஆனால் விவசாயம் இல்லாமல் தொடரவியலாது. நாகரிகத்தளத்திலிருந்து மனித வாழ்க்கைக்கு இந்த இரண்டு கொள்கைகளுக்கும் இடையிலான ஒரு சமநிலை தேவைப்படுகிறது. விவசாயம் மற்றுமொரு தொழில் துறை என்ற கண்ணோட்டம் இந்த சமநிலையை அழித்து விடுகிறது.

சர்வதேச அளவில் ஏற்றுக்கொள்ளப்பட்ட சில நிபுணர்கள் கூறுகிறார்கள்.

"உலகின் வேறுபட்ட பகுதிகள் தங்களின் தட்பவெப்ப நிலை, மண்வளம் மற்றும் தொழிலாளர்களுக்கான செலவு இவற்றின் அடிப்படையில் சில குறிப்பிட்ட உற்பத்திகளில் சாதகங்களைப் பெற்றுள்ளன. விவசாயத் தொழிலுற்பத்தியில் கவனம் செலுத்தும் தொழிலாளர்களின் மூலம் எல்லா நாடுகளும் பலன் அடைகின்றன. இதன் விளைவாக விவசாயம் அதிக வருமானம் பெறுகிறது, நாட்டின் முழுப் பொருளாதார அளவில் செலவினங்கள் குறைகின்றன. அதுவும் குறிப்பாக தொழில்துறைக்கு. விவசாயத்தைப் பாதுகாக்கும் அடிப்படை நியாயத்தைக் காண முடியவில்லை."

அப்படி என்றால், வரலாறு நெடுகிலும் "விவசாயத்தைக் காத்தல்" என்பது செயல்பாடு என்பதை விட ஒரு விதி என்ற அளவிலேதான் உள்ளது என்பது புரிந்து கொள்ள இயலாததாக உள்ளது. வருமானத்தைப் பெருக்கி

செலவினங்களைக் குறைப்பது என்பதை விட விவசாயச் செயல்பாடுகளிலேயே நிறைய பேர் ஈடுபட்டுள்ளனர். மனிதனுக்கும் இயற்கைக்கும் இடையிலான முழு உறவும், சமூகத்தின் வாழ் நிலையும், ஆரோக்கியமும், மகிழ்ச்சியும் மனிதர்களுக்கிடையிலான இணக்கமும், உயிரினங்களின் அழகும் இதனுடன் சம்பந்தப்பட்டுள்ளது. நிபுணர்களின் கருத்துப்படி இவை அனைத்தையும் விடுவதென்பது மனிதன் தன்னைத் தானே விட்டு விடுவதாகும். மனிதனை இதனுடன் இணைக்க நிபுணர்கள் முயன்றாலும், தங்களது கொள்கைகளின் தொடர் விளைவுகளுக்கான விலையை சமூகம் கொடுத்தே ஆக வேண்டும். மன்ஷால்டின் திட்டப் படி, விவசாயத்தொழிலாளர்கள் எண்ணிக்கைக் குறைப்பை வேகமாகச் செய்தாலே விவசாய வருமானத்தைப் பலனுள்ளதாக வைத்துக் கொள்ள இயலும். இது துணிச்ச லான தொடக்கம் என நிபுணர்களால் பாராட்டப்பட்டது. விவசாயம் என்பது முக்கியமாக உணவு உற்பத்தியையே குறிக்கிறது. உணவுப் பொருட்களின் தேவையின் வேகத் துடன் ஒப்பிடுகையில் வருமான அதிகரிப்பின் வேகம் மெதுவாகவே உள்ளது என்பது நன்கு தெரிந்ததே. இதன் காரணமாக விவசாயத்தின் மொத்த வருவாய் அதிகரிப்பு, தொழில்துறையின் வருவாய் அதிகரிப்பை விட குறை வாகவே உள்ளது. வளர்ச்சி வேகத்தை எல்லாவற்றிலும் சமமாக ஆக்க வேண்டுமெனில், விவசாயத்தில் ஈடு பட்டுள்ளவர்களின் எண்ணிக்கை போதுமான அளவில் குறைக்கப்பட்டாலே, சாத்தியமாகும். மற்ற முன்னேறிய நாடுகளில் நிலைமை சாதாரணமாக உள்ளது போல், இந்த சமூகத்தின் சொந்தத் தேவையை இப்போது உள்ள விவசாயிகளின் மூன்றில் ஒரு பங்கினரைக் கொண்டு நிறைவேற்றிக் கொள்ள முடிந்ததாக இருக்க வேண்டும்.

நிலம் என்பது விலை மதிப்பற்ற ஒன்று. அதனை நன்கு அழகுறப் பராமரித்து வைத்துக் கொள்வது மனிதனின் பெரும் பணியும் மகிழ்ச்சியுமாகும். நிலத்தை நிர்வகிப்பது மனிதனுக்கு மூன்று குறிக்கோள்களுடன் கூடியது என்று நாம் சொல்ல முடியும். ஆரோக்கியம், அழகு மற்றும்

நிரந்தரம் ஆகியவையே அவை. நான்காவது குறிக்கோளாக உற்பத்தி என்பதைக் கொள்ளலாம். இது மற்ற மூன்றின் துணைப் பொருளாகவே கிடைக்கும். "விவசாயம் உணவு உற்பத்திக்கே" என்பது பண்படாத ஒரு கண்ணோட்டமாகும். விரிந்த கண்ணோட்டத்தில் விவசாயம் என்பது மூன்று பெரும் பணிகளைக் கொண்டது. அவை,

- வாழும் இயற்கையின் மென்மையான பாகமான மனிதனை அதன் தொடர்பிலேயே வைத்திருப்பது.

- மனித வாழ்வை மனிதத்தன்மை நிறைந்ததாக ஆக்குவது.

- உணவுப் பொருட்களையும் இன்ன பிறவற்றையும் வாழ்க்கை என்ற ஒன்றாக மாற்றுவதற்கு முன்னிறுத்துதல்.

இந்த மூன்றாவது பெரும் பணியை மட்டும் அங்கீகரித்து மற்ற இரண்டையும் கடுமையான முறையில் சமாளித்துச் செல்லும் ஒரு நாகரிகம் நீண்ட காலம் நிலைத்திருக்கும் என்று நான் நம்பமாட்டேன்.

இன்றைய நிலையில் விவசாயத்தில் ஈடுபட்டு வருபவர்களின் எண்ணிக்கை குறைந்திருக்கிறது. இன்னும் குறையும் என்பதில் நாம் பெருமை கொள்கிறோம். கிரேட் பிரிட்டனின் உணவுத் தேவையின் 60 சதவீதம், உழைக்கும் மக்களின் வெறும் மூன்று சதவீதத்தைக்கொண்டு தீர்க்கப்படுகிறது. அமெரிக்காவில் முதலாம் உலகப்போரின்போது தேசத்தின் மொத்த தொழிலாளர்களில் 27 சதவீதம் பேர் விவசாயத்தில் ஈடுபட்டனர். ஆனால் இது இரண்டாம் உலகப்போரின் இறுதியில் 17 சதவீதமாகக் குறைந்தது. 1971ஆம் ஆண்டு வாக்கில் இது 4.4 சதவீதமாகக் குறைந்தது. இது நகரம் நோக்கி மக்கள் இடம் பெயர்ந்ததால் விளைந்ததாகும். லூயிஸ் ஹெர்பர் எழுதுகிறார்:

"மெட்ரோபாலிட்டன் வாழ்க்கை மனரீதியாகவும், பொருளாதார ரீதியாகவும், உயிரியல் ரீதியாகவும் சிதைந்து

வருகிறது. மில்லியன் கணக்கான மக்கள் தங்கள் பொருட் களை எடுத்துக் கொண்டு, தங்கள் இடத்தை விட்டுப் போனதே இதற்கு சான்றாக உள்ளது. மெட்ரோபாலிட்டனு டனான தங்களது தொடர்பை துண்டித்துக் கொள்ளா விட்டாலும், அதற்கு முயலவாவது செய்தார்கள். இந்த முயற்சி கணிசமானது".

திரு. ஹெர்பர் மேலும் சுறுகிறார், "மாபெரும் நவீன நகரங்களில் வாழ்பவர்கள், கிராமங்களில் வாழ்ந்த தங்களது மூதாதையர்களை விட தனிமைப்பட்டுள்ளனர். நகரங்களில் வாழும் மனிதன் மனித வரலாற்றில் எதிர்பார்த்திருக்க வியலாத ஒரு அடையாளமின்மை, ஆன்மிகத் தனிமை, பிளவுபட்ட ஒரு நிலை ஆகியவற்றை அடைந்துள்ளான்".

அவன் என்ன செய்கிறான்? அவன் புறநகர்ப் பகுதி களுக்குச் சென்று, ஒரு பயணியாக மாறுகிறான். ஏனென் றால் கிராமப்புற கலாச்சாரம் சிதைந்துவிட்டது. கிராமப்புற மக்கள் தங்கள் நிலத்தை விட்டு ஓடுகின்றனர். மெட்ரோ பாலிட்டன் நகர வாழ்க்கை சிதைவதால் நகர மக்கள் நகரங் களை விட்டு ஓடுகின்றனர். டாக்டர் மன்ஷால்டின் கூற்றுப் படி, "பொருளாதார ரீதியில் செயலாற்றாவிட்டால் சொகுசு வாழ்க்கையை யாரும் வாழ முடியாது." இதன் விளைவாக எல்லா தளங்களிலும் செல்வவளம் பெற்றவர்களைவிட மற்றெல்லோருக்கும் வாழ்க்கை சகிக்க முடியாததாகி விடுகிறது.

"இயற்கையுடன் இயைந்து வாழும்படி மனிதனை செய்வது விருப்பம் என்பதைத் தாண்டி தேவை என்ற நிலைக்கு வந்துவிட்டது" என்ற திரு. ஹெர்பரின் கூற்றை நான் ஏற்றுக் கொள்கிறேன். இதனை சுற்றுலா, இயற்கை அழகை ரசித்தல், பொழுது போக்கு செயல்பாடுகள் போன்றவைகளால் சாதிக்க முடியாது. ஆனால் டாக்டர் மான்ஷால்ட் மற்றும் நிபுணர்கள் கூறும் திட்டத்திற்கு நேரதிராக விவசாய அமைப்பை மாற்றி செயல்படுத்து வதன் மூலம் இதனை சாதிக்க முடியும். விவசாயத்தை விட்டு வெளியேறுபவர்களின் எண்ணிக்கையை அதிகப்

படுத்துவதற்கான வழியைத் தேடுவதற்குப் பதிலாக, கிராமப்புற அமைப்பை நன்கு மறுகட்டமைக்கும் கொள்கைகளை நாம் உருவாக்க வேண்டும். விவசாய நிலங்களை பலனளிக்கும் விதமாக எல்லோருக்கும் முழு நேரமாகவோ, பகுதி நேரமாகவோ பணிபுரியும்படி உருவாக்க வேண்டும். ஆரோக்கியம், அழகு மற்றும் நிரந்தரம் என்ற மூன்று கொள்கைகளின் அடிப்படையில் நிலத்துடனான நமது அனைத்து செயல்பாடுகளும் அமைய வேண்டும். பெருமளவு இயந்திரமயம் மற்றும் வீரியமான வேதிப்பொருட்களால் உருவாக்கப்பட்டுள்ள விவசாய அமைப்பு, நிலத்துடன் உண்மையான தொடர்பை மனிதன் ஏற்படுத்திக் கொள்வதை சாத்திய மற்றதாக்கிவிடுகிறது. மாறாக நவீன கால அபாயங்களான வன்முறை, அந்நிய மாதல் மற்றும் சுற்றுச்சூழல் சீரழிவு போன்றவற்றை இது ஊக்குவிக்கிறது. ஆரோக்கியம், அழகு மற்றும் நிரந்தரம் ஆகியவை விவாதத்திற்குக் கூட தகுதியற்றவையாகின்றன. மனித நன்மதிப்புகளுக்கு, நெறிகளுக்கு எந்தவித முக்கியத் துவமும் இருக்காது என்பதற்கு இதுவும் ஒரு சான்று. அதாவது மனிதனையே மதிப்பதில்லை. ஆராதிக்கப்படும் பொருளாதாரத்தின் தவிர்க்க முடியாத விளைவுகளாய் இவை இருக்கின்றன.

"உண்மையின் சிறப்பு அழகு" என்றால், விவசாயம் தனது இரண்டாவது பெரும் பணியான மனிதத் தன்மையை யூட்டி, மனிதனை சிறப்பான ஒரு உயிரினமாக மாற்றும் வேலையை - இயற்கையின் வாழ்வியல் செயல்பாடுகளை உண்மையாகவும் விடாமலும் விவசாயம் பற்றிப் பிடித்துக் கொண்டால் மட்டுமே சாதிக்க முடியும். அவற்றுள் ஒன்று "திரும்பி வரும் விதி". மற்றொன்று "மாற்று வழியாக்கம்"; வேறொன்று, "அதிகாரப் பகிர்வு". இங்கும் நிபுணர்களின் அறிவுரையும், விஷயங்களின் போக்கும் எதிர் திசைகளில் உள்ளன. விவசாயத்தைத் தொழில் மயமாக்கி தொழிலாளி களைக் குறைக்கும் போக்கை நோக்கிச் செல்லும்போது, விவசாயச் செயல்பாடுகளால் மனிதத்தன்மை பெற்று, உயர் வான நிலையை அடைவதற்குப் பதிலாக, துன்பப்படும்

படியான அல்லது இன்னும் அசிங்கமானதாக தரம் தாழ்த்திவிடும்.

இவையெல்லாம் உற்பத்தி செய்யும் மனிதனால் பொருளாதார ரீதியில் பயனற்ற சொகுசு ஆடம்பரங்களைப் பெற்றுக் கொள்ள இயலாததால் வந்தவை. ஆகவே "நுகர்வாளனான மனிதனால்" மற்றெதையும் விட மிகவும் விரும்பும் ஆரோக்கியம், அழகு, நிரந்தரம் போன்ற மிக அத்தியாவசியமானவற்றை உற்பத்தி செய்ய இயலாது. அவற்றின் விலை மிகவும் அதிகமாகிவிடும்.

விவசாயம் பலனளிக்கவில்லை என்றால் அது வீழ்ச்சியுறும் ஒரு நிறுவனமாகிவிடுகிறது. ஏன் அதனைத் தாங்கி நிறுத்த வேண்டும்? நிலத்தில் "தேவையான எந்த முன்னேற்றமும்" இல்லை. ஆனால் விவசாயிகளின் வருமானத்தைப் பொறுத்தமட்டில் விவசாயிகள் குறைவாக இருக்கும் பட்சத்தில் அதனைச் செய்ய முடியும். இயற்கையுடன் இயைந்து வாழ்வதிலிருந்து அந்நியப்பட்டுப்போன நகர மனிதர்களின் தத்துவம்தான் இது. அந்தத் தத்துவம் நகர மனிதர்களின் சொந்த அளவுகோலால் உருவாக்கப்பட்டவை. அவற்றைத் தவிர எதையும் பெற்றுக்கொள்ள முடியாதவை. உண்மையில், எந்த சமூகமும் தன் நிலத்தை அழகாகவும், ஆரோக்கியமாகவும், நிரந்தரமாக வைத்துக் கொள்ளக்கூடியது. இதற்கு எந்த தொழில் நுட்பக் கஷ்டங்களும், அறிவில்லாத நிலையும் இல்லை. எதனைத் தேர்ந்தெடுப்பது என்ற நிலையில் பொருளாதார நிபுணர்களுடன் கலந்தாலோசிக்க வேண்டிய அவசியமும் இல்லை. நிலத்தை நிர்வகிப்பதிலும் விலங்குகளை நிர்வகிப்பதிலும், உணவுப் பொருட்களை சேமிப்பதிலும், உணவு பதப்படுத்துதல்களிலும், நகர்மயமாக்கலில் கவனம் செலுத்துவதிலுமுள்ள தவறான செயல்பாடுகளுக்கு மன்னிப்புக் கேட்கக் கூடிய அளவிற்கு நாம் சுற்றுச் சூழலியல் பற்றி அதிக அளவில் அறிந்து வைத்திருக்கின்றோம். இவை தடுத்து நிறுத்த இயலாத வறுமையினால் விளைந்தவை அல்ல. ஆனால், நமக்கு எந்தவிதமான நுண் பொருளியல் சார்ந்த அறநெறிகளில் வலுவான

நம்பிக்கை இல்லாததே இந்த விளைவுகளுக்குக் காரணம். இங்கே இந்த நம்பிக்கையின்மையினால், பொருளாதார நுண் கணிதம் அந்த இடத்தைப் பிடித்துக் கொள்கிறது. இது வேறு எப்படி இருக்க முடியும்? இயற்கை வெற்றி டத்தை வெறுக்கிறது. அப்படியான ஆன்மவெளி உயர்வான கொள்கையால் நிரப்பப்படவில்லை என்றால், அந்த வெற்றிடம் சிறிய, அற்பமான பொருளாதார நுண் கணிதத் தினாலான கணக்கிடும் மனநிலையைக் கொண்டு நிரப்பப் படுகிறது.

விலங்குகள் மற்றும் நிலத்தின் மீதான சுயநலத்தை, லாபத்தை மட்டுமே குறியாகக் கொண்டுள்ள மனநிலை, தொழில்நுட்ப, நிறுவன, வேதிப்பொருள் சார்ந்த, உயிரியல் சார்ந்தவற்றின் மீது ஏற்படும் கவர்ச்சிகரமான பைத்தியம் என்பதில் எனக்கு சந்தேகமில்லை. இந்த விஷயங்கள் அவற்றின் நீண்ட கால பின்விளைவுகளைக் கருத்தில் கொள்ளாமல் செயல்படுத்தத் தூண்டுபவை. மக்கள் எனப் படும் அபூர்வ மூலாதாரத்திற்கு அடுத்தபடியாக விளங்கும் நிலத்தை நாம் எப்படிக் கையாள்கிறோம் என்பதில் நமது ஒட்டு மொத்த வாழ்க்கையும் சம்பந்தப்பட்டுள்ளது. அதற்கு முன், நிலம் சம்பந்தமான நமது கொள்கைகளும் மாறும். தத்துவார்த்த ரீதியிலும் மாற்றங்கள் ஏற்படும். எதனை நம்மால் பெறமுடியும் என்பது கேள்வியல்ல. ஆனால், நமது பணத்தை செலவிட எதனை தேர்ந்தெடுக்கிறோம் என்பதே கேள்வி. நம்மால் நுண் பொருளாதார அறநெறிப் பண்புகளுக்கு மீள முடியுமேயானால் நமது நிலங்கள் மீண்டும் அழகும், ஆரோக்கியமும் பெற்றுவிடும்; மற்ற விலங்குகளைவிட தான் உயர்ந்தவன், ஆனால் தனது உயர் குணத்தை எப்போதும் மறக்காதவன் என்ற பெருமையை மக்கள் மீண்டும் பெறுவார்கள்.

தொழில்துறைக்கான மூலாதாரங்கள்

நவீன தொழில்களின் மிக வன்மையான தாக்கம் என்ன வெனில் அது அதிக மூலங்களை எடுத்துக்கொண்டு குறைந்த பலன்களைத் தருவதுதான். ஒருவரின் சாதாரண கண்ணோட்டத்தில் நவீன தொழில் துறைகளின் ஆற்ற லின்மை தெரிவதில்லை. எனவே அதன் ஆற்றலின்மை கவனத்திற்கு வருவதேயில்லை.

தொழில் துறையில் மிக முன்னேறிய நாடு அமெரிக்கா. அமெரிக்கா உலக மக்கள் தொகையில் 5.6 சதவீதமே கொண்டது. உலக மக்களனைவரையும் அமெரிக்காவுக்குள் வாழச் செய்தால் அதன் மக்கள் தொகை அடர்த்தி இங்கிலாந்தைப் போன்றிருக்கும். இங்கிலாந்தின் மக்கள் தொகை அடர்த்தி அமெரிக்காவின் மக்கள் தொகை அடர்த்தியைவிடப் பல மடங்கு அதிகம். எனவே அமெரிக்காவை குறைந்த நிலப்பரப்புடன் அதிக மக்கள் தொகையைக் கொண்டுள்ள நாடு என்று குறைத்து கூற முடியாது.

அமெரிக்கா இயற்கை வளங்களிலும் குறைபாடு உள்ள நாடு என்றும் கூற முடியாது. இதற்கு முரண்பட்ட வகையில் மனித வரலாற்றில் எந்த ஒரு பெரிய நிலப்பரப்பும் பெரு மளவில் இயற்கை வளங்களைக் கொண்டதாக இல்லை. இயற்கை வளங்கள் சுரண்டப்பட்டு அழிக்கப்பட்டு இருந்தும் கூட.

அமெரிக்காவின் தொழில்துறை அதன் உள்நாட்டு மூலப் பொருட்களை மட்டுமே சார்ந்து இருக்க முடியாதா கையால், அது மூலப்பொருட்களுக்காக உலகம் முழுவதும் தன் கால்களை பரப்பிக் கொண்டுள்ளது. உலகின் மொத்த மக்கள் தொகையில் 5.6 சதவீதமே உள்ள அமெரிக்கா, தனது தொடர் இருத்தலுக்காக உலகின் முக்கிய மூலாதாரங்களில் 40 சதவீதம் அதற்குத் தேவையாக உள்ளது. எத்தனை ஆண்டு களுக்கென்று திட்டங்கள் போட்டாலும் அமெரிக்கப் பொருளாதாரம் நாட்டிற்கு வெளியிலிருந்து வரக்கூடிய மூலப் பொருட்களையும் எண்ணெய் வளத்தையும் சார்ந் திருப்பது அதிகரித்துக்கொண்டே இருக்கிறது.

உலகின் 40 சதவீத மூலப்பொருட்களைப் பயன்படுத்தி 6 சதவீதத்திற்கும் குறைவான மக்களுக்குப் பயன்படும் ஒரு அமைப்பு, தனது மக்களுக்கு மகிழ்ச்சி, நல்வாழ்வு, கலாச் சாரம், அமைதி மற்றும் நல்லிணக்கத்தைத் தருமேயானால் அதனை ஆற்றலுள்ள ஒன்று என்று கூறலாம். இதில் அமெரிக்கா தோல்வியடைந்து விட்டது என்று "நான்" கூறவில்லை. அமெரிக்க ஜனாதிபதியின் பொருளாதார ஆலோசகர்கள் அமைப்பின் தலைவராய் இருந்த பேரா. வால்டர் ஹெல்லர், நவீன கால பொருளாதார நிபுணர் களைப் போன்று கூறும் கருத்து:

"நமது தேசத்தின் தேவைகளை நிறைவேற்ற நமக்கு விரிவாக்கம் தேவைப்படுகிறது. வளர்ச்சியுறாத பொருளா தார நிலையிலிருந்து பொதுத்துறை தனியார் துறை மூலா தாரங்களை நிலம், காற்று, நீர் மற்றும் ஒலி ஆகியவற்றின் மாசுடனான யுத்தத்தில் ஈடுபடுத்துவதை விட, முழு வேலைவாய்ப்புகளுள்ள, நன்கு வளர்ந்த பொருளாதாரத்தின் மூலம் யுத்தத்தில் ஈடுபட நல்ல வாய்ப்புகளுள்ளது". அவர் மேலும் கூறுகிறார், "வளர்ச்சியில்லாத ஒரு வெற்றிகரமான பொருளாதாரத்தை என்னால் நினைத்துப் பார்க்க முடிய வில்லை" என்று. ஆனால் அமெரிக்கா வேகமான வளர்ச்சி யின்றி வெற்றிகரமாக இருக்க முடியவில்லை என்றால், அமெரிக்காவுக்கு வெளியிலிருந்து மூலாதாரங்களைக்

கொண்டு வந்து வளர்ச்சியை வெற்றிகரமாக எய்த முடிய வில்லை என்றால் அமெரிக்காவிற்குப் பின்தங்கியுள்ள 94.4 சதவீத மக்கள் சமூகத்தின் கதி?

சுற்றுச் சூழல் மாசைக் கட்டுப்படுத்த உயர் வளர்ச்சி தேவை என்றால், இந்த சுற்றுச் சூழல் சீர்கேடே இப்போ துள்ள வளர்ச்சியால் வந்ததுதான் என்ற நிலையில், இன்னும் வளரும் போது இந்த அசாதாரண சூழ்நிலையிலிருந்து வெளிவர என்ன நம்பிக்கை உள்ளது? நிறைய மூலாதாரங் களை உட்கொண்டு குறைந்த அளவு பயன்தரும் தொழில் துறைக்கு உலகில் உள்ள மூலாதாரங்கள் போதுமானவை யாக இருக்குமா என்று கேட்க வேண்டியுள்ளது.

அந்த மூலாதாரங்கள் தேவைக்கேற்ப பெருமளவில் இல்லை என்ற குரல் எங்கும் கேட்டுக் கொண்டே இருக் கிறது. இவற்றுள் மஸாசூஸெட்ஸில் உள்ள தொழில் நுட்பக் கழகத்தின் ஆய்வுக் குழு "வளர்ச்சிக்கான வரையறை" (The Limits to Growth) என்ற ஆய்வறிக்கையை "ரோம் கிளப்" என்ற அமைப்பிற்கு அளித்தது. எல்லாவித தகவல்களுடன் உலக வளங்களைப் பற்றிய ஒரு சுவாரஸ்யமான அட்டவணையை யும் அது சமர்ப்பித்தது. தற்போதைய பயன்பாட்டு வேகத் தில் இயற்கை வளம் எத்தனை ஆண்டுகள் நீடித்திருக்கும், அதுவே அதிவேகத்தில் மூலாதாரங்கள் பயன்படுத்தப் பட்டால் எத்தனை ஆண்டுகள் நீடித்திருக்கும், அதுவே தற்போதைய அளவை விட ஐந்து மடங்கு அதிகமானால் எத்தனை ஆண்டுகள் நீடித்திருக்கும், ஆகிய விபரங்களை அந்த அறிக்கை கூறுகிறது. இந்த புதுப்பிக்க இயலாத 19 இயற்கைவளங்களின் தகவல்கள் தொழில் துறைக்கு அவசியமானவை. அந்த அட்டவணையின் கடைசிப் பகுதி யில் உலகம் முழுவதும் பயன்படுத்தப்படும் மூலாதாரங் களில் எத்தனை சதவீதம் அமெரிக்காவால் பயன்படுத்தப் படுகிறது என்ற தகவலுள்ளது. அது பின் வருமாறு:

அலுமினியம்: 42%	குரோமியம்: 19%
நிலக்கரி: 44%	கோபால்ட்: 32%
செம்பு: 33%	தங்கம்: 26%

இரும்பு: 28%   ஈயம்: 25%
மாங்கனீசு: 14%   பாதரசம்: 24%
மாலிப்டினம்: 40%   இயற்கை எரிவாயு: 63%
நிக்கல்: 38%   பெட்ரோலியம்: 33%
பிளாட்டினம்: 31%   வெள்ளி: 26%
தகரம்: 24%   டங்ஸ்டன்: 22%
துத்தநாகம்: 26%

இந்த பொருட்களுள் ஒன்றோ அல்லது இரண்டோ மட்டும் அமெரிக்காவின் தேவைக்குப் போதுமான அளவு உள்நாட்டிலேயே உற்பத்தியாகிறது. இந்த வளங்கள் எப்போது தீரும் என்று மிகுந்த எச்சரிக்கையுடன் ஆசிரியர்கள் கூறுகின்றனர்.

"தற்போதைய நுகர்வு வேகத்திலும், அதன் வேகம் பின்னாளில் எப்படி இருக்கும் என்ற கணக்கின்படியும், முக்கியமான புதுப்பிக்க இயலாத இயற்கை வளங்கள் இன்னும் 100 ஆண்டுகளில் மிகவும் விலை கூடியவையாக இருக்கும்".

"நவீன தொழில் துறை, உற்பத்தி நாடுகளுடன் ஒப்பந்தங்களை செய்து கொண்டுள்ளதால் இந்த மூலாதார நெருக்கடிக்கு இன்னும் நிறைய காலம் உண்டு" என்பதில் அவர்களுக்கு நம்பிக்கையில்லை.

"மூலாதாரங்கள் ஒன்றன் பின் ஒன்றாக மிகவும் அரிதாகி தடை செய்யக் கூடிய அளவுக்கு விலை அதிகமாகிப் போவதால் மிகவும் குறைந்த புவிப் பகுதியிலேயே இயற்கை வளங்கள் குறுகிப் போகும் நிலையில் தொழில் துறைகளின் எதிர்காலம் என்னவாகும் என்ற கடினமான கேள்வியும் எழுகிறது".

இந்த ஆய்வுக்குழு பல்வேறு வகையான கணக்கீடுகளை செய்தது பயனுள்ளதுதான். அதே நேரத்தில் முக்கியமானதும் கூட. அளவான உலகின் அளவற்ற தொழில் துறை நுகர்வு வளர்ச்சி (அதிகரிப்பு) என்பது சாத்தியமற்ற ஒன்று என்பது இந்த ஆய்வுக்குழு அறிவதற்கு எளிதான ஒன்று தான். இதனை அறிவுள்ள ஒரு மனிதனால் ஒரு கம்ப்யூட்

டரைக் கொண்டு சில கணக்குகளின் முடிவில் அறிந்து கொள்ள முடியும்.

மூலப்பொருள்களின் மிக அதிக விலை உயர்வு, அவை அபூர்வமாகிப் போவது ஆகியவற்றை இந்த ஆய்வுக்குழு கவனத்தில் கொண்டது போல் நவீன தொழில் அமைப்பு கவனத்தில் கொண்டு அச்சப்படவில்லை. எவ்வளவு வளங்கள் இன்னும் புவியில் இருக்கக்கூடும் என்று எவரால் சொல்ல முடியும்; மிக சாமார்த்தியமாக திறமையாக எவ்வளவு வளங்கள் உறிஞ்சப்படும்; எவ்வளவு வளங்கள் கடல்களிலிருந்து பெறப்படும்; எவ்வளவை மறு சுழற்சி செய்ய முடியும்? தேவை கண்டுபிடிப்புகளின் தாய்தான். நவீன அறிவியலால் ஆதரவளிக்கப்பட்டுள்ள தொழிற்சாலைகளின் கண்டுபிடிப்புகள், மேற்கண்ட கேள்விகளில் எளிதாக தோல்வியடையாது.

மறுசுழற்சி செய்ய இயலாத “ஆற்றல்” என்ற ஒன்றின் கிடைக்கும் தன்மையில் அந்த ஆய்வுக்குழு கவனம் செலுத்தியிருந்தால் இன்னும் நன்றாக இருந்திருக்கும்.

ஆற்றல் பற்றி நான் முன்னரே குறிப்பிட்டிருந்தாலும், அதனைப் பற்றி பேசாமல் விடுவது சாத்தியமல்ல. அதன் மையத்தன்மையை அதிக ஊக்கப்படுத்துவதும் சாத்தியமானதல்ல. ஆற்றல் என்பது இயந்திர உலகிற்கானது என்றாலும், அது மனிதனுக்கானது. ஆற்றல் தோற்றால், அனைத்தும் தோற்கும்.

தாங்கிக் கொள்ளக் கூடிய விலையில் போதுமான முதன்மை ஆற்றல் இருக்கும்வரை முதன்மைப் பொருள்களின் தேக்கம் அற்றுப்போய்விடாது அல்லது மாறிச் செல்லாது (மடங்கிச் செல்லாது) என்று நம்ப காரணங்களில்லை. மற்றொரு வகையில், முதன்மை ஆற்றல் குறைபாடு மேலதிக அளவில் முதன்மைப் பொருட்களைக் கோருவது மிகவும் குறைவதால், அவைகளைப் பொறுத்த மட்டிலான இந்தக் குறைபாடு பற்றிய கேள்வி எழுவதில்லை.

இந்த அடிப்படை உண்மைகள் முழுமையாக வெளியே தெரிந்தாலும், போதுமான அளவில் அவை ஒப்புக்கொள் ளப்பட்டு பாராட்டப்படவில்லை. நவீன பொருளாதாரத் தின் அதிகமான "அளவு சார்ந்த" நிலை, ஆற்றல் விநி யோகக் குறைபாட்டை எண்ணற்ற மற்றெல்லாக் குறை பாடுகளுடன் ஒன்றாகக் கருதும் போக்கு நிலவுகிறது. அளவுகளின் முறைகளற்ற தரம் சம்பந்தப்பட்ட புரிதலை ஒதுக்கித் தள்ளிய அளவு, சார்ந்த நிலை ஏற்கத்தக்கது. மேலும், ஆற்றல் விநியோகம் குறித்து விவாதிக்கும் நவீன பொருளாதாரம் உண்மையற்ற நிலையில் இருப்பதற்கு இதுவும் ஒரு காரணம். உதாரணமாக, "நிலக்கரியின் இடத்தை எண்ணெய் பிடிக்கிறது" என்று சொல்லப் படுகையில் அது எல்லா எண்ணெய் வளத்தையும் வேக மாகப் பயன்படுத்தித் தீர்ப்பது என்று ஆகிவிடாதா என்றால், "நாம் வேகமாக அணுசக்தி யுகத்திற்கு சென்று கொண்டிருக்கிறோம்" என்று சாந்தமாக சொல்லப்படு கிறது. எனவே, எல்லா எண்ணெய் வளங்கள், படிம வளங் கள் பற்றியும், எதனைப் பற்றியும் கவலைப் படவேண்டி யதில்லை.

ஏராளமான அமைப்புகள், ஆராய்ச்சிகள், எண்ணற்ற கணக்கீடுகள் எல்லாம் சேர்ந்து கூறுகின்றன, "மேற்கு ஐரோப்பாவின் நிலக்கரித் தேவை குறைகிறது, நிலக்கரி சுரங்கங்களிலிருந்து எப்படி விடுபடுவதே என்பதே பிரச்சினை. ஒட்டு மொத்த பிரச்சினையையும் பார்க்காமல், இந்த ஆய்வுகளின் ஆசிரியர்கள் ஒட்டு மொத்த பிரச்சினையின் எண்ணற்ற பாகங்களை பார்க்கிறார்கள். இவற்றுள் எதனையும் தனியாக முன் கூட்டியே கணிக்க முடியாது. ஏனெனில் ஒன்றை முழுமையாகப் புரிந்து கொண்டாலே, அதன் பகுதிகளைப் புரிந்து கொள்ள முடியும்.

1960லிருந்து 1970க்குள் ஐரோப்பிய நாடுகள் எரிபொருள் இறக்குமதியை சார்ந்திருப்பது 30லிருந்து 60 சதவீதமாக உயர்ந்து விட்டது. இங்கிலாந்தைப் பொறுத்தவரை இது

25லிருந்து 44 சதவீதமாக உயர்ந்து விட்டது. 1970லும், அதற்குப் பின்னரும் பொருளாதார நிபுணர்களைக் கொண்ட மேற்கு ஐரோப்பா, நிலக்கரி ஏதோ ஒரு சந்தைப் பொருள் போலவும், லாபம் தரும் வரை உற்பத்தி செய்வது, லாபம் தரவில்லை எனில் உடன் உற்பத்தியை நிறுத்தி மூடிவிடுவது என்பது போல், தங்களது நிலக்கரி தொழிலை நிதானமாக அழித்து விட்டார்கள். நிலக்கரிக்கு மாற்றாக என்ன என்ற கேள்விக்கு வருங் காலத்தில் பெருமளவிலான எரிபொருள் மிகக் குறைந்த விலைக்குக் கிடைக்குமென்று உறுதி கூறினர். இது அவர்களது ஆசை மட்டுமே.

இது ஏதோ தகவல் குறைபாடுகளினாலோ கொள்கை வகுப்பவர்கள் முக்கியமான உண்மைகளை கவனிக்காது விட்டு விட்டதாலோ சொல்லப்பட்டதல்ல. போதுமான முழுமையான தகவல்கள் இருந்தன; எதிர்காலப் போக்கின் தேவை குறித்த சரியான மதிப்பீடுகள் இருந்தன. கொள்கை களை வகுப்பவர்கள், தாங்கள் அறிந்திருந்தவற்றிலிருந்து சரியான முடிவுகளை எடுக்க சக்தியற்றவர்களாக இருந்தனர். எதிர்காலத்தில் கடுமையான எரிபொருள் நெருக்கடி வரும் என்று கூறியவர்களின் கருத்துக்கள் கவனிக்கப்படவே யில்லை. எதிர் கருத்துக்களும் தெரிவிக்கப் படவேயில்லை. வெறுமனே அந்தக் கருத்துகள் புறந்தள்ளப்பட்டு ஒதுக்கப் பட்டன. அணுசக்தியின் எதிர்காலம் என்னவாக இருக்கும் என்பதை அறிந்து கொள்ள பெரிய அளவில் ஆராய வேண்டியதில்லை. எண்ணெய்ப் பயன்பாடுபற்றி முன்னர் என்ன சொல்லப்பட்டது?

எண்ணெய் வளம் தீர்ந்துபோய்விடும் என்று கணித்துக் கூறப்பட்டவை எல்லாம் எள்ளி நகையாடப்பட்டன. 1961ஆம் ஆண்டு ஏப்ரலில் நிகழ்த்தப்பட்ட ஒரு உரை:

“30 அல்லது 50 ஆண்டுகளுக்கு முன்னர் யாரோ சிலர் கச்சா எண்ணெய் தீர்ந்துவிடும் என்று சொன்னார்கள். பாருங்கள், தீர்ந்துவிடவில்லை. எவ்வளவு வேகமாக எண்ணெய் வளம் பயன் படுத்தப்பட்டாலும் தீர்ந்து

போகாது என்று என்றோ தவறான கணிப்பாகச் சொன்னதை சிலர் சுட்டிக் காட்டுகின்றனர். எதிர்கால எண்ணெய் வளம், அணுசக்தி ஆகியவை பற்றி அளவுகடந்த நேர் மறையான ஒரு நிலையை எடுக்கின்றனர்".

"நான் எண்ணெய் உற்பத்தியாளர்களிடம் இருந்து வரும் தகவல்களையே எடுத்துக்கொள்கிறேன். எண்ணெய் விரைவில் தீர்ந்துவிடும் என்று அவர்கள் கூறவில்லை. இன்னும் கண்டறியப்படாத எண்ணெய் வளம் பெருமளவில் உள்ள தென்றும், கட்டுப்படியான செலவில் அதனை கண்டுபிடிக்க இயலும், அது 200,000 மில்லியன் டன்களாக இருக்கும் என்றும் சொல்லப்படுகிறது. அதாவது தற்போதைய ஆண்டு எண்ணெய்ப் பயன்பாட்டைவிட 200 மடங்கு அதிகமாக இருக்கும். தற்போதிருக்கும் எண்ணெய் இருப்பு 40,000 மில்லியன் டன்கள் என நமக்குத் தெரியும். அடுத்து வரும் ஆண்டுகளில் இன்னும் 160,000 மில்லியன் டன் எண்ணெய் கண்டறியப்படும் என்பது மகிழ்ச்சிக்குரியது தான். சஹாரா பகுதியில் எண்ணெய் வள இருப்பு 1000 மில்லியன் டன்களாக இருக்கலாம் என்று நிபுணர்கள் கருதுகின்றனர். இந்த அளவு எண்ணெய் இருப்பு பிரான்ஸ் நாட்டின் எண்ணெய்த் தேவைக்கு முன்னால், மிகவும் அதிக அளவுதான்; ஆனால் புதிதாகக் கண்டறியப்படப்போகும் 160,000 மில்லியன் டன் எண்ணெய்க்கு முன்னால் இது ஒன்றுமேயில்லை. இந்த 160,000 மில்லியன் டன் எண்ணெய் வளம் கண்டறியப்படலாம், கண்டறியப்படும் என்று நம்புவோம்.

எனவே கண்டறியப்பட்டு நிரூபணமாகியுள்ள எண்ணெய் வளம் 40 ஆண்டுகளுக்குப் போதுமானது. ஒட்டுமொத்த எண்ணெய் வளமும் தற்போதைய பயன்பாட்டு வேகத்தில் 200 ஆண்டுகளுக்குப் போதுமானது. துரதிர்ஷ்டவசமாக எண்ணெய்ப் பயன்பாட்டு வேகம் நிலையானதாக இல்லை. ஆனால் சராசரியாக எண்ணெய்ப் பயன்பாட்டு வளர்ச்சி 6 அல்லது 7 சதவீதமாக உள்ளது. இந்த வளர்ச்சி இப்போது நிறுத்தப்படுமேயானால் நிலக்

கரியை எண்ணெய் ஒதுக்கித் தள்ளி விடுமோ என்ற கேள் வியே இருக்காது. எண்ணெய் உற்பத்தி உலக அளவில் திட்டமிட்டபடி இருக்கும் என்று ஒவ்வொருவரும் உறுதி யாக நம்புவார்கள். உலகம் தொழில் மயமாகி வருகிறது. இதனை நிகழ்த்துவது எண்ணெய் வளம்தான். இந்தச் செயல்பாடு சட்டென்று நின்றுவிடும் என்று எவராலும் கருத முடியுமா? இல்லை எனில், இந்த செயல்பாடு எத்த னை காலம் தொடரும் என்பதை கணக்கிடுவது நல்லது.

பொறியாளர்கள் செய்யும் ஒரு வித கணக்கிடலை செய்யலாம். 7 சதவீத வளர்ச்சி 10 ஆண்டுகளில் எண் ணெய்ப் பயன்பாட்டை இரண்டு மடங்காக ஆக்கி விடும். இந்தக் கணக்கின்படி 1970ஆம் ஆண்டுகளில் 2000 மில்லியன் டன் எண்ணெய் ஒரு ஆண்டுக்கு பயன்படுத்தப்படும். (ஆனால் உண்மையில் இது 2273மில்லியன் டன்னானது) 10 ஆண்டுகளுக்கு இந்தப் பயன்பாடு 15,000 மில்லியன் டன்களாக இருக்கும். நிரூபிக்கப்பட்ட எண்ணெய் இருப்பு 40,000 மில்லியன் டன்கள் என்பதை அப்படியே வைத்துக் கொள்ள, 15,000 மில்லியன் டன் எண்ணெய் வளத்தைப் புதிதாக இருப்பதாக நிரூபிக்க வேண்டும். ஆண்டு எண்ணெய் செலவை விட 40 மடங்கு அதிகமாகவுள்ள நிரூபிக்கப்பட்ட தற்போதைய எண்ணெய் இருப்பு, ஆண்டு எண்ணெய் செலவு அதிகரிப்பை வைத்து 20 மடங்காகக் குறைத்து விடும். இந்த வகை வளர்ச்சியில் ஒன்றும் தொடர்ந்த மடத்தனமோ, இயலாமையோ இல்லை. எரி பொருள் குறித்து பேசுகையில் இந்த 10 ஆண்டுகள் என்பது மிகக் குறைந்த கால அளவே. எனவே 10 ஆண்டுக்கான கணக்காக 1980 வரை நாம் பார்த்தால், வேகமான வளர்ச்சி இயலாதது என்பதைப் புரிந்து கொள்ள வேறு கணக்கீடுகள் தேவைப்படாது.

பிரபலமான புவியியலாளர்களால் வெளியிடப்பட்டுள்ள எண்ணெய் இருப்பு அளவு என்பதில் உண்மை இருக்குமே யானால், எண்ணெய்த்துறை அடுத்த 10 ஆண்டுகளுக்கு எதிர்பார்க்கப்பட்ட திட்டமிட்ட வளர்ச்சி வேகத்தைக்

கொண்டிருக்கும். அது அடுத்து இருபது ஆண்டுகளுக்குத் தொடருமா என்பதில் கணிசமான சந்தேகம் இருக்கும். 1980க்குப் பின்னர் வேகமான வளர்ச்சி என்பது இருக்காது என்பது நிச்சயமானதாக இருக்கும். இந்த ஆண்டுகளில் அல்லது அந்தக் கால கட்டத்தில் எண்ணெய் நுகர்வு எப்போதும் இல்லாத அளவுக்கு அதிகமாக இருக்கும், நிரூபிக்கப்பட்ட எண்ணெய் வளத்தின் சரியான அளவு எப்போதும் இல்லாத அளவுக்கு அதிகமாக இருக்கும். உலக எண்ணெய் வள இருப்பு முடியும் தருவாயில் உள்ளது என்பதற்கு எந்தத் தகவலும் இல்லை. ஆனால் எண்ணெய் வளர்ச்சி என்பது முடிவுக்கு வந்திருக்கும்.

தொழில் மயமான எண்ணெயை அதிகம் பயன் படுத்தும் இங்கிலாந்தை கணக்கில் கொண்டால், உலகில் எண்ணெய் வளம் தீரும் போது கூட அல்ல, எண்ணெய் வளம் விரிவாவது நின்று போனாலே பெரும் நெருக்கடியில் சிக்கிக் கொள்ளும். இந்த நிலையை அடையும் போது, உலகம் முழுவதும் வளரும் நாடுகள், ஏழ்மையில் உள்ள நாடுகள் தங்களது தேவைக்கான எரிபொருளை தேடும் போது, எண்ணெய்க்கான போராட்டம், ஏன் வன்முறை யிலான போராட்டமே தோன்றும். இந்நிலையில் சொந்த உற்பத்தியற்ற அதிகத் தேவையுள்ள நாடுகள் மிகவும் பலவீனமாக உணரும்.

இந்த நிலை வர சற்றே கால தாதமமேற்பட்டால், இந்த துன்பம் சிறிது காலம் கழித்துத் தாக்கும். எண்ணெய் பிரச்சினை தோன்றும் போது, நிலக்கரியை விநியோகிக்க வேண்டிய நிலையில் தேசிய நிலக்கரிக் கழகம் அசட்டை யாக இருக்கிறது."

1960களில் விடப்பட்ட இந்த எச்சரிக்கைகள் 1970 வரை கவனிக்கப்படவே இல்லை. ஏளனம் செய்து இகழப் பட்டன. 1970ல் எரிபொருள் விநியோகத்தில் தட்டுப்பாடு ஏற்பட்டது. உலகில் கண்டு பிடிக்கப்படும் எந்த எண் ணெய் இருப்பும் எதிர்கால நலன்களை அடியோடு மாற்று

பவை எனப் புகழப்பட்டன. இந்த கண்டுபிடித்தல்கள் நடக்காமலேயே இவை புகழப்பட்டன. **1961**-ல் செய்யப் பட்ட அனைத்து கணக்கீடுகளும் சரியானவை அல்ல, குறைத்து மதிப்பிடப்பட்டவை என்றொரு விமர்சனமும் இருந்தது.

இன்றும் கூட எந்தப் பிரச்சினையும் இல்லை என்று சொல்லக் கூடிய கணிப்பாளர்கள் இருக்கிறார்கள். அவர்கள் கூறும் புள்ளி விபரங்கள் அவர்கள் சொல்வதை நிரூபிக்க வில்லை என்றாலும், **1960**களில் எண்ணெய் நிறுவனங்களே அழகிய சமாதானங்களைக் கூறிக் கொண்டிருந்தன. மேற்கு ஐரோப்பாவின் பாதிக்கும் மேற்பட்ட நிலக்கரி தொழிற் சாலைகள் அழிந்த பின்னர், எண்ணெய் நிறுவனங்கள் தங்கள் சுருதியை மாற்றிக் கொண்டன. எண்ணெய் ஏற்றுமதி செய்யும் நாடுகளின் அமைப்பான *OPEC* பொருட் படுத்தப்பட்டதில்லை. ஏனெனில் அரேபியர்கள் ஒருவரு டன் ஒருவர் ஒத்துப் போவதில்லை. இன்று *OPEC* தான் எண்ணெய் விலைகளை நிர்ணயிக்கும் மிகப்பெரிய அமைப்பு. எண்ணெய் இறக்குமதி செய்யும் நாடுகள் ஏற்றுமதி செய்யும் நாடுகளைச் சார்ந்திருப்பது போல, ஏற்றுமதி செய்யும் நாடுகள் இறக்குமதி செய்யும் நாடுகளை சார்ந்திருக்கின்றன என்று சொல்லப்படுவதுண்டு. இதுவும் சுய ஆசையின் பேரில் சொல்லிக் கொள்ளப்பட்டதுதான். ஏனெனில் எண்ணெய் ஏற்றுமதி செய்யும் நாடுகள் ஒன்றாக, எண்ணெய் உற்பத்தியைக் கட்டுப்படுத்தி தங்கள் வருவாயை பெருக்கிக் கொள்கின்றன. எண்ணெய் இறக்குமதி செய்யும் நாடுகளின் தேவை மிகப்பெரியது. எண்ணெய் விலை ஏறினால், அதன் பயன்பாடு குறையும் என்று சொல்வோர் உண்டு. எண்ணெய்க்கு மாற்று ஏதும் இல்லை என்பதால், எண்ணெயை சந்தையிலிருந்து வெளித்தள்ள முடியாது.

எண்ணெய் உற்பத்தி செய்யும் நாடுகள், பணத்தைக் கொண்டுமட்டும் தங்கள் மக்களின் வாழ்க்கைக்கான மூலாதாரங்களை உண்டு பண்ண முடியாது என்பதை

உணரத் தொடங்கியுள்ளன. பணத்துடன் கூடவே தங்களது தேவைகளை நிறைவேற்றிக்கொள்ள, காலமும் கடுமையான முயற்சியும் தேவையாய் இருக்கின்றது. எண்ணெய் என்பது அழியும் சொத்து. அழியும் வேகம் அதிகமானால் பொருளாதார ரீதியான இருத்தல் சம்பந்தமான வளர்ச்சிக்கான நேரம் மிகவும் குறையும். முடிவு தெளிவானது. எண்ணெய் ஏற்றுமதி செய்யும் நாடுகளும் இறக்குமதி செய்யும் நாடுகளும் நீண்ட காலம் நன்றாக இருக்க, எண்ணெய் வளத்தின் "ஆயுட்காலத்தை" எந்த அளவு சாத்தியமோ அந்த அளவு நீட்டித்துக் கொண்டுபோக வேண்டும். எண்ணெய் ஏற்றுமதி செய்யும் நாடுகளுக்கு, வாழ்க்கைக்கான வேறு வழிகளைத் தேட வேண்டியிருக்கிறது. இறக்குமதி செய்யும் நாடுகளுக்கோ எண்ணெய்ப் பஞ்சம் ஏற்படும் நிலையில் மாற்று ஏற்பாடுகளை செய்து கொள்ள வேண்டியதிருக்கிறது. எண்ணெய் உற்பத்தியின் வேகமும், வேகமான நுகர்வும் இரண்டு வகை நாடுகளுக்கும் பெரும் அபாயமாக உள்ளது. இரண்டு வகை நாடுகளுக்குமிடையில் நீண்ட காலப் பலன்களை மனதில் கொண்டு அடிப்படை இணக்கம் தேவை என்பதைப் புரிந்து கொண்டு நுகர்வுக்கான எண்ணெயின் ஆண்டுத் தேவையை படிப்படியாகக் குறைத்தால் பெரும் அபாயத்தை தவிர்க்கலாம்.

எண்ணெய் இறக்குமதி செய்யும் நாடுகளை கவனத்தில் கொண்டால், மேற்கு ஐரோப்பாவுக்கும் ஜப்பானுக்குமே பெரிய பிரச்சினைகள் உண்டாகும் என்பது தெளிவு. இதனைப் புரிந்து கொள்ள கணினியைக் கொண்டு பெரிய கணக்கீடுகள் ஏதும் செய்யத் தேவையில்லை. சமீப காலம் வரை மேற்கு ஐரோப்பா, "மலிவான, அளவற்ற ஆற்றல் யுகத்தில்" நுழைகிறோம் என்ற மாயையில் இருந்தது. 1967ஆம் ஆண்டு நவம்பரில் எரிபொருள் கொள்கை சம்பந்தமாக வெள்ளை அறிக்கை ஒன்று வெளியிடப்பட்டது. அதில் "வட கடலில் இயற்கை எரிவாயு கண்டுபிடிக்கப்பட்டுள்ளது பிரிட்டனின் ஆற்றல் விநியோகத்தில் பெரும் சாதனையாகும். வரக்கூடிய பெரும் ஆற்றல் கேந்திரமான அணுசக்தி யுகத்தில் நுழைகையில் இதுவும்

தொடர்ந்து நிகழ்ந்திருக்கிறது. இவை இரண்டும் இணைந்து வரக்கூடிய ஆண்டுகளில் ஆற்றல் தேவையின் அடிப்படையிலேயே மாற்றங்களைக் கொண்டுவரப் போகிறது".

இது வெளியிடப்பட்ட ஐந்து ஆண்டுகள் கழிந்தும் கூட, முன்னெப்போதையும் விட அதிகமாக எண்ணெய் இறக்குமதியை பிரிட்டன் சார்ந்திருக்க வேண்டி இருக்கிறது. 1972ஆம் ஆண்டு பிப்ரவரி மாதத்தில் சுற்றுச் சூழலுக்கான அரசு செயலருக்கு அனுப்பப்பட்ட அறிக்கை இப்படித் தொடங்குகிறது:

"எதிர்கால ஆற்றல் மூலாதாரங்களைக் குறித்து எங்களுக்கு அனுப்பப்பட்டுள்ள விஷயங்கள், இந்த நாட்டிற்கு மட்டுமல்லாது உலகம் முழுமையும் ஆழமான அசௌகரியமான நிலையில் உள்ளதைத் தெரிவிக்கிறது. படிம எரி பொருள்கள் தீருவது தொடர்பான கணக்கீடுகள் மாறுபடுகின்றன. ஆனாலும் அவற்றின் "தீரும் காலம்" ஒரு அளவுக்குள் வந்துவிட்டது. எனவே திருப்திகரமான மாற்று ஆற்றல் ஒன்றைக் கண்டுபிடித்தேயாக வேண்டும். வளரும் நாடுகளின் பெருமளவிலான தேவைகள், மக்கள் தொகைப் பெருக்கம், விளைவுகளை கருத்தில் கொள்ளாது பயன்படுத்தப்படும் ஆற்றல் மூலாதாரங்கள், எதிர்கால மூலாதாரங்கள் அதிக விலையில் இருக்கும் என்ற நம்பிக்கை, அணுசக்தியினால் உண்டாகும் அபாயம் ஆகியவை பெரும் கவலைக்குள்ளாக்குகின்றன".

இந்தக் "கவலை" 1960களில் காணப்படவில்லை. அப்போது பிரிட்டனின் அரைவாசி நிலக்கரித் தொழில்கள் "பொருளாதார ரீதியில் பயனற்றவை" என்று கைவிடப்பட்டபோது, இந்த "கவலை" காணப்படவில்லை. ஒரு முறை கைவிடப்பட்டதென்றால், எப்போதைக்கும் நஷ்டமானதுதான். "கவலைகள் இருந்தாலும்", செல்வாக்கு மிகுந்த பகுதியிலிருந்து பொருளாதாரக் காரணங்களுக்காக பாதாளத்தில் விழும்படி நிர்பந்தம் வருகிறது என்பது விந்தையான ஒன்றாக உள்ளது.

அணுசக்தி காக்குமா? அழிக்குமா?

சரியான நேரத்தில் எதிர்கால ஆற்றல் தேவைகளுக்கு மாற்றாக அணுசக்தி வந்துள்ளது என்று சந்தேகமின்றி மக்கள் கருதுவதே ஒரு திருப்தியான அமைதி நிலவுவதற் கான காரணம். என்ன வந்திருக்கிறது என்பதை ஆராய அவர்கள் சிரமப்படவில்லை. அது புதியது, ஆச்சர்ய கரமானது, அது வளர்ச்சி மற்றும் மிகவும் மலிவானது என்று வாக்குறுதிகள் தரப்பட்டன. எப்படியும் ஒரு மாற்று தேவைதான் அதனைப் பெற்றுக் கொண்டால் என்ன?

“கேள்விக்குரிய முன்னேற்றகரமான ஒரு மாற்றம் சந்தேகத்திற்குரியது” என்ற அடிப்படை உண்மையால் பாதிக்கப்படாத வேகமான மாற்றத்தைப் போற்றுவதை பொருளாதார மதம் வளர்க்கிறது. சுற்றுச் சூழல் குறித்த கண்ணோட்டம் உடையவர்கள் மீது நிரூபிக்கும் பொறுப்பு சுமத்தப்படுகிறது; மனிதனின் மீது ஏற்பட்ட காயத்தின் அடையாளத்தைக் அவர்கள் காட்டும்வரை மாற்றம் தொடர்ந்து கொண்டே இருக்கும். மாறாக, மாற்றத்தை அறிமுகப் படுத்துபவரே நிரூபிக்கவேண்டிய பொறுப்பில் உள்ளவர் என்று சாதாரண பொது அறிவு கூறுகிறது. அதனை அறிமுகப்படுத்துபவர் எந்த சேதமும் ஏற்படாது என்பதை செய்து காண்பிக்க வேண்டும். அனால் இதற்கு காலம் அதிகம் தேவைப்படுமாதலால் இது பொருளாதார ரீதியில் பயனற்றது. பொருளாதாரத் துறையை தனது தொழிலாகக் கொண்டிருந்தாலும் இல்லையென்றாலும்

பொருளாதார நிபுணர்களுக்கெல்லாம் சுற்றுப்புறச் சூழலியலை கட்டாய பாடமாக்க வேண்டும். அப்படிச் செய்தால் சிறிதளவேனும் இயற்கை சமநிலை காப்பாற்றப் படும். "பல மில்லியன் ஆண்டுகளாக உருவாகி வளர்ந்துள்ள சுற்றுச்சூழல் அமைப்பிற்கு சிறப்பான தன்மை இருப்பதாக எண்ண வேண்டும். ஒரு கிரகத்தைப் போல சிக்கலான, தாவரங்களும் விலங்குகளுமான ஒன்றரை மில்லியன் உயிரினங்கள் வாழ்கின்ற, மண் மற்றும் காற்று மூலக்கூறுகளை தொடர்ந்து உபயோகித்து, மீண்டும் உப யோகித்து ஒன்றாக ஒரு சம நிலையில் வாழும் அமைப்பை நோக்கமேதுமின்றி முன்னறிவிக்கப்படாத செயல்களால் முன்னேற்ற முடியாது. இந்த சிக்கலான அமைப்பு முறையில் எந்த மாற்றத்தைச் செய்ய வேண்டுமென்றாலும், கிடைக்கும் உண்மைகளைக் கொண்டு செய்த ஆழ்ந்த ஆராய்ச்சி தேவை. மாற்றங்களைப் பெரிதாக செய்வதற்கு முன்னர் சோதனையாக சிறிய அளவில் செய்து பார்க்க வேண்டும். தகவல்கள் முழுமையாக இல்லாதபொழுது, மாற்றங்கள் இயற்கைச் செயல்பாடுகளுக்கு நெருக்கமாக இருக்க வேண்டும். அந்த இயற்கைச் செயல்பாடுகள் மிக நீண்ட காலமாக வாழ்க்கையை துணைத்து நிற்கும் என்பதற்கு சந்தேகமற்ற சாட்சியங்களுண்டு".

இந்த விஷயம் இப்படிச் செல்கிறது: இயற்கைக்குள் மனிதன் ஏற்படுத்திய மாற்றங்களில், பெரிய அளவிலான அணுப் பிளவே சந்தேகமில்லாமல் அபாயகரமானதும் மிகுந்த கவலைக்குரியதுமாகும். விளைவாக, அயனியாகும் கதிர்வீச்சு சுற்றுச்சூழல் சீர்கேட்டிற்கான மிக முக்கியமான காரணமாகவும் பூமியில் மனிதனின் வாழ்க்கைக்கு மிகப் பெரும் அச்சுறுத்தலாகவும் உள்ளது. மீண்டும் பிரயோகப் படுத்த வாய்ப்பில்லை என்றாலும், சாதாரண மனிதர்களை அணுகுண்டு மிகவும் கவர்ந்துள்ளது. அணுசக்தியை அமைதி வழிக்குப் பயன் படுத்துவதால் மனித இனத்திற்கு ஏற்படுத்தும் அபாயம் இன்னும் அதிகமாக இருக்கலாம். பொருளாதாரத்தின் மீது சர்வாதிகாரம் ஏதும் இருப்பதற்கான தெளிவான உதாரணங்கள் இல்லாமலிருக்கலாம்.

மின்னுற்பத்திக்கான நிலையங்களை நிலக்கரி அல்லது எண்ணெய், அல்லது அணுசக்தி இவற்றில் எதனைப் பயன்படுத்துவதாக உருவாக்குவது என்பது பொருளாதார அடிப்படையிலேயே தீர்மானிக்கப்படுகிறது. ஆனால் அணுப்பிளவின் காரண மாக மனித வாழ்வுக்கு ஏற்படும் நம்ப முடியாத, எதனு டனும் ஒப்புநோக்க முடியாத அபாயம் குறித்து எந்தவித கணக்கீடுகளும் இல்லை; அதுபற்றி ஒரு போதும் குறிப்பிடப் படவுமில்லை. காப்பீட்டு நிறுவனங்கள், அணு சக்தி நிலையங்களுக்குக் காப்பீடு செய்வதில்லை. எனவே அதன் பொறுப்பை அரசே ஏற்கும்படி சட்டம் கொண்டு வரப்பட்டது. காப்பீடு செய்யப்பட்டாலும் இல்லை என்றாலும் அபாயம் இருந்து கொண்டே இருக்கிறது.

இந்த அபாயம் குறித்து எச்சரிக்கும்படியான அதிகாரப் பூர்வ அமைப்புகள் இல்லாமலில்லை. உயிர்வாழும் திசுக்களின் மீது ஆல்ஃபா, பீட்டா, காமா கதிர்வீச்சுக்களால் ஏற்படும் விளைவுகள் நன்றாகத் தெரிந்தவைதான். கதிர் வீச்சு துகள்கள் ஒரு உயிரியின் மீது குண்டுகளைப் போல் கிழித்துக் கொண்டு உள் செல்கின்றன. அவை ஏற்படுத்தும் சேதம் அந்த கதிர்வீச்சின் அளவு மற்றும் அந்த உயிரியின் செல்வகையைப் பொறுத்தது. 1927ல் எச்.ஜெ. முல்லர் என்னும் அமெரிக்க உயிரியல் அறிஞர், எக்ஸ் கதிர் தாக்கத்தினால் ஏற்படும் மரபணு மாற்றங்கள் குறித்து பிரபலமான அறிக்கையை வெளியிட்டார். மரபு சாராதவைகளிலும் கதிர்வீச்சினால் ஏற்படும் தாக்கம் பற்றி 1930-களில் அறியப்பட்டது. இந்த கதிர் வீச்சினால் ஏற்படும் ஆபத்து நேரடியாக தாக்கப் படுபவர்களுக்கு மட்டுமின்றி, அவர்களின் சந்ததியினருக்கும் உண்டாகும்.

கதிர்வீச்சின் இன்னொரு பரிமாணம் என்னவெனில், மனிதனால் கதிர்வீச்சுப் பொருட்களை உருவாக்க முடியும். ஆனால் அவனால் ஒருமுறை உருவாக்கப்பட்ட கதிர்வீச்சை குறைப்பதற்கு அவனால் ஏதும் செய்ய முடியாது. கதிர்வீச்சு தொடங்கி விட்டதென்றால் எந்த வேதி வினையாலும்,

இயற்பியல் செயல்பாடுகளாலும் அதனைக் குறைக்க, கட்டுப்படுத்த முடியாது. காலம் செல்லச் செல்ல தானாகக் குறையும். கார்பன்-14 என்னும் கதிர்வீச்சுப் பொருளின் கதிர்வீச்சின் அளவு பாதியாகக் குறைய 6000 ஆண்டுகள் ஆகும். ஸ்ட்ரோனியம்-90ன் கதிர்வீச்சு அளவு பாதியாகக் குறைய 28 ஆண்டுகள் ஆகும். ஆனால் இந்த பாதி கதிர்வீச்சு அளவுக்காலம் எவ்வளவாக இருந்தாலும், சில வகை கதிர் வீச்சுக்கள் கால வரையறையின்றி தொடர்ந்து கொண்டே இருக்கும். இதனைத் தடுக்க ஒன்றுமே செய்ய முடியாது, அந்த கதிரியக்கப் பொருளை பாதுகாப்பான ஏதேனும் ஓரிடத்தில் வைப்பதைத் தவிர.

அணு உலைகளால் உருவாக்கப்பட்ட கதிரியக்கக் கழிவுகள் பெருமளவில் இருக்கும் போது, பாதுகாப்பான இடம் எங்கே? பூமியின் எந்த இடமும் பாதுகாப்பானதாக இருக்காது. பெருங்கடல்களின் ஆழமான பகுதிகளில் உயிரினங்கள் ஒன்றும் இருக்காது என்ற கணக்கில், இந்த கதிரியக்கக் கழிவுகளை ஆழ்கடலில் வீசலாம் என்ற எண் ணம் இருந்தது. ஆனால் இந்த எண்ணம் (நினைப்பு) சோவி யத் ரஷ்யாவின் ஆழ்கடல் ஆராய்ச்சிகளின் முடிவினால் தவிடு பொடியானது. உயிரிகள் எந்த இடத்தில் வாழ்ந்தா லும் கதிரியக்கப் பொருள்கள் அங்குள்ள உயிரியல் சுழற்சி யில் உள்வாங்கப்படும். இந்தக் கதிரியக்கப் பொருள்களை நீர் நிலைகளில் இட்டால், சில மணி நேரங்களில் அவற்றை அந்த நீர் நிலைகளில் வாழும் உயிரினங்களில் காணலாம். பிளாங்டான், ஆல்கே மற்றும் கடல் வாழ் விலங்குகளுக்கு இந்த கதிரியக்கப் பொருள்களை அடர்த்தியாக்கும் சக்தி 1000 அளவுக்கும், இன்னும் சில வகைகளில் மில்லியன் அளவுக்கும் கூட இருக்கிறது. ஒரு உயிர் மற்றதை உண்டு வாழ்வதால் கதிரியக்கப் பொருள்கள் மனிதனையே மீண்டும் வந்தடைகின்றன.

கழிவுகளை என்ன செய்வது என்பதில் சர்வதேச அளவில் இன்னும் எந்த ஒப்பந்தமும் ஏற்படவில்லை. அமெரிக்கா மற்றும் பிரிட்டன் ஆகியவை தங்கள்

கழிவுப்பொருட்களை கடலில் தள்ளும் செயலுக்கு பெரும் பாலான நாடுகள் ஆட்சேபம் தெரிவித்ததால் 1959ஆம் ஆண்டு நவம்பர் மாதத்தில் மொனாக்கோ-வில் கூடிய சர்வதேச அணுசக்திக் கழக மாநாடு, கருத்தொற்றுமை ஏற்படாமல் கலைந்தது. "உயர்மட்ட" கழிவுகள் கடலில் கொட்டப்படுகின்றன. "நடுத்தர" மற்றும் "கீழ்நிலைக்" கழிவுகள் ஆறுகளிலும், பூமிக்குள்ளும் கொட்டப்படு கின்றன. பூமிக்குள் கொட்டப்படும் திரவக்கழிவுகள் புவி நீர் மட்டத்தில் கலந்து மண்ணில் முழுவதுமாகவோ பகுதியாகவோ வேதியியல் ரீதியாக அல்லது இயற்பியல் ரீதியாகக் கதிரியக்கத்தை பரப்புகின்றன என்று அணு சக்திக் கழக அறிக்கையொன்று கூறுகிறது.

அணு உலைகளே, அவற்றின் செயல்பாடு காலத்திற்குப் பின்னர் பெரிய அளவிலான கதிரியக்கக் கழிவுகளாகின்றன. குறைந்த பொருளாதார முக்கியத்துவமுடைய கேள்வியாக, இந்த அணு உலைகள் எவ்வளவு காலம் நீடிக்கும் என்பது கேட்கப்படுகிறது. காற்று, நீர், நிலம் ஆகியவற்றில் கதிரியக்கத்தைப் பரப்பிக்கொண்டு, வாழ்க்கைக்கு அபாயமாக, நூற்றுக்கணக்கான ஆண்டுகள், ஆயிரக்கணக் கான ஆண்டுகள் நிலைத்து நிற்கும் இந்த அணு உலை களை, பிரிக்கவோ இடம் மாற்றவோ இயலாத இந்த அணு உலைகளின் நிலைகுறித்து எவரும் விவாதிப்பதில்லை. பெருகிவரும் இந்த சாத்தான் போன்ற உலைகள் எத்தனை இருக்கின்றன, எங்கெங்கும் இருக்கின்றன என்பதைக் குறித்து எவரும் கவலை கொள்ளவில்லை. பூகம்பம், போர்கள், சமூகப் பிரச்சினைகள், பெருங் கலவரங்கள் போன்றவை நடக்கும் என்பது நிச்சயமானதல்ல. ஆனால் பயன்பட்டு காலாவதியான அணு நிலையங்கள் இப்போது கிடைத்த லேசான பொருளாதாரப் பயன்களை, ஒன்று மில்லை என்று எதிர்காலம் நினைக்கும்படியான 'பயன் களை' அளித்து, பெரும் அபாயகரமான மனிதனின் கண்ணுக்குத் தெரியாத நினைவுச் சின்னங்களாக நிற்கும்.

அதே நேரத்தில், பல்வேறு கதிரியக்கப் பொருள்களின் "அனுமதிக்கப்பட்ட அதிகபட்ச அடர்த்தி" *(Maximum*

Permissible Concentrations - MPC) மற்றும் "அனுமதிக்கப்பட்ட அதிகபட்ச நிலை" (Maximum Permissible Levels - MPL) குறித்து நிர்ணயிப்பதில் எண்ணற்ற அமைப்புகள் முனைந்துள்ளன. மனித உடலால் எந்த அளவு கதிரியக்கத்தைத் தாங்க முடியும் என்பதை வரையறுப்பதே MPC. ஆனால் எந்த அளவு கதிரியக்கமும் உயிரியல் சேதத்தை ஏற்படுத்தும் என்பது தெரிந்ததே. "இதன் விளைவுகளில் இருந்து நம்மால் எவ்வளவு மீள முடியும்" என்பது நமக்குத் தெரியாது. ஆகையால் நாம் எந்த அளவு கதிரியக்கப் பொருட்களை ஏற்கிறோம், அதாவது ஏற்கத்தக்கது அல்லது அனுமதிக்கப்பட்டது - என்பது அறிவியல் பூர்வமானதல்ல, ஆனால் நிர்வகிப்பது சம்பந்தமானதுதான் என்று அமெரிக்க கடல் கதிரியக்க ஆய்வகம் தெரிவிக்கிறது. இதனை தலை சிறந்த அறிஞரான ஆல்பர்ட் ஸ்வீட்ஸர் போன்றவர்களே எதிர்ப்பதுதான் ஆச்சர்யத்தை அளிக்கிறது. பல ஆண்டு களுக்கு முன்னர் பிரிட்டிஷ் மருத்துவ ஆய்வுக் கழகம் பின்வருமாறு கூறியுள்ளது:

"கதிரியக்கப் பாதுகாப்புக்கான சர்வதேச ஆணையம், மனித எலும்புக் கூட்டால் ஏற்றுக்கொள்ள முடிந்த ஸ்ட்ரோனியம்-90ன் கதிரியத்தின் அனுமதிக்கப்பட்ட அளவாக 1000 மைக்ரோ - மைக்ரோ க்யூரிகள் என்ற அளவைக் கூறுகிறது. ஆனால், இந்த அளவு குறிப்பிட்ட பணிகளில் உள்ளவர்க்கானதே தவிர மற்றவர்களுக்கோ, குழந்தைகளுக்கோ ஆனதல்ல.

கதிரியக்கப் பொருட்களின் கதிர்வீச்சைக் குறித்தும், அதன் அளவினைக் குறித்தும் பல்வேறு முரண்பட்ட கருத்துக்கள் வந்து கொண்டேயிருக்கின்றன. எனவே இத் துறையில் காடுபோல் வளர்ந்துவரும் முரண்பாடுகளுக்குள் சிக்கிவிடாது நாம் கவனமாக இருக்க வேண்டும். அணு சக்தி மிகவும் கவனமாக குறைந்த அளவே செயல்படுத்தப் பட்டு இந்த "அணுசக்தியை அமைதியான வழியில் பயன் படுத்தியதன் மூலம், வாழும் உயிர்களை மட்டுமல்லாமல் பிறக்கக்கூடிய உயிர்களையும் பாதிக்கும் பல்வேறு பெரும்

அபாயங்களை உருவாக்கியுள்ளது. இதன் உண்மையான அபாயம் வரப்போகிறது என்பது மிகச் சிலராலேயே உணரக்கூடியதாக உள்ளது. உற்பத்தியின் போதோ அல்லது கொண்டு செல்லப்படும்போதோ ஏற்படும் ஒரு விபத்து, பேரழிவுகளை ஏற்படுத்தக் கூடியதாக உள்ளது. கதிரியக்கப் பொருட்களை வேதியியல் மற்றும் அணு சக்தி நிலையங் களுக்கிடையில் கொண்டு செல்ல வேண்டியுள்ளது; கழிவுகளை மேலாண்மை செய்யும் இடங்களுக்குக் கொண்டு செல்ல வேண்டியுள்ளது, பின்னர் கழிவுகளை எங்காவது கொட்டுவதற்குக் கொண்டு செல்ல வேண்டி யுள்ளது. இந்தப் போக்குவரத்துக்களின்போது ஏதேனும் விபத்துக்கள் நிகழ்ந்தால், அது பேரழிவுகளை ஏற்படுத்தக் கூடியதாக உள்ளது; மேலும், கதிரியக்க அளவு உலகம் முழுவதும் அதிகமாகி தலைமுறைகளைத் தாண்டி நின்று அழிவைத் தரக்கூடியதாக உள்ளது.

ஓக் ரிட்ஜ் ஆய்வகத்தின் கே.இஸட். மோர்கன், கதிரியக் கத் தாக்குதலினால் மரபணு சீர்கேடுகள் மிக மோசமாக நிகழும் எனத் தெரிவிக்கிறார். எல்லாவிதமான அங்கக தரக்குறைவுகளும் ஏற்படுகின்றன. செயல்படுதல், கருத் தரித்தல் மற்றும் உணர்ச்சி உறுப்புகளிலும் பாதிப்புகள் பெருமளவில் ஏற்படும் என்கிறார். “”சிறிய அளவிலான கதிரியக்கத்தால் உயிரியின் சுழற்சியில் எந்த பாதிப்பும் இல்லை என்றாலும், நீண்ட கால கதிரியக்கப் பாதிப்பு, பெரிய அளவிலான ஒரே முறையில் ஏற்படும் கதிரியக்கத் தாக்குதலைவிட அதிகமாக இருக்கும். இறுதியாக கதிரியக்கத்தால் நேரடித் தாக்குதலுக்காளாகாத தனி நபர் களிடம் தீமையான மரபணு மாற்றமும், மன அழுத்தமும் உண்டாகலாம்.

திடீர் மரபணு மாற்றங்கள் அதிகரிக்கும் வேகத்தை சாத்தியமான ஒவ்வொரு வழியிலும் தவிர்க்க வேண்டியது குறித்து மரபணு அறிஞர்கள் எச்சரிக்கை விடுத்துள்ளனர். இன்னும் முழுமையடையாத கதிரியக்க உயிரியல் ஆராய்ச்சி களின் முடிவுகள் மீதே அணுசக்திக் துறையின் எதிர்காலம்

உள்ளது என்று மருத்துவ அறிஞர்கள் கூறுகின்றனர். எதிர்கால சக்தித் தேவைகளுக்காக அணுசக்தித் திட்டங்களை நிறுவுவதை விட அதனை விட்டு சற்று குறைவான முறைகளை நாட வேண்டும் என்று மருத்துவர்கள் கூறுகின்றனர். "புளூட்டோனியம்" வைத்துக் கொள்வது பரவலானால், அணுகுண்டு பெருக்கத்தைத் தடுக்க இயலாது" என்று அரசியல் அறிஞர்கள் எச்சரிக்கிறார்கள்.

இந்த பெரிய உண்மைகள் அணுசக்தித் திட்டங்களில் ஈடுபடுவதா அல்லது பழைய சக்தித் திட்டங்களையே தொடருவதா என்ற விவாதத்தில் ஒன்றும் செய்யவில்லை என்றாலும் வருகின்ற அபாயம் நமக்குத் தெரியாத, கணக்கிட முடியாததல்ல. இந்த அபாயங்கள் கவனத்தில் கொள்ளப்படவேயில்லை. மனித இனத்தையே கடுமையாக பாதிக்கும், இந்த செயல்பாடுகள் உடனடி பலனைக் கருதி, மிகவும் அலட்சியமாக செய்யப்படுகின்றன.

இதனால் ஏற்படும் காற்று, நீர், நில மாசு என்பது, நாம் எப்போதும் பயன்படுத்தும் பொருட்களால் ஏற்படுவது போன்றதல்ல. கதிரியக்கத்தினால் பல பரிமாணங்களில் பாதிப்புகள் நேரும் என்பதை அறிய வேண்டும். கதிரியக்க மாசுபடுதலால் இதுவரை சந்தித்திராத பல பரிமாணங்களிலான பாதிப்புகள் நேரிடும்.

காற்று தூய்மையாக இருக்க வேண்டியது ஏன்? காற்றைப் பாதுகாத்தாலும் கூட மண், நீர் ஆகியவை விஷமாகும் போது, என்ன பயன் என்று ஒருவர் கேட்கக் கூடும்".

நமது பிள்ளைகள், பேரப் பிள்ளைகளிடையில் உருவ மாற்றத்தை ஏற்படுத்தும் கெட்ட பொருள்களின் கலப்பால் நாம் பெற்றுள்ள ஒரே ஒரு பூமி நாசமாகும்போது, வாழ்க்கைத் தரத்தினடிப்படையிலான பொருளாதார முன்னேற்றம் குறித்து என்ன இருக்கிறது என்று பொருளாதார நிபுணர் கூட கேட்கலாம். மனித வரலாற்றில் நடந்த கடந்த கால சோக விபத்துக்களிலிருந்து நாம் என்ன கற்றுக் கொண்டுள்ளோம்? நிரூபிக்கப்படாத விளைவுகளை

மனதில் கொண்டு அபாய அறிவிப்புச் செய்வது பொறுப்பற்ற தன்மையாகாதா என்பது போன்ற கேள்விகள், உறுதி மொழிகள், நிர்வாக ஜாலங்கள். இவைகளை நாம் எப்படிக் கையாள வேண்டும்? குறுகிய கால பலன்களின் அடிப்படையில் இவைகளை நாம் கையாளலாமா?

லியோனார்ட் பீட்டன் எழுதுகிறார், "அணு ஆயுதங்களைப் பரவச் செய்யும் என்று நாம் அச்சப்படுகிற அனைத்தையும் எவ்வளவு காலம் முடியுமோ அவ்வளவு காலம் நிறுத்தி வைக்கவேண்டும். அமெரிக்கா, சோவியத் யூனியன் (ரஷ்யா), பிரிட்டன் போன்ற நாடுகள் பழைய ஆற்றலுற்பத்தி முறைகளை மதிப்புக்குறைவானவை என்று ஆக்குவதற்கு நிறைய செலவிட்டிருக்கலாம். படுபயங்கரமான ஆயுதங்களை தம்வசம் வைத்திருப்போர் அவற்றை உற்பத்தி செய்யும் தொழிற்சாலைகளை ஏன் பரப்பினார்கள் என்பதை சமூக மனோதத்துவ நிபுணர்கள்தான் சொல்ல முடியும். அதிர்ஷ்டவசமாக அணு உலைகள் குறைவாக உள்ளன."

அமெரிக்க அணு விஞ்ஞானி ஏ.டபிள்யூ. வின்பெர்க் கூறுகிறார்: "அணுசக்தியை நன்மைக்குப் பயன்படுத்தும்படியான ஒரு எண்ணம் நல்ல மனிதர்களிடத்தில் ஏற்படுவது ஏனெனில் அணுசக்தியின் தீய விளைவுகள் மிகவும் வேதனையூட்டுவதாக இருப்பதால்தான்." ஆனால் அவர் இன்னும் எச்சரிக்கும் விதமாக எழுதுகிறார், "உலக விவகாரங்களைப் பற்றி எழுதும்போது அறிவியல் அணு விஞ்ஞானிகளுக்கு தன்வய உந்துதல் ஒன்று உண்டாகிறது. அழிவிற்கான ஆயுதங்களுடன் தங்களுக்கான முன்னாள் பணிகள் குறித்து நியாயப்படுத்த வேண்டி இருக்கிறது (அணு உலை விஞ்ஞானிகளான நமக்கு, அணு ஆயுத விஞ்ஞானிகளை விட குற்றவுணர்வு குறைவு)".

"பழைய முடிவுகளை இப்போதாகிலும் சீர்தூக்கிப் பார்த்து புதிய முடிவுகளை மேற்கொள்ளலாம்; அதற்கான அவகாசம் நமக்கு இப்போது உள்ளது" என்கிறார் அமெரிக்க அறிஞர் ஒருவர். நிறைய அணுசக்திக் கூடங்கள் நிறுவப்

பட்டுவிட்டால், அந்த அபாயங்களை எதிர்கொள்வதா வேண்டாமா என்று தேர்ந்தெடுக்க முடியாது.

கடந்த காலங்களில் ஏற்பட்ட அறிவியல், தொழில்நுட்ப வளர்ச்சி, சகிக்க முடியாத வகையில் நமக்கு அபாயங்களை தொடர்ந்து தந்து கொண்டே இருக்கின்றது.

இவற்றைக் குறிப்பிடுவதன் மூலம் அறிவியல், தொழில் நுட்ப வளர்ச்சிக்கு எதிராக ஒருவர் இருக்கிறார் என்பதில் சந்தேகமில்லை. எனவே எதிர்கால அறிவியல் ஆராய்ச்சி குறித்து நான் சிலவற்றைக் கூறுகிறேன்:

இயற்கைக்கு எதிராக மனிதன் வாழலாம்; அறிவியல் தொழில் நுட்பம் இல்லாமல் மனிதன் வாழ முடியாது. என்ன தேவை என்றால், அறிவியல் ஆராய்ச்சி எந்த திசையில் இருக்க வேண்டும் என்ற கவனம்தான். இதனை நாம் அறிவியல் அறிஞர்களிடம் மட்டுமே விட்டுவிட முடியாது. "கிட்டத்தட்ட எல்லா அறிவியலறிஞர்களும் பொருளாதாரத்தை சார்ந்தே உள்ளனர். சமூக பிரக்ஞை உள்ள அறிவியலறிஞர்களின் எண்ணிக்கை குறைவு" என்று ஐன்ஸ்டைன் குறிப்பிடுகிறார். எனவே அவர்களால் அறிவியல் ஆராய்ச்சி எந்த திசையில் இருக்க வேண்டும் என்பதை நிர்ணயிக்க முடியாது. எனவே இது பொதுநல ஆர்வலர்களின் கைகளில் விழுகிறது. அவர்கள் மக்கள் மற்றும் அரசியல்வாதிகளிடம் பொதுக் கருத்தை உருவாக்க வேண்டும். இப்படி செயல்படுவதன் மூலம் விஞ்ஞானிகள் பொருளாதார அடிமைத்தனத்திலிருந்து விடுபட்டு, உண்மையான தேவையான விஷயங்களில் கவனம் செலுத்த முடியும். எந்த திசையில் அவர்களது ஆராய்ச்சி இருக்க வேண்டும் என்றால் வன்முறையற்ற அஹிம்சா வழியில் இருக்க வேண்டும். மேலும் ஒலிகளற்ற, ஆற்றல் குறை வான பொருளாதாரத் தீர்வுகளை நோக்கியதாக இருக்க வேண்டும். இப்போதைய நமது அறிவியல் இருப்பது போல சப்தம் நிறைந்த, அதிக ஆற்றல் செலவிலான, வீணான, காட்டுமிராண்டித்தனமான, தெளிவற்ற தீர்வு களுடன் இருக்கக் கூடாது.

வன்முறைகளை வளர்த்துக் கொண்டே இருக்கும் அணுப்பிளவு, அணு இணைவு போன்ற அறிவியல் வளர்ச்சி மனித இனத்தை அழிக்கும் ஒன்றாகும். இந்த திசைதான் என்று நட்சத்திரங்களில் ஏதும் எழுதி வைக்கவில்லை. வாழ்க்கை தரக்கூடிய, வாழ்க்கையை ஊக்கப்படுத்தக்கூடிய கவனத்துடனான ஆய்வு முறையைச் செய்து, வன்முறையற்ற, இணக்கமான, இறைவன் தந்த இயற்கையுடன் இயைந்த திசையில் செல்ல வேண்டும். இந்த அற்புதமான மாபெரும் இயற்கையில் மனிதனும் ஒரு பகுதி. இறைவன் தந்த இயற்கையை நிச்சயமாக நாம் உருவாக்கிவிடவில்லை என்பதை உணர்ந்த திசையில் ஆராய்ச்சிகள் செய்யப்பட வேண்டும்.

இந்த உரை 1967ஆம் ஆண்டு அக்டோபர் மாதத்தில் தூய்மையான காற்றுக்கான தேசிய சபை (National Society for Clean Air) யில் நிகழ்த்தப்பட்டதாகும். அப்போது பெரும் பாராட்டைப் பெற்றது; அதிகாரமையங்களால் "பொறுப் பற்றது" என்ற கண்டனத்தையும் பெற்றது.

சுற்றுச் சூழல் துறையின் செயலாளரால் 1972 பிப்ரவரி மாதத்தில் மாசுக் கட்டுப்பாடு பற்றிய அறிக்கையொன்று சமர்பிக்கப்பட்டது. அதன் தலைப்பு "தொல்லையா அல்லது தண்டனையா?" அதிலிருந்து "சர்வதேச அளவில் மிக முக்கியமான கவலை எதிர்காலம்தான். உலகப் பொருளா தார வளமை அணுசக்தியுடன் இணைக்கப்பட்டுள்ளது போலத் தோன்றுகிறது. தற்போதைய நிலையில் உலகில் உற்பத்தி செய்யப்படும் மின்சக்தியில் அணுசக்தியால் உற்பத்தியாகும் மின்சக்தி ஒரு சதவீதம்தான். 2000ஆம் ஆண்டுவாக்கில், திட்டங்கள் இப்போது உள்ளபடியே போனால் அணுசக்தி மூலமாக உற்பத்தியாகும் மின்சக்தி 50 சதவீதமாகும். 500 மெகாவாட் சக்தியுள்ள அணு உலைகள் ஒவ்வொரு நாளும் திறக்கப்படும்.

கதிரியக்கக் கழிவுகள் மற்றும் அணு உலைகள் குறித்து.

"நீண்டு செயல்பட்டுக் கொண்டேயிருக்கும் கதிரியக்கக் கழிவுகளே கவலைக்கான மிகப்பெரிய காரணமாக

உள்ளது. மாசுகளை உண்டாக்கும் மற்ற பொருட்களைப் போல, கதிரியக்கப் பொருள்களை அழிக்க முடியாது.

இங்கிலாந்தில், ஸ்ட்ரோனியம்-90 கும்பர்லான்டின் வின்ட்ஸ்கேலில் திரவ வடிவில் இரும்புக் கலன்களில் வைக்கப்பட்டுள்ளது. அவற்றின் கதிர்வீச்சினால் வெப்ப நிலை கொதிநிலையைக் கடந்து விடாமலிருக்க அவற்றை தண்ணீரைக் கொண்டு தொடர்ந்து குளிர்வித்துக் கொண்டே இருக்க வேண்டியுள்ளது. இன்னும் அணு உலைகளை நாம் உருவாக்கவில்லை என்றாலும், இந்த கலன்களை பல ஆண்டுகளுக்குத் தொடர்ந்து குளிர்வித்துக் கொண்டே இருக்க வேண்டும். எதிர்காலத்தில் ஸ்ட்ரோனியம்-90 சேகரித்து வைக்கப்படுவது அதிகரிக்குமாதலால், இந்தப் பிரச்சினை இன்னும் மோசமாகும். அதிவேக அணு ஈனுலைகளுக்கு மாறப்போவதால் நிலைமை இன்னும் மோசமாகும். ஏனெனில் அவை அதிகமாக கதிரியக்க கழிவுகளை உற்பத்தி செய்யும்.

ஏதேனும் ஒரு காலத்தில் விடுபட அரை சதவீத வாய்ப்புள்ள கெடுதலான ஒரு பொருளை நன்கறிந்து விரும்பி சேகரிக்கிறோம். எப்படிக் கையாள்வது என்று நமக்குத் தெரியாத ஒரு பிரச்சினையை வருங்கால சந்ததியினர் எதிர் கொள்ளும்படி செய்கிறோம்''.

இறுதியாக அந்த அறிக்கை தெளிவான எச்சரிக்கையை விடுக்கிறது.

தீர்வு கண்டுபிடிக்க முடியாதது என்பதை அறிந்து கொள்ளும் முன்னரே, மனிதன் தனது முட்டைகள் (வருங் காலத்தை) அனைத்தையும் அணுசக்தி என்ற கூடைக்குள் இட்டிருக்கலாம் என்பது நன்றாகத் தெரிந்த அபாயமாக உள்ளது. அந்த நிலையில் கதிரியக்க அபாயங்களைப் புறந் தள்ளிவிட்டு உருவாக்கப்பட்டுவிட்ட அணு உலைகளை தொடர்ந்து பயன்படுத்த வலுவான அரசியல் நெருக்குதல்கள் இருக்கும். கதிரியக்கக் கழிவுப் பிரச்சினைக்குத் தீர்வு காணும்வரை, அணுசக்தித் திட்டங்களை தாமதப் படுத்த

லாம். பொறுப்புமிக்க சிலர் கதிரியக்கக் கழிவுகளை என்ன செய்வது என்பதை கண்டறிந்த பிறகே அணு உலைகளை உருவாக்க வேண்டும் என்றும் சொல்லக் கூடும்.

அதிகரித்து வரும் ஆற்றல் சக்தித் தேவைகளை எப்படி சமாளிப்பது?

"மின்சக்தியின் திட்டமிடப்பட்டுள்ள தேவையை அணு சக்தித் திட்டங்கள் இல்லாமல் சமாளிக்க முடியாததாகையால், மனித இனம் ஆடம்பரங்களைக் குறைத்துக் கொண்டு மின் மற்றும் மற்ற ஆற்றல் தேவைகளை சுருக்கிக் கொள்ளும் சமூகக் குழுக்களை உருவாக்க வேண்டும். எல்லாவற்றிற்கும் மேலாக இந்த மாற்றத்தை அவசரமாகவும் உடனடியாகவும் செய்ய வேண்டியதாய் உணர வேண்டும்.

ஒட்டு மொத்த படைப்புகளையும் வரலாற்றுகால ரீதியாக அல்லது புவியியல் கால ரீதியாகவோ கணக்கிட முடியாத அபாயமாக இருக்கப்போகும், எவராலும் எப்படிப் பாதுகாப்பாய் வைக்க முடியும் என்று தெரியாத அதிக அளவிலான கொடிய விஷத் தன்மையுள்ள பொருட்களை சேர்ப்பதை எந்த நிலையான வளர்ச்சியும் நியாயப் படுத்திவிட முடியாது. அப்படிச் செய்வது வாழ்க்கைக்கே எதிரான பெரும் அத்துமீறலாகும். அந்த அத்துமீறல் மனிதனுக்கு எதிராக செய்யப்பட்ட எந்தக் குற்றத்தையும் விட மிக மோசமான அளவிடற்கரிய குற்றமாகும். ஒரு நாகரிகம் இந்த அத்துமீறலின் அடிப்படையில் இருக்கிறதென்பது அறநெறி, ஆன்ம மற்றும் நுண் இயற்பியல் அக்கிரமம் ஆகும். அதன் பொருள் என்னவெனில் மக்களைப் பொருட் படுத்தாமல் மனிதர்களின் பொருளாதார செயல்பாடுகளை மேற்கொள்வது என்பதுதான்.

மனிதத் தன்மையுடனான தொழில் நுட்பம்

நவீன உலகம் நுண் இயற்பியலால் வடிவமைக்கப் பட்டுள்ளது. அந்த நுண் இயற்பியல் தனது கல்வியை வடிவமைத்துக் கொண்டது. அந்தக் கல்வி அறிவியலையும் தொழில் நுட்பத்தையும் கொண்டு வந்தது. எனவே நவீன உலகம் தொழில் நுட்பத்தால் வடிவமைக்கப்பட்டுள்ளது என்று சொல்லலாம். நவீன உலகம் நெருக்கடிகளில் சிக்கிக் கொண்டே இருக்கிறது. எல்லா தளங்களிலும் பேரழிவுகள் பற்றிய முன்னறிவிப்புகள், தோல்விகள் எங்கும் மலிந்து விட்டன.

இவை தொழில் நுட்பங்களால் உருவாக்கப்பட்டவை என்றால், இன்னும் அது தொடர்ந்து கொண்டே இருக்கு மானால், தொழில் நுட்பத்தையே ஆராய்வது புத்திசாலித் தனமாக இருக்கும். தொழில் நுட்பங்கள் மேலும் மேலும் மனித குலத்திற்கு எதிரானவையாக இருக்கின்றது என்று உணர்ந்தால், அதனை விட சிறந்த மனிதத்தன்மையுடனான தொழில்நுட்பத்தை உருவாக்கும் சாத்தியத்தின் மீது சிரத்தையுடன் கவனம் கொள்ளலாம்.

மனிதனால் உருவாக்கப் பட்டிருந்தாலும், மனித இயற் கைக்கு எதிராகவும் அல்லது பொதுவான உயிர்வாழ்த லுக்கு எதிராகவும் தனக்கான விதிகளையும் கொள்கைகளை யும் தொழில்நுட்பம் உருவாக்க முனைவது விநோதமானது

தான். இயற்கைக்கு எப்போது எங்கே நிறுத்த வேண்டும் எனத் தெரியும். இயற்கையான வளர்ச்சியின் மர்மத்தைவிட, இயற்கையான நிறுத்தம் பெரிய மர்மம்தான். அளவு, வேகம் மற்றும் அதன் வன்மை ஆகியவற்றில் இயற்கைக்கு ஒரு அளவுண்டு. இயற்கை அமைப்பு, சுயமாகவே சமப் படுத்திக்கொள்ள, சுயமாகவே சரிப்படுத்திக் கொள்ள, சுயமாகவே தூய்மைப்படுத்திக் கொள்ளக் கூடியதாக உள்ளது. இந்த இயற்கையில் மனிதனும் ஒரு அங்கமே. தொழில் நுட்பத்திற்கு சுயக்கட்டுப்பாடான எந்த கொள்கை யும் இல்லை. எனவே அதனால் சுயமாக சமப்படுத்திக் கொள்ள, சரிப்படுத்திக்கொள்ள தூய்மைப் படுத்திக் கொள்ள இயலாது. உடனடியாகத் தெரிந்து கொள்ள இயலாத இயற்கை அமைப்பில், தொழில்நுட்பம், குறிப்பாக நவீன உலகின் உயர்தொழில்நுட்பம், அந்நிய மான ஒன்றைப் போன்று உள்ளது. அவற்றை ஏற்க முடியாது வெளித்தள்ளப்பட்ட அறிகுறிகள் தற்போது ஏராளமாக உள்ளன. நவீன தொழில்நுட்பத்தினால் கட்ட மைக்கப்பட்டுள்ள நவீன உலகம் ஒரே சமயத்தில் மூன்று விதமான நெருக்கடிகளில் சிக்கியுள்ளது. முதலாவதாக, மனிதத்தன்மையற்ற தொழில்நுட்ப, அமைப்பு ரீதியான அரசியலால் மூச்சுத் திணறி, பலவீனமாகி மனித இயல்பு அதற்கு எதிராக மாறியுள்ளது. இரண்டாவதாக மனிதனைத் தாங்கி வாழ வைக்கும் இயற்கைக் சூழல் சிதைவதனால் உலகம் வேதனையடைகிறது. மூன்றாவதாக புதுப்பிக்க வியலாத இயற்கை மூலாதாரங்கள், குறிப்பாக படிம எரி பொருள்கள் மிக சீக்கிரமே தீர்ந்து போகும் நெருக்கடியில் உள்ளன என்பது அறிவுள்ள எவருக்கும் தெரிந்ததுதான்.

இந்த மூன்று நெருக்கடிகளில் அல்லது வியாதிகளில் ஏதேனும் ஒன்று மிக அபாயகரமானதாக எப்போது வேண்டுமானாலும் ஆகக்கூடும். நேரடி நாசத்திற்கு எந்த ஒன்று மிகப்பெரிய காரணமாகப் போகிறதென்று எனக்குத் தெரியவில்லை. பொருள்சார்ந்த வாழ்வை அடித்தளமாகக் கொண்ட வாழ்க்கை வழிமுறை, அதாவது அளவுள்ள சுற்றுச்சூழலில் அளவற்ற வரைமுறையற்ற, தொடர்ந்த

விரிவாக்கத்தில் ஈடுபடுவது நீடித்து நிற்காது என்பதும், அதன் விரிவாக்க செயல்பாடுகளை வெற்றிகரமாகத் தொடர்ந்து கொண்டிருக்கும் வாழ்க்கை மிகவும் குறுகியது என்பதும் தெளிவு.

புயல்வேக உலகத் தொழில் வளர்ச்சி நம்மை எங்கே கொண்டு சென்றிருக்கிறது என்று கேட்டால், அதற்கான பதில் மிகவும் அதைரியப்படுத்துவதாக உள்ளது. தீர்வு களைவிட பிரச்சினைகள் எல்லா இடங்ளிலும் வேகமாக வளர்வதாகத் தோன்றுகிறது. ஏழைநாடுக்ளைப் போலவே செல்வந்த நாடுகளுக்கும் இது பொருந்தக் கூடியதாக உள்ளது. நமது கடந்த கால அனுபவங்களில் நமக்குத் தெரிந்து ஏழ்மையை ஒழிக்க இந்த வளர்ச்சி உதவவில்லை. இதில் ஏழைநாடுகள் மட்டுமல்லாது பணக்கார நாடுகளை யும் வெகுவாகப் பாதிக்கும் வேலைவாய்ப்பின்மையைப் பற்றிக் குறிப்படவில்லை. இப்போது வந்து கொண்டிருக்கிற மூன்று நெருக்கடிகளும் நவீன தொழில் நுட்பத்தின் மாயமான வளர்ச்சி தொடரக்கூடாது என்பதையே காட்டுகிறது. எனவே “தொழில் நுட்பம் என்ன செய்கிறது? என்ன செய்ய வேண்டும்? என்ற கேள்வியை நாம் எதிர் கொண்டே ஆகவேண்டியுள்ளது. நமது பிரச்சினைகளை உண்மையிலேயே தீர்க்கக்கூடிய தொழில் நுட்பத்தை - மனிதத் தன்மையுள்ள தொழில் நுட்பத்தை நம்மால் உருவாக்க முடியுமா?

மனிதன் வாழவும், தன்னை முன்னேற்றிக் கொள்ளவும் செய்ய வேண்டிய வேலைப் பளுவைக் குறைத்துக் கொள்ளுவதே தொழில்நுட்பத்தின் முதன்மையான பணியாக இருக்கிறது. இயந்திரங்களின் மூலம் இந்தப் பணி எளிதாகிறது. இதற்குச் சிறந்த உதாரணம் கணினி. மணிக்கணக்கில் மனிதன் செய்ய வேண்டியிருக்கும் வேலையை சில நிமிடத்துளிகளில் அது செய்து விடுகிறது. நான் முதன்முதலாக உலக நாடுகளில் - ஏழை மற்றும் பணக்கார நாடுகளில் சுற்றுப் பயணம் மேற்கொண்டபோது, பொருளாதாரத்தின் முதல்விதியை உருவாக்கத் தூண்டப்

பட்டேன். "ஒரு சமூகம் அனுபவிக்கும் உண்மையான கேளிக்கை அந்த சமூகம் பயன்படுத்தும் வேலைப் பளுவைக் குறைக்கும் இயந்திரங்களின் அளவுக்கு தலை கீழ் விகிதத்தில் இருக்கும்". இதனை பொருளாதார பேராசிரியர்கள் தங்கள் மாணவர்களிடம் விவாதிக்கச் சொல்லலாம். இங்கிலாந்தை விடவும் ஜெர்மனி மற்றும் அமெரிக்க மக்கள் அதிக சுமையுடன் வாழ்வதைக் காண லாம். தொழில்வளர்ச்சியில் மிகவும் பின்தங்கியுள்ள பர்மாவில் மக்கள் அதிக கேளிக்கை பொழுது போக்குகளை அனுபவித்து வாழ்வதைக் காணலாம். அங்கே அவர்களின் வேலைப்பளுவைக் குறைக்கும் படியான இயந்திரங்களின் பயன்பாடு வளர்ந்த நாடுகள் பயன்படுத்துவதைவிட மிகவும் குறைவாக உள்ளது. அவர்களது வாழ்க்கை இலகுவாக இருக்கிறது.

எனவே தொழில்நுட்பம் என்பது நமக்கு என்ன செய்துள்ளது என்பது ஆய்வுக்குரிய ஒன்றாகும். தொழில் நுட்பம் சில பணிகளை குறைத்து இலகுவாக்கி வேறு சிலவற்றை அதிகரித்து சிக்கலாக்கியுள்ளது என்பது வெளிப் படை. நவீன தொழில்நுட்பம் மனிதனின் திறமைகளைக் குறைத்து சில வேலைகளில் மனிதனது செயல்பாடே தேவையில்லை என்ற நிலையை உருவாக்கியுள்ளது. கைத் திறமையுள்ள வேலைகள் தொழில் வளர்ச்சிமிக்க சமூகங் களில் அபூர்வமானதாக மாறி, அத்தகைய பணிகளைக் செய்து வாழ்வதை இயலாததாக்கிவிட்டது. தாமஸ் அக்கினாஸ் குறிப்பிட்டது போல கைகளையும், மூளை களையும் வைத்துக் கொண்டு ஆக்கப்பூர்வமாக, பயன் மிக்கதான வாழ்வை வாழாத மனித இனம் நரம்புநோயால் பாதிக்கப்பட்டுள்ளது. இன்று, செல்வந்தனாக உள்ள மனிதன், ஆடம்பர வாழ்க்கையை அனுபவிக்கக் கூடியவனாக இருக்க வேண்டும். அவன் அனைத்து சாதனங்களையும் அனுபவிக்கக் கூடியவனாக இருக்க வேண்டும். நல்லதொரு ஆசிரியரைக் கண்டுபிடித்து கற்கவும் அதனை பயன்படுத்தவும் நிறைய நேரத்தைக் கொண்டிருக்கும் அதிர்ஷ்டத்தைப் பெற்றவனாக இருக்க

வேண்டும். அவன் வேலை செய்து சம்பாதிக்கத் தேவையில்லாத செல்வந்தனாக இருக்க வேண்டும். இந்த நிலையில் வேலைவாய்ப்புகளின் தேவை மிகவும் குறைவாக இருக்கும்.

மனிதன் வசமிருந்து நவீன தொழில் நுட்பம் எடுத்துக் கொண்ட வேலைவாய்ப்புகளை பின் வருமாறு கூறலாம். ஒரு நாளின் இருபத்திநான்கு மணிநேரத்தில் உண்மையான உற்பத்திக்கென எடுத்துக் கொள்ளப்படும் "மொத்த நேரம்" எவ்வளவு இருக்கும் என்ற கேள்வி எழலாம். ஒரு நாட்டின் மொத்த மக்கள் தொகையில் பாதி அளவிற்கு பயன்தரும் வகையில் உழைக்கிறார்கள் என்றால் அதில் மூன்றில் ஒரு பங்கினர் விவசாயம், சுரங்கம், கட்டுமானப்பணி போன்றவற்றில் "உண்மையான உற்பத்தியாளர்களாக" (அதாவது வேலை ஏவுபவர்களைத் தவிர்த்து) இருக்கிறார்கள். அதாவது மொத்த மக்கள் தொகையில் ஆறில் ஒரு பங்கினரே உண்மையான உற்பத்தியில் ஈடுபட்டுள்ளனர். அதாவது ஒருவரின் உழைப்பைச் சார்ந்து ஐந்து பேர் உள்ளனர். அந்த ஐந்து பேரில் இருவர் உண்மையான உற்பத்தியில் ஈடுபடாமல், பிற பணிகளைச் செய்து கொண்டும், மற்ற மூவர் பயனற்றவகைகளிலும் பணிகளில் ஈடுபடுகின்றனர். முழுமையாக வேலையில் உள்ள ஒருவர் விடுமுறை, உடல்நலக்குறைவு மற்றும் இன்ன பிற விடுப்புகள் போக, அவரது மொத்த நேரத்தில் ஐந்தில் ஒரு பங்கு நேரமே வேலையில் ஈடுபடுகிறார். அதாவது "சமூகத்தின் மொத்த நேரத்தில்" மூன்றரை சதவீதமே உண்மையான உற்பத்திக்குச் செலவிடப்படுகிறது. மற்ற 96 $^{1}/_{2}$ சதவீதம் நேரமும் நேரடியான உற்பத்தியிலல்லாது வீணாகச் செலவழிக்கப்படுகிறது.

இந்தக் கணக்கை அப்படியே எடுத்துக் கொள்ளவில்லை என்றாலும் கூட, தொழில்நுட்பம் நம்மில் என்ன செய்திருக்கிறது என்பதைத் தெரிந்து கொள்ள இந்தக் கணக்கு போதுமானது. ஆகவே, தனது மூளையைக் கொண்டும், கைகளைக் கொண்டும் மிகுந்த விருப்பத்துடன் செய்யக்கூடிய

பல வேலைகளை நவீன தொழில்நுட்பம் மனிதனிடமிருந்து பிடுங்கிக் கொண்டு, அவனுக்கு விருப்பமேயில்லாத பணிகளைத் தருகின்றது. அது தேவையற்ற வகைகளில் மனிதனை அதிக எண்ணிக்கையில் வேலையில் ஈடுபட வைக்கிறது. இதனை கார்ல் மார்க்ஸ் முன்கூட்டியே உணர்ந்து இப்படி எழுதி இருக்கிறார்.

"அவர்கள் உற்பத்தி என்பதைப் பயன்தரும் சாதனங்கள் என்ற வரம்பிற்குள்ளேயே வைத்திருக்க விரும்புகின்றனர். ஆனால் பயன்தரும் சாதனங்களின் அதிக அளவிலான உற்பத்தி, அதிக அளவிலான பயனற்ற மக்களைத் தரும் என்பதை அவர்கள் மறந்து விடுகின்றனர்". இந்த கூற்றுடன் பின்வருமொன்றையும் நாம் சேர்த்துக் கொள்ளலாம். அதாவது "உற்பத்தி விருப்பமற்றும் மிகுந்த சலிப்பூட்டும் பணியாக இருக்கும் பொழுது" என்பதை. இந்த நவீன தொழில் நுட்பம் வளர்ந்து வந்த, வளர்த்துக் கொண்டிருக் கிற, வளரப்போகிற வழி - மனிதத் தன்மையற்ற, மனித முகமற்ற ஒன்று என்ற நமது சந்தேகத்தை உறுதி செய்கிறது. எனவே இதனை நன்கு ஆய்ந்து நமது நோக்கங்களை மறு பரிசீலனை செய்ய வேண்டும்.

பெருமளவிலான புதிய அறிவு மற்றும் வளரக்கூடிய சிறந்த தொழில் நுட்பங்களை நாம் கைக்கொள்ள வேண்டும். அவை உண்மையானவைகளாக இருக்க வேண்டும். இந்த உண்மையான அறிவு, பகாசுரத்தனமற்ற, சூப்பர்சானிக் வேகமற்ற, வன்முறையற்ற மற்றும் பணியில் ஈடுபடும் மனிதனின் பணிக்களிப்பு, ஆனந்தத்தை சிதைப்பதாக இல்லாததாக இருக்க வேண்டும். நாம் பயன் படுத்தியுள்ள அறிவு, நமது பல அறிவுகளில் ஒன்றுதான். அது விவேகமற்றதாக, அழிவைத்தரக்கூடியதான அறிவு.

நாம் முன்பே கூறியுள்ளபடி உண்மையான உற்பத்தி என்பது மொத்த நேரத்தில் மூன்றரை சதவீதமே. அது நவீன தொழில் நுட்பத்தினால் இன்னும் பூஜ்யம் அளவுக்குக் கூட போகலாம். இதற்கு எதிர் மறையான வகையில் நாம் ஒரு குறிக்கோளை கற்பனை செய்யலாம். மனிதனின் கைகள்,

மூளை மற்றும் சிறப்பான கருவிகளைக் கொண்டு இந்த மொத்த உற்பத்தி நேரத்தை இருபது சதவீதமாக அதிகரிக் கலாம் - என்ன ஒரு அற்புதமான சிந்தனை! குழந்தைகள், முதியவர்களைக்கூட பயன்மிகு உற்பத்தியில் அனுமதிக் கலாம். இப்போதுள்ள உற்பத்தியை, இன்னும் நிறைய நேரம் எடுத்துக் கொண்டு, மனக்களிப்புடன் அழகானவை களாக, நேர்த்தியானவைகளாகப் படைக்க முடியும். உண்மையான வேலையின் நிவர்த்தி செய்யும் மதிப்பு மற்றும் அதன் கல்வி மதிப்பு ஆகியவற்றின் சிந்தனை இது. பள்ளி இறுதி வயதை அதிகரிக்கவோ அல்லது ஓய்வு பெறும் வயதைக் குறைத்தோ பணியாளர் சந்தை நெருக்கடி யைக் குறைக்க எவரும் விரும்பமாட்டார். எல்லோரும் தங்களது பங்களிப்பைச் செய்ய வரவேற்கப்படுவார்கள். இப்போது வாய்ப்புக் குறைவாக உள்ள வேலைகளுக்கு அனைவரும் தங்களது கைத்திறமை மற்றும் மூளைவளம் கொண்டு பணி செய்ய அனுமதிக்கப்படுவார்கள். இப்படிச் செய்வது வேலை நேரங்களை அதிகப்படுத்துமா? இல்லை. இந்த வகைகளில் சுயவிருப்புடன் வேலைக்களிப்புடன் பணியாற்றுபவர்களுக்கு வேலைக்கும் பொழுதுபோக்கு வதற்குமான வேறுபாடு தெரியாது. உண்பது, உறங்குவது மற்றும் ஒன்றும் செய்யாமலிருப்பது ஆகிய நிலைகளைத் தவிர, மற்றெல்லா நேரங்களிலும் ஆக்கப்பூர்வமாக செயல் பட்டுக் கொண்டே இருப்பார்கள். "காசுக்காக வேலை" என்ற நிலை மறைந்து போகும். வீண்பொழுது போக்குகள், போதைப் பொருட்கள் உபயோகங்கள் குறைந்து போகும்.

இது நடைமுறைக்கு சாத்தியமற்ற, இன்பவியல் கனவு என்று சொல்லப்படக்கூடும். இன்று நாம் பெற்றிருக்கின்ற நவீன தொழில்நுட்பம் இன்ப மயமான கனவல்ல. நாம் வாழவும் நம் குழந்தைகள் (சந்ததியினர்) வாழ வாய்ப் பளிக்கவும் நாம் விரும்பினால் இந்தக் கனவைக் காணும் மனோதைரியத்தைக் கொண்டிருக்க வேண்டும். இப் போதுள்ளது போலவே தொடர்ந்து கொண்டிருந்தால் முன்னர் குறிப்பிட்ட பிரச்சினைகள் நம்மை விட்டகலாது. அந்த பிரச்சினைகள் இன்னும் மோசமாகி அழிவுக்கு

இட்டுச் செல்லும். மனித இயல்புக்கு உண்மையாகத் தேவைப்படுவதற்கேற்றபடியும், உலகின் ஆரோக்கியத்தை யும், இயற்கை வளங்களையும் காக்கும் படியான வாழ்க்கை முறையை நாம் உருவாக்கிக் கொள்ளவில்லை என்றால், பிரச்சினைகள் மோசமாகி அழிவுக்கே கொண்டு செல்லும்.

இந்த புதிய வாழ்க்கை முறையைப் பேணுவதற்குத் தடையாக இருப்பது, போதைக்கு அடிமையாகிப் போனது போன்று நுகர்வுக் கலாச்சாரத்துக்கு அடிமையாகிப் போனதுதான். அதிலிருந்து மீண்டு வருவது கடினமாக உள்ளது. உலகின் குழந்தைகளான மக்களில் ஏழை சமூகத்தினரை விட பணக்கார சமூகத்தினருக்கே இது பிரச்சினையாக உள்ளது. பணக்கார நாடுகளின் நவீன தொழில் நுட்பங்களைக் கைக்கொள்ள மூன்றாம் உலக நாடுகளால் (ஏழை நாடுகளால்) முடிவதில்லை. அந்த நாடு களுக்கு (ஏன், செல்வந்த நாடுகளுக்கும்) தேவையானது இதுதான். ஒரு புதிய தொழில்நுட்பம், மனிதத்தன்மை யுடன் மனித முகத்துடனான ஒரு தொழில் நுட்பம். மனிதனை அவனுடைய கைகள் மற்றும் மூளை ஆகிய வற்றைப் பயன்படுத்துவதைத் தடுக்காத தொழில் நுட்பம். இதுவரை அவர்களால் உற்பத்தி செய்யப்பட்டதைவிட அதிகப் பயன் தரத்தக்க தொழில் நுட்பம்தான் தேவை.

காந்தியடிகள் சொன்னதைப் போல "அதிக உற்பத்தி களால் உலகின் ஏழைகளுக்கு உதவ முடியாது. ஆனால் அதிக மக்களால் செய்யப்படும் உற்பத்தி மூலமே உதவ முடியும்" அதிக உற்பத்தி முறை மிக நவீன, மூலதனம் பெரிதும் தேவைப்படுகின்ற, ஆற்றல் அதிகம் வேண்டு கின்ற, மனித உழைப்பைக் குறைக்கும் படியான, பணக் காரர்கள் என்று எண்ணவைக்கிற, ஒரே வேலைத்தளத்தில் நடைபெறுவதாக உள்ள முறையாகும். ஆனால் அதிக மக்களால் உற்பத்தி செய்யப்படும் முறையில் அனைத்து மக்களும் தங்களது கைகள், மூளை வேலைத்திறமை ஆகியவை கொண்டு செய்யப்படும் முறையாகும். அதிக உற்பத்தித் தொழில்நுட்பமுறை, வன்முறையானது; சுற்றுச்

சூழலை பாதிக்கக் கூடியது; புதுப்பிக்கப்படாத ஆற்றல் களைப் பயன்படுத்தி மனித இனத்தை நெருக்கடிக்குள்ளாக் கக்கூடியது. ஆனால் அதிக மக்களால் உற்பத்தி செய்யப் படும் முறையோ, அனுபவத்தினால் உண்டான நவீன அறிவுடன், ஓரிடத்தில் குவியாமல் சுற்றுச் சூழலுக்கு இணக்கமான, மனிதனை இயந்திரங்களுக்கு அடிமை யாக்காமல் அவனையே முழுமையாகப் பயன்படுத்தும் முறையாகும். இதற்கு “இடைத்தரமான தொழில்நுட்பம்” என பெயரிடுகிறேன். இது வழக்கொழிந்து போன தொன்மை வாய்ந்த தொழில் நுட்பத்திற்கும், செல்வந்தர் களின் அதி நவீன தொழில் நுட்பத்திற்கும் இடையிலான எளிய, மலிவான, சுயமாக உதவிக்கொள்ளக்கூடிய, ஜனநாயக அல்லது மக்கள் தொழில் நுட்பம் ஆகும். முன்பே பணக்காரர்களானவர்களுக்கானதல்லாத, எல்லோரும் எளிதில் நுழையக்கூடிய தொழில் நுட்பம்.

தேவையான அறிவை நாம் பெற்றிருந்தாலும், அதனை இன்னும் மேம்படுத்த வேண்டியிருக்கிறது. அனைவருக் கும் கிடைக்கும்படி செய்ய வேண்டியிருக்கிறது. தொழில் நுட்பங்களை எளிதாக்குவதற்கு நிறைய பிரயாசைப்பட வேண்டி இருக்கிறது. ஒரு மூன்றாம்தர பொறியாளர் அல்லது ஆய்வாளர் தொழில் நுட்ப அறிவுகளை மேலும் சிக்கலாக்க முடியும். ஆனால் அதனை எளிதாக்கிட கூர்ந்த ஞானமும் பெருந்திறமையும் வேண்டும். உண்மையி லிருந்து விலகிச் சென்ற, ஆக்கப்பூர்வமானவற்றிலிருந்து விலகிச் சென்ற தன்னை சரிசெய்து கொள்ளக்கூடிய இயற்கை அமைப்பிலிருந்து விலகிச் சென்றவர்களுக்கு இந்த ஞானம் எளிதில் வாய்க்காது.

ஒரு புறம், பிரச்சினைகளைக் தீர்க்கலாம் என்று செயல் படும் மக்கள். அவர்களை “வருங்கால அபாயம்” என அழைக்கிறேன். மறுபுறம் உலகின் உண்மை நிலையை அறிந்து, புதிய வாழ்க்கை முறையைத் தேடும் மக்கள். அவர்களை “மீண்டு வருபவர்கள்” என அழைக்கிறேன். பிரச்சினைகளைத் தீர்க்கலாம் என நினைப்பவர்கள் “சும்மா

இருந்து விடமுடியாது, சும்மா இருத்தல் தாழ்த்தி விடும்" என்று கூறுவார்கள். முன்னேறிச் செல்ல வேண்டும்; நவீன தொழில் நுட்பத்தில் தவறுகளேதுமில்லை, அது முழுமை யானதாக இல்லை என்பதைத் தவிர; அதனை நாம் முழுமையாக்க வேண்டும்" எனவும் கூறுவார்கள். இவர்களின் பிரதிநிதிகளில் ஒருவரான ஐரோப்பிய பொருளாதார சமூகத்தின் முதன்மையான பொருளாதார நிபுணரான டாக்டர் சிக்கோ மேன்ஷால்ட் கூறுவார், "அதிகமாக, மேலதிகமாக, வேகமாக, வளமாக" ஆகியவையே நடப்பு சமூகத்தின் தாரக முழக்கம்" என்று. "நிச்சயமாக நாம் சோர்ந்து மயங்கிவிடாமல், முன்செல்லத் தான் வேண்டும். மக்கள் எதிர்த்துப் போராடத் தொடங் கினால், நாம் நிறைய காவல் துறையினரை ஆயுத உப கரணங்களுடன் கொண்டிருக்க வேண்டும். சுற்றுச் சூழலில் பிரச்சினைகள் தோன்றினால் மாசுக்கட்டுப் பாட்டிற்கென கடுமையான சட்டங்களை இயற்றி, மாசுக்கட்டுப் பாட்டுடன் வேகமான பொருளாதார வளர்ச்சியை நாட வேண்டும். இயற்கை வளங்களில் குறைபாடுகள் தோன்றி னால், செயற்கை மூலாதாரங்களை நோக்கி நாம் திரும்ப வேண்டும். படிம எரிபொருள்களில் பிரச்சினைகள் என்றால் அணுப்பிளவு, அணு இணைவு முறைகளிலான ஆற்றல் நோக்கித் திரும்ப வேண்டும். தீர்க்க முடியாத பிரச்சினை களே இல்லை" என்று. வருங்கால நெருக்கடி மனிதர்கள் "பிரச்சினைகளைத் தடுத்து வைக்கும் முக்கிய நிகழ்வு" என்ற தலைப்பில் ஒவ்வொரு நாளும் தகவல் தருகிறார்கள்.

மற்றொரு புறத்தில் என்ன நிகழ்கிறது? நவீன தொழில் நுட்ப வளர்ச்சி தவறான திசையில் செல்கிறது. அது சரியான திசைக்குக் கொண்டு செல்லப்படவேண்டும் என்பதில் ஆழமான முடிவுடன் இருக்கிறார்கள். "மீண்டு வருபவர் கள்" என்பது மதம் சார்ந்த ஒரு வார்த்தையாடல். நவ நாகரிகத்திலிருந்தும், அது சார்ந்த மனக் கவர்ச்சிகளி லிருந்தும், மனோ தைரியத்துடன் விலகி வந்து முழு உலகையே வெல்லும் ஒரு நோக்கம் குறித்தது அது. அதற்குத் தேவையான மனோபலம் திட நம்பிக்கையி

லிருந்து பெறப்படுவது. இது எதிர்காலம் குறித்த பயத்திலிருந்து பெறப்படுமேயானால், ஒரு கட்டத்தில் மறைந்து போகக்கூடும். மலைப்பிரசங்கத்தில் சொல்லப் பட்டதைப் போன்று மீண்டு வருபவர்களுக்கு நம்பிக்கை உறுதி கொள்ளும் வாக்கியங்கள்.

- தாங்கள் ஏழைகள் என்று அறிந்தவர்கள் ஆசிர்வதிக்கப் பட்டவர்கள்: ஏனெனில் பரலோக ராஜ்யம் அவர் களுடையது.
- வருத்தப்பட்டவர்கள் ஆசிர்வதிக்கப்பட்டவர்கள்; அவர்கள் ஆறுதல்பெறுவார்கள்.
- எளிய மனம் பெற்றோர் பேறுபெற்றோர்;
- பசி தாகம் உள்ளவர்கள் ஆசீர்வதிக்கப்பட்டவர்கள்; அவர்கள் ஜெயம் பெறுவார்கள்.
- சமாதானம் செய்வோர் பேறு பெற்றோர்; அவர்களை கடவுள் தம் மைந்தர் என அழைப்பார்.

இந்த மலைப்பிரசங்க வாசகங்களை தொழில் நுட்பம் மற்றும் பொருளாதாரத்துடன் இணைத்துப் பார்ப்பது படு துணிச்சலான ஒன்றாகத் தோன்றலாம். இன்று நாம் எப்படி அந்த வாசகங்களை அமைக்கலாம் என்பதை அறிவது அத்தனை கடினமானதல்ல.

- நாம் ஏழைகள்; தெய்வீகமானவர்கள் அல்ல.
- நாம் கவலையடைய நிறைய உள்ளது. நாம் பொற் காலத்தை நோக்கி செல்லவில்லை.
- நமக்குத்தேவை மென்மையான அணுகுமுறை, வன்முறையற்ற எண்ணம் மற்றும் சிறியதே அழகானது.
- நாம் நியாய உணர்வுடன் நம்மைக் கருத வேண்டும்; சரியான வெற்றியை குறிக்கோளாகக் கொள்ள வேண்டும்.

இவை எல்லாம்தான், இவை மட்டும்தான் நம்மை சமாதானத்தை உருவாக்குபவர்களாக்க முடியும்.

எதிர்கால நெருக்கடியைக் கொண்டு வருபவர்களிலிருந்து முற்றிலும் வேறுபட்டவர்களாக, மீண்டு வருபவர்கள் தங்களை அமைத்துக் கொள்கிறார்கள். மீண்டு வருபவர்கள் 'வளர்ச்சியை' எண்ணுவதில்லை என்பதும், எதிர்கால நெருக்கடியைக் கொண்டு வருபவர்கள் 'வளர்ச்சியை' எண்ணுகிறார்கள் என்பதும் மேலெழுந்த வாரியான கருத்தாகும். ஒவ்வொருவரும் வளர்ச்சியில் நம்பிக்கை கொண்டுள்ளனர். ஏனெனில் வளர்ச்சி என்பது வாழ்க்கையின் மிக முக்கியமான ஒன்றாகும். வளர்ச்சி, தர நிர்ணயம் என்பதன் அடிப்படையிலிருக்க வேண்டும். எப்போதும் சில விஷயங்கள் வளர்ந்து கொண்டிருக்க வேண்டும். சில விஷயங்கள் அழிந்து கொண்டிருக்க வேண்டும்.

இந்த முக்கியமான விஷயத்தில் ஒவ்வொருவரும் ஒதுங்கிக் கொள்ளவே செய்கின்றனர். அதனை "நிபுணர்களிடம் விட்டு விடுவோம்" என்பது வருங்கால நெருக்கடியாளரிடம் விட்டுவிடுவது போன்றதுதான். அரசியலை அரசியல் நிபுணர்களிடம் விட்டுவிடக் கூடாது என்று சொல்லப்படுவது பொதுவாக ஏற்றுக் கொள்ளப் பட்டிருக்கிறது. இன்று அரசியலின் முதன்மையான அங்கம் பொருளாதாரமாகும். பொருளாதாரத்தின் முக்கியமான அங்கம் தொழில் நுட்பமாகும். அரசியல், அதன் நிபுணர்களிடம் விட்டுவிடக் கூடாதது என்றால், பொருளாதாரமும், தொழில்நுட்பமும் கூட அப்படித்தான்.

நிபுணர்களைவிட சாதாரண மனிதர்களே மனிதத் தன்மையுடன் விஷயத்தை அணுகுவார்கள் என்பதால் சாதாரண மனிதர்களின் மீதே நம்பிக்கை இருக்கிறது. சாதாரண மக்களுக்கு "சக்தியில்லை" என்று ஆக்கப் பட்டிருக்கும் இன்றைய நிலையில், புதிய வழிகளை சாதாரண மக்கள் ஏற்படுத்தாமல், தங்களது ஆற்றலை முன்னரே செயல்பட்டுக்கொண்டிருக்கும் சிறிய குழுக்களின் மீது நம்பிக்கையுடன் வைக்க வேண்டும். இரண்டு உதாரணங்களைப் பார்ப்போம்.

நவீன விவசாயம் மண், தாவரங்கள் மற்றும் விலங்குகள் மீது பயன்படுத்தும் ரசாயனப் பொருட்களின் அதிகரித்து வரும் அளவால், மண்வளமும், ஆரோக்கியமும் நீண்டகால பாதிப்புக்குள்ளாகும் என்பது அபாயகரமான ஒன்று. இப்படி நிகழும் என்ற சந்தேகத்தை எழுப்புவர்கள் மீது "விஷமா அல்லது பசியா" என்ற வாதம் முன்வைக்கப் படுகிறது. இந்த வகை இரசாயன வேதிப் பொருள்களைப் பயன்படுத்தாமல் அதிக விளைச்சலைப் பெறும் விவசாயி கள் அனேக நாடுகளில் உள்ளனர். இயற்கை வேளாண் மைக்கு ஆதரவாகச் செயல்படும் தன்னார்வக் குழுக்களோ அல்லது இயற்கை வேளாண்மையைச் செய்யும் விவசாயி களோ அரசாங்கங்களின் ஆதரவையோ அங்கீகாரத்தையோ பெற முடியவில்லை. அவர்கள் நவீன தொழில்நுட்ப வளர்ச் சிக்கு இணையாக இல்லை என்று மறுதலிக்கப் படுகிறார்கள். இயற்கை வேளாண்மை முறை நவீன உலகிற்கு எதிரான திசையில் உள்ளது. ஆனால் நவீன வாழ்க்கை முறையின் அபாயகரமான விளைவுகளை இப்போது உணர்ந்து கொண்டால், இயற்கை வேளாண் மைக்கு மிகுந்த ஆதரவளித்து, அந்த தன்னார்வக் குழுக் களுடன் இணைந்து கொள்ளக் கூடச் செய்வோம். இயற்கை வேளாண்மையை புறந்தள்ளவோ அதனை கேலிக் குள்ளாக்கவோ மாட்டோம்.

தொழிற்சாலை வகைகளில், இடைத்தர தொழில் நுட்பக்குழுக்கள் உள்ளன. மக்கள் தங்களுக்குத் தாங்களே எப்படி உதவிக் கொள்ளலாம் என்பதைப் பற்றிய முறையான ஆய்வுகளில் அவை ஈடுபட்டுள்ளன. மூன்றாம் உலக நாடுகளுக்கு தொழில் நுட்ப ரீதியில் உதவும் அதே வேளையில், செல்வந்த நாடுகளின் எதிர்காலம் பற்றி கவலை கொள்வோரையும் இந்த குழுக்களின் செயல்பாடு கள் ஈர்க்கின்றன. மனிதத் தன்மையுடன், மனித முகத் துடனான இடைத்தர தொழில் நுட்பம் சாத்தியமே என்று அவை காட்டுகின்றன. அந்தக் குழுக்கள் மனிதர்களை மீண்டும் ஒருங்கிணைத்து மனிதர்களின் திறமைகளை அவர்களின் கைகள் மூளைகளைப் பயன்படுத்தி வெளிக்

கொண்டுவந்து உற்பத்திச் செயல்பாடுகளில் ஈடுபட வைக்கின்றன. இத்தகைய குழுக்களும் பொது மக்களின் ஆதரவை வேண்டி நிற்கின்றன.

தொழில் நுட்ப வளர்ச்சியை புதியதொரு திசையில், மனிதனின் உண்மையான தேவைகளுக்காகக் கொண்டு செல்ல முடியும் என்பதில் எனக்கு எந்த சந்தேகமும் இல்லை. அதாவது, மனிதனின் உண்மையான தேவை என்பதற்கு மனிதனின் உண்மையான அளவு என்று பொருள். அசுர வகை அமைப்புகள் என்பது சுய அழிவாகும். மாற்றி அமைப்பதற்கு என்ன விலை கொடுக்க வேண்டிவரும், வாழ்வதற்கு என்ன விலை கொடுக்க வேண்டி வரும் எனக் கணக்கிடுவது வக்ரமானது. மதிப்புள்ள எந்த ஒன்றுக்கும் ஒரு விலை தரவேண்டும் என்பதில் சந்தேகமில்லை. மனிதரை அழிவிலிருந்து அழிவுப் பாதையிலிருந்து திருப்புவதற்கு நல்ல முயற்சியும், பயமின்மையும் வேண்டும்.

பாகம் III
மூன்றாம் உலக நாடுகள்

வளர்ச்சி

சில ஆண்டுகளுக்கு முன்னாள் வெளிநாடுகளுக்கு செய்யும் உதவி பற்றி பிரிட்டிஷ் அரசு ஒரு வெள்ளை அறிக்கை வெளியிட்டது. அதில், "வளர்ந்துவரும் நாடு களுக்கு நமது சக்திக்குட்பட்டு செய்ய வேண்டிய உதவி, அந்த நாட்டு மக்கள் தங்கள் திறமைகள் மூலம் முழுமை யான மகிழ்ச்சியுடன் வாழவும், நேரான முன்னேற்றத்தைப் பெறவும் பொருளுதவி செய்வதாகும்" என்று குறிப்பிடப் பட்டுள்ளது.

இன்றும் இதேபோன்று சொல்ல முடியுமா என்பது சந்தேகத்திற்குரியது என்றாலும், அடிப்படைத் தத்துவம் அப்படியேதான் இருக்கிறது. இந்தப் பணி சற்றே கடின மாகிவிட்டது. புதிதாகச் சுதந்திரமடைந்த நாடுகளும் அப்படியே கருதுகின்றன. இரண்டு விஷயங்கள் உலகின் கவலைக்குரியதாய் இருக்கின்றன. ஒன்று பெருமளவிலான வேலையில்லாத் திண்டாட்டம், மற்றொன்று நகரத்தை நோக்கி பெருமளவில் மக்கள் இடம் பெயர்தல். மனித குலத்தின் மூன்றில் இரு பகுதியினருக்கு "முழுமையான மகிழ்ச்சியான வாழ்க்கை" என்பது எப்போதும் போலவே வெகு தூரமாகவே உள்ளது. எனவே முழுமையான இந்தப் பிரச்சினைக்கு புதிய கோணத்திலான அணுகுமுறையே நல்லது.

பலருக்கும் புதிய கோணத்திலான அணுகுமுறை பல வாக உள்ளது. ஏழைநாடுகளுக்கான உதவிகள் மிகவும் குறைவு

என சிலர் எண்ணுகின்றனர். பல இடையூறுகள் உள்ளன என்பதை ஒத்துக் கொள்ளும் அவர்கள், பெருமளவிலான உதவிகள் செய்ய வேண்டி வரும் என்று கூறுகிறார்கள். கிட்டும் உதவிகள் பெருமளவில் இல்லை என்றால், முன்னேறிவிடும் என்று நிச்சயமாகச் சொல்லக் கூடிய நாடுகளின் மேல் அதிக கவனக்குவிப்பு செய்யவேண்டும் என்றும் அவர்கள் கூறுகிறார்கள். இந்தக் கருத்து எல்லோராலும் பொதுவாக ஏற்றுக் கொள்ளப்படவில்லை என்பதில் ஆச்சரியமேதுமில்லை.

அனைத்து வளர்முக நாடுகளிலும் உள்ள ஆரோக்கிய மற்ற, தடை ஏற்படுத்தக் கூடிய ஒன்றாக "இரட்டைப் பொருளாதார முறை" உள்ளது. இவை ஒன்றுக்கொன்று வேறுபட்டு தொலைவில் நிற்பவையாக உள்ளன. சிலர் பணக்காரர்களாகவும், சிலர் ஏழைகளாகவும் உள்ள நிலை அல்லது இது. அவர்கள் இரு சாராரும் பொதுவான ஒரு வாழ்க்கைத் தடத்தில் இணைக்கப்பட்டுள்ளனர். இரண்டு விதமான வாழ்க்கை முறைகள் உள்ளதைப் பற்றியதாகும் இது. ஒரு சாராரின் எளிய மனிதன் செலவழிக்கும் வருமானம், மற்றொரு சாராரின் கடும் உழைப்பைச் சிந்தும் மனிதனின் வருவாயை விட பல மடங்கு அதிகமாக உள்ளது. இந்த இரட்டைப் பொருளாதார நிலையால் ஏற்படும் சமூக, அரசியல் பதற்றங்கள் வெளிப்படையானவை.

வளர்முக நாடுகளின் இரட்டைப் பொருளாதார நிலையில், மொத்த மக்கள் தொகையில் நவீனதொழிலில் ஈடுபட்டுள்ள பதினைந்து சதவீதமானோர் ஓரிரு நகரங்களுக்குள்ளேயே அடங்கி விடுகின்றனர். மற்ற எண்பத்தைந்து சதவீதமானோர் ஊர்ப் புறங்களிலும், சிறு நகரங்களிலும் வாழ்கின்றனர். சில காரணங்களால் பெரும்பாலான வளர்ச்சித் திட்டங்களும் பெருநகரங்களுக்கே சென்று விடுகின்றன. அதாவது எண்பத்தைந்து சதவீத மக்கள் புறந்தள்ளப்படுகின்றனர். அவர்களின் கதி? மக்கள் தொகை மொத்தத்தையும் பெருநகர நவீன தொழிலுலகம் ஈர்த்துக் கொண்டு அது வளரும் என்பது உண்மையல்ல.

பணக்கார நாடுகள் கூட மக்கள் தொகையின் சரியான சரி விகிதப் பரவல் இல்லாத நிலையால் அவதிப் படுகின்றன.

ஒவ்வொரு விதமான நவீன சிந்தனைகளிலும் "பரிணா மக் கொள்கை" முக்கியப் பங்கை வகிக்கிறது. "வளர்ச்சி" மற்றும் "பரிணாமம்" இரண்டும் ஒரே பொருளைத் தருவது போல தோன்றினாலும், வளரும் பொருளாதாரத்தில் அப்படி இல்லை. பரிணாமக் கொள்கை சில விஷயங்களில் சரியாக இருப்பினும், பொருளாதாரம் மற்றும் தொழில் நுட்பம் போன்றவற்றில் சரியாக இல்லை என்றே அனுபவம் காட்டுகிறது. ஒரு மாபெரும் நவீன சுத்திகரிப்பாலைக்கு செல்வதாக கற்பனை செய்து கொள்வோம். அதனைச் சுற்றி நடக்கையில் அதன் மாபெரும் அமைப்பைக் கண்டு மனித மூளை எப்படி இதனைச் செய்தது என்று வியக்கிறோம். எந்த வகையான ஆழமான அறிவு, திறமை மற்றும் அனு பவம் இந்த சாதனத்தை உருவாக்கியது? எப்படி இது சாத்தியமானது? அது உடனடியாகச் சட்டென்று எவரிட மிருந்தும் தோன்றிவிடவில்லை. அது படிப்படியாக பரிணமித்து வந்தது என்பதே அதற்கான பதில். எளிதாகத் தோன்றி கொஞ்சம் கொஞ்சமாக மாறி, வளர்ந்து, இப்படிப் பெரிய அளவில் இருக்கிறது. இது மிகச் சிறிய உதாரணம் தான்.

நாம் இங்கு கண்டதைவிட காணாததே மிக அதிகம். கச்சா எண்ணெய் பல கட்டங்களில் சுத்திகரிக்கப்பட்டு, பல தரங்களில் பல பெயர்களில் முறையாகத் தயாரிக்கப் பட்டு அடைக்கப்பட்டு பெரிய அளவிலான விநியோக முறையில் எண்ணற்ற நுகர்வோர்களுக்கு கிடைக்கிறது. இவை எல்லாவற்றையும் நம்மால் காண இயலாது. அதே போன்று இதன் பின்னிலுள்ள அறிவார்ந்த திட்டமிடல், ஒருங்கமைப்பு, வர்த்தக முறை, சந்தைப் படுத்துதல் போன்றவற்றையும் காண முடியாது. இந்த அமைப்புக்குத் தேவையான கல்வி முறையைத் தரும் பள்ளி தொடங்கி, கல்லூரி, ஆய்வகங்கள், பல்கலைக்கழகங்கள் ஆகியவற்றை யும் நம்மால் காண இயலாது. பத்தில் ஒரு பங்கைக் கூட

சிறியதே அழகு | 191

பார்க்க முடியாது. பத்தின் முன் ஒன்று என்பது மதிப் பற்றது. அந்த சுத்திகரிப்பாலை அமைவிடத்தில் "பத்தை யும்" ஒரு நாட்டால் அளிக்க முடியவில்லை என்றால், அந்த சுத்திகரிப்பாலை இயங்காது அல்லது மற்ற அயல் சமூகத்தை சார்ந்திருக்க வேண்டி வரும். இவை அனைத்தும் எளிதாக மறக்கப்பட்டுவிட்டன. ஏனெனில் காட்சியாய்த் தெரிவதன் மீதே உணரும் படியும், கண்ணுக்குத் தெரியாத வற்றை மறக்கும்படியும் நவீனப் போக்கு மாற்றி அப்படியே கொண்டு போய்க் கொண்டிருக்கிறது.

பொருளாதார உதவிகள் பயனற்றுத் தோல்வியடையும் போது, அல்லது பொருளாதார உதவிகள் அளிக்கும் எதிர் பார்த்த பலன்கள் கிட்டாமல் போகும்போது கண்ணுக்குப் புலனாகாத அத்தகைய பொருளாதார ரீதியில் உதவும் தத்துவ முறை மீறப்படுகின்றதா? அல்லது அவற்றை திட்டங்களின் அடிப்படையில் பணம் செலவழித்து செய்வ தாலா? வேறுவார்த்தைகளில் சொல்வதானால் வளர்ச்சி என்பதை பரிணாமம் என்ற ரீதியில் பார்க்காமல் அவற்றை உருவாக்கம் என்ற ரீதியில் அணுகுவதுதான் இது.

நம்மைச்சுற்றியுள்ள அனைத்தும் இயற்கையான தேர்வின் மூலம் ஏற்படும் சிறிய சிறிய மாற்றங்களினால் உருவானவை என்று நமது அறிவியலறிஞர்கள் உறுதியாகத் திரும்பத் திரும்பக் கூறி வருகின்றனர். எல்லாம் வல்ல இறைவன் மிகவும் நுட்பமான எதனையும் படைக்க முடியும் என்று கூடக் கொள்ளவில்லை. நுட்பமான சிக்க லான ஒவ்வொன்றும் பரிணாம அடிப்படையில் தானாக உருவானவை என்று நமக்குச் சொல்லப்படுகிறது. நமது வளர்ச்சி வல்லுனர்கள் எல்லாம் வல்ல இறைவனைவிட சிறப்பாகச் செய்ய முடியும் என்று நினைக்கிறார்கள். அவர் கள் திட்டமிடுதல் மூலம் ஒரேயடியாக மிகச் சிக்கலான வற்றை படைத்துவிடமுடியும் என்றும் நினைக்கிறார்கள்.

அசாதாரண சில விஷயங்கள் எப்போதாவது செய்யப் படுகின்றன. எங்காவது ஓரிடத்தில் ஒரு திட்டத்தை ஒருவர் வெற்றி கரமாகச் செய்ய முடியும். தொழில் சமூகம்

உருவாவதற்கு முன்னதாக அதி நவீன தீவுகள் போன்ற அமைப்பை எப்போதும் உருவாக்க முடியும். ஆனால் அவற்றைக் கோட்டைகள் போன்று பாதுகாக்க வேண்டும். வெகு தூரத்திலிருந்து ஹெலிகாப்டர் போன்றவை கொண்டு வசதியளிக்க வேண்டும். இல்லை எனில் சூழ்ந்திருக்கும் கடலால் அத்தீவுகள் மூழ்கடிக்கப்படும். என்ன நிகழ்ந் தாலும், அவை நன்றாகச் செயல்பட்டாலும் இல்லை என்றாலும் நான் முன்னர் குறிப்பிட்டபடி "இரட்டைப் பொருளாதார" முறையை உருவாக்கி விடும். அவற்றைச் சூழ்ந்துள்ள சமூகத்துடன் அவற்றை ஒன்றிணைக்க முடியாது. இணைப்பை உடைக்கவே அவை எத்தனிக்கும்.

இதனைப் போன்ற நிலை பணக்கார நாடுகளில் இருப்ப தைக் காணலாம். இதன் காரணமாக நகர் மயமாகி பெரு மளவில் வறுமையில் தள்ளப்பட்ட மக்களையும் வேலை வாய்ப்பற்றவர்களையும் காணலாம்.

சமீபகாலமாக "இரட்டைப் பொருளாதார முறையை யும்", அதன் இரட்டைத் தீமைகளான பெருமளவிலான வேலைவாய்ப்பற்ற நிலையையும், நகரங்களை நோக்கி மக்கள் இடம் பெயர்தலையும் நிபுணர்கள் குறிப்பிட்டுப் பேசத் தொடங்கியுள்ளனர். அப்படிச் சொல்லும்போது இந்தப் பிரச்சினைகளை வெறும் ஒரு நிலையிலிருந்து மறு நிலைக்கு மாறுவதாகவே கொள்கின்றனர். காலம் செல்லச் செல்ல எல்லாம் சரியாகிவிடும் என்பது பலராலும் அங்கீ கரிக்கப்படவில்லை. மாறாக, இந்த "இரட்டைப் பொருளா தார முறையால்" நகரங்களில் வெற்றிகரமாக உருவாகும் தொழிற்சாலைப் பெருக்கத்தினால் ஊர்ப்புறப் பகுதிகளில் பொருளாதாரம் அழிக்கப்பட்டு, பழிவாங்குதல் போல ஊர்ப்புற மக்கள் வெள்ளம் நகரத்தை நோக்கி இடம் பெயர்ந்து நகரப் பகுதிகளை நிர்வகிக்க இயலாத ஒருவருக் கொருவர் "விஷம் கொடுத்து" கெடுத்துக் கொள்வது போன்ற நிலை உருவாகும். உலக சுகாதார நிறுவனம் மற்றும் கிங்ஸ்லி டேவிஸ் போன்ற நிபுணர்களும் 20, 40 மற்றும் 60 மில்லியன் மக்களைக் கொண்ட நகரங்கள்

மிகுந்த பிச்சைக்காரர்களைக் கொண்டதாக இருக்கும் என்று முன்னறிவிப்புச் செய்கிறார்கள்.

இதற்கு ஏதேனும் மாற்று உண்டா? நவீன துறைகளின்றி ஏதும் செய்ய இயலாத வளர்முக நாடுகள், குறிப்பாக பணக்கார நாடுகளுடன் நேரடித் தொடர்பில் உள்ள வளர் முக நாடுகளுக்கு இது சிரமமே. என்ன கேட்கப்பட வேண்டும் என்றால், அனைத்து மக்களையும் உள்ளிழுத்துக் கொள்ளக் கூடியதாக நவீன துறைகளை விரிவாக்கம் செய்ய முடியும் என்று கற்பனையாகச் சொல்லப்படுகிறதே, அதனை நியாயமாக வேகமாகச் செய்ய முடியுமா? என்பதுதான். வளர்ச்சி குறித்த தத்துவமாக நீண்ட நாட்களாக சொல்லப்படுவது இப்படித்தான்: "செல்வந்தர் களுக்குச் சிறந்தது எதுவோ, அதுவே ஏழைகளுக்கும் சிறந்தது". இந்த நம்பிக்கை ஆச்சர்யகரமாக நீண்டு வளர்ந்து கொண்டிருக்கிறது. வளர்முக நாடுகள், அமெரிக்கா மற்றும் அதன் நேச நாடுகள், சில விஷயங்களில் ரஷ்யா கூட சிவில் அணுசக்தித் திட்டங்களை உருவாக்கி செயல்படுத்துவது புத்திசாலித்தனமானது, தேவையானது என்று நினைக் கின்றன. தைவான், தென் கொரியா, பிலிப்பைன்ஸ், வியட் நாம், தாய்லாந்து, இந்தோனேஷியா, ஈரான், துருக்கி, போர்ச்சுகல், வெனிசூலா போன்ற நாடுகளின் ஏழ்மை நிலையால் இந்த நாடுகளின் விவசாயத்துறையில் உள்ள பிரச்சினைகள், ஊர்ப்புற வறிய நிலை மக்கள் வாழ்வை வளப்படுத்த வேண்டிய சூழல் ஆகியவை காரணமாக "சிவில் அணுசக்திக் கூடங்கள்" அமைப்பது புத்திசாலித்தன மானது, தேவையானது என்று நினைக்கின்றன.

மனிதனைத் தரம் தாழ்த்தி வருத்தும் வறுமை அல்லது வறிய நிலை என்பதே நமது கவனத்திற்குரிய அனைத்து விஷயங்களின் தொடக்கப் புள்ளியாகும். வறுமை என்பத தன் அளவுகோல் மற்றும் அதன் வரையறை என்பதைப் பற்றி அறிந்து கொள்வதே நமது முதல் பணியாகும். வறு மைக்கான காரணங்களில் இயற்கை வளமின்மை அல்லது மூலதனமின்மை அல்லது போதுமான உள்கட்டமைப்பு

வசதிகளின்மையே முதற்காரணங்களாக எனக்குப்படுகிறது. கொடிய வறுமையின் முதன்மையான காரணங்கள் கல்வி இல்லாமை, அமைப்பு முறை இல்லாமை மற்றும் ஒழுக்க மின்மையே.

வளர்ச்சி என்பது பொருள்களைக் கொண்டு தொடங்குவ தல்ல; அது மக்களின் கல்வி, அமைப்புமுறை மற்றும் ஒழுக்கத்திலிருந்து தொடங்குகிறது. இந்த மூன்றும் இல்லை என்றால் அனைத்து மூலாதாரங்களும் மறைந்தே, முறைப் படுத்தப்படாமல் பயன்படுத்தப் படாததாகவே இருக்கும். எவ்வளவு அழிவுக்கு ஆளாகியிருந்தாலும், உயர்தரமான கல்வி, அமைப்பு முறை மற்றும் ஒழுக்கம் ஆகியவற்றைக் கொண்டிருந்த ஒவ்வொரு நாடும் "பொருளாதார அற்புதங்களை" நிகழ்த்திக் காட்டியிருக்கின்றன.

எனவே வளர்ச்சியின் மையப்பிரச்சினை இங்கேதான் இருக்கிறது. மேற்கண்ட மூன்று விஷயங்களின் குறைபாடு களின் காரணமாகத்தான் வறுமை நிலை இருக்கிற தென்றால், இக்குறைபாடுகளை போக்குவதில்தான் வறுமை ஒழிப்பு இருக்கிறது. வளர்ச்சி என்பது உருவாக்கு வதோ, கட்டளையிடப்படுவதோ, விலைக்கு வாங்க முடி வதோ, தெளிவாகத் திட்டமிடப்பட்டு கொண்டு வருவதோ அல்ல. அது பரிணாம செயல்பாட்டை வேண்டி நிற்கிறது என்பதன் காரணம் இதுதான். கல்வி என்பது துள்ளிக் குதித்து ஓடி வருவதல்ல, அது கடின முயற்சியால் படிப்படியாக அடைய வேண்டிய ஒன்று. அமைப்பு முறை என்பதும் துள்ளித் தாண்டி வருவதல்ல. மாறும் சூழ்நிலை களுக்கேற்ப பொருந்தும்படி உருவாகி வரவேண்டிய ஒன்று. இவற்றைப் போன்றே ஒழுக்கமும். இவை மூன்றும் படிப்படியாக உருவாகி வரவேண்டும். வளர்ச்சியின் முதல் பணி இந்த உருவாக்கங்களை வேகப்படுத்துவதுதான். இந்த மூன்றும் மக்களின் சிறு பிரிவினருக்கானது அல்ல, மாறாக ஒட்டு மொத்த சமூகத்திற்குமானது.

பொருளாதார உதவிகள் சில செயல்பாடுகளுக்காகச் செய்யப்படுமேயானால், பெரும்பான்மை மக்களின்

கல்வித் தரத்தில் நீடித்து பயனளிக்கக் கூடியதாக இருக்க வேண்டும். இந்த உதவிகளின் அடிப்படையில் கல்வி, அமைப்பு மற்றும் ஒழுக்க நிலைகளில் முன்னேற்றம் இருக்க வேண்டும். இந்த மூன்றையும் புதிதாக ஒரு சமூகத் திற்கு அளித்தால், பயனிருக்காது. மாறாக அந்த சமூகத்தை தாழ்த்தவே செய்யும். அந்த உதவிகள் அந்நியமானதாகவே இருக்கும்.

பொருள் சார்ந்த பொருளியல் கொள்கையையுடைய பொருளாதார வல்லுனர்களுக்கானதல்ல வளர்ச்சி என்பது. பொருளாதார நிபுணர்களின் வழிகாட்டல் சில குறிப்பிட்ட நிலைகளில் பயனளிக்கக் கூடியதுதான். ஆனால் பொதுவான வளர்ச்சிக்கான கொள்கை வழிமுறைகள் மொத்த மக்கள் தொகைக்குமானது.

உதவிகள் செய்வது, வளர்ச்சி ஆகியவற்றிற்கான புதிய சிந்தனை பழைய சிந்தனையிலிருந்து வேறுபட்டது. ஏனெனில் புதிய சிந்தனை வறுமை என்பதை மிகவும் அவசர கவனம் தேவைப்படும் ஒன்றாகக் கருதுகிறது. “பணக்காரர்களுக்கெல்லாம் எது நல்லதோ அதுவே ஏழைகளுக்கும் நல்லது” என்ற இயந்திரத்தனமான வழியில் அது செல்லாது. அது மிகவும் சிரத்தையுடன் கவனத்துடன் மக்கள் மீது அக்கறை கொள்கிறது. ஏன் மக்கள் மீது அக்கறைப்படவேண்டும்? ஏனெனில் மக்களே எல்லா வளங்களிலும் முதன்மையான முழுமையான ஆதாரவளம் ஆகும். இவை கைவிடப்பட்டு, சுயதயாரிப்பான நிபுணர் களாலும் உயர்வகை திட்டக்காரர்களாலும் கொண்டு செல்லப்படுமேயானால் உண்மையான பலன் எப்போதும் கிடைக்காது.

இடைத்தர தொழில் நுட்பத்திற்கான அறைகூவல்

அறிமுகம்

உலகின் பல இடங்களிலும் ஏழைகள் மேலும் ஏழை களாகவும், பணக்காரர்கள் மேலும் பணக்காரர்களாகவும் ஆகிக் கொண்டே இருக்கிறார்கள். செய்யப்பட்டுக் கொண்டிருக்கும் அயல்நாட்டு உதவிகள் இந்த நிலையை மாற்றிடவில்லை. இந்த உதவிகள் அந்த நிலையை வளர்க்கவே செய்கின்றன. உதவிகளைப் பெறுபவர்கள் தேவையுள்ளவர்களுக்கு உதவி புரியாமல் தங்களுக்கே செய்து கொள்கின்றனர். கிட்டத்தட்ட எல்லா வளர்முக நாடுகளும், வளர்ந்த நாடுகளைப் போன்றே வாழ்க்கை முறைகளைக் கொண்ட நவீன துறைகளைப் பெற்றிருக் கின்றன. ஆனால் அந்த வளர்முக நாடுகள் நவீனமற்ற துறைகளை தனது மொத்த மக்கள் தொகையின் பெரும் பான்மையினருக்கெனக் கொண்டிருக்கின்றன. அந்தப் பெரும்பான்மையினரின் வாழ்க்கை மிகவும் திருப்தியற்ற நிலையில் உள்ளது மட்டுமல்லாமல் சிதைந்து போகக் கூடிய நிலையிலும் உள்ளது.

நவீனமற்ற துறைகளில் உள்ள மக்களுக்கு மக்களின் பிரச்சினைகளுக்கு உதவுவதை குறித்தே நான் கவலைப் படுகிறேன். இதற்குப் பொருள் நவீன துறைகளில் தொடர்ந்து கொண்டிருக்கும் ஆக்கப்பூர்வ வேலைகளை நிறுத்த வேண்டும் என்பதல்ல. அவை தொடர வேண்டும்

என்பதில் எந்த சந்தேகமும் இல்லை. ஆரோக்கியமான வளர்ச்சி இல்லை என்றால் நவீன துறைகளின், எல்லா வெற்றிகளும் மாயத் தோற்றமே. அல்லது குறைந்தபட்சம் நிலைத்து நீடித்திருக்கும் தன்மையாவது வேண்டும். பெரு வாரியான மக்கள் கொடிய வறுமை நிலையில் மட்டுமல்லா மல், நம்பிக்கையற்ற நிலையிலும் இருக்கிறார்கள்.

இடைத்தர தொழில் நுட்பத்தின் தேவை
ஏழைகளின் நிலை

வளர்முக நாடுகள் என சொல்லப்படுகின்ற நாடுகளில் உள்ள ஏழை மக்களின் நிலை என்ன? தங்கள் வறுமையி லிருந்து வெளிவர முடியாத அளவுக்கு வேலை வாய்ப்புகள் அவர்களுக்கு மிகவும் குறைவு. அவர்கள் வேலை வாய்ப் பற்றவர்களாகவோ அல்லது அவ்வப்போது வேலை கிடைப்பவர்களாகவோ உள்ளனர். அப்படி வேலை கிடைக்கையில் அவர்களது உற்பத்தி அளவு மிகவும் குறை வாகவே உள்ளது. அவர்களுள் சிலர் நிலங்களைப் பெற்றுள் ளனர். பெரும்பாலும் மிகக் குறைவாகவே நிலத்தைப் பெற்றுள்ளனர். பெரும்பாலானோருக்கு நிலம் இல்லை. அதனைப் பெறவும் வழி இல்லை. அவர்கள் வேலை வாய்ப்பற்றவர்களாகவும், இடைக்கிடை வேலை பெறு பவர்களாகவும் இருப்பதால் பெரு நகரங்களை நோக்கிச் செல்கின்றனர். கிராமங்களில் வேலையே கிடைக்காத நிலையில், பெரு நகரங்களில் சிறிதளவேனும் வாய்ப்புகள் உள்ளமையால், அவர்கள் நகரங்களை நோக்கிச் செல் கின்றனர்.

ஊர்ப்புறங்களில் வேலைவாய்ப்பின்மைக்கு பெருகி வரும் மக்கள் தொகை காரணமாகச் சொல்லப்படுகிறது. மக்கள் தொகை என்பது ஒரு காரணிதான் என்பதில் எந்த சந்தேகமும் இல்லை. இந்தப் பார்வையைக் கொண்டிருப் பவர்கள், கூடுதலான மக்களுக்கு ஏன் கூடுதலான வேலை கிடைக்கவில்லை என்பதை விளக்க வேண்டும். அவர் களால் வேலை செய்யமுடியாது. ஏனென்றால், அவர் களிடம் "முதலீடு" இல்லை என்று சொல்லப்படுகிறது.

ஆனால் ''முதலீடு'' (மூலதனம்) என்பது என்ன? மனித உழைப்பின் விளைவே முதலீடு. முதலீடு இல்லை என்பது மிகக் குறைந்த அளவு உற்பத்தி என்றறியலாம். ஆனால், இது வேலை வாய்ப்புக்களைப் பற்றி விவரிக்க முடியாது.

பெருமளவிலான மக்கள் வேலை செய்வதில்லை அல்லது இடைக்கிடை வேலை செய்கிறார்கள். அதனால் அவர்கள் ஏழைகளாகவும், உதவியற்றவர்களாகவும் கிராமப்புறங்களில் வேலை வாய்ப்பற்று திக்கற்ற நிலையில் ஏதாவது ஒரு வழியைத் தேடி நகரங்களை நோக்கிச் செல் கிறார்கள் என்பது உண்மை. ஊர்ப்புற வேலையில்லாத் திண்டாட்டம் பெருமளவிலான மக்களை நகரங்களை நோக்கித் திருப்புகிறது. ஊர்ப்புற வேலைவாய்ப்பின்மை நகர்ப்புற வேலையின்மையாக மாறிவிட்டது.

அதிக தேவையுள்ளவர்களுக்கான உதவி

எனவே, பிரச்சினையை எளிதாக இப்படிச் சொல்ல லாம். மொத்த மக்கள் தொகையில் இன்னமும் 80-90 சதவீத மக்களை கொண்டிருக்கும் ஊர்ப்புற கிராம மக்களின் பொருளாதார வாழ்க்கையை எப்படி ஆரோக்கியமானதாக ஆக்குவது? தொழிற்சாலைகளை அமைப்பது, முதலீடு களைப் பெறுவது, பணியாட்களை அமர்த்துவது, சந்தைப் படுத்துவது ஆகியவற்றைச் செய்து பெரு நகரங்களின் மீதே வளர்ச்சியைக் குவிப்பது, நாட்டின் பிற பகுதிகளில் விவசாயத் தொழில்களல்லாத மற்ற தொழில்களை பாதித்து, வேலைவாய்பின்மையை உருவாக்கி, நகரங்களை நோக்கி மக்கள் வருவதை வேகப்படுத்தும். அந்த நகரங்களால் மக்களனைவரையும் உள்ளிழுத்துக் கொள்ள முடியாது. ஒருவருக்கொருவர் விஷத்தைக் கொடுத்துக் கொள்ளும் செயல் நிறுத்தப்படாது.

எனவே, பெருநகரங்களை விட்டு ஊர்ப்புறப் பகுதிகளில் விவசாயம் சார்ந்த தொழில்களை - தொழிற்சாலைகளை உரு வாக்குவது மிகவும் அவசியம். லட்சக்கணக்கான வேலை வாய்ப்புகளை உருவாக்க ஊக்கமுடன் முனைய வேண்டும்.

ஒரு மனிதனின் உற்பத்தி வெளிப்பாடு முக்கியமல்ல என்று எவரும் சொல்ல மாட்டார்கள். ஆனால் தனி மனிதனின் உற்பத்தி வெளிப்பாட்டை அதிகரித்தல் என்பது முதன்மை யானதல்ல. முதன்மையான நோக்கம் அதிகப்படியான வேலைவாய்ப்புக்களை உருவாக்குவதுதான். ஒரு ஏழை மனிதனுக்கு வேலைவாய்ப்பு என்பது எல்லாத் தேவை களையும் விடப் பெரியது. அவன் வெறுமனே இருப் பதைக் காட்டிலும் குறைவாகவேனும் சம்பாதிப்பது, அது பலனளிக்காத வேலை என்றாலும், சிறந்தது. "முழுமை யாக்கலின் முன்பு அனைத்தையும் ஒன்றாக்குதலைச் செய்ய வேண்டும்" என்பது கேப்ரியேல் ஆர்டென்டின் வாக்காகும்.

"அனைவருக்கும் போதுமான வேலை இருக்க வேண் டும் என்பது முக்கியமானது. ஏனெனில் ஆக்கப்பூர்வமான வேலைகளுக்கெதிரான அனிச்சையான செயல்களைக் களையவும், ஒரு புதிய மன நிலையை உருவாக்கிடவும் அது தேவை. புதிய மன நிலையை தொழிலாளிகள் உள்ளத் தில் உருவாக்கி அவர்களை சாத்தியமான நல்வழியில் பயன் படுத்தி அவர்களை அற்புதமானவர்களாக மாற்ற வேண்டும்."

வேறு வார்த்தைகளில் சொல்ல வேண்டுமானால், பொருளாதார நுண் கணிதம் வெற்றியை உற்பத்தி விளைவு அல்லது வருவாயைக் கொண்டு கணக்கிடுகிறது. அது எத்தனை வேலைவாய்ப்புக்கள் என்பதைப் புறந்தள்ளிவிடு கிறது. வேகமான செயல்பாடு மக்களின் தேவைகளையும், எதிர்விளைவுகளையும் தடுக்கிறது. அவர்களது முதல் தேவை சிறிதளவு வருவாய் உள்ள வேலையைத்தொடங்கு வது; அது எத்தனை சிறிதாக இருந்தாலும் சரி. தங்களது நேரமும் உழைப்பும் மதிப்பானது என்பதை உணரும்போது அவர்கள் அதனை மேலும் மதிப்புடையதாக்க விரும்பு வார்கள். எனவே ஒவ்வொருவரும் எதையாவது உற்பத்தி செய்ய வேண்டும், சிலர் பெரிதாக செய்வதைக்காட்டிலும் என்பது மிக முக்கியம். இந்த வகையில் உற்பத்திவிளைவு மற்றதைவிட சிறிதாகவே இருக்கும். ஆனால் அது சிறிதாக வேதான் இருக்கும் என்பது இல்லை. ஏனெனில் வேகமான தொடர் செயல்பாடு வளர்ச்சியை உருவாக்கும்.

வேலையில்லாத ஒரு மனிதன், நம்பிக்கையற்றவனாகி இடம் பெயரும்படி தள்ளப்படுகிறான். வேலைவாய்ப்பு என்பது முதன்மையான தேவை என்பதற்கு இதுவும் ஒரு காரணம். எனவே வேலைவாய்ப்பை உருவாக்குவதே பொருளாதாரத் திட்டமிடலின் முதன்மையான நோக்கமாக இருக்க வேண்டும். இதனைச் செய்யாமல் மக்கள் நகரங்களை நோக்கி இடம் பெயர்வதைத் தடுக்க முடியாது.

வேலைவாய்ப்பை உருவாக்குவதன் உண்மை நிலை

ஊர்ப்புறப் பகுதிகளிலும், கிராமங்களிலும் லட்சக் கணக்கான வேலைவாய்ப்புக்களை உருவாக்குவதே பெரும் பணி. வளர்ந்த நாடுகளில் உருவாகியுள்ள நவீன தொழில்கள் இந்தப் பணியைச் செய்ய முடியாது என்பது வெளிப்படை. மூலதனங்களை அதிகமாகவும் தொழிலாளர்களைக் குறைவாகவும் கொண்டுள்ள சமூகங்களுக்கானது போல, மூலதனங்களைக் குறைவாகவும் தொழிலாளர்களை அதிக மாகவும் கொண்டுள்ள சமூகங்களுக்கு இது பொருந்தாது. இதனைப் பற்றி ப்யூர்டோ ரிக்கோ பின்வருமாறு குறிப்பிடுகிறது:

"நவீன தொழிற்சாலைகள் வேலைவாய்ப்பிற்குக் குறைந்த அளவிலான வாய்ப்புக்களையே தருகின்றன. ப்யூர்டோ ரிக்கோ வளர்ச்சித் திட்டம் எப்போதும் இல்லாத வேகமான வெற்றியைப் பெற்றுள்ளது. ஆனால் 1952-1962 ஆம் ஆண்டுகளில் சராசரி வேலைவாய்ப்புக்கள் ஒரு ஆண்டுக்கு 5,000. இன்றைய தொழிலாளர் பங்கின் விகிதங்கள், இடம் பெயர்தல் இல்லாத நிலையிலும் வருடாந்தர ப்யூர்டோ ரிக்கன் தொழிலாளர்களின் கூடுதல் எண்ணிக்கை 40,000... உற்பத்தித் தொழில்களுக்குள், சிறு தொழில், முனைப் புகள் நன்கு விரிந்து பரந்துபட்ட, தொழிலாளர்களைப் பயன்படுத்தும் அமைப்புகள் ஜப்பானில் உள்ளது போன்று இருக்க வேண்டும்."

இதனைப் போன்று குறிப்புகளை பல நாடுகளிலிருந்து தரமுடியும், குறிப்பாக இந்தியா, துருக்கி போன்ற நாடுகளி லிருந்து. இந்த நாடுகளில் பெரும்விளைவுகளை எதிர்

நோக்கிய ஐந்தாண்டுத் திட்டங்களின் முடிவில் வேலை வாய்ப்புக்கள் ஆரம்பத்தில் இருந்ததைவிட அதிகமானது.

இந்த வேலை வாய்ப்புக்களைப் பெருக்கும் உண்மையான பணியை நான்கு கூற்றுக்களாகச் சொல்லலாம்.

முதலாவதாக, வேலைவாய்ப்புக்கான இடங்கள் மக்கள் இடம் பெயரக்கூடிய நகரங்களில் அல்லாமல், மக்கள் வாழும் ஊர்ப்புறங்களில் உருவாக்கப்பட வேண்டும்.

இரண்டாவதாக, இந்த வேலை வாய்ப்புக்கான இடங்கள் அடையக்கூடிய முதலீட்டுடன், இறக்குமதிக்கு எளிதான வாய்ப்புள்ள சராசரியான மலிவானவைகளாக (விலை குறைந்தவைகளாக) இருக்க வேண்டும்.

மூன்றாவதாக, உற்பத்தியில் மட்டுமல்லாமல், அமைப்புகளிலும் மூலப்பொருள்கள் விநியோகத்திலும், நிதி யாதாரங்களை சந்தைப் படுத்துதலிலும் பெரும் திறமைகள் தேவை இல்லாத எளிமையான முறைகளைக் கையாளவேண்டும்.

நான்காவதாக, உற்பத்தி என்பது உள்ளூர் மூலப் பொருட்களிலிருந்தும், உள்ளூர்த் தேவைகளுக்காகவும் செய்யப் பட வேண்டும்.

இந்த நான்கு தேவைகளையும் நிறைவேற்றிட முதலாவதாக வளர்ச்சிக்கான பிராந்திய அணுகுமுறை இருக்க வேண்டும். இரண்டாவதாக "இடைத்தர தொழில் நுட்பத்தை" உருவாக்கி பயன்படுத்தும் முனைப்பு வேண்டும். இந்த இரண்டினைப் பற்றி இப்போது காண்போம்.

பிராந்திய அல்லது மாவட்ட அணுகுமுறை

பெரிய அளவில் தேவையுள்ளவர்களுக்கு பயன்படும் பொருளாதார வளர்ச்சியை ஏற்படுத்துவதற்கு அரசியல் ரீதியாக பிரிக்கப்பட்டுள்ள பகுதிகள்தான் தேவை என்பது இல்லை. சில பகுதிகள் சிறிதாக இருக்கும். சில பகுதிகள் பெரிதாக இருக்கும். உதாரணத்திற்கு இந்தியாவை எடுத்துக் கொள்வோம். இந்தியா ஒரு பெரிய நாடு. பல வகை

களிலும் அதன் ஒற்றுமை பாதுகாக்கப் படவேண்டியது தான். ஆனால் இந்தியா முழுமைக்குமான வளர்ச்சிக் கொள்கை என்று வரும்போது, சில மாநகரங்களிலேயே அதன் நவீன தொழில் துறை வளரும்படி உள்ளது. தேசத் தின் பெரும் பகுதி அதாவது 80 சதவீத மக்களைக் கொண்ட பகுதி மிகவும் குறைவான வளர்ச்சிப் பயன்களையே பெறு கிறது. எனவேதான் இரட்டைத் தீமைகளான பெருமளவி லான வேலையில்லாத் திண்டாட்டமும், பெருமளவிலான மக்களின் நகரங்களை நோக்கிய இடம் பெயர்தலும் நிகழ் கிறது. வளர்ச்சி என்பதன் விளைவாக அதிர்ஷ்டசாலிகளான சிறுபான்மையினர் அதிர்ஷ்டம் பெற்றும், உண்மையிலே உதவிகள் தேவைப்படுவோர் உதவிகளின்றி முன்பைவிட இன்னும் அதிகமாகத் துன்பமும் அடைகின்றனர். வளர்ச்சி யின் பயன் உண்மையிலேயே வளர்ச்சி தேவைப்படுபவர் களுக்கு கிட்ட வேண்டும் என்றால் நாட்டின் ஒவ்வொரு பிராந்தியமும் அல்லது மாவட்டமும் அதற்கான வளர்ச்சி யைப் பெற வேண்டும். இதற்குத்தான் பிராந்திய அணுகு முறை என்ற பெயர்.

இதே போன்று இத்தாலியையும் உதாரணமாக எடுத்துக் கொள்ளலாம். அது பணக்கார நாடுதான். இத்தாலியத் தொழில்துறை நாட்டின் வட பகுதியிலேயே அதிக கவனம் செலுத்துகிறது. தென் பகுதிக்கான பிரச்சினைகள் அதிகமா கின்றன. வெற்றி போன்று எதுவும் வெற்றியடைவதில்லை, தோல்வி போன்று எதுவும் தோல்வியடைவதில்லை. வடபகுதியின் போட்டி தென் பகுதியை பெரிதும் பாதித் தது. இங்கும் இரட்டைத் தீமைகள் நிகழ்ந்தன. இந்த நிலை உலகின் எல்லா பாகங்களிலும் உள்ளது. ஏன், வளர்ச்சி யடைந்த பணக்கார நாடுகளில் கூட உள்ளது.

இந்த விஷயங்களில் வேகமான வலுவான வரையறுத் தலை தருவது சாத்தியமல்ல. ஒரு மாவட்டம் என்ற வரையறைக்குள் சில ஆயிரம் மக்களைக் கொண்டு வந்தால் அது மிகவும் குறைவாகும். ஆனால் விரவிப் பரந்து வாழும் லட்சம் மக்களை அப்படி வரையறுக்கலாம்.

ஒவ்வொரு மாவட்டமும் தனக்கான தனி அடையாளத்துடன், இணைக்கப்பட்ட ஒன்றாக அதன் தலைநகராக ஏதேனும் ஒரு நகரத்தைக் கொண்டதாக இருக்கும். பொருளாதார அமைப்பைப் போலவே கலாச்சார அமைப்பும் அங்கு தேவையாக இருக்கும். ஒவ்வொரு கிராமமும் ஆரம்பப் பள்ளிகளையும், சிறு நகரங்கள் மேல்நிலைப் பள்ளிகளையும், மாவட்டத் தலைநகரம் உயர்கல்விக்கான கல்விச் சாலையையும் கொண்டிருக்க வேண்டும். நாடு பெரிதாக இருந்தால் அதன் உள் கட்டமைப்பும் பெரியதாக இருக்க வேண்டும். அது பரவலான வளர்ச்சிக்கான அமைப்பாக இருக்க வேண்டும். இந்தத் தேவை புறந்தள்ளப்பட்டால், ஏழைகளுக்கு நம்பிக்கை யளிக்க ஏதும் இருக்காது.

பொருத்தமான தொழில் நுட்பத்தின் தேவை

பொருத்தமான தொழில் நுட்பத்தின் அடிப்படையில் பிராந்திய அல்லது மாவட்ட அணுகுமுறை இல்லை என்றால், அந்த அணுகுமுறை வெற்றியடையும் வாய்ப்புக்கள் இல்லை என்பது வெளிப்படையான உண்மை. நவீன தொழில் துறையின் அடிப்படையில் அமையும் தொழில்களுக்கான முதலீடு சராசரியாக 2000 பவுண்டுகள் (சுமார் 2 லட்சம் ரூபாய்) இருக்கும். ஒரு ஏழைநாடு குறிப்பிட்ட காலத்தில் அது போன்ற வேலை இடங்களை அமைப்பது இயலாத ஒன்று. இவற்றுக்கெல்லாம் மேலாக, ஒரு "நவீன தொழில் துறை" செயல்பட "நவீன சூழல்" வேண்டும். இதன் காரணமாகவே "நவீனமான தொழில் அமைப்பு" கிராமப்புறங்களையும், சிறு நகரங்களையும் கொண்ட மாவட்டத்திற்குப் பொருந்தாது. வளர்முக நாடுகளில் ஊர்ப்புறப் பகுதிகளில் உருவாக்கப்பட்டுள்ள தொழிற்பேட்டைகளில் நிறுவப்பட்ட "நவீன தொழில் கூடங்கள்" பல்வேறுபட்ட காரணங்களால் எந்தப் பயனுமின்றி வெறுமனே நின்று கொண்டிருப்பதைக் காண முடியும். புகார்கள் செய்யப்பட்டு ஏதேனும் நிகழ்ந்தாலும், பெருமளவு மூலதனம் வீணடிக்கப்பட்டதை அது மாற்றாது.

மூலதனத்தை மட்டுமே முதன்மையாகக் கொண்ட தொழிற்சாலைகளுக்கும், தொழிலாளர்களை முதன்மை யாகக் கொண்ட தெழிற்சாலைகளுக்குமான வேறுபாடு வளர்ச்சி பற்றிய கருத்தியலில் பிரபலமான ஒன்று. அது பிரச்சினையை அணுகுவதே இல்லை. வளர்முக நாடுகள் தொழிலாளர்களை முதன்மையாகக் கொண்ட தொழிற் சாலைகளுக்கு முக்கியத்துவம் கொடுக்க வேண்டும் என்று சொல்லப்பட்டால் அது புத்திசாலித்தனமான செயலாகக் கொள்ளப்படாது. ஏனெனில் தொழில் அமைப்புக்கு மிக முக்கியத் தேவை மூலப்பொருட்கள், சந்தை மற்றும் நிர்வாக அமைப்பு ஆகியவையே. தொழிற்சாலைக்கு உகந்தது என்பது ஒன்று, தொழிலைத் தேர்ந்தெடுத்தபின் அதில் பயன்படுத்தும் தொழில் நுட்பத்தைத் தேர்ந்தெடுத் தல் என்பது வேறு. எனவே தேவையான தொழில்நுட்பம் பற்றி நேரடியாகப் பேசலாம். இதே போன்று பெரு முதலீட்டுத் தொழில்களும், சிறு முதலீட்டுத் தொழில்களும் ஒன்றுக் கொன்று வேறுபட்டவை. நவீன தொழில் துறை பெரு முதலீட்டுத் தொழில்களைக் கொண்டுள்ளது என்பதே உண்மை. நவீன தொழில் துறை பெருமுதலீட்டுத் தொழி லாகவே இருக்க வேண்டும் என்பது அத்தியாவசியமான ஒன்றல்ல. ஒரு தொழில், வளரும் மாவட்டத்தின் சூழலுக்கு பொருத்தமா என்பது அதன் முதலீட்டு அளவை அடிப்படை யாகக் கொண்டதல்ல. ஆனால் அந்த தொழிலில் பயன் படுத்தும் தொழில்நுட்பத்தை அடிப்படையாகக் கொண்டது.

முக்கியப் பிரச்சினையுடன் தொடர்பு கொள்ள சிறந்த வழி தொழில் நுட்பம் பற்றி பேசுவதுதான் என நான் நம்பு கிறேன். ஏழ்மை பாதித்துள்ள பகுதிகளில் சரியான பலனை அளிக்கக் கூடியது இடைத்தரத் தொழில் நுட்பம்தான். இந்த இடைத்தரத் தொழில் நுட்பம் தொழிலாளர்களுக்கு முக்கியத்துவம் கொடுக்கும் "தீவிர தொழிலாளர்" தன்மை யையும், சிறு முதலீட்டு தொழில் அமைப்புகளையும் கொண்டது. ஆனால் சிறு முதலீட்டுத் தொழிலோ, தொழிலாளர்களை முதன்மையாகக் கொண்டதோ இடைத் தரத் தொழில் நுட்பத்தைக் குறிப்பிடுவதோ இல்லை.

இடைத்தரத் தொழில் நுட்பம்

தொழில்நுட்பத்தின் நிலைஅளவை "ஒரு வேலையிடத் திற்கான உபகரணச் செலவு" என்பதன் அடிப்படையில் வரையறுத் தோமானால், வளர்முக நாடுகளின் உள்நாட்டுத் தொழில் நுட்பம் "ஒரு ரூபாய் தொழில் நுட்பம்" என்றால், வளர்ச்சியுற்ற நாடுகளின் தொழில் நுட்பத்தினை "1000 ரூபாய் தொழில் நுட்பம்" என்று கூறலாம். இரண்டிற்கும் இடையிலான இடைவெளி மிகவும் அதிகம். ஒன்றுக் கொன்று மாறுவதென்பதும் இயலாத ஒன்று. வளர்முக நாடுகளில் 1000 ரூபாய் தொழில்நுட்பத்தை ஊட்டுகுத்துவ தால் அவர்களின் ஒரு ரூபாய் தொழில் நுட்பம் அபாயகர மான வேகத்தில் அழிக்கப்படுகிறது. அது நவீன தொழில் நுட்பங்களால் உருவாக்கப்பட்ட வேலை இடங்களைவிட அதிக எண்ணிக்கையிலான வேலை இடங்கள் மற்றும் மரபார்ந்த தொழில் அமைப்புகள் அழிக்கப் படுகின்றன. இதன் விளைவாக, ஏழை மக்கள் நம்பிக்கையற்ற நிலைக் குத் தள்ளப்பட்டு இன்னும் ஏழைகளாக்கப்படுகிறார்கள். தேவையுள்ளவர்களுக்குப் பலனளிக்கக்கூடிய ஒரு தொழில் நுட்பத்தை கொண்டு வரவேண்டுமேயானால், அத்தொழில் நுட்பம் ஒரு ரூபாய் தொழில் நுட்பத்திற்கும் 1000 ரூபாய் தொழில் நுட்பத்திற்கும் இடையிலான ஒரு தொழில் நுட்பமாக இருக்க வேண்டும். அதனை நாம் 100 ரூபாய் தொழில் நுட்பம் என்றழைப்போம்.

அப்படிப்பட்ட இடைத்தரத் தொழில் நுட்பமே உள் நாட்டுத் தொழில் நுட்பத்தைவிட பயனளிக்கக் கூடியதாக இருக்கும். அந்த இடைத்தரத் தொழில் நுட்பம் நவீனத் தையும், மூலதனத்தையுமே முதன்மையாகக் கொண்ட தொழில்களை விட மிகவும் மலிவானதாகவும் இருக்கும். அப்படிப்பட்ட குறைந்த மூலதனத்திலான தொழில்களை குறிப்பிட்ட கால அளவுக்குள் நிறைய இடங்களில் ஏற் படுத்த முடியும். அந்தத் தொழில்கள் மாவட்டங்களுக் குள்ளேயே உள்ள கல்வி அளவு, திறமை, நிதியாதாரம் போன்றவைகளில் பலவீனமாக உள்ளவர்களுக்கும் கிடைக் கும் படியானதாக இருக்கும்.

நவீன தொழில் நுட்பங்களைப் பின்பற்றும் வளர்ந்த நாடுகளில் ஒரு தொழிலாளி ஒரு வேலைத்தளத்தை தனக்குச் சொந்தமாக்கிக் கொள்ள தனது ஒரு மாத வருவாயை 12 ஆண்டுகளுக்கு சேமித்து வைக்க வேண்டிவரும் அல்லது 120 ஆண்டுகளுக்கு மேலும் ஆகலாம்.

இடைத்தரத் தொழில் நுட்பம் அது செயல்படுத்தப் படும் நவீன சூழலற்ற பகுதியில் மிக இலகுவாகப் பொருந்திவிடும். உபகரணங்கள், கருவிகள், இயந்திரங்கள் மிகவும் எளிதானவையாகவும், எளிதாகப் புரிந்து கொள்ளக் கூடியனவாகவும், பராமரிக்கக் கூடியவைகளாகவும், அதே இடத்தில் பழுது நீக்கக் கூடியவைகளாகவும் இருக்கும். எளிமையான இயந்திரங்கள் மிகத் தூய்மையான மூலப் பொருட்களை சார்ந்திருப்பது குறைவு. இவை நவீன இயந் திரங்களை விட சந்தையின் மாற்றங்களுக்கு ஏற்ப பெறக் கூடியவையாக இருக்கும். தொழிலாளர்களை எளிதாகப் பயிற்றுவிக்க முடியும். மேற்பார்வையிடுதல், ஒருங்கி ணைத்தல், கட்டுப்படுத்துதல் ஆகியவை மிகவும் எளிதா னவை. எதிர்பாராத சிரமங்கள் தோன்றுவதற்கான வாய்ப்பு களும் மிகவும் குறைவு.

எழுப்பப்பட்ட மறுப்புகளும், விவாதங்களும்

இடைத்தரத் தொழில் நுட்பம் முன்வைக்கப்பட்டதி லிருந்து, பல்வேறு மறுப்புகள் எழுப்பப்பட்டன. மிகவும் உடனடியாக மறுக்கப்பட்டது மனோரீதியான விஷயங்கள் தான்; "நீங்கள் சிறந்தவற்றைத் தடுத்து வைத்து, தாழ்ந்த தும், வழக்கொழிந்து போனதுமானவற்றை எங்களிடம் தருகிறீர்கள்" என்று கூறப்பட்டது. இந்த விவாதம் தேவையுள்ளவர்களிடம் இருந்து வரவில்லை. மாறாக தங்களுக்குத் தாங்களே உதவிக் கொண்டு மேலும் உயர்நிலையை எட்டுவதற்கு எண்ணுபவர்களிடம் இருந்து வந்த குரல். இந்தக் குரல் இங்கே நாம் எந்த மக்களைப் பற்றிப் பேசிக் கொண்டிருக்கிறோமோ அவர்களிடமிருந்து வந்ததில்ல. இந்த மக்கள் ஏழ்மையால் பாதிக்கப்பட்டு வாழ்க்கைக்கான அடிப்படை ஏதுமின்றி ஊர்ப்புறங்

களிலோ அல்லது நகர்ப்புறங்களிலோ "முதல் தரமான வற்றையோ" " இரண்டாம் தரமானவற்றையோ" கூடப் பெறாதவர்கள். உயிர் வாழ்வதற்கான அத்தியாவசிய வழிகளைக் கூடப் பெறாதவர்கள். ஏழை மக்களின் நிலையைப் புரிந்து கொள்ளாத எத்தனை "வளர்ச்சிப் பொருளாதார நிபுணர்கள்" இருக்கிறார்கள் என்று ஒருவர் வியப்படையக் கூடும்.

வளர்ச்சிக் கொள்கையை மூலதனம்/ உற்பத்தி விகிதங் களில் கொண்டு வந்துவிட முடியும் என்று நம்பும் பொருளாதார நிபுணர்களும், வல்லுநர்களும் உள்ளனர். அவர்களது விவாதம் இப்படிச் செல்கிறது: "எவ்வளவு மூலதனம் கிடைக்கும் என்பது தெரியும். அதிக மூலதன முள்ள குறைந்த எண்ணிக்கையிலான வேலை இடங்களில் கவனம் செலுத்தலாம் அல்லது மலிவான, அதிக எண்ணிக் கையிலான வேலை இடங்களில் மெலிதான மூலதனத்தை இடலாம். இந்த மெலிதான மூலதனத்தை அதிக எண்ணிக் கையிலான மலிவான வேலை இடங்களில் இட்டால் மொத்த உற்பத்தி முன்னதைவிடக் குறைவாக இருக்கும். எனவே நீங்கள் வேகமான பொருளாதார வளர்ச்சி விகிதத்தை அடைவதில் தோல்வியடைகிறீர்கள்". டாக்டர் கால்டர் கூறுகிறார், "பெரும்பாலான நவீன தொழில் அமைப்புகளின் உற்பத்தி, அதிக தொழிலாளர்களைப் பயன்படுத்தும் நவீன தொழில் அமைப்புகளின் உற்பத்தியை விட மிக அதிகம்". மூலதனம் மாத்திரமல்ல, கூலியும் அப்படியே என்று கூறுகிறார்.

"அளவான எண்ணிக்கையிலான தொழிலாளர்களை நாம் பயன்படுத்த முடியுமானால், ஆக்கப்பூர்வமான உற்பத்தியில் அவர்களை ஈடுபடுத்தலாம். எனவே தேசிய உற்பத்தியில் அவர்களால் பெரும் பங்காற்ற முடியும். எனவே விரைவான பொருளாதார வளர்ச்சி விகிதம் கிடைக்கும். ஒரு தொழிலாளிக்கான மூலதனத்தைக் குறைக்க உற்பத்தியைக் குறைக்க வேண்டியதில்லை என்பது எனக்கு சரியாகப் படவில்லை. ஒரு தொழிலாளிக்கான மூலதனத்தை பத்து மடங்காக அதிகரித்தால் உற்பத்தி

இருபது மடங்காக அதிகரிக்கலாம். எல்லா வகைகளிலும் இது சிறந்தது'', என்றும் அவர் கூறுகிறார்.

முதலாவதாக இந்த விவாதம் "தொடர்ந்த வேகமான வளர்ச்சியைக்'' கணக்கில் கொள்ளவில்லை. நியாயமாகச் செயல்பட வேண்டுமெனில், மக்களின் எதிர்வினைகளையும், சாத்தியங்களையும் கருத்தில் கொள்ள வேண்டியது அவசியம். ஒருவரை இயந்திரம் போன்று குறுக்கக் கூடாது. நவீனமான கருவிகள் நவீன சூழ்நிலைகள் இல்லாத இடங்களில் செயல்படும்போது, அது அதனுடைய முழு திறனுடன் செயல்படும் என்று நினைப்பது தவறு. மூலதனப் பயன்பாடு குறையும் போது அதன் உற்பத்தியும் குறையும்.

எனவே வளர்ச்சி விகிதத்தை பாதிக்கும் பல காரணிகள் உள்ள நிலையில், மூலதனம்/ உற்பத்தி இவற்றின் விகிதத்தில் வளர்ச்சி விகிதத்தைக் கணிப்பது தவறு. குறைந்த வேலை இடங்களில் மூலதனத்தைக் குவிப்பதால் மூலதனம் - உற்பத்தி விகிதம் வளரும் என்று டாக்டர் கால்டர் சொல்வதைப் போல் ஏதேனும் விதி உள்ளதா என்பது கேட்கப்பட வேண்டிய கேள்வி. லேசான தொழிற்சாலை அனுபவமுள்ள எவரும் இந்த விதி இருக்கிறது என்று சொல்ல மாட்டார். இந்த விதிக்கான எந்தவித அடிப்படை அறிவியலும் இருப்பதாகவும் சொல்ல மாட்டார். இயந்திரமயமாக்கலும், தானியங்கித் தொழில் நுட்பங்களும் தொழிலாளரின் உற்பத்தியை அதிகரிக்க அறிமுகப்படுத்தப்பட்டவை. அதிநவீன தொழில் நுட்பங்கள் புகுத்தப்பட்ட இடங்களில் ஏராளமான வேலை இடங்கள் ஒழிக்கப்பட்டதையும், ஏராளமான மூலதனம் இடப்பட்டும் உற்பத்தியில் முன்னேற்றம் ஏற்படாததைப் பற்றியும் எண்ணிக்கையற்ற உதாரணங்கள் உண்டு. எனவே குறைந்த அளவிலான வேலை இடங்களைக் கருத்தில் கொண்டு மூலதனமிடப்பட்ட தொழில் அதிக உற்பத்தியைத் தரும் என்பது நிச்சயமாக உண்மையான ஒன்றல்ல.

இந்த விவாதங்களின் மிக பலவீனம் 'மூலதனத்தை', வேலைவாய்ப்புகளைப் பெற்றிராத ஒரு பொருளாதாரத்தில்

'தெரிந்த அளவு' எனக் கூறுவதுதான். இதனையும் நிலை யான ஒன்றாகக் கருதுவது தவறானது. 'வளர்ச்சிக் கொள்கை யின்' மையமான விஷயம், முன்பே நான் சொன்னது போன்று வேலையில்லாமல், நுகர்வோர்களாய் இருப்ப வர்கள் பற்றித்தான். எல்லாவற்றிற்கும் மிக முதன்மை யானது வேலைவாய்ப்புதான். வெறுமனே இருக்கும் ஒரு மனிதனின் உற்பத்தி என்பது பூஜ்யம். மிகக் குறைவான திறன்பெற்ற, சாதனங்களைப் பெற்ற ஒருவரின் பங்களிப்பு நேர்மறையானது. இந்தப் பங்களிப்பு "மூலதனத்திற்கும்" பணிப்பொருட்களுக்குமான பங்களிப்பாக இருக்க முடியும். இவற்றிற்கு இடையிலான வேறுபாடு வரையறுக் கப்பட்ட ஒன்றல்ல. ஏனெனில் "மூலதனம்" என்பதன் வரையறை எந்த வகையிலான தொழில் நுட்பம் பயன் படுத்தப்படுகிறது என்பதுதான்.

ஒரு எளிய உதாரணத்தைப் பார்ப்போம், மிகவும் வேலை வாய்ப்பற்ற ஒரு பகுதியில் மண் அள்ளும் பணி நடக்கிறது. இதற்குப் பெரும் நவீன இயந்திரங்களைப் பயன்படுத்துவது முதல், முழுக்க முழுக்க மனிதர்களை மட்டுமே பயன்படுத்துவது வரையிலான பல தொழில் நுட்பங்கள் உள்ளன. வேலையுற்பத்தி என்பது வேலையின் இயல்பைப் பொறுத்தது. இடப்படும் மூலதனம் குறைவாக இருக்கும்போது மூலதனம் - உற்பத்தி விகிதம் அதிகமாக இருக்கும். எந்த உபகரணங்களும் இல்லாமல் பணி செய்யப் படும்போது இந்த விகிதம் இன்னும் அதிகமாக இருக்கும். வேலை அதி நவீன இயந்திரங்களைக் கொண்டு செய்யப் படும் போது இந்த விகிதம் குறைவாக இருக்கும். தனி மனிதனின் வேலை உற்பத்தி அளவு மிகவும் அதிகமாக இருக்கும். மேற்கண்ட அதீத அளவுகள் எதுவும் விரும்பத் தக்கதல்ல. இடைத்தரமான ஒரு வழி கண்டுபிடிக்கப் பட்டாக வேண்டும். வேலைவாய்ப்பற்ற சிலரை புதிதாக இந்தப் பணியில் சில உபகரணங்களுடன் ஈடுபடுத்துவதாக வும், மற்றவர்களை பணிக்கான பொருட்களை கொண்டு ஈடுபடுத்துவதாகவும் கொள்வோம். இந்த உற்பத்தி பல்வேறு தொழில் நுட்பங்களில் செய்யப்படுவதாகக்

கொள்ளலாம். விலை மதிப்புமிக்க நவீன உபகரணங்களை வாங்காமல் இடைத்தரமான தொழில் நுட்பத்தைக் கண்டறிவதுதான் முக்கியப் பணி. மண் அள்ளுவதையும் தாண்டி இந்த முழுத் திட்டத்தின் விளைவு பொருளாதார வளர்ச்சியாக இருக்க வேண்டும்.

இந்தப் பணிக்காக நவீன இயந்திரங்களை வாங்க செய்யப்படும் முதலீட்டைவிட, வெளியிலிருந்து செய்யப் படும் மூலதனம் மிகவும் சிறிதாகவே இருக்கும். புதிதாக வேலைதரப்பட்டவர்களின் "மூலதனம்" அவர்களது வேலைக்குத் தேவையான நவீன முறை மூலதனத்தை விட அதிகமாக இருக்கும். அது இந்த வேலைக்கு மட்டுமின்றி மொத்த சமூகத்தினருக்குமான வளர்ச்சிக்கானப் பாதையாக இருக்கும். எனவே, சரியான, முறையான இடைத்தரத் தொழில் நுட்பத்தை மையமான விஷயமாக கையாளும் இத்தகைய வளர்ச்சிக்கான அணுகுமுறை ஆக்கப்பூர்வமான செயல் பாட்டுக்கான பல வழிகளைத் திறந்துவிடும்.

வளர்ச்சியடையாத நாடுகளில் நிர்வாகத்திறமைக் குறைவு இல்லை எனில் இவை எல்லாம் சாத்தியம் என்று வாதிடப்படுகிறது. வெற்றி பெறுவதற்கான வாய்ப்புகள் உள்ள இடங்களில் இதனைப் பயன்படுத்தலாம். தொழிற் சாலைகளை பெரு நகரங்களுக்குள்ளேயோ, அருகிலேயோ அதிக அளவு முதலீட்டுடன் அமைக்கலாம் என்றும் கூறப்படுகிறது.

"நிர்வாகத் திறமை" என்பது குறிப்பிட்ட அளவுதான் என்ற "நிலைத்தன்மை" அடிப்படையிலேயே இந்த வாதமும் உள்ளது. இது பயன்படுத்தப்படும் தொழில் நுட்பம் சம்பந்தப்பட்டது. நவீன தொழில் நுட்பவியலில் நிர்வாகம் செய்ய சக்தியற்ற மனிதன், சிறிய முதலீட்டிலான இடைத்தரத் தொழில் நுட்பம் கொண்ட தொழில்களை வெற்றிகரமாகச் செய்ய இயலும். வளர்முக நாடுகளின் நவீனமற்ற சூழலில் உள்நுழைந்துள்ள நவீன தொழில் நுட்பங்களின் எதிர்மறை விளைவுகளின் காரணமாகவே நிர்வாகத் திறமை குறைபாடு உள்ளதென எனக்குத் தோன்று

கிறது. முறையான சரியான இடைத்தர தொழில்நுட்பத்தை அறிமுகம் செய்வதால் நிர்வாகத் திறமை குறைபாடு உருவாகாது. இதனால் நவீன துறைகளுக்கான நிர்வாகி களைத் தருவதையும் அது குறைக்காது. மாறாக, மொத்த மக்களிடமும் உற்பத்திக்கான முறையான தொழில்நுட்ப வகைகளை பிரபலப் படுத்தி, தேவையான திறமையாளர் களை சந்தேகமின்றி அளிக்கும்.

குறிப்பிட்ட சில மாவட்டங்களின் குறிப்பிட்ட தயாரிப்புகளுக்கான கணிசமான எண்ணிக்கையிலான வடிவமைப்பு ஆய்வுகள் இடைத்தரத் தொழில் நுட்பத் தினால் தயாரான பொருட்கள், பெரு நகரங்களின் நவீன தொழிற்சாலைப் பொருட்களை விட மலிவானவை என்று உலகளவில் நிரூபித்துக் காண்பிக்கப்பட்டுள்ளன. அந்த பொருட்கள் ஏற்றுமதி செய்யப்படுபவனா இல்லையா என்பது பதிலற்ற கேள்வி. வேலையில்லாதவர்கள் ஏற்றுமதிக்கான பங்களிப்பை இப்போது செய்யவில்லை. உள்ளூர் மூலப்பொருட்களிலிருந்து உள்ளூர்த் தேவைகளுக் காக உற்பத்தி செய்யும்படி அவர்களுக்கு வேலை கொடுப்பதே முதன்மையான பணி.

இடைத்தரத் தொழில் நுட்பத்தின் பயன்தகுதி

இடைத்தரத் தொழில் நுட்பம் சர்வதேசத்திற்கும் பொருத்தமானதன்று. நவீன தொழில் நுட்ப முறைகள் இல்லாமல் செய்ய முடியாத பொருட்கள் உண்டு. இந்தப் பொருட்கள் ஏழைகளின் உடனடித் தேவைப் பொருட்களாக இல்லை. ஏழை மக்களுக்கு என்ன தேவை? கட்டுமானப் பொருட்கள், துணிகள், வீட்டு உபயோகப் பொருட்கள், விவசாயத்திற்குத் தேவையான சாதனங்கள் மற்றும் அவர்களது விவசாயப் பொருட்களுக்கு சிறந்த விலை ஆகியவையே. பல இடங்களில் அவர்களுக்கு உடனடியாகத் தேவைப்படுவது, மரங்கள், நீர் மற்றும் விளைபொருட் களை சேமித்து வைக்கக்கூடிய இடங்கள் ஆகியவையே. இவை அனைத்துமே இடைத்தரத் தொழில் நுட்பத்திற்கான சரியான துறைகள்.

இருந்தபோதும், பல்வேறு துறைகள் இருக்கின்றன. நான் இரண்டு உதாரணங்களைத் தருகிறேன்.

ஆப்ரிக்க, ஆசிய, லத்தீன் அமெரிக்க நாடுகளின் கொள்கை களினால், அவற்றின் பெட்ரோலிய உற்பத்தி குறைவாக இருந்தபோதும், சர்வதேச நிறுவனங்களுக்காக சிறிய அளவிலான எண்ணெய் சுத்திகரிப்பு நிலையங்களை குறைந்த முதலீட்டில் அமைக்க உள்ளன. தற்போதுள்ள சுத்திகரிப்பு நிலையங்களை விட இவற்றிற்குக் குறைந்த முதலீடே தேவை. அந்த பெரிய சுத்திகரிப்பு நிலையங் களைப் போலவே இவையும் பணியில் திறன் மிக்கவை யாகும் உள்ளன. இரண்டாவதாக, அமோனியா தயாரிப்புக் களை அடைத்து நிரப்பும் தொழிற்சாலை.

இடைத்தரத் தொழில் நுட்பம் என்பது வழக்கொழிந்து போன தொழில்நுட்பங்களைப் பின்பற்றுவதல்ல. வளர்ந்த நாடுகளின் முறைகளை ஆய்வு செய்து, நன்கு பலனளித்த கைவிடப்பட்ட தொழில் நுட்பங்களை எடுத்துக் கொள் வதும் கூட. மேற்கத்திய அறிவியலில் பயன்படுத்தப்பட்ட உபகரணங்கள், கருவிகள் மூலம் கண்டறியப்பட்டவை அதே உபகரணங்களைக் கொண்டு செய்யப்படவில்லை எனில் அது அறிவியலை ஒதுக்கியதாக ஆகிவிடும் என்று எண்ணப்படுகிறது. இது மூடத்தனமானது. உண்மையான சாதனைகள் என்பது சரியான அறிவைப் பெற்று, பல்வேறு வழிகளில் செயல்படுத்தப்பட வேண்டியதாகும். ஆனால் நவீன தொழில் துறைக்கு ஒரு வழிதான். எனவே இடைத் தரத் தொழில்நுட்பத்தின் வளர்ச்சி, புதியதொரு அத்தியாயத் தில் முன்னோக்கி செல்கிறது என்று பொருள். தொழிலாளர் தேவையைக் குறைக்க அதிக பொருட் செலவில், சிக்கலான உற்பத்தி முறையில் ஈடுபட்டு வேலையற்ற நிலைமையை உருவாக்குவதைத் தவிர்த்து, அதிக வேலைவாய்ப்பு தேவைப்படும் சமூகத்திற்கான சரியான தொழில் நுட்பம் தான், இடைத்தரத் தொழில் நுட்பம்.

சர்வதேச அளவில் இல்லாவிட்டாலும், இடைத்தரத் தொழில் நுட்பம் பரந்தது. இதற்கான உதாரணங்களை

வளர்முக நாடுகள் மட்டுமன்றி, வளர்ந்த நாடுகளிலும் காணலாம். பிறகென்ன குறைபாடு? இடைத்தரத் தொழில் நுட்பத்தைப் பின்பற்றுபவர்களிடம் ஒருவருக்கொருவர் அறிமுகம் இல்லை. ஒருவருக்கொருவர் ஆதரவாக இல்லை. இந்தத் தொழில்நுட்பத்தைப் பின்பற்ற எண்ணு பவர்களுக்கு உதவவும் தெரியவில்லை. அதனை எப்படித் தொடங்குவது எனவும் தெரியவில்லை. அதிகாரவர்க்கம் மற்றும் பொதுமக்கள் தொடர்புக்கு வெளியே அது இருக்கிறது. 'ஐரோப்பிய மற்றும் அமெரிக்க இயந்திர ஏற்றுமதியாளர்களின் கையேடே முதன்மையான தொழில் நுட்ப உதவியாக இருக்கிறது'. இத்தகைய இடைத்தர தொழில்நுட்ப தொழில்களுக்கான உதவிகள் கிடைப்பதில் பெரிய அளவிலான நவீன தொழில் அமைப்புகளை ஒப்பிடும் போது பாரபட்சம் நிலவுகிறது.

அதிகார வர்க்கம் மற்றும் பொது மக்களின் ஆதரவை பகாசுர நிறுவனம் மற்றும் திட்டங்களிலிருந்து ஏழை மக்களின் தேவைகளின் பக்கம் நம்மால் திருப்ப முடிந்தால் போரில் நாம் வெற்றி பெற முடியும். இடைத்தரத் தொழில் நுட்பம் பயன்படும் தொழில்களில் தேவையான அறிவும், ஒவ்வொருவரும் உழைக்கும்படியான வேலை அனுபவ மும், இடைவெளிகள் ஏற்பட்டால் அதனை இட்டு நிரப்பக் கூடிய ஆய்வுகளையும் விரைவாகச் செய்ய முடியும் என இடைத்தரத் தொழில் நுட்பம் குறித்த ஆய்வு தெரிவிக் கிறது. பூனாவைச் சேர்ந்த கோகலே அரசியல் மற்றும் பொருளாதாரக் கல்விக் கழகத்தின் பேராசிரியர் காட்கில் இடைத்தரத் தொழில் நுட்ப வளர்ச்சிக்கான சாத்தியமான மூன்று அணுகுமுறைகளைக் கூறுகிறார்.

'மரபான தொழில்களில் இருக்கும் திறமைகளையும் முன்னேறிய வளர்ந்த அறிவினையும் பயன்படுத்தி அவற்றை பொருத்தமானவைகளாக மாற்றுவதில் ஒரு அணுகுமுறையைத் தொடங்கலாம். மாற்றம் என்பது இருக்கும் உபகரணங்கள் மற்றும் திறன்கள், முறைகளில் சிலவற்றைத் தக்க வைத்துக் கொள்வது... மரபு தொழில் நுட்பத்தை வளர்ப்பது மிகவும் முக்கியமானது. (குறிப்பாக

வேலையின்மை தோன்றுவதை தடுக்க நினைக்கும் மாறும் நிலையிலுள்ள தொழில் நுட்பங்களில்).

இரண்டாவது அணுமுறையானது மிகவும் முன்னேறிய தொழில் நுட்பங்களின் இறுதியிலிருந்து தொடங்கி, இடைத்தரத் தொழில் நுட்பத் தேவைகளை எடுத்துக் கொள்வதும், சரி செய்து கொள்வதுமாகும். சில விஷயங் களில் உள்ளூர் சூழல் மற்றும் கிடைக்கும் எரிசக்தி ஆற்றலின் அடிப்படையில் சரி செய்து கொள்ளுதல் வேண்டும்.

மூன்றாவது அணுகுமுறையானது இடைத்தரத் தொழில் நுட்பத்தை நிறுவுவதற்கான நேரடி பரிசோதனை மற்றும் ஆராய்ச்சி முயற்சிகள். இது பயனளிக்கக் கூடிய வகையில் செய்யப் படவேண்டுமேயானால் இதற்கான அறிவிய லறிஞர், தொழில் நுட்பவியலாளர், பொருளாதார வரை முறைகள் ஆகியவற்றை வரையறுக்க வேண்டும். இவை மிகவும் முக்கியமான செயல்பாட்டு அளவுகளாகும். சாத்தியமான மூலதனம் மற்றும் தொழிலாளர் ஆகியவை களின் முதலீடு ஆகியவையும் வரையறுக்கப்பட வேண்டியவை. இப்படி இடைத்தரத் தொழில்நுட்ப முறை களை நிறுவும் முயற்சிகள் வளர்ந்த தொழில் நுட்ப அறிவின் மீது அந்தந்தத் துறைகளில் செய்து பார்க்கப்பட வேண்டும். இருந்தபோதிலும், ஏற்றுக்கொண்டு சரி செய்து கொள்ளும் அணுகுமுறையை விட அதிக சாத்தியக் கூறுகளை அது கொண்டிருக்கும்".

பேராசிரியர் காட்கில் மேலும் கூறுகிறார்:

"இந்தப் பணியில் தேசிய ஆய்வுக் கழகங்கள், தொழில் நுட்பக் கழகங்கள் மற்றும் பல்கலைக் கழகங்களின் ஆராய்ச்சியாளர்கள், ஆசிரியர்கள், மாணவர்கள் முக்கிய கவனமெடுத்துப் பணியாற்ற வேண்டும். ஒவ்வொரு துறையின் வளர்ந்த தொழில் நுட்பத்தின் வளர்ச்சி முன்னேறிய நாடுகளில் தேவையான அளவு தொடர்ந்து நிவர்த்தி செய்யப்பட்டுக் கொண்டே இருக்கிறது. இந்தியாவிற்குத் தேவையான சிறப்பான தகவமைத்துக் கொள்ளுதலும், சரிசெய்து கொள்ளுதலும் மற்ற நாடு

களுக்காக கவனம் கொள்ளுதல் போன்றதல்ல. எனவே நமது திட்டங்களில் அவற்றுக்கு உயர் முன்னுரிமை அளித்தாக வேண்டும். இடைத்தரத் தொழில் நுட்பம் தேசிய கவனத்திற்குரியதாக மாற வேண்டும். இல்லை என்றால், இப்போதுள்ளதைப் போலவே இந்தத் துறை சிறிய அளவிலான நிபுணர்களைக் கொண்ட, தனித்து விடப்பட்ட ஒன்றாகிவிடும்."

இந்தக் கருத்து நிறுவனங்கள் கவனத்தில் கொண்டு ஏற்று செயல்பட வேண்டிய கருத்தாகும்.

சுருக்கமாக:

1. வளர்முக நாடுகளில் இரட்டைப் பொருளாதார முறை எதிர்காலத்திலும் தொடரும். நவீன தொழில் துறையால் எல்லாவற்றையும் முழுதாக உள்ளிழுக்க முடியாது.

2. வளர்ச்சி முறைகளை நவீனத்துவமற்ற தொழில் துறை சிறப்பாக மேற்கொள்ளாவிட்டால் அது சிதைவது தொடரும். இந்தச் சிதைவு பெருமளவிலான வேலை யில்லாத் திண்டாட்டத்தையும், நகரங்களை நோக்கிய பெரும் அளவிலான இடம் பெயர்தலையும் கொடுக்கும். இது நவீனத்துறைகளின் பொருளாதார வாழ்வையும் சேர்த்து அழிக்கும்.

3. இடைத்தரத் தொழில் நுட்பம் மூலம் வறுமையின் அளவு மற்றும் பொருளாதார எல்லைகளை அங்கீகரிக்கும்படி ஏழைகளை தங்களுக்குத் தாங்களே உதவிக் கொள்ளும்படி செய்யலாம்.

4. வளர்முக நாடுகளில் பொருத்தமான இடைத்தரத் தொழில் நுட்பம் மூலம் வேலை வாய்ப்புகளை உருவாக்க தேசிய மற்றும் பிராந்திய அளவில் வேலைத் திட்டங்கள் உருவாக்கப்படவேண்டும்.

(இந்த அத்தியாயத்தில் கூறப்பட்டவை 1965ஆம் ஆண்டு யுனெஸ்கோ நிறுவனத்தின் லத்தீன் அமெரிக்காவுக்கான அறிவியல் தொழில் நுட்ப வளர்ச்சி மாநாட்டில் சமர்ப்பிக்கப் பட்ட அறிக்கையின் சுருங்கிய வடிவம்.)

இருபது லட்சம் கிராமங்கள்

பொருட்கள் என்பதிலிருந்து மக்கள் என்ற நிலைக்கு மாற ஊக்கப்படுத்தப்படவில்லை என்றால் இரண்டாம் யுக வளர்ச்சிக்காலம் முதல் யுக வளர்ச்சிக்காலத்தை விட சிறந்ததாக இருக்காது. சொல்லப் போனால், அத்தகைய மாற்றம் இல்லை என்றால் உதவிகளின் பலன் நாசகரமான தாகவே இருக்கும்.

வளர்ச்சி என்பதைக் குறித்து நாம் பேசுகையில் நம் மனதில் இருப்பது பொருள்களா அல்லது மக்களா? அது மக்கள் எனில், எந்த மக்கள்? யார் அவர்கள்? எங்கே அவர்கள்? அவர்களுக்கு ஏன் உதவி தேவைப்படுகின்றது? உதவிகளின்றி அவர்கள் வாழ முடியவில்லை எனில், அவர்களுக்கான குறிப்பான உதவிகள் எவை? அவர்களுடன் நாம் எப்படித் தொடர்பு கொள்வது? மக்களைப் பற்றிய கவனமும் கவலையும் இப்படிப்பட்ட எண்ணற்ற கேள்விகளை எழுப்புகின்றன. ஆனால் பொருட்கள் பற்றி இத்தகைய கேள்விகள் எழுவதில்லை. குறிப்பாக பொருளா தார நிபுணர்களும், புள்ளியியலாளர்களும் இதனைக் கையாளும்போது, அது பொருள் என்ற நிலையிலிருந்து நழுவி, மொத்த உள்நாட்டு உற்பத்தி (GNP), ஏற்றுமதி, இறக்குமதி, சேமிப்பு, முதலீடு, உள்கட்டமைப்பு என்றெல் லாம் மாறுகிறது. இக்குறியீடுகளிலிருந்து மனதில் அழுத்த மாக பதியக்கூடிய மாதிரிகளைச் செய்ய முடியும், ஆனால் மக்கள் என்பதற்கு முக்கியத்துவம் அளிப்பது அவர்களுக்கு

மிக அபூர்வமான செயல். மக்கள் தொகை என்பது அவர்கள் கணக்கில் உள்ளதுதான். ஆனால் அது வெறும் அளவு மட்டுமே. அந்த அளவு பங்கீடுகள் செய்வதற்கே பயன் படுகிறது. அதன்படி வளர்ச்சி என்பது, பங்குகளின் வளர்ச்சி தான்; பங்காளி வளர்கிறார் என்பது தடுக்கப்பட வேண்டியது.

மக்களை கையாள்வதைவிட பொருட்களைக் கையாள் வது எளிது. ஏனெனில் பொருட்களுக்கென மனது என்ற ஒன்று இல்லை. தொடர்பு கொள்வதில் பிரச்சினைகளை அவை எழுப்புவதில்லை. மக்கள் என்று வரும்போது தொடர்பு கொள்வதில் பிரச்சினை என்பது பிரதானமாக இருக்கிறது. யார் உதவி செய்ய வேண்டும்? யார் உதவி யைப் பெற வேண்டும்? உதவி செய்பவர்கள் என்பவர்கள் படித்த பணக்கார, நகர் வாழ் மக்கள். உதவி தேவைப் படுபவர் என்பவர் கல்வியறிவற்ற, ஏழ்மையான கிராமப் புறத்தினர். அதாவது இரு சாராரையும் மூன்று பெரிய வளைகுடாக்கள் பிரிக்கின்றன. பணக்காரர்களுக்கும் ஏழை களுக்குமிடையிலான ஒரு வளைகுடா, கல்வி பெற்றவர் களுக்கும் கல்வி பெறாதவர்களுக்குமான ஒரு வளைகுடா, நகர்ப்புறத்தினருக்கும் கிராமப்புறத்தினருக்குமான ஒரு வளைகுடா. இதனுள் தொழிற்சாலையும் விவசாயமும் அடங்கும். வளர்ச்சிக்கான உதவிகள் புரிவதில் முதல் பிரச்சினை இந்த மூன்று வளைகுடாக்களையும் எதன் மூலம் இணைப்பது என்பதுதான். இதனைச் செய்வதற்கு பெரிய அளவிலான ஆய்வும், பொறுமையும், கருணையும் தேவைப்படுகின்றது. படித்த நகர்ப்புற மக்களுக்கான உற்பத்தி முறைகள், நுகர்வு வகைகள், ஏராளமான கருத்துக்கள் மற்றும் மதிப்பீடுகள் ஆகியவை ஏழ்மையான கல்வியறிவற்ற மக்களுக்குப் பொருந்துவதில்லை. ஏழை எளியவர்களால் படித்த பணக்கார நகர்ப்புற மக்களின் பழக்கங்களை எளிதாகக் கைக்கொள்ள முடிவதில்லை. முறைகளை மக்களால் ஏற்றுக் கொண்டு தகவமைத்துக் கொள்ள முடியவில்லை என்றால் முறைகளை மக்களுக் கானதாக மாற்றி அமைக்க வேண்டும். இதுதான் மிக முக்கியமான ஒட்டு மொத்த விஷயமே.

பணக்காரர்களின் பொருளாதாரத்தில் இவற்றிற்கெல்லாம் மேலாக அவர்களுக்கே சவாலான பல கூறுகள் உள்ளன. எப்படி இருந்தாலும் ஏழை சமூகங்கள் வெற்றிகரமாக அவைகளைக் கைகொள்வது தகவமைத்துக் கொள்வது சரியானதாக இருக்காது. அவை கேடுகளையும் விளைவிக்கக்கூடும். "தந்தையர் தம் மகன்களுக்குக் கற்றுக் கொடுக்க ஏதுமில்லை, தந்தையிடமிருந்து ஏற்றுக் கொள்ளக் கூடியது மகனுக்கு ஏதுமில்லை" என்பது மாற்றங்களின் இயல்பு நிலையாக இருக்குமானால் குடும்ப வாழ்க்கை நொறுங்கி வீழும். எல்லா சமூகங்களின் வாழ்க்கை, வேலை மற்றும் மகிழ்ச்சி ஆகியவை மிகவும் அபூர்வமான எளிதில் காயப்படுத்தப்படக்கூடிய "மனோரீதியான கட்டமைப்புகளை" சார்ந்துள்ளது. இந்த "மனோ ரீதியான கட்டமைப்பு" உடையும்போது, சமூக இணைப்பு, கூட்டுறவு, பரஸ்பர மரியாதை எல்லாவற்றுக்கும் மேலாக சுய மரியாதை, சாதக மற்ற நிலைக்கு எதிரான தைரியம், கடினமான சூழ் நிலையை எதிர் கொள்ளும் சக்தி இன்னும் இது போன்ற பிறவும் உடைந்து மறைந்துபோகும். தான் பயனற்றவன் என்று ஒரு மனிதன் உணர்ந்தால் அவன் அழிந்து போய் விடுவான். எத்தகைய பொருளாதார வளர்ச்சியும் இத்தகைய இழப்புகளை ஈடு செய்துவிடமுடியாது.

நமது வளர்ச்சிக்கான பொருளாதார நிபுணர்களின் கொள்கைகள் இத்தகைய தீவிரமான எந்த பிரச்சினையும் கண்டு கொள்ளவில்லை. முதல் வளர்ச்சி யுகத்தின் தோல்வி சரியான அளவிலான உதவிகள் இல்லாமையினால் அல்லது சமூகங்களிலும், வளரும் நாடுகளின் மக்களிடமும் இருந்த குறைகளாலேயாகும். இந்த உதவிகள் பல முனைகளிலும் செய்யப்பட்டனவா அல்லது இரு முனைகளிலா அல்லது முதன்மைத் தேவைகளின் வர்த்தக தடைகளை நீக்கியதாலா தனியார் முதலீட்டிற்கு உறுதியளித்தாலோ அல்லது குடும்பக் கட்டுப்பாட்டை உறுதியாக மேற்கொண்டதாலா என்பனவற்றை எல்லாம் ஆய்வுக்கு உட்படுத்தி தோல்விக் கான காரணங்களை அறிய வேண்டும்.

இவையெல்லாம் பொருத்தமற்றவை என்ற போதும், நமது விஷயத்தில் முக்கியமான கூறுகள் என்ற நிலை நீங்க வில்லை. இவை பற்றிய எண்ணிலடங்காத விவாதங்களி லிருந்து ஆக்கப்பூர்வமான செயல்பாடுகள் வரலாம்.

உலக ஏழ்மை என்பது முக்கியமாக இரண்டு மில்லியன் கிராமங்களைச் சேர்ந்த இரண்டு ஆயிரம் மில்லியன் (அதாவது, 200 கோடி) மக்களின் ஏழ்மைதான் என்ற மோசமான உண்மையைத்தான் நான் முக்கியமானதென நினைக்கிறேன். இதற்கான தீர்வை ஏழை நாடுகளின் நகரங் களில் கண்டுபிடித்து விட முடியாது. பின் தங்கிய மக்களின் வாழ்வை மேம்படுத்தவில்லை என்றால், உலக ஏழ்மை என்னும் பிரச்சினை தீர்க்கப்படமுடியாததாகவும், மிகவும் மோசமாக மாறுவதைத் தடுக்க இயலாததாகவும் ஆகிவிடும்.

வளர்ச்சி என்பதை குறியீடுகளின் அடிப்படையில், அளவீடுகளின் அடிப்படையில் அதாவது மொத்த தேசிய உற்பத்தி (GNP), முதலீடு, சேமிப்பு போன்றவைகளின் அடிப்படையில் பார்த்துக்கொண்டிருந்தோமானால் எல்லா முக்கியமான ஆழமான நுண்ணிய விஷயங்களையும் தவற விட்டுவிடுவோம். இந்த குறியீடுகளும், புள்ளி விபரங் களும் வளர்ச்சியடைந்த நாடுகளுக்குப் பலனளிக்குமே ஒழிய, வளர்ச்சி பற்றிய பிரச்சினைகளுக்கு எந்த தொடர்பு மற்றே இருக்கும் (அவை வளர்ந்த நாடுகளின் வளர்ச்சியில் சிறிய பங்கைக்கூட செய்யவில்லை என்றாலும்). உதவி களைப் பெறும் நாடுகளின் தொழிலாளர் சக்தியை முன் னேற்றி தொழிலாளர் குறைப்பின்றி உற்பத்தியை அதிகரிக் கும்படி உதவிகள் செய்யப்படுமேயானால் அந்த உதவி களை வெற்றிகரமானவைகளாகக் கருதலாம். வெற்றி என் பதன் அலகாகச் சொல்லப்படும் மொத்த தேசிய உற்பத்தி (GNP) என்பது தவறான வழிக்கே இட்டுச் செல்கிறது. உண்மையில் அது புதிய காலனியாக்கம் என்ற நிலைக்கே இட்டுச் செல்கிறது என்று கூடச் சொல்லலாம்.

இந்த வார்த்தையைப் பயன்படுத்துவதற்கு நான் தயங்கு கிறேன். ஏனெனில் உதவி செய்யும் நாடுகள் உள் நோக்கத்

துடன் செய்ததான ஒரு தொனி இதில் இருக்கிறது. அந்த நாடுகளுக்கு அப்படி ஏதேனும் எண்ணங்கள் உண்டா? மொத்தமாக யோசித்தால், இல்லை என்று சொல்லலாம். விருப்பத்துடன் உருவாக்கப்பட்ட புதிய காலனியாக்கத்தை முறியடிப்பதைவிட விருப்பமின்றி உருவாகும் புதிய காலனியாக்கத்தை முறியடிப்பது மிகவும் கடினம். உற்பத்தி முறை, நுகர்வு வகைகள் (நிலைகள்) வெற்றி அல்லது தோல்வி என்பதன் அளவுகோல், அறநெறிகளின் முறைமை மற்றும் பழகும் விதம் ஆகியவற்றை அவர்களின் சூழ் நிலைகளுக்கேற்ப கொண்டிருக்கும் ஏழைநாடுகள், பணக்கார நாடுகளை அண்டி இருப்பதிலிருந்து தப்பிக்க முடியாத சூழ்நிலைக்குள்ளாகின்றன. இதற்கு வெளிப்படை யான உதாரணமும் அறிகுறியும் அதிகரித்துக் கொண்டே வரும் கடன்பட்டுள்ள நிலைதான். மக்களை கடன்களை விட மான்யங்கள் நல்லது, குறைந்த வட்டியிலான கடன்கள் நல்லது என்ற முடிவுக்குக் கொண்டு வந்துவிட்டது. ஆனால் அதிகரித்துக் கொண்டே வரும் கடன் பாத்தியதைகள் மோசமானது அல்ல. ஒரு கடனாளி வாங்கிய கடனைக் கொடுக்கவில்லை என்றால் கடன் கொடுத்தவருக்கு கடனாளியை விட்டுவிடுவது என்பதைத் தவிர வேறு வழியில்லை.

எது மிகவும் மோசமானது என்றால், ஒரு ஏழைநாடு பணக்கார நாடுகளைப் போன்று உற்பத்தி முறைக்கும் நுகர்வு வகைகளுக்கும் சார்ந்திருத்தல் போன்று உருவாக்கப் பட்ட ஒரு நிலைக்குள் வீழ்வதுதான். ஆப்பிரிக்காவிலுள்ள ஒரு துணி ஆலைக்கு நான் சென்று வந்தேன். அது மேற் சொன்ன விஷயத்திற்கு மிகச் சிறந்த உதாரணமாகப் பொருந்தும்.

அந்த மில் உலகிலுள்ள உயர் தொழில்நுட்பம் கொண்ட மில்களைப் போன்றது என்று பெருமை பொங்க அந்த மில்லின் மேலாளர் என்னிடம் கூறினார். ஏன் அந்த மில் மிகவும் தானியங்கி இயந்திரங்களுடனுள்ளது என்று கேட்டேன். அதற்கு அவர் “ஏனெனில் ஆப்பிரிக்கத் தொழி

லாளர்கள் தொழிற்சாலை வேலைகளுக்குப் பழக்க மில்லாதவர்கள். அவர்கள் தவறிழைக்கக் கூடும். ஆனால் இயந்திரங்கள் தவறிழைக்காது. சந்தையில் நல்லதோர் இடத்தைப் பிடிப்பதற்கான தரம் எனது உற்பத்திக்கு இருக்க வேண்டும்" என்றெல்லாம் சொல்லிவிட்டு எல்லாவற்றையும் சேர்த்தது போல் சொன்னார், "மனிதன் என்ற காரணியை தொழிலில் ஒழிப்பதுதான் என் கொள்கை" என்று. தரத்திற்காக அனைத்து இயந்திரங்களும் மிகவும் வளர்ந்த நாடுகளிலிருந்து இறக்குமதி செய்யப் பட்டுள்ளன. மூலப்பொருட்கள் கூட இறக்குமதி செய்யப் பட்டவைதான். ஏனெனில் உள்ளூர் பருத்தியை விட எதிர் பார்க்கப்பட்ட தரம் மனிதன் உற்பத்தி செய்த செயற்கை இழைகளில் தான் கிட்டும். ஆலையின் இறக்குமதி இயந்திரங்களைப் பராமரிக்கவும் இயக்கவும் கூட ஆட்களை இறக்குமதி செய்யவேண்டி இருக்கிறது. இது ஒன்றும் அசாதாரணமானதல்ல. வளர்ச்சித் திட்டங்கள் அல்லது பொருளாதார மாதிரிகள் அல்லாது "வளர்ச்சித் திட்டங்களை" முறையாக, சரியாக ஆய்வு செய்யும் எவரும் இது போன்ற எண்ணற்றவைகளை காண முடியும். சோப்பு (சவுக்காரக் கட்டி) தயாரிக்கும் நிறுவனங்கள் தமக்குத் தேவையான மிகவும் சுத்திகரிக்கப்பட்ட எண்ணெய்களை அதிக விலை கொடுத்து இறக்குமதி செய்கின்றன. அதே வேளையில் உள்ளூர் மூலப்பொருட்கள் குறைந்த விலைக்கு ஏற்றுமதி செய்யப்படுகின்றன. உணவு பதப்படுத்தும் நிலையங்கள், அடைத்து நிரப்பும் நிலையங்கள், இப்படி சொல்லிக் கொண்டே போகலாம். இவை எல்லாம் பணக் கார மனிதர்களின் நுகர்வு வகைகள். ஆஸ்திரேலியா அல்லது கலிபோர்னியாவிலிருந்து தருவிக்கப்படும் பழங்கள் பார்வைக்கு எந்தக் குறையும் இல்லாமல் ஒரே அளவாக இருப்பது போல் உள்ளூர் பழங்கள் இல்லை என்று உள்ளூர் பழங்கள் குப்பையில் கொட்டப்படுகின்றன. முடிவே இல்லாமல் இப்படி உதாரணங்களை சொல்லிக் கொண்டே போகலாம். சுயசார்பையும், சுய உதவியையும் அழித்துக் கொள்ளும்படியான தயாரிப்பு முறைகளுக்கும், நுகர்வு

விதங்களுக்கும் ஏழைநாடுகள் தள்ளப்படுகின்றன அல்லது அவற்றை எடுத்துக் கொள்ளும்படி வழுக்கி விழுகின்றன.

இந்த இரண்டு மில்லியன் (இருபது லட்சம்) கிராமங்களுக்கு எப்படி உதவுவது? உதவ இயலாத சிலவற்றைத் தவிர்த்து மேற்கத்திய உதவி என்று கணக்கிட்டால் ஒரு தலைக்கு ஒரு ஆண்டிற்கு இரண்டு பவுண்ட் மட்டுமே கிட்டும். இது ஒன்றுமே இல்லாதது. பணக்கார நாடுகள் தங்கள் உதவியை மிகவும் அதிகமாக்க வேண்டும் என்று சிலர் சொல்லக்கூடும். அப்படியானாலும் தனி நபருக்குக் கிடைப்பது சொற்பமே.

வளர்ந்து கொண்டிருக்கும் சிறிய நாடுகளான லிபியாவையும் வெனிசூலாவையும் எடுத்துக் கொள்வோம். அவற்றின் எண்ணெய் உற்பத்தி மூலம் கிடைக்கும் உபரி வருமானம் மூலம் அவர்களது மக்கள் தொகையில் ஒருவருக்கு 50 பவுண்ட் (1968-ல்) கிடைத்தது. இந்த வருமானம் மக்கள் தொகையைக் கட்டுப்படுத்தவோ, ஏழ்மையை ஒழிக்கவோ, விவசாயத்தை செழிக்கவோ, தொழில் மயமாக்கவோ செய்ததா? சிலவற்றைத்தவிர மற்றெல்லாவற்றிலும் இல்லை என்பதே இதற்குப் பதில். தரம் சார்ந்த முடிவுக்கு முன்னால் அளவு சார்ந்த முடிவு எப்போதும் இரண்டாம் பட்சம்தான். கொள்கைகள் தவறென்றால் பணம் அதனை சரியாக்காது. கொள்கைகள் சரி என்றால், பணத்தினால் பிரச்சினைகள் தோன்றாமல் போகலாம்.

இப்போது நாம் தரம் சார்ந்த விஷயத்தின் பக்கம் நமது கவனத்தைத் திருப்புவோம். கடந்த கால வளர்ச்சி முயற்சிகளிலிருந்து, பிரச்சினைகளனைத்தும் அறிவுப்பூர்வமான சவால்களை முன்வைப்பதையே நாம் பார்க்கிறோம். உதவிகள் புரியும் படித்த நகர் வாழ் பணக்காரர்களுக்கு தங்களது வழியில் எவ்வாறு செயல்படவேண்டும் என்பது தெரியும். ஆனால் இரண்டு மில்லியன் கிராமங்களில் வாழும் படிப்பறிவற்ற, ஏழை மக்களுக்கு எப்படி உதவ வேண்டுமெனத்

தெரியுமா அவர்களுக்கு? சில பெரிய வேலைகளை பெரு நகரங்களில் எப்படிச் செய்ய வேண்டுமென்று அவர்களுக்குத் தெரியும். ஆனால் ஆயிரக்கணக்கான சிறிய வேலைகளை கிராமங்களில் எப்படிச் செய்ய வேண்டுமெனத் தெரியுமா அவர்களுக்கு? பெரு மூலதனங்களைக் கொண்டு எப்படிச் செயல்புரிய வேண்டுமென்று அவர்களுக்குத் தெரியும். ஆனால் அனுபவமற்ற ஏராளமான தொழிலாளர்களைக் கொண்டு எப்படிச் செய்ய வேண்டுமெனத் தெரியுமா அவர்களுக்கு?

மொத்தத்தில் அவர்களுக்குத் தெரியாது. ஆனால் தங்களது துறையில் அனுபவம் பெற்றவர்களுக்குத் தெரியும். வேறு வார்த்தைகளில் சொல்ல வேண்டுமெனில், தேவையான அறிவு எல்லா விதத்திலும் இருக்கிறது. ஆனால் அது முறைமைப் படுத்தப் பட்டதாகவோ, உடனடியாகக் கிடைக்கும் படியோ இல்லை. அது விரவி, பரவி ஒருங்கமைக்கப்படாமல் முழுமையற்று இருக்கிறது.

அளிக்கப்பட வேண்டிய சிறந்த உதவி, அறிவுப்பூர்வமான உதவி, பயனளிக்கக்கூடிய அறிவுதான். வெகுமதிப் பொருள்களை விட, அறிவு வெகுமதியே முதன்மையாகத் தேர்ந்தெடுக்கத் தக்கது. கடின முயற்சியும் தியாகமும் இன்றி எந்த ஒன்றும் ஒருவருக்கும் சொந்தமாகிவிட முடியாது. பொருள்கள் வடிவிலான வெகுமதியை எந்த முயற்சியும், தியாகமும் இன்றி அடையலாம். ஆகவே அதனை அவனது சொந்தம் எனக் கருத முடியாது. அது ஏதோ காற்றில் வந்து விழுந்ததைப் போன்றதுதான். அறிவுப்பூர்வமான வெகுமதி இதிலிருந்து மிகவும் வேறுபட்டது. வெகுமதியை அடைபவரின் சரியான முயற்சியில்லையேல் வெகுமதி இல்லை. பொருள் வெகுமதி சார்ந்து வாழும்படி செய்கிறது. ஆனால் அறிவு வெகுமதி அதாவது சரியான அறிவுவெகுமதி அவர்களை சுதந்திரமானவர்களாக்குகிறது. அறிவு வெகுமதி நீண்ட கால விளைவுகளைக் கொண்டது. "வளர்ச்சி" என்ற கருத்தாக்கத்திற்கு மிகவும் நெருக்கமானது.

ஒருவனுக்கு மீனைக் கொடுப்பதைவிட, மீன் பிடிக்கக் கற்றுக்கொடுத்தால் அது அவன் வாழ்க்கை முழுக்க பயன்படும். இன்றும் கொஞ்சம் உயர்வான வகையில் சொல்லப்போனால், அவனுக்கு மீன்பிடி கருவியை விநியோகம் செய். அதற்கு உனக்குப் பணம் கிடைக்கும். விளைவு சந்தேகத்திற்கிடமற்றது. விளைவு பலனளிக்கக் கூடியதெனினும், மனிதனின் தொடர் வாழ்வுக்கு நீங்கள் மீன்பிடி கருவியை மாற்றித்தர வேண்டியிருப்பதால் உங்களைச் சார்ந்ததாகவே இருக்கும். ஆனால் மீன்பிடி கருவியை செய்ய அவனுக்குக் கற்றுக் கொடுத்தால், தன்னை வாழவைத்துக் கொள்ள மட்டுமல்லாமல், சுய சார்புடையவனாகவும் சுதந்திரமானவனாகவும் அவன் மாற நீங்கள் உதவுகிறீர்கள்.

உதவி செய்யக் கூடியவர்களின் முதல் வேலையாக இதுவே ஆக வேண்டும். இந்த அணுகு முறை நீண்ட கால அளவில் பலனளிக்குமாதலால் இது மலிவானது. சில வேளைகளில் செயல்பாட்டு வேகத்தை அதிகரிக்க பொருள் வகை உதவி செய்யப்படவேண்டி வரும். ஆனால் இது தானே சம்பவிக்கக்கூடியது, இரண்டாம் பட்சமானது.

இரண்டு மில்லியன் கிராமங்களுக்கும் தேவையான அறிவை அவர்களுக்கு எப்படிக் கிடைக்கச் செய்ய முடியுமென பார்க்க வேண்டும். அப்படிச் செய்வதற்கு அந்த அறிவை நமக்குள் செயல்படுத்திப் பார்த்துக் கொள்ள வேண்டும். உதவி பற்றி பேசுவதற்கு முன் உதவுவதற்கு நம்மிடம் ஏதும் இருக்க வேண்டும். எனவே அவர்களுக்கு உதவுவதற்கு தேவையானவற்றில் நமக்குப் பயிற்சி வேண்டும்.

ஏழை மக்களின் தேவைகள் மிகவும் எளிதானவை. ஆகையால் மேற்கொள்ள வேண்டிய ஆய்வுகள் ஓரளவே இருக்கும். தற்போது வளர்ச்சித் திட்டங்கள் உதவி செய்யும் நாடுகளாலும் பெறும் நாடுகளாலும் தங்கள் நிர்வாக அதிகாரிகள் மூலமே செய்யப் படுகின்றன. அவர்கள் பல வகைகளிலும் திறனற்று பொருத்தமற்றவர்களாகவே

உள்ளனர். அவர்களது பணி தேவைதான். ஆனால் அவர்களால் மட்டுமே செய்ய முடியாது. மற்ற பல்வேறு துறைகளிலும் உள்ள சுய உதவிக் குழுக்கள் அவர்களுடன் நெருங்கி இணைந்து பணியாற்ற வேண்டும். அதிகாரிகள், தொழில்துறையினர் மற்றும் கல்வியாளர்கள் - பத்திரிகையாளர்கள் என மூன்று குழுக்கள் செயல்பட வேண்டும். இந்த மூன்று குழுக்கள் தனித்தனியாகச் செயல்பட்டால் வளர்ச்சிப் பணிகள் மிகவும் கடினமாகும். இதனை A-B-C என குறிப்பிடுகிறேன். A நிர்வாகிகள், B தொழில் வர்த்தகத் துறையினர், C தொடர்பாளர்கள். தொடர்பாளர்கள் எனப்படுவோர் அறிவுப் பூர்வமான செயலாளர்கள்.

பணக்கார நாடுகளில் சேவை புரியும் எண்ணத்துடன் பலர் இருக்கிறார்கள். அவர்கள் ஓரளவு செலவும் செய்யக் கூடியவர்கள். அவர்களுக்கான வழிமுறைகள் இல்லை. ஏழை நாடுகளிலும் சக மக்களுக்கு சேவை புரியும் எண்ணத்தில் பலர் இருக்கிறார்கள். இவர்களுக்கு வலுவான வழிகாட்டுதல் தேவைப்படுகின்றது.

இவற்றையெல்லாம் ஒருங்கிணைத்து செயல்படுத்த பெருமளவில் பணம் தேவைப்படுவதில்லை. அடிமட்ட அளவில் தொண்டர்களைக் கொண்ட மதம் சார்ந்த, மதச் சார்பற்ற ஏராளமான தொண்டு நிறுவனங்கள் உள்ளன. இந்தத் தன்னார்வத் தொண்டு நிறுவனங்கள் "இடைத்தரத் தொழில் நுட்பத்தை" அங்கீகரித்தாலும் பின்புலமாக அமைப்பு ரீதியில் ஒருங்கிணைப்பதில் பின் தங்கியுள்ளன. அவர்களின் பொதுவான பிரச்சினைகள் குறித்து பல மாநாடுகள் பல நாடுகளில் நடந்துள்ளன. அவர்களது பணிகள் "அறிவுப்பூர்வமான உள்கட்டமைப்பு" இல்லை எனில் பலனளிக்காது.

அறிவுப் பூர்வமான கட்டமைப்பை உருவாக்குவதில் முயற்சிகள் மேற்கொள்ளப்பட்டுள்ளன. அவர்களுக்கு அரசாங்கங்கள் மற்றும் சுயநிதித் தொண்டு நிறுவனங்களின் ஆதரவு தேவைப்படுகிறது. குறைந்தது நான்கு விதமான வேலை முறைகள் நிறைவேற்றப்பட வேண்டும். அவை:

தனியாக செயல்பட்டாலும் குழுக்களாக செயல்பட்டாலும் அவர்கள் பணியாற்றும் பகுதிகளுக்குள் அவர்களிடையே தகவல் பரிமாற்றம் நடைபெற வேண்டும்.

வளர்முக நாடுகளில் செலவு குறைவான வகைகளில் கட்டுமானப் பணிகள், நீர் மற்றும் ஆற்றல் விநியோகம், தானிய சேமிப்பு மற்றும் அது சார்ந்த பணிகள், சிறு முதலீட்டிலான சுகாதாரப் பணிகள் போன்றவற்றை செய்ய முறைப்படியான அமைப்பிற்கான தொழில் நுட்பத் தகவல்கள் கிடைக்கும்படி செய்ய வேண்டும். எனவே அனைத்துத் தகவல்களும் ஓரிடத்தில் குவியாமல் அதாவது எதை எப்படிச் செய்ய வேண்டும் என்ற தகவல்கள் எல்லோருக்கும் கிட்டும்படியாக இருக்கும்.

வளரும் நாடுகளில் களப்பணியாற்றுவர்களின் களப் பிரச்சினைகள் வளர்ந்த நாடுகளில் பணியாற்றுபவர்களிட மிருந்து பெறப்பட்ட பொருத்தமான அனுபவங்களின் மூலம் தீர்க்கப்பட வேண்டும்.

துணை அமைப்புகளையும், சோதனை மையங்களையும் வளரும் நாடுகள் தாங்களாகவே அமைத்துக் கொள்ள வேண்டும்.

இவை அனைத்தும் செயல்படுத்தி, வரும் தவறுகளைக் கண்டு சரிசெய்து கொண்டே இருக்க வேண்டியவை. இவற்றை முன்பே செய்து கொண்டிருந்த முறைகளில் செய்யாமல் புதிதாக உருவாக்கப்பட்ட முறைகளில் செய்யப்பட வேண்டும். வளர்ச்சி நிதி உதவிகள் அமைப்பு மற்றும் சரியான அறிவைப் பயன்படுத்துவதன் மூலமே வருங்காலத்தில் செய்யப்படவேண்டும்.

ஏழைகளுக்கு உதவுவது பணக்காரர்களுக்கு ஏன் கடின மானதாக இருக்கிறது? நவீன உலகில் நகரங்களுக்கும் ஊர்ப்புறங்களுக்குமிடையிலான சமத்துவமின்மையே பரவும் வியாதியாக உள்ளது. அந்த சமத்துவமின்மை செல்வ வளம், ஆற்றல், கலாச்சாரம், கவர்ச்சி மற்றும் நம்பிக்கை

ஆகியவற்றில் உள்ளது. நகரப்புறத்தினர் மிகவும் வளர்ந்தும், கிராமப் புறத்தினர் மிகவும் பின்தங்கியும் உள்ளனர். நகரம் உலகை ஈர்க்கும் காந்தமாக உள்ள நிலையில் கிராமப் புறங்கள் தங்களைப் போற்றிக் காப்பவர்களை இழந்து நிற்கின்றன. நகரங்களின் வளமை கிராமங்களின் வளத்தையே பெரிதும் சார்ந்திருக்கிறது என்ற மாற்றமுடியாத உண்மை இன்னும் இருந்து கொண்டே இருக்கிறது. நகரங்கள் தங்கள் எல்லா வள ஆதாரங்களின் மூலம் உற்பத்தி செய்வது இரண்டாம் பட்ச உற்பத்தியைத் தான். பொருளாதார வாழ்வின் எல்லாவகை நியதிகளும், கிராமப்புறங்களின் உற்பத்தியையே சார்ந்திருக்கிறது. நிலவும் சமத்துவமின்மை மூலப்பொருட்களை உற்பத்தி செய்யும் கிராமப்புறத்தினரை ஆண்டாண்டுகாலமாக தொடர்ந்து சுரண்டுவது உலக நாடுகள் முழுவதையும் அச்சுறுத்தி வருகிறது. இது ஏழைகளை விட பணக்காரர் களையே அதிகம் அச்சுறுத்துகிறது. நகரம் மற்றும் கிராமத்தினிடையே உள்ள சமத்துவமின்மையை நீக்குவது நவீன மனிதனின் முன் உள்ள பெரிய சவால்.

இது வெறுமனே விவசாயப் பொருளுற்பத்தியை அதிகரிப்பதால் நடந்துவிடாது. கிராமப்புற வாழ்க்கை மேம்படுத்தப் படாமல் பெருமளவிலான வேலையின்மை யையும் நகரம்நோக்கி மக்கள் பெருந்திரளாக இடம் பெயர்வதையும் தடுக்க முடியாது. அதற்கு விவசாயத் தொழில் கலாச்சாரம் எல்லா மாவட்டங்களிலும், எல்லா சமூகங்களிலும் முன்னேற்றப்பட்டு அங்குள்ள மனிதர் களுக்கு நல்ல பலன்களுடன் கூடிய பல்வேறு வேலை வாய்ப்புகள் ஏற்படுத்தப்படவேண்டும்.

எனவே, இரண்டு மில்லியன் கிராமங்களிலும் உள்ள வறுமை நிலையை ஒழிக்கும்படியான வளர்ச்சிக்கான முயற்சிகள் பலனளிக்கும் படியாக மேற்கொள்ளப்பட வேண்டியது மிகவும் முக்கியப் பணியாகும். கிராமப்புற வாழ்க்கை சிதைந்து கொண்டே இருக்குமானால் எவ்வளவு பணம் செலவு செய்தும் பயனிருக்காது. கிராமப்புற மக்கள்

தங்களுக்குத் தாங்களே உதவிக் கொண்டால், அருமையான வளர்ச்சியைக் காண முடியும் என்பதில் எனக்குச் சந்தேகமில்லை. அந்த வளர்ச்சி, குப்பையான நகரங்களும் அதன் மோசமான சுற்றுப்புறங்களுமின்றி, விரக்தியினாலான இரத்தப் புரட்சி இன்றி இருக்கும். இந்தப் பணி கடினமானதுதான்.

பொருளாதார வளர்ச்சி என்பது பொருளாதாரத்தைவிட விரிவானது, ஆழமானது. அதன் வேர்கள் பொருளாதாரத்தையும் தாண்டி கல்வி, அமைப்பு முறை, ஒழுக்கம், அவற்றிற்கும் மேலாக அரசியல் சுதந்திரம், சுயசார்பான தேசிய உணர்வு ஆகியவற்றில் இருக்கிறது. மக்களுடன் தொடர்பில்லாத அந்நிய தொழில் நுட்பவியலாளர்கள், அதிகாரமிக்க உள்ளூர் ஆட்களாலேயே அதனை "உற்பத்தி" செய்ய முடியாது. அது விரிந்து பரந்த மக்களாலான மறு உருவாக்க இயக்கத்தின் முழுநோக்கத்துடன் கூடிய ஊக்கமான, புத்திசாலித்தனமான ஒவ்வொருவரின் பங்களிப்பினாலேயே சாத்தியமாகும். அறிவியல் அறிஞர்கள், தொழில் நுட்ப வல்லுனர்கள் அல்லது பொருளாதார திட்ட வியலாளர்களின் மாய மந்திரத்தால் வெற்றியை அடைய முடியாது. அது ஒட்டு மொத்த மக்களின் கல்வி, ஒருங்கிணைப்பு, அமைப்பு மற்றும் ஒழுக்கத்தினாலேயே சாத்தியமாகும். இவற்றை விடக் குறைவான எந்த முயற்சியும் தோல்வியையே தழுவும்.

இந்தியாவில் வேலையில்லாப் பிரச்சினை

லண்டனிலுள்ள இந்திய வளர்ச்சிக் குழுவினருடனான ஒரு உரையாடல்

வேலையின்மை என்பது, கிடைக்கும் தொழிலாளர்களைப் பயன்படுத்தாமலிருப்பது அல்லது அரைகுறையாகப் பயன்படுத்துவது என்றே நான் நினைக்கிறேன். உற்பத்தி அளவுகோலை பூஜ்யத்திலிருந்து நூறு எனக் கொள்ளலாம். அதாவது வேலையை செய்யாத மனிதனின் உற்பத்தி அளவு பூஜ்யம் என்றால், முழுக்கவும் வேலை செய்யும் ஒரு மனிதனின் உற்பத்தி அளவு நூறு. இந்த அளவை எப்படி உயர்த்திக் கொண்டு போவது என்பதே ஏழைச் சமூகங்களின் தலையாய கேள்வி. ஒரு சமூகத்தின் உற்பத்தி என்பதைக் கருத்தில் கொள்வதெனில் வேலையில் உள்ளவர்களையும், சுயமாக வேலை செய்பவர்களையும் மட்டுமே எடுத்துக் கொண்டு, உழைப்பின்றி உற்பத்தி அளவை பூஜ்யம் எனக் கொண்டுள்ளவர்களையும் சேர்க்காமலிருப்பது போதுமானதல்ல.

பொருளாதார வளர்ச்சி என்றால் அதிக அளவு வேலை செய்யப்படுவதுதான். இதற்கு நான்கு முக்கியமான நிபந்தனைகளுண்டு. முதலாவதாக நோக்கமிருக்க வேண்டும். இரண்டாவதாக தொழில் முறையைப் புரிந்து கொள்ளும் அறிவு இருக்க வேண்டும். மூன்றாவதாக

மூலதனம் இருக்க வேண்டும். நான்காவதாக வெளிக் கொண்டுபோகும் வழி இருக்க வேண்டும். கூடுதல் உற்பத்திக்கு கூடுதல் சந்தைகள் இருக்க வேண்டும்.

நோக்கம் என்பதைக் குறித்து பேச வேண்டுமானால், வெளியிலிருந்து ஒருவர் பேசுவதற்கு மிகக் குறைவானதே உள்ளது. மக்கள் தங்களைத் தாங்களே சிறப்பாக நன்றாக வைத்துக் கொள்ள விரும்பவில்லை என்றால் அவர்களை அப்படியே விட்டுவிட வேண்டியதுதான். உதவி செய்வதில் இதுவே முதன்மையான கொள்கையாக இருக்க வேண்டும். சமூகத்திற்குள்ளேயே இருப்பவர்கள் இது குறித்து வேறு பட்ட கண்ணோட்டத்தைக் கொண்டிருக்கக் கூடும். அவர்களுக்கு வேறுவிதமான கடப்பாடுகள் உள்ளன. தாங்கள் சிறப்பாக இருக்க வேண்டும் என விரும்பு பவர்கள் இருப்பார்கள். ஆனால் அவர்களுக்கு எப்படி அப்படி இருக்க வேண்டுமெனத் தெரிவதில்லை. லட்சக் கணக்கான மக்கள் நன்றாக இருக்க விரும்பி அதனை எப்படிச் செய்து கொள்வது எனத் தெரியாமல் இருந்தால், அவர்களுக்கு யார் அதனைக் கற்றுத் தரப் போகிறார்கள்? இந்தியாவைப் பற்றிப் பேசுவோம். சில ஆயிரமோ அல்லது சில லட்சங்களோ அல்ல, அது கோடிக்கணக்கான மக்களைப் பற்றிய பிரச்சினை. பிரச்சினை மிகவும் பெரிது. அது அடிப்படை அரசியல் பற்றியதாகும். அனைத்தையும் ஒரே கேள்வியில் உள்ளடக்கிவிட முடியும்: அது "கல்வி எதற்காக?" என்பது. ஒரு ஆணையோ பெண்ணையோ பல்கலைக் கழகத்தில் சேர்க்க 30 சாதாரண மக்கள் உழைக்க வேண்டும் என்று இரண்டாம் உலகப் போருக்கு முன் கணக்கிட்ட நாடு சீனா என்று நினைக்கிறேன். அப்படி பல்கலைக் கழகத்தில் சேர்க்கப்பட்ட ஒருவன் தன் கல்வியை ஐந்து ஆண்டுகளில் முடிக்கும்போது 150 சாதாரண மனிதர்களின் உழைப்பைப் பயன்படுத்துகிறான். இப்படிச் செய்வதற்கு யாருக்கு உரிமை உண்டு? அந்த உழைப்புக்குப் பகரமாக அந்த சாதாரண மனிதர்கள் பெற்றது என்ன? இந்தக் கேள்விகள் நமக்கு சில விளக்கங் களைத் தருகின்றன. கல்வி என்பது சலுகைகளுக்கான

கடவுச் சீட்டா அல்லது மக்களுக்குப் பணியாற்றுவதற்காக எடுத்துக் கொள்ளும் புனிதமான உறுதிமொழியா? கல்வி கற்ற ஒருவன் கல்வி கற்றவர்கள் முன்னரே சென்ற 'சலுகை பெற்றவர்களுக்கான சம்மேளனம்' உள்ள, தனது சலுகைகள் கல்வியற்றவர்களால் பாதிக்கப்படாத பம்பாய்க்கு (மும்பை) செல்கிறான். இது ஒரு வழி. இரண்டாவது வழி வேறுவிதமானது. அது தீவிர எண்ணத்துடன் தொடங்கி வேறுபட்ட ஓரிடத்தில் முடிவது. இது நேரிடையாகவோ மறைமுகமாகவோ அவனுக்காக உழைத்த, 150 மக்களின் உழைப்பு ஆண்டுகளை அவன் கல்விக்காக செலவழித்தவர் களிடம் செல்வது. இப்படி அவர்களுக்காக ஏதேனும் செய்வதில் பெருமையாக அவன் உணர்வான்.

இந்த பிரச்சினை புதிதான ஒன்றல்ல. டால்ஸ்டாய் தனது எழுத்துக்களில் இதனை இப்படிக் குறிப்பிடுகிறார். "நான் ஒரு மனிதனின் முதுகில் ஏறி அவனை முச்சூத் திணறும்படி செய்து என்னை சுமக்கச் செய்கிறேன். அவனுக்காக நானும் மற்றவர்களும் பரிதாபம் கொண்டவர்களாகக் காட்டிக் கொண்டு, சாத்தியமான எல்லா வழிகளிலும் அவனை இளைப்பாற்ற விரும்புகிறோம். முதுகிலிருந்து இறங்கிக் கொள்வதைத் தவிர". எனவே நாம் எதிர் கொள்ளும் முதல் சவாலாக இதனையே நான் கூறுகிறேன். கல்வி பெற்ற வர்கள் தங்கள் கடமையாக இதனை எடுத்துக் கொண்டு கல்வி கற்றதை "சலுகைகளுக்கான ஒரு கடவுச் சீட்டாகப்" பயன்படுத்தாமலிருப்பதை ஒரு கொள்கையாகவோ அல்லது வேறு எந்த பெயரிலோ உருவாக்கிக் கொள் வோமா? இந்தக் கொள்கை மனித இனத்தின் உயர்வான அத்தனை போதனைகளாலும் ஆதரவளிக்கப்பட்ட ஒன்று.

இந்தக் கொள்கையை வழக்கத்தில் கொண்டு வர வில்லை என்றால், சலுகைகளுக்கான கடவுச் சீட்டாக எடுத்துக் கொள்ளப்பட்டதென்றால், கல்வி என்பது மற்றவர் களுக்கு சேவை செய்வதற்கன்று. கல்வி கற்றவர்களுக்கு சேவை செய்து கொள்வதற்கென்றே பொருள்படும். சலுகை பெற்ற சிறுபான்மையினர் தங்களை தனிப்படுத்திக்

கொண்டு தவறானவைகளை கற்பித்துக் கொடுக்கக் கற்றுக் கொள்வர். கல்வி கற்ற அனைவரும் தங்கள் நாட்டுக்கு தங்கள் மக்களுக்குப் பணியாற்ற வேண்டும் என்று எண்ண வில்லை என்றால், தேவையான தலைவர்கள் இல்லாமல் வேலையில்லாத் திண்டாட்டத்தைப் போக்கும் தேவையான வழிகளைக் கொண்டு வருவது இயலாது. இது இந்தியா வின் பல மில்லியன் மக்களின் பிரச்சினை. மக்களைத் தங்களுக்குத் தாங்களே உதவிக் கொள்ளும்படி செய்ய 100 நபர்களுக்குக் குறைந்தது இரண்டு நபர்களாவது வேண்டும். முடியாததென நீங்கள் சொல்லலாம். அப்படிச் சொல்வது சுயநலமே தான். இது தீர்க்க முடியாத பிரச்சினையல்ல என்பதற்கு ஆதாரங்கள் உண்டு. ஆனால் இது அரசியல் மட்டத்திலேயே தீர்க்கப்பட வேண்டும்.

மூன்றாவது விஷயமான மூலதனம் பற்றிப் பார்ப்போம். எனது கணக்கீட்டின்படி குறைந்தது 50 மில்லியன் வேலை வாய்ப்புகள் தற்போது உருவாக்கப்பட்டாக வேண்டும். மூலதனமின்றி உற்பத்திப் பணிகளை செய்ய முடியாது. இந்த இடத்தில் எழும் கேள்வி, ஒரு புதிய வேலையை உருவாக்க எவ்வளவு முலதனம் தேவை என்பதுதான். ஒரு வேலையை உருவாக்க 10 பவுண்ட் (சுமார் 750 ரூ) வேண்டும் எனக் கொண்டால், 50 மில்லியன் வேலைகளை உருவாக்க 500 மில்லியன் பவுண்ட் (சுமார் 37,500 மில்லியன் ரூபாய்) தேவைப்படும். அதுவே 100 பவுண்ட் சுமார் 7,500 ரூபாய் என்றால் 5000 மில்லியன் பவுண்ட் (சுமார் 3,75,000 மில்லியன் ரூபாய்) தேவைப்படும்.

இந்தியாவின் தேசிய வருமானத்தை அனுசரித்து எத்தனை வேலைகளை எத்தனை காலத்திற்குள் தர முடியும்? 10 ஆண்டுகளுக்குள் 50 மில்லியன் வேலை வாய்ப்புகளை ஏற்படுத்த வேண்டும் என்று கொள்வோம். தேசிய வருமானத்திலிருந்து எத்தனை சதவீதம் இந்த வேலைவாய்ப்புகளை உருவாக்கத் தேவைப்படும்? விரிவான ஆராய்ச்சிக்குப் போகாமல் ஐந்து சதவீத வேலை வாய்ப்புக்களை உருவாக்க முடிந்தால் உங்களை அதிர்ஷ்ட

சாலி என்பேன். கூடிவரும் மக்கள் தொகைக்கேற்ப நாட்டின் தேசிய வருமானமும் பெருகும் என்பேன்.

இந்தியா போன்ற நாடுகள் தேர்ந்தெடுக்கும் தொழில் நுட்பம் பற்றியது அடுத்த விஷயம். நான் விதிகள் இப்படி இருக்க வேண்டும் என்று எதனையும் உருவாக்கவில்லை. ஆனால் வாழ்க்கையின் கடினமான உண்மைகள் இவை.

நீங்கள் பெருமளவிலான முதலீட்டில் சில வேலை வாய்ப்புகளைப் பெற முடியும் அல்லது குறைந்த முதலீட்டில் பல வேலைவாய்ப்புகளைப் பெற முடியும்.

இப்போது இவையெல்லாம் நான் முன்பு சொன்ன கல்வி, நோக்கம், அறிந்துகொள்ளுதல் ஆகிய காரணி களுடன் இணைகின்றது. இந்தியாவில் ஆரம்பப் பள்ளி களில், உயர்நிலைப்பள்ளிகளில், அதைவிட உயர்ந்த கல்விச் சாலைகளில் பல மில்லியன் மாணவர்கள் பயில் கின்றனர். கற்றபின்னர் தங்கள் அறிவைப் பயன்படுத்த அவர்களுக்கு வாய்ப்புகள் இருக்க வேண்டும். இல்லை யெனில் இத்தகைய கல்வி அமைப்பு முறை நோக்கமற்ற தாகிவிடும். அப்படி இல்லை எனில் மொத்தமுமே பெரும் சுமையாகிவிடும். இந்தக் கணக்கு ஏன் தரப்படுகிறது என்றால், ஐந்து மில்லியன் புதிய வேலை வாய்ப்புகளை ஒவ்வொரு ஆண்டும் உருவாக்க வேண்டும். சில நூறு, ஆயிரம் வேலைவாய்ப்புகளை அல்ல என்று சிந்திப்பதற் காகத்தான்.

50, 70 ஆண்டுகளுக்கு முன்னர் நமது செயல்பாடுகள் புராதனமானவையாக இருந்தன. ஜான் கென்னத் கால்பிரெய்த்தின் "தி நியூ இன்டஸ்டிரியல் எஸ்டேட்" என்ற நூலிலிருந்து ஒன்றை எடுத்துக் காட்ட விரும்புகிறேன். ஃபோர்ட் மோட்டார் கம்பெனி 1903 ஜூன் 16 அன்று 150,000 டாலர் மதிப்பில் 28,500 டாலர் தொகையுடன் தொடங்கப் பட்டது. தொழிற்சாலை தொடங்கப்பட்ட நான்கு மாதங்கள் கழித்து அவர்களது முதல் கார் சந்தைக்கு வந்தது. 1903ல் வேலையிலிருந்தோர் 125 பேர். ஒவ்வொரு வேலை

இடத்திற்குமான மூலதனம் 100 பவுண்டுக்கும் கீழ்தான். 1963ல் ஃபோர்ட் நிறுவனம் புதிய வகை காரை அறிமுகம் செய்ய முடிவு செய்தது. அதற்கான தயாரிப்புக்கான காலம் மூன்றரை ஆண்டுகள். பொறியியலும், ஸ்டைலும், வடிவ மைப்பும் செய்வதற்கு ஒன்பது மில்லியன் டாலர்களானது. காரை உருவாக்க 50 மில்லியன் டாலர்கள் தேவைப்பட்டது. நிறுவனத்தால் பயன்படுத்தப்பட்ட சொத்துக்களின் மதிப்பு 6,000 மில்லியன் டாலர். அதாவது ஒரு வேலைவாய்ப்புக்கு ஆன செலவு 10,000 பவுண்டுகள். அதாவது 60 ஆண்டு களுக்குள் அது 100 மடங்கு அதிகமாகிவிட்டது.

இவை எல்லாவற்றிலிருந்தும் கவனிக்கத் தகுந்த சில முடிவுகளை கால்பிரெய்த் கொண்டு வருகிறார். இந்த அறுபது ஆண்டுகளில் என்ன நடந்தது என்பதை அவை விவரிக்கும். முதலாவதாக நிறுவனத்தை துவங்கியதி லிருந்து வேலையை முடிக்கும் காலம் மிகவும் அதிகரித் துள்ளதைக் குறிப்பிடுகிறார். முதல் ஃபோர்ட் கார் சந்தைக்கு வந்தது வெறும் நான்கு மாதங்களுக்குள். ஆனால் அந்த மாடலில் சிறிய மாற்றத்தைக் கொண்டுள்ள கார் சந்தையை அடைவதற்கு நான்கு ஆண்டுகள் ஆகின்றது. இரண்டாவதாக உற்பத்திக்கென பெருமளவு அதிகரித்துள்ள மூலதனம். ஒரிஜினல் (ஆரம்பகால) ஃபோர்ட் தொழிற் சாலையின் ஒரு கார் உற்பத்திக்கான முதலீடு மிகவும் சிறிய தொகையே. பொருட்களும் உதிரிபாகங்களும் குறைவான வையே. அதிக சம்பளம் பெறும் சிறப்பு வல்லுனர்கள் எவரும் தயாரிப்பில் ஈடுபடுத்தப்படவில்லை. காரை உருக் கொடுப்பதற்கு சாதாரண எளிய இயந்திரங்களே பயன் படுத்தப்பட்டன. அதனால் காரின் ஃபிரேமை இரண்டு நபர்களாலேயே தூக்க முடிந்தது. மூன்றாவதாக அறுபது களில் நிலைத்தன்மை அதிகரிப்பு மிகுதியாக இருந்தது. கால்பிரெய்த் கூறுகிறார், "1903ல் ஃபோர்டும் அவரது குழுவினரும் வண்டியை பெட்ரோலில் இருந்து நீராவியில் இயங்கும்படி செய்ய முடிவெடுத்திருந்தால் அதற்கு சில மணி நேரமே தேவைப்பட்டிருக்கும்" என்று. இன்று ஒரு ஸ்க்ரூவை மாற்ற வேண்டும் என்றால் கூட அதற்குப் பல

மாதங்களாகும். நான்காவதாக இயந்திரங்களில் மட்டு மல்லாது, திட்டமிடுதல் போன்ற எல்லாத் துறைகளிலும் அதிகரித்து வரும் சிறப்பு தொழில் நுட்ப நிபுணர்களின் தேவை. ஐந்தாவதாக, இந்த எண்ணற்ற நிபுணர்களை ஒருங்கிணைக்கும் சிறிய வேலைகளை சிக்கலாக்கும் வல்லுனர்களைக் கொண்ட மேலதிகமான ஒரு வேறுபட்ட துறை. இறுதியாக, நீண்ட காலத் திட்டமிடுதலான மிகவும் நவீனமயப்படுத்தும் களைப்படையச் செய்யும் வேலை. கால்பிரெய்த் கூறுகிறார், "ஃபோர்ட் நிறுவனத்தின் ஆரம்ப காலங்களில் எதிர்காலம் கைக்கெட்டும் தொலைவில் மிக அருகில் இருந்தது. உற்பத்திக்கான இயந்திரங்கள், காரின் தோற்றம் ஆகியவற்றின் மீதான எளிதான கடப்பாட்டினா லேயே எதிர்காலம் என்பது மிகவும் குறுகித் தெரிகிறது. எதிர்காலம் கைக்கெட்டும் தூரத்தில் இருந்தால் அதனை கிட்டத்தட்ட நடப்புக் காலம் என்றே எண்ணலாம்" இதற்கான திட்டமிடுதலும், முன்வரைவும் அத்தனை கடினமானதல்ல.

இவற்றிலிருந்து தெரியும் முடிவு என்ன? எல்லாவற்றிற் கும் காரணம் அதிநவீன தொழில் நுட்பமே. நான் முன்னரே கூறியுள்ள வாழ்க்கையின் சாதாரண விஷயங்கள் முன்னர் குறிப்பிட்டுள்ள ஆறு விஷயங்களையும் கருத்தில் கொண்டு நவீன செயல்பாடுகளுக்கு உட்படுத்தப்படும்போது, அந்த விஷயம் ஏழை சமூகத்தினால் எட்டிப்பிடிக்க முடியாததாகி விடுகிறது. உணவு, உடை, இருப்பிடம் மற்றும் கலாச்சாரம் போன்ற சாதாரண விஷயங்களை கருத்தில் கொள்ளும் போது, 1963 மாடலே 1903 மாடலை விடச் சிறந்தது என்று மக்கள் தாங்களாகவே கருதிக் கொள்ளும் பெரிய அபாயம் உள்ளது. ஏனெனில் 1963ன் செயல்பாடுகள் ஏழைகளுக்குக் கிட்டும்படியாக இருக்காது. அதற்கு பெரும் செல்வ வளம் தேவைப்படும். மில்லியன் கணக்கில் வேலை இடங்கள் தேவைப்படும்போது ஒருவேலைக்கு எவ்வளவு தொகையை ஒதுக்க முடியும் என்ற கேள்வியே எழுப்பப் பட்டதில்லை. இந்த நூற்றாண்டு தொடங்கும்வரை மனித வரலாற்றின் ஒவ்வொன்றும் தொடர்ந்து நடந்து கொண்டே இருக்கிறது. ஆனால் இருபதாம் நூற்றாண்டின் பாதியில்

ஃபோர்ட் நிறுவனத்தின் மூலதனம் 30,000 டாலரிலிருந்து 6,000 மில்லியன் டாலராக தாவிக் குதித்து விட்டது போன்ற விகிதத்தில் அதன் குதிப்பு இருக்கிறது.

1903-ல் ஹென்றி போர்ட் இருந்த நிலையை அடைவது மிகவும் கடினம். 1963-ல் ஹென்றி ஃபோர்ட் நிறுவனம் இருந்த நிலைக்கு நேராகச் செல்வதும் முடியாதது.

இதற்குப் பொருள் என்னவென்றால் 1963-ல் இருந்த நிலையை எவராலும் நேரடியாக அடைய முடியாது என்பதே. நாம் நவீன உலகைப் புரிந்து கொள்ளத் தேவை யான மிக முக்கியமான விஷயம் இதுதான். இந்த நிலையில் புதிய உருவாக்கம் என்பது முடியாதது; விரிவாக்கம் மட்டுமே செய்ய முடியும். இதன்பொருள் என்னவெனில் இந்த நிலையில் ஏழைமக்கள் பிணைக்கப்பட்டுவிட்டால் அவர்களுக்கு முன்னெப்போதையும்விட அதிகமாக பணக் காரர்களை சார்ந்து வாழும்படியாகிவிடும். அவர்கள் பணக் காரர்களின் தேவைகளை குறைந்த கூலியில் நிறைவு செய் பவர்களாகவே இருப்பார்கள். இங்கும் அங்கும் சுற்றி விட்டு "இந்த அல்லது அந்த ஏழை நாடுகளில் கூலி மிகவும் குறைவாக உள்ளதால் நமது நாட்டைவிட அங்கே தயாரிப்புச் செலவு குறைவாக இருக்கும்" என்று சிலர் கூறலாம். ஏழைமக்களின் பணி பணக்காரர்களின் தேவை களை நிரப்புவதாக மட்டுமே இருக்கும். இந்த தொழில் நுட்பநிலையில் முழுமையான வேலைவாய்ப்பை உரு வாக்கவோ அல்லது சுதந்திரமான ஒரு நிலையை அடையவோ இயலாத நிலை தொடரும். எல்லாவற்றையும் விட தொழில் நுட்பத்தைத் தேர்ந்தெடுப்பதே மிகவும் முக்கியம்.

தொழில் நுட்பத்தைத் தேர்ந்தெடுப்பதற்கான வாய்ப்பு கள் இல்லை என்று சிலர் கூறுவது வினோதமாக உள்ளது. அமெரிக்காவின் பொருளாதார நிபுணர் ஒருவர் எந்த ஒரு பொருளுற்பத்தி செய்வதற்கும் ஒரே ஒரு வழியே உள்ளது என்று எழுதிய ஒரு கட்டுரையை படித்தேன். அதாவது 1971 ஆம் ஆண்டின் வழிகள். அதற்கு முன்பு அந்த பொருள்,

உற்பத்தி செய்யப்படவே இல்லையா? ஆதம் சொர்க்கத்தை விட்டு வந்தவுடனே வாழ்க்கைக்குத் தேவையான அடிப்படைத் தேவைகள், உற்பத்தி செய்யப்பட்டன. மனித இனம் தோன்றிய காலம் முதலே அதற்குத் தேவையான பொருளுற்பத்தி செய்யப்படுகின்றது. மிக சமீபகாலத்தில் தயாரிக்கப்பட்ட இயந்திரங்களே பெறப்படவேண்டும் என்கிறார் அவர். சமீபகாலத்தைய இயந்திரம் மட்டுமே எளிதாகப் பெறக் கூடியதாக இருக்கிறது. தேர்ந்தெடுக்க வேறு ஒன்று இல்லாமல் ஒரே வகை இயந்திரமே சந்தையை ஆதிக்கம் செய்கிறது என்பது உண்மையே. சமூகத்தில் உள்ள மூலதனமே எத்தனை வேலை வாய்ப்புகளைக் கொண்டிருக்க முடியும் என்பதை நிர்ணயிப்பது போலவும் இது உள்ளது. இது மடத்தனமானதுதான். இதனை எழுதிய ஆசிரியரும் அதன் மடமையை உணர்ந்து திருத்திக் கொண்டிருக்கிறார். ஜப்பான், கொரியா, தைவான் போன்ற நாடுகள் மிகவும் நடுத்தரமான மிதமான இயந்திரங்களைக் கொண்டு அதிக அளவு உற்பத்தியையும் அதிக அளவு வேலை வாய்ப்பைப் பெற்றிருப்பதையும் அவரே சுட்டிக் காட்டுகிறார்.

தொழில்நுட்பத் தேர்வின் முக்கியத்துவம் குறித்த பிரக்ஞை பொருளாதார நிபுணர்களிடமும், வளர்ச்சி குறித்து திட்டமிடுபவர்களிடமும் மெதுவாக வந்து கொண்டிருக்கிறது. முதலில் சிரித்து மறுத்து, பின்னர் கேட்டு, பின்னர் அது சம்பந்தமான செயல்பாடுகளில் இறங்கி, பின்னர் நடைமுறைக்குக் கொண்டுவருவதென்ற நான்கு கட்டங்களை இது கொண்டிருக்கிறது. இது நீண்ட பாதையாகும். நேரடியான நான்காவது கட்டத்திற்குப் போவதற்கான அரசியல் சாத்தியங்கள் உண்டு என்ற உண்மையை நான் மறைக்க விரும்பவில்லை.

இருந்தபோதிலும் நான் அரசியலைப் பற்றி பேச விரும்ப வில்லை. தொழில் நுட்பத்தைத் தேர்ந்தெடுப்பது என்பது முக்கியமானது என்று தற்போது உணரப்பட்டுக் கொண்டிருக்கிறது.

இதனை எப்படி எல்லா நிலைகளையும் தாண்டி அடையப்போகிறோம்? எனக்குத் தெரிந்த வரையில் இடைத்தரத் தொழில் நுட்ப வளர்ச்சிக் குழு (Intermediate Technology Development Group - ITDG) என்ற அமைப்பின் மூலம் இது முறையாகச் செய்யப்படுகிறது. உலோகத்தையும் மரத்தையும் எடுத்துக் கொள்வோம். இரண்டுமே தொழிலின் அடிப்படை மூலப்பொருட்கள். மக்கள் எளிய கருவிகள் கொண்டு பழமையான முறையில் செயல்படுதலின் அடிப்படையில் என்னவிதமான மாற்றுத் தொழில் நுட்பத்தை மூலதனம் பயன்படுத்தமுடியும்?

மாற்றுத் தொழில்நுட்பம் என்று சொல்லப்படுவது மிகவும் சிறியதாகவும் குறைவாகவும் இருக்கிறது என்ற விமர்சனம் முன் வைக்கப்படுகிறது. இதற்கென தற்போது உள்ள குழுக்களைவிட, வலிமையான நிறைய குழுக்களை உருவாக்கினால் இந்த விமர்சனம் இருக்காது.

சந்தைகள் எனப்படும் நான்காவது காரணியைப் பார்ப்போம். ஏழ்மையின் காரணமாக சுலபமாகப் பொருட்களை வாங்கும்படியான ஆற்றல் மிகவும் குறைவாகவும் உள்ளது. உற்பத்தி என்பது சில சமயம் செய்வதற்கு எளிதானது, சந்தைப் படுத்துவது மிகவும் கடினமானது. இந்த நிலையில் ஏற்றுமதிக்கெனத் தயாரிக்கும்படியான அறிவுரைகள் நமக்கு உடனே வரும். பணக்கார நாடுகளின் தேவை அதிகம் என்பதால் ஏற்றுமதி செய்யலாம்தான். ஆனால், ஒன்றுமற்ற கிராமப் பகுதிகளில் உற்பத்தியை நான் தொடங்கினால் உலகச் சந்தையின் போட்டியை நான் எப்படி எதிர்கொள்ள முடியும்?

நான் கண்ட வரையில் ஏற்றுமதிக்கான இந்த நிலைக்கு இரண்டு காரணங்கள் உள்ளன. ஒன்று உண்மையானது, மற்றொன்று நல்லதல்ல. அந்த இரண்டாவது காரணம் என்பது காலனிய காலங்களின் பொருளாதாரச் சிந்தனையின் தொடர்ச்சிதான். மெட்ரோபாலிட்டன் சக்திகள் நாடுகளுக்குள் சென்றது அதன் உள்ளூர் மக்கள் தொகையினைக் கருத்தில் கொண்டு மட்டும் அல்ல. தன் தொழிற்சாலை

களுக்குத் தேவையான மூலப்பொருட்களுக்காவும் தான். ஒன்று கயிறு உற்பத்திக்கான மூலப்பொருளுக்காக டான்ஸானியாவுக்குச் சென்றால், மற்றொன்று செம்பைத் தேடி ஜாம்பியாவுக்குச் செல்லும். மொத்த சிந்தனையும் இது போன்ற விருப்பங்களின் அடிப்படையிலேயே உருவானது.

"வளர்ச்சி" என்பது வர்த்தகப் பலன்கள் அல்லது உணவுப் பொருள் விநியோகம் அல்லது மூலப்பொருள்களின் வளர்ச்சிதான். காலனிய சக்திகளின் முக்கிய நோக்கம் காலனியின் ஏற்றுமதியே தவிர அதன் உள்நாட்டு நலன் களல்ல. ஆனால் மக்கள் தங்களுக்கும் பிறருக்காவும் எதனை உற்பத்தி செய்கின்றார்களோ அதுவே அவர்களுக்கு மிகுந்த முக்கியத்துவம் உடையது. அயல்நாட்டினருக்காக தயார் செய்து ஏற்றுமதி செய்வதல்ல.

மற்றொரு விஷயம் உண்மையானது. நான் எதனையும் உற்பத்தி செய்து பணக்கார நாடொன்றுக்கு ஏற்றுமதி செய்கிறேன் என்றால் சலுகையாகக் கிடைக்கும் அந்த வாங்கும் சக்தியை நான் பெற்றுக்கொள்ள வேண்டியதுதான். ஏனெனில் அங்கு முன்பே இருப்பதைவிட எனது ஏற்றுமதி மிகவும் குறைவானதே. ஆனால் ஒரு ஏழ்மையான நாட்டில் புதிய உற்பத்தியைத் தொடங்குகிறேன் என்றால், மற்ற தயாரிப்புகளிலிருந்து வாங்கும் சக்தியை என் தயாரிப்பின் பக்கம் திருப்புவதைத் தவிர வேறு வழியில்லை. ஏற்றுமதிக்கெனத் தயாரிக்கப்படும் பொருட்களுக்கான வாய்ப்புகள் மிகவும் குறைவானதே. அது தரும் வேலை வாய்ப்புகளும் மிகமிகக் குறைவே. உலகச் சந்தைகளில் போட்டியிட வேண்டுமென்றால், தொழிலாளர் குறைந்த, மூலதனம் மிகுந்த பணக்கார நாடுகளின் தொழில் நுட்பத்தைப் பின்பற்ற வேண்டியிருக்கும்.

பல்பொருள் உற்பத்தியை ஒரே நேரத்தில் தொடங்கும் தேவையினால் வளர்ச்சி என்பது கடினமாகிவிடும். ஆனால் அந்தக் கடினத்தைப் பொது வேலைகளின் மூலம் சரிசெய்து கொள்ளலாம். பெருமளவிலான மக்களைக் கொண்ட

பொது வேலைத்திட்டங்கள் மூலம் வேலைகளை உருவாக்குவது எப்போதும் பாராட்டப்படுகிறது. இது பற்றி ஒன்றைக் குறிப்பிட விரும்புகிறேன். வெளி நிதிகளிலிருந்து உருவாக்கப்பட்ட பொது வேலைகளின் மூலம் கிராமப்புற மக்களிடம் புதிய வாங்கும் சக்தியை உருவாக்கலாம். பொது வேலைத் திட்டங்களில் வேலை செய்யும் மக்கள் தங்கள் கூலியைக் கொண்டு "கூலிப்பொருட்களை" அதாவது எல்லா வகையான பொருட்களின் நுகர்வோர்களாக செலவு செய்ய விரும்புவார்கள். அவர்களுக்கானப் பொருட்கள் உள்ளூரிலேயே உற்பத்தி செய்யப்படுமானால் நிதி வெளியே செல்வது தடுக்கப்பட்டு உள்ளூரிலேயே சுழலும். பொது வேலைகள் நிறைய நன்மைகளைத் தரும். ஆனால் உள்ளூர் உற்பத்திகள் அதனுடன் கைகோர்க்க வேண்டும். கூடுதல் உற்பத்திகள் ஏற்றுமதி செய்யப்படலாம். நாம் நமது வளர்ச்சிக்கானவற்றை செவ்வாய் கிரகத்திலிருந்தோ நிலவிலிருந்தோ பெற்ற அந்நியச் செலவாணிகளால் பெற்று விடவில்லை. மனிதகுலம் என்பது ஒன்றே. எனவே இந்த அர்த்தத்தில் இந்திய சமூகமும் ஒன்றே.

ஒவ்வொன்றுமே கடினமாகத் தோன்றுகிறது. மக்களால் செய்யப்படுவதற்குப் பதிலாக மக்களுக்காகச் செய்தால் ஒவ்வொன்றும் மிகக் கடினமானதே. ஆனால் வளர்ச்சி என்பதும் வேலை வாய்ப்பு என்பதும் உலகில் மிக இயற்கையான ஒன்று என்று நாம் எண்ண வேண்டும். ஆரோக்கியமான ஒவ்வொரு மனிதனின் வாழ்விலும் இது நடக்கிறது. அவன் எளிதாக வேலையில் அமர்வது மனித வரலாற்றில் முன்னெப்போதையும் விட இப்போது மிக எளிது. ஏனெனில், இப்போது நிறைய அறிவு மனித குலத் திடம் உள்ளது. பெருமளவில் தகவல் தொடர்பு வசதிகள் உள்ளன. நமது கடினங்கள் நம்மை மெஸ்மரிசம் போன்று மயக்க வேண்டாம். வேலை என்பது உலகின் இயல்பான ஒன்று என்ற உணர்வை மீண்டும் பெற வேண்டும். "ஒன்று மில்லை என்பதைவிட ஏதாவது இருக்கிறது" என்பதனை நான் புத்திசாலித்தனம் என்பேன். நேரிடையான விஷயத்தை மட்டுமே அணுகும் புத்திசாலியைவிட முன்னே சொல்லப்

பட்டவனை நான் புத்திசாலி என்பேன். எது நம்மைத் தடுக்கிறது? கொள்கைகளும், திட்டங்களும்தான். தேவையான தொழிலாளர் சக்தியை 15 ஆண்டுகளுக்குள் கூட கொண்டு வருவது சாத்தியமில்லை என்று கூறும் திட்டக்கமிஷனின் திட்டமிடுபவர்களை இந்தியாவில் கண்டிருக்கிறேன். அது 15 மாதங்களுக்குள் சாத்தியமில்லை என்றால் நான் ஏற்றுக்கொள்வேன். ஆனால் 15 ஆண்டுகளுக்குள்ளும் முடியாது என்றால் அது அறிவுக் குறைபாடுதான் என்று சொல்வேன். ஒரு மனிதனை வேலையில் அமர்த்த வேண்டும் என்றால் மின்சாரம், சிமெண்ட், ஸ்டீல் ஆகியவை வேண்டும் என்று சொல்கிறார்கள். இது மடத் தனமானது. நூறு ஆண்டுகளுக்கு முன்னால் மின்சாரம், சிமெண்ட், ஸ்டீல் போன்றவை குறிப்பிடத்தக்க அளவில் இல்லை. தாஜ்மஹால் எப்படிக் கட்டப்பட்டது என்பதை யோசித்துப் பாருங்கள். இது பொருளாதாரப் பிரச்சினை யல்ல, அரசியல் பிரச்சினை என்று நீங்கள் சொல்லக் கூடும். இது உலகின் சாதாரண மக்களின் கருணை சார்ந்த பிரச்சினை.

எத்தனை நபர்களை வேலையில் ஈடுபடுத்துகிறோம் என்பது எவ்வளவு முதலீடு செய்கிறோம் என்பதைப் பொறுத்தது என்று கொள்கையாளர்களாலும், திட்டமிடு பவர்களாலும் சொல்லப்படுகிறது. நமக்குத் தொழில் நுட்பத்தைத் தேர்ந்தெடுக்கும் வாய்ப்பும் இல்லை என்று சொல்லப்பட்டது. நவீன முறைகளைப் பயன்படுத்தினால் ஒழிய மற்றவை எல்லாம் பொருளாதார ரீதியில் பயனற்றவை என்றும், மக்களுக்கு செய்ய ஒன்றுமே இல்லை என்றும் சொல்லப்பட்டது. மனிதர்களைப் பணிகளிலிருந்து ஒழிப்பது தேவையானது என்று சொல்லப்பட்டது.

தன் வாழ்க்கையை அமைத்துக் கொண்டு தன்னைக் கவனித்துக் கொள்ள முடியாமல் ஒருவன் துன்பப்படுவது பெரிய இழப்பு. வளர்ச்சிக்கும் வேலைவாய்ப்புக்கும் ஏதும் குழப்பமோ சச்சரவோ இல்லை. நடப்புக் காலத்துக்கும்

கடந்த காலத்துக்கும் ஏதும் சச்சரவு இல்லை. அவற்றை இருப்பதாகக் கூறும் மடத்தனத்தினை நீங்கள் உருவாக்கிக் கொள்ளக் கூடும். மக்களை உழைக்க விடாமல் வைத்து எந்த நாடும் வளர்ச்சி பெற்றதில்லை. இந்த விஷயங்கள் எல்லாம் கடினமானவை என்பது வேறு விஷயம். ஆனால் அதே நேரத்தில் மனிதனின் அடிப்படைத் தேவைகளின் மீது நாம் தவறான பார்வை கொள்ளும்படியான விஷயங்களை ஏற்றுக் கொள்ளக் கூடாது.

எல்லாவற்றிற்கும் மேலாக நான் சுய உதவி என்ற ஒரு உதாரணத்தைக் கூறுகிறேன். பேரிறை தனது குழந்தைகளை ஒன்றுமில்லாமல் விட்டுவிடவில்லை. இந்தியாவைப் பொறுத்தவரை நிறைய மரங்களை அது கொடுத்துள்ளது. மனிதனின் அனைத்துத் தேவைகளுக்கான மரங்களும் இந்தியாவில் உண்டு. இந்தியாவின் மிகச் சிறந்த போதனை யாளர்களுள் ஒருவரான புத்தர் புத்த மதத்தைச் சார்ந்த ஒவ்வொருவரும் ஒரு செடியை நட்டு அதனை ஐந்து ஆண்டு கள் பராமரித்து வர வேண்டும் என்று தன் போதனைகளில் குறிப்பிட்டார். இந்த போதனை பின்பற்றப்படும்வரை இந்தியா முழுவதும் பசுமை நிறைந்த மரங்களும், நிழல் களும் நிறைய நீரும், உணவும், பொருள்களும் இருக்கும். ஆரோக்கியமான உடல் கொண்ட ஒவ்வொருவருக்கும் இதனைக் கட்டாயக் கடமையாக்கினால் எப்படியிருக்கும்? ஐந்து ஆண்டுகளில் 2000 மில்லியனுக்கும் மேற்பட்ட மரங் கள் இருக்கும். இதனை முறையாகப் பயன்படுத்தினால் இந்தியாவின் ஐந்தாண்டுத் திட்டங்களைவிட அதிகப் பலனளிக்கும். எந்தவித அயல்நாட்டு உதவியும் இன்றி இதனைச் செய்ய முடியும். சேமிப்பு மற்றும் முதலீட்டுப் பிரச்சினைகள் கிடையாது. அம்மரங்கள் மூலம் உணவுப் பொருட்கள், நாரிழைகள், கட்டுமானப் பொருட்கள், நிழல், நீர், தூய்மையான காற்று ஆகிய கிட்டத்தட்ட மனிதனுக்குத் தேவைப்படும் அனைத்துப் பொருட்களும் கிடைக்கும்.

இந்தியாவின் பெரும் பிரச்சினைக்கு இதனை நான் ஒரு சிந்தனையாகவே தருகிறேன், பதிலாக அல்ல. நான்

கேட்கிறேன். உடனடியாகச் செய்ய வேண்டியவைகளைப் பற்றி சிந்திப்பதை எத்தகைய கல்வி தடுக்கிறது? எதனையும் செய்வதற்கு முன்னால் மின்சாரம், சிமெண்ட் கம்பி ஆகியவை வேண்டுமென்று நம்மை சிந்திக்க வைத்தது எது? உண்மையிலேயே உதவி புரியும் விஷயங்களை மையத்திலிருந்து, அதிகார மையத்திலிருந்து செய்ய முடியாது, அமைப்புகள் மூலம் செய்ய முடியாது. ஆனால் அவைகளை மக்களைக் கொண்டு செய்ய முடியும். உலகில் பிறந்த ஒவ்வொருவரும் தன் கைகளை பயனுள்ள முறையில் ஆக்கப் பூர்வமாக செயல்படுத்துவது இயற்கையானது, இயல்பானது என்ற எண்ணத்தை நாம் மீண்டும் பெற முடியுமென்றால், வேலையில்லாத்திண்டாட்டப் பிரச்சினை ஒழிந்துவிடும் என்று நான் நினைக்கிறேன். அந்த எண்ணத்தைப் பெறுவது மனிதனின் புத்திசாலித்தனத்திற்கு அப்பாற்பட்ட ஒன்றல்ல. தேவையான எல்லா வேலைகளையும் எப்படிச் செய்து முடிக்க வேண்டும் என்று அதி சீக்கிரத்திலேயே நாம் நம்மைக் கேட்கத் தொடங்குவோம்.

பாகம் IV
அமைப்பும் உடமைத்துவமும்

எதிர்காலத்தை முன்கூட்டியே தெரிவிக்கும் கருவி?

முன்கூட்டியே சொல்லப்படுவது குறித்து இந்த அத்தியாயத்தில் ஏன் விவாதிக்கப்படுகிறதென்றால், அது நாம் எதிர் கொள்ளும் மிக முக்கிய மெய் விளக்க இயல் பிரச்சினைகளைக் கொண்டுள்ளது. இப்போதுள்ளதைப் போல் விஷயங்களை முன்கூட்டியே தெரிவிப்பவர்கள், திட்டமிடுபவர்கள், மற்றும் மாதிரி வடிவமைப்பாளர்கள் முன்னெப்போதும் இல்லை. தொழில்நுட்ப வளர்ச்சியினால் உருவான ஆர்வத்தைத் தூண்டக்கூடிய கணினி சொல்லப் படாத புதிய சாத்தியங்களை அளிக்கும் போலத் தோன்று கிறது. "எதிர்காலத்தைத் தெரிவிக்கக்கூடிய இயந்திரங் களைப்" பற்றி மக்கள் சாதாரணமாகப் பேசிக் கொள் கின்றனர். நாம் காத்துக் கொண்டிருப்பது அவை போன்ற இயந்திரங்களுக்காக இல்லையா? எல்லா காலங்களிலும் எல்லா மனிதர்களும் எதிர்காலத்தைப்பற்றித் தெரிந்து கொள்ளவே விரும்புகிறார்கள்.

பண்டைய சீனர்கள் சிங்-1 எனப்படும் "மாற்றங்களின் புத்தகம்" என்ற மனித இனத்தின் தொன்மையான புத்தக மாகக் கருதப்படும் புத்தகத்தை ஆலோசனைக்காகப் பார்ப் பதை வழக்கமாகக் கொண்டிருந்தார்கள். இன்றும் சில புத்த கங்கள் அப்படி உள்ளன. எல்லாம் மாறிக் கொண்டிருக்கும் போது மாறாதது மாற்றம் மட்டுமே என்பதன் அடிப்படை

யில் அமைந்துள்ள அந்த சீனப் புத்தகம் சில மெய் விளக்க இயல் கருத்துக்களை வலியுறுத்துகிறது. "ஒவ்வொன்றிற்கும் ஒரு காரணம் உண்டு" என்று கூறும் எக்லீசியாஸ்டிஸ், வானின் கீழுள்ள ஒவ்வொரு பயன்பாட்டுக்கும் ஒரு நேரம் உண்டு... உடைந்து போக ஒரு நேரம், உருவாக ஒரு நேரம்... கற்களை சிதறடிக்க ஒரு நேரம், அவற்றை ஒன்றாக்க ஒரு நேரம்" என்றும் கூறுகிறார். அல்லது நாம் இப்படிக் கூறலாம், "விரிவாக விரிவாகுவதற்கு ஒரு ஒரு காலம், ஒருங்கு கூட்ட ஒரு காலம்". பிரபஞ்சத்தின் சுருதியைப் புரிந்து கொண்டு அதனுடன் ஒத்திசைவாகச் செல்வதே விவேகமுள்ள ஒரு மனிதனின் பணி. கிரேக்கர் களும் பெரும்பாலான நாடுகளும் அசரீரி வாக்குகள் அடிப்படையில் வாழ்ந்து கொண்டும், குருக்கள், தூதர்கள் இவர்களைப் பின்பற்றிக்கொண்டுமிருந்தபோது, பிரபஞ்ச ரீதியாக ஏற்படும் மாற்றங்கள் குறித்து சீனர்கள் ஒரு நூலைக் கொண்டிருந்தார்கள். அந்த நூல், அனைத்து விஷயங்களும் இறைவனின் விதிகளால் அமைந்துள்ளது என்பதையும் மனிதன் தனது ஞானம் அல்லது துன்பத்திலிருந்து அதனுடன் இணங்கி இருத்தலையும் பற்றிக் கூறுகிறது. நவீன மனிதன் கணினியை நோக்கிச் செல்கிறான்.

தொன்மையான அசரீரி முறைகளுடன் நவீன கணினியை ஒப்பிடுவது ஒரு தூண்டலாக இருக்கலாம். தொன்மையான முறை இயல்பான குணம் என்பதன் அடிப்படையில் செயல்படுவது. ஆனால் கணினிகளோ அளவுகளின், எண்ணிக்கைகளின் அடிப்படையில் அமைந்தது. டெல்ஃப் என்னுமிடத்தில் உள்ள ஆலயத்தில், "உன்னையே நீ அறிவாய்" என்பது எழுதப்பட்டுள்ளது. ஆனால் மின்னணுக் கருவியான கணிணியில் எழுதப்பட்டுள்ளது, "என்னை அறிந்து கொள்". அதாவது உள்ளே புகுமுன் என்னைப் பயன்படுத்துவதற்கான வழிமுறைகளைக் கற்றுக்கொள்" என்பதாகும். அந்த சீன நூலும் அசரீரி வாக்குகளும் மெய் விளக்க இயல் என்றும், கணினி என்பது "உண்மையானது" என்றும் கருதப்படலாம். ஆனால் வரையறுக்கப்பட்ட மெய் விளக்க இயலின் கற்பனைகளின் அடிப்படையிலேயே

எதிர்காலத்தைக் கூறும் இயந்திரம் உருவாக்கப் பட்டுள்ளது என்பதே உண்மையாக இருக்கிறது. "எதிர்காலம் பற்றியவை இங்கே இருக்கின்றன" என்ற கற்பனையின் அடிப்படையில் அந்த இயந்திரம் உள்ளது.

இந்தக் கற்பனை நிர்ணயிக்கப்பட்டதாக உள்ளது. எனவே அதனைத் தெரிந்து கொள்ள நல்ல நுட்பமான கருவிகளே தேவை என்ற எண்ணம் உள்ளது. இந்த விஷயங்கள் எல்லாம் மெய் விளக்க இயலிலிருந்து வெகு தொலைவில் உள்ளனவென்பதையும், நேரடியான அனுபவங்களிலிருந்து வெகு தொலைவிலுள்ள அதீத கற்பனைகளின் அடிப்படையில் உள்ளதையும் வாசகர் ஒப்புக் கொள்வார்கள். இது மனித சுதந்திரத்தைத் தகர்த்து முன்னரே நிர்ணயிக்கப்பட்டுள்ளவற்றை மாற்ற முடியாது என்ற நிலைக்குக் கொண்டு செல்கிறது. நடைமுறை விளைவுகளைக் கொண்டிருக்கும் உண்மையைக் காணாமல் கண்களை மூடிக் கொள்ள இயலாது. அது உண்மையா பொய்யா என்பதே கேள்வி.

இறைவன் உலகையும் அதில் வாழ மக்களையும் படைத்தபோது, அவன் தனக்குள் இப்படிக் காரணம் கொண்டிருக்க முடியுமென நான் எண்ணி, கற்பனை செய்கிறேன். "எல்லாவற்றையும் முன்கூட்டியே அறிந்து கொள்ளும்படி நான் செய்தால், நான் வலிமையான மூளையை வழங்கியுள்ள இந்த மனிதர்கள், சந்தேகமின்றி எதிர்கால விஷயங்களை முன்கூட்டியே அறிந்து கொள்வதை கற்றுக் கொள்வார்கள். பின்னர் அவர்களுக்கு எதனையும் செய்ய வேண்டும் என்ற நோக்கமே இருக்காது. அனைத் துமே நிர்ணயிக்கப்பட்டு விட்டதால் மனிதன் அதில் செய்ய ஏதும் இருக்காது என்றிருந்து விடுவான். ஆனால் நான் ஒவ்வொன்றையும் முன்கூட்டியே தெரிந்து கொள்ள முடியாதபடி படைத்தால், எடுக்கப்பட்ட எந்த முடிவுக்கும் பகுத்த அடிப்படை இல்லை என்பதை மனிதர்கள் கண்டு கொள்வார்கள். அப்போதும் எந்த நோக்கமுமற்றுப் போய் விடுவார்கள். இரண்டுமே சரியல்ல. எனவே இந்த இரண்

டையும் நான் கலந்து படைக்க வேண்டும். சிலவற்றை முன் கூட்டியே தெரிந்து கொள்ள முடியும். சிலவற்றை அப்படித் தெரிந்துகொள்ள முடியாது. அப்போது ஒவ்வொன்றையும் பற்றி அறிந்து கொள்ளுவதே அவர்களது முக்கியமான பணியாக இருக்கும்".

இன்று முன் கூட்டியே கூறும் இயந்திரங்களை வடிவ மைப்பது முக்கியமான பணியாகும். முன்கூட்டியே எதனையும் ஒருவர் தெரிவிப்பதற்கு முன், அவரிடம் அதற் கான ஏற்றுக் கொள்ளும் படியான காரணங்கள் இருக்க வேண்டும்.

எதிர்காலத்தைய திட்டங்களை இடுபவர்களுக்கு முன்பே நிர்ணயிக்கப்பட்ட விஷயங்கள் ஏதுமில்லை. அதன் அடிப்படையில்தான் அவர்கள் திட்டங்களைத் தீட்டு கிறார்கள். எனவே மற்றெல்லோரையும் விட எதிர்காலத் தைப் பற்றிக் கூறக்கூடிய இயந்திரங்களைப் பெற அவர்கள் பெரிதும் விரும்புவார்கள். அவர்களது திட்டங்களை அவர்கள் தீட்டுவதற்கு முன்பே இந்த எதிர்காலத்தைச் சொல்லும் இயந்திரங்கள் அவர்களது திட்டங்களையும் எதிர் பாராத விதமாக சொல்லக் கூடும் என்பதை எப்போதாவது எண்ணியிருக்கிறார்களா?

அது எப்படி இருந்தாலும் எதிர்காலத்தை முன் கூட்டியே சொல்வது பற்றிய கேள்வி முக்கியமானது என்பதுடன் அது ஓரளவு பிரச்சினையையும் கொண்டுள்ளது. நாம் மதிப்பிடல், திட்டமிடல், முன்கூட்டியே கூறுதல், வரவு செலவுத்திட்டம், நிலஅளவைகள், திட்டங்கள், நோக்கங்கள் போன்றவற்றைப் பற்றியெல்லாம் அவை ஒன்றுக்கொன்று மாற்றிக் கொள்ளப்படக் கூடியவை போலும், எல்லோரும் அதனை தாமாகவே புரிந்து கொள் வார்கள் என்பது போலவும் பேசிக் கொண்டிருக்கிறோம். இவற்றிற்கான அடிப்படை வேறுபாடுகளை உருவாக்கிக் கொள்ளவில்லை என்றால் குழப்பமே மிஞ்சும். இந்த வார்த்தைகள் கடந்த காலத்துக்கானதாகவோ அல்லது எதிர் காலத்துக்கானதாகவோ இருக்கலாம். அவை செயல்களுக்

கானதானகவோ, சம்பவங்களுக்கானதாகவோ குறிப்பிடப் பட்டதாகவோ இருக்கலாம். அவை நிச்சயமானதையோ அல்லது நிச்சயமற்றதையோ குறிக்கும்படி இருக்கலாம். இவற்றின் மூன்று வகையான சேர்க்கைகள் 23 அல்லது 8 ஆக இருக்கவே சாத்தியங்கள் உள்ளன. எதனைப் பற்றிப் பேசிக் கொண்டிருக்கிறோமா அதற்கான 8 வேறுபட்ட பதங்களை நிச்சயமாகக் கொண்டிருக்க வேண்டும். நமது மொழியின் மூலமாக அதனை முழுமையாக சொல்ல முடியாது. செயல்களுக்கும் சம்பவங்களுக்கும் இடை யிலான வேறுபாடே மிக முக்கியமானது. எட்டு விதமானவைகளும் கீழே கொடுக்கப்பட்டுள்ளன.

1. **செயல் கடந்தகாலம் நிச்சயம்**
2. **செயல் நிகழ்காலம் நிச்சயம்**
3. **செயல் கடந்தகாலம் நிச்சயமின்மை**
4. **செயல் எதிர்காலம் நிச்சயமின்மை**
5. **சம்பவம் கடந்தகாலம் நிச்சயம்**
6. **சம்பவம் எதிர்காலம் நிச்சயம்**
7. **சம்பவம் கடந்தகாலம் நிச்சயமின்மை**
8. **சம்பவம் எதிர்காலம் நிச்சயமின்மை**

செயல்களுக்கும் சம்பவங்களுக்குமான வேறுபாடு செய் வினைக்கும், செயற்பாட்டு வினைக்கும் உள்ள வேறுபாடு போல அடிப்படையானது. அல்லது "எனது கட்டுப் பாட்டுக்குள்" மற்றும் "எனது கட்டுப்பாட்டுக்கு வெளியே" ஆகியவற்றிற்கு உள்ளது போன்ற வேறுபாடு. திட்டமிடு பவர்களின் கட்டுப்பாட்டுக்கு வெளியே "திட்டமிடல்" என்ற வார்த்தையைப் பயன்படுத்துவது மடமை. சம்பவங்கள் சாதாரணமாகவே நடக்கும். அதனை அவர் முன்னரே சொல்லக் கூடும். அது அவரது திட்டத்தில் நல்ல ஆதிக்கத்தை செலுத்தும். ஆனால் அது திட்டத்தின் ஒரு பாகமாக இருக்க சாத்தியமில்லை.

கடந்தகாலத்திற்கும் எதிர்காலத்திற்குமிடையிலான வேறுபாடு நமக்குத் தேவை என நிரூபிக்கப்பட்டிருக்கிறது. ஏனெனில் திட்டம் அல்லது மதிப்பிடல் என்ற வார்த்தைகள்

அவைகளைக் குறித்தே பயன்படுத்தப்படுகின்றன. திட்ட மில்லாமல் நான் பாரிஸுக்குச் செல்ல மாட்டேன் என்று நான் கூறினால், "நகரின் தெருக்கள் அமைப்பு பற்றிய திட்டத்துடன் செல்வேன்" என்று பொருள்படும். இது எண் 5 ஆம் வகைக்குப் பொருத்தமானது. அல்லது 'எங்கே' நான் செல்ல வேண்டும் எப்படி எப்படி என் பணத்தையும் நேரத்தையும் செலவழிக்க வேண்டும் என்ற திட்டத்துடன் செல்வேன்" என்றும் பொருள்படும். இது எண் 2-க்கு அல்லது 4-க்குப் பொருந்தும். "ஒரு திட்டத்தைக் கொண்டிருப்பது இன்றியமையாதது" என்று ஒருவர் கூறினால், அவர் எந்த எண்ணைக் குறித்துச் சொல்கிறார் என்பது கண்டு பிடிக்கப்படவேண்டிய ஒன்று.

அதேபோன்று "மதிப்பிடல்" என்ற வார்த்தையும், நிச்சயமின்மையைக் குறிக்கிறது. அது கடந்த காலத்துக்கும் எதிர்காலத்துக்குமானதாக இருக்கலாம். உலகில் முன்னரே நிகழ்ந்துவிட்ட ஒன்றுக்கு மதிப்பிடல் தேவைப்படுவதில்லை. ஆனால் நடப்பு உலகில் நன்கு தெரிந்த விஷயங்களிலும் கூட நிச்சயமின்மை நிலவுகிறது. எண்கள் 3, 4, 7 மற்றும் 8 ஆகியவை வெவ்வேறு விதமான நான்கு மதிப்பிடல்களைக் காண்பிக்கின்றன.

இத்தகைய எண்ணற்ற குழப்பங்களில் நாம் சிக்கியுள்ளோம். திட்டங்களை ஆய்வுக்கு உட்படுத்தும் போது, திட்டமிடுபவர்களின் கட்டுப்பாட்டுக்கு வெளியேயான சம்பவங்களுடன் அவை தொடர்புடையவையாகத் தெரிகின்றன. முன்கூட்டி கூறுவன எல்லாம் ஆய்வுக் கணக்குகளே. மதிப்பீடுகள் என்பன திட்டங்களாகத் தெரிகின்றன. இவற்றுக்கு இடையேயான சரியான வேறுபாடுகளை தகுந்த வார்த்தைகள் மூலம் நமது ஆசிரியர்கள் மாணவர்களுக்குக் கற்பித்தல் மிகவும் அவசியமானது.

முன் கூட்டியே கூறுதல்

முன்கூட்டியே கூறுதல் என்பது சாத்தியமா? எதிர்காலம் என்பது இல்லை; இல்லாத ஒன்றைப்பற்றி எப்படி அறிதல் இருக்க முடியும்? அறிவு என்பது கடந்த காலத்தைப் பற்றிய

தாகவே இருக்க முடியும். எதிர்காலம் என்பது தயாரிப்பது. ஆனால் அது இருக்கும் பொருள்களைக் கொண்டே தயாரிக்கப்படுகிறது. இதனைப் பற்றித் தெரிந்து கொள்ள முடியும். கடந்த காலத்தைப் பற்றி வலுவான விரிவான அறிவு இருந்தால், எதிர்காலத்தை முன்கூட்டியே பெருமளவு கூற முடியும். இது பெருமளவுதான், முழுமையாக அல்ல. எதிர்காலத்தை உருவாக்குவதில் மர்மமான மற்றும் கட்டுப்படுத்த இயலாத ஒரு கூறு உள்ளது. அதுதான் மனித சுதந்திரம். அந்த சுதந்திரம் படைத்தவனான கடவுளின் பிம்பத்திலிருந்து உருவானதாகச் சொல்லப்படுகிறது. அதாவது "படைப்புச் சுதந்திரம்".

ஆய்வுக்கூட அறிவியலின் மூலமாக பலர் இன்று இந்த சுதந்திரத்தை, அதன் இருப்பை புறந்தள்ளவே பயன்படுத்து கின்றனர் என்பது வினோதமானது. மனித சுதந்திரம் நுழைய முடியாத அல்லது நுழையும் என்று தோன்றாத ஒவ்வொரு இயக்க அமைப்பையும் ஒவ்வொரு தவிர்க்க முடியாத விஷயங்களையும் பெரிதுபடுத்திக் காண்பிப் பதில் ஆண்களும் பெண்களும் ஆனந்தத்தைக் காண் கிறார்கள். உடல் இயக்கவியல் அல்லது மனோதத்துவ வியல் அல்லது சமூகவியல் அல்லது பொருளாதாரம் அல்லது அரசியல் போன்றவற்றில் சுதந்திரமின்மையின் ஆதாரத்தைக் கண்டால் வெற்றுக்கூச்சல் எழுகிறது. எப்படி பட்ட மனிதத்தன்மையற்ற செயலாக இருந்தாலும், அவர்கள் என்னவாக இருந்தாலும் என்ன செய்து கொண்டிருந்தாலும் அதில் ஏதும் செய்ய இயலாது என்பது கூடுதல் ஆதாரம். சுதந்திரத்தை மறுப்பது என்பது பொறுப்பை மறுப்பது. செயல்கள் ஏதும் இல்லை; ஆனால் சம்பவங்கள் உண்டு. ஒவ்வொன்றும் சாதாரணமாக நடந் தேறுகின்றன; எவரும் பொறுப்பாளிகளல்ல. இதுதான் நான் முன்னர் குறிப்பிட்ட குழப்பத்திற்கான முக்கிய காரணம். எதிர்காலத்தைக் கணித்துக் கூறும் ஒரு இயந்திரத்தை நாம் விரைவில் பெறுவோம் என்ற நம்பிக்கைக்கும் இதுவே காரணம்.

ஒவ்வொன்றும் சாதாரணமாக நிகழ்கிறதென்றால், சுதந்திரம், தேர்வு, மனித படைப்பாற்றல், பொறுப்பு ஆகியவை இருக்காது. அறிவின் தற்காலிகமான வரையறையுடன் ஒவ்வொன்றும் முன்கூட்டியே முழுமையாக சொல்லப்படும். சுதந்திரம் இல்லாதது இயற்கை அறிவியல் அல்லது ஆகக் குறைந்தது அவற்றின் முறைகள் ஆகியவற்றைப் புரிந்து கொள்வது மனித உறவுகளுக்குப் பொருத்தமானதாக இருக்கும். எனவே கவனித்துச் சேர்த்த உண்மைகளை சாதகமான முடிவுகள் தொடரும். பேராசிரியர் ஃபெல்ப்ஸ் பிரவுன் நமக்கு நீண்ட மிக நீண்ட ஆண்டுக் கணக்கிலான கவனித்தல் வேண்டுமெனக் கூறுகிறார்.

மனித சுதந்திரம் மற்றும் பொறுப்புகளின் தன்னிச்சையான தலையீட்டினால் இயற்பியலிலிருந்து வேறுபட்ட மெய் விளக்க இயலாக பொருளாதாரம் மாறி, மனிதன் சார்ந்த விஷயங்களை முன் கூட்டியே சொல்ல இயலாத தாக்கி விடுகிறது.

மனித சுதந்திரம் தலையிட இயலாதவைகளான, நட்சத்திரங்களின் இயக்கம் போன்றவை முன்கூட்டியே சொல்லப்பட முடிந்தவை. மனித சுதந்திரம் தலையீடு செய்யக் கூடிய ஒவ்வொன்றையும் முன் கூட்டியே சொல்லப்பட முடியாதவை என்று கூறலாம். இதற்குப் பொருள் எல்லா மனித செயல்பாடுகளும் முன் கூட்டியே சொல்லப்பட முடியாதவை என்பதா? இல்லை. ஏனெனில் பெரும்பாலான மக்கள், பெரும்பாலான நேரங்களில் தங்கள் சுதந்திரத்தைப் பயன்படுத்தாமல் இயந்திரத்தனமாகவே நடந்து கொள்கின்றனர். நிறைய மனிதர்களை அவர்களது பல்வேறு குணாதிசயங்களின் அடிப்படையில் ஆராய்ந்ததில் அவர்களது செயல்கள் முன்கூட்டியே சொல்லப்படத்தக்கவையாக இருந்தன. இவர்களுள் மிகச் சிலரே ஏதோ ஒரு சமயத்தில் தங்கள் சுதந்திரத்தின் சக்தியைப் பயன்படுத்துகிறார்கள். அந்த செயல்பாடு மொத்த வெளிப்பாட்டில் எந்த பாதிப்பையும் ஏற்படுத்தாது.

தங்களது படைப்புச் சுதந்திரத்தைப் பயன்படுத்தும் மிகச் சிறுபான்மையினராலேயே எல்லாவித முக்கிய புது சிந்தனைகளும் மாற்றங்களும் கொண்டு வரப்படுகின்றன.

ஒரு சூழ்நிலையில் பெரும்பான்மையானவர்கள் தீவிரமான காரணங்கள் இல்லாவிட்டால் எந்த மாற்றத்தையும் உண்டாக்காத வகையிலேயே செயல்படுகிறார்கள்.

எனவே நாம் இப்படிப் பிரிக்கலாம்.

அ. மனித சுதந்திரம் இல்லாத நிலையிலேயே முழுமையான முன்கூட்டியே சொல்லப்படுவது இருக்கிறது.

ஆ. சாதாரண விஷயங்களை பெருமளவிலான மக்கள் தொடர்ந்து செய்து வரும் போது முன்கூட்டியே சொல்லப்படுவது என்பது சார்ந்த நிலையில் நிகழ்கிறது.

இ. மனித செயல்பாடுகளை கட்டுப்படுத்தி மனித சுதந்திரத்தை இல்லாதாக்கும் திட்டங்கள் முன்கூட்டியே சொல்லப்படுவது சார்ந்த நிலையில் முழுமையாக நிகழ்கிறது. உதாரணம். இரயில்வே கால அட்டவணை.

ஈ. தனிமனிதர்களின் தனிமனித முடிவுகள் முன்கூட்டியே சொல்லப்பட முடியாதவை.

தெரிந்த திட்டங்களால் மாற்றியமைக்கப்பட்ட தெரிந்த விபரங்கள் மூலமானவையே எல்லா முன்கூட்டிச் சொல்லப்படுதல்களும். ஆனால் எப்படி விபரங்களைத் தெரிந்து கொள்வது? எத்தனை ஆண்டுகள் பின்னுக்குச் செல்ல வேண்டும்?

வளர்ச்சி சம்பந்தமான பதிவுகள் இருக்கிறதெனில், சராசரி வளர்ச்சி, வளர்ச்சி விகித அதிகரிப்பு அல்லது ஆண்டு சம்பள உயர்வு ஆகிய இவற்றில் எந்த விபரங்களை நீங்கள் எடுத்துக் கொள்வீர்கள்? உண்மையாக சொல்லப் போனால், இதற்கென்று விதிகள் ஏதும் இல்லை. மிகவும் வேறுபட்ட முடிவுகளினாலான ஒரே கால அட்டவணை

யிலான தகவல்களை பயன்படுத்துவதன் பல்வேறுபட்ட சாத்தியங்களை அறிந்து கொள்வது நல்லது. எந்த விபரங்களின் மீதும் தவறாக நம்பிக்கை வைப்பதை அது தடுக்கும்.

குறுகிய கால முன்கூட்டிச் சொல்லலில் தரப்படுத்தப் படாத பல்வேறு தகவல்களை தரப்படுத்தி முக்கிய முடிவுகள் எடுக்கப்படுகின்றன. ஒரு ஆண்டு வளர்ச்சிக்குப் பின் - எதை முன்கூட்டியே சொல்வீர்கள்?

அ. நாம் ஒரு அதிகபட்ச உயரத்தை அடைந்து விட்டோம்.

ஆ. அந்த வளர்ச்சி அதைப்போன்றே தொடரும் அல்லது குறையும் அல்லது இன்னும் அதிகரிக்கும்.

இ. ஒரு வீழ்ச்சி இருக்கும்.

இந்த மூன்றையும் முன் கூட்டியே சொல்லும் நுட்பத்தினால் சொல்ல முடியாது. ஆனால் தகவல்களின் அடிப்படையிலான முடிவுகளின்படி சொல்ல முடியும். எதனை நீங்கள் கையாள்கிறீர்கள் என்பதைப் பொறுத்தது அது. அதிகரிக்கும் மின்சாரப் பயன்பாடு என்றால், இந்த மூன்றிலிருந்தே தேர்வுசெய்யப்படவேண்டும். முன்கூட்டியே சொல்லப்படுதல் என்பது தரப்படுத்தப்படாத தகவல்களினால் சொல்லப்படுவது இல்லை. எந்த அளவு தரப்படுத்தலும் சரியான முடிவுக்கு ஒருவரைக் கொண்டுவராது.

எனவே நடப்பு சூழ்நிலையை முழுமையாகப் புரிந்து கொள்ள முயற்சிகள் தேவை என்று நம்புகின்றேன். அப்படிப் புரிந்து கொண்டு அசாதாரணமான, அபூர்வமான காரணிகளை அறிந்து கண்டுபிடித்து நீக்க வேண்டும். இப்படிச் செய்தால் முன் கூட்டியே சொல்லுதல் என்பது தரப்படுத்தப்பட்டதாக இருக்கும். அடிப்படை முடிவுகளுக்கு வருவதற்கு எந்தத் தரப்படுத்துதலும் உதவ முடியாது.

இந்த நிலையில் கணினிகளைக் கொண்டு குறுகிய கால முன்கூட்டிச் சொல்லும் சாத்தியங்கள் இருக்கக்கூடும்

என்பது மறக்கப்படலாம். ஏனெனில் கணினிகள் பெரு மளவிலான தகவல்களைக் கையாண்டு, பொருந்தும் படியான கணிதக் கூற்றாக அவற்றை மாற்றிவிடும். இந்த கணிதக் கூற்றை உடனடியாக மிகப்புதியதாக செய்து கொள்ள முடியும். நல்ல பொருத்தமான கணித வளம் இருந்து அதனைக் கையாண்டால், அந்த இயந்திரத்தால் எதிர்காலத்தை முன்கூட்டியே சொல்ல முடியும்.

அவைபற்றிய மெய் விளக்க இயல் கேள்விகள் மீது கவனம் செலுத்த வேண்டியிருக்கிறது. "நல்ல பொருத்த மான கணித வளம்" என்றால் என்ன? கடந்த காலத்தில் தொடர்ந்து நடந்த அளவீட்டு மாற்றங்களை சரியான கணித மொழியில் சொல்வதாகும். ஆனால் உண்மை என்ன வெனில் அந்த தொடர்ந்து நடந்து வரும் அளவீட்டு மாற்றங்களை என்னாலோ அல்லது அந்த இயந்திரத்தாலோ சரியாக, யூகங்களிலான முடிவுகளின்றி சொல்ல முடிந் திருக்க வேண்டும். மனித சுதந்திரம் இல்லாத நிலையிலும், நாம் கவனித்து பதிந்து வைத்திருக்கும் தகவல்களுக்கான காரணங்களில் மாற்றங்கள் ஏற்பட சாத்தியங்களின்றியும் இது இருக்க வேண்டும்.

மாற்றங்களைக் கொண்டு வரும் காரணிகள் வராதவரை நன்கு நிறுவப்பட்ட வகைமாதிரிகள் (நிலைத்தன்மை பற்றி, வளர்ச்சி அல்லது வீழ்ச்சி பற்றி) சிறிது காலம் நீடித்தி ருக்கும் என்று கூறப்படுவதை நான் ஏற்றுக்கொள்கிறேன். இவை போன்ற வகை மாதிரிகளை கண்டுணர மின்னணு வியல் இல்லாத மனிதனின் மலிவான மூளை சக்தி அதன் போட்டியாளரான கணினியை விட வேகமானது, நம்பக மானது என்று நான் கூறுவேன்.

நடப்பு சூழ்நிலையின் அசாதாரணமானவற்றை நீக்கிய பிறகு, தரப்படுத்தப்படாத முன்கூட்டியே சொல்லும் முறை புள்ளியியலாளர்கள் குறிப்பிடும் இரண்டு பெரும் தவறு களில் கொண்டு போய்விடும். கணினியில் ஒரு சூத்திரத்தை நீங்கள் பெற்றிருப்பீர்களேயானால், அதனைக் கசக்கிப் பிழிந்து எதிர்காலம் பற்றிய படத்தைக் கொண்டு வர

முயல்வீர்கள். உண்மையானது என்று தான் எண்ணும் ஒரு கற்பனை வரைபடைத்தைக் கொண்டிருக்கும் மனிதன் வரைபடத்தைப் பெற்றிருக்காத மனிதனை விட மோசமான வனாக இருப்பான்.

முன்கூட்டி தகவல்களைச் சொல்லும் ஒருவன், அவை எத்தகைய யூகங்களின் அடிப்படையில் சொல்லப்பட்டவை என்பதை ஏற்றுக் கொள்வான். ஆனால் அந்த முன்கூட்டி சொல்லப்படும் தகவலைப் பயன்படுத்தும் மனிதன் அதனைப் பற்றி ஒன்றும் அறியாமல், ஒரே ஒரு சோதிக்கப் படாத யூகத்தையே கைக்கொள்வான். முன்கூட்டி சொல்லப் படுகிறதோ இல்லையோ தெரியாத எதிர்காலம் குறித்து நிர்வாக ரீதியிலான முடிவை ஒருவன் எடுக்க வேண்டும்.

திட்டமிடல்

திட்டமிடல் என்பது முன் கூட்டியே கூறப்படுதலி லிருந்து முற்றிலும் வேறுபட்டது. அது திட்டமிடுபவர்கள் அல்லது அவர்களது முதலாளிகள் செய்ய விரும்புவது. திட்டமிடுதல் என்பது அதிகாரத்திலிருந்து பிரிக்க இயலாத ஒன்று. எந்த வகையான அதிகாரம் பெற்றிருக்கும் எவருக் கும் திட்டமிடுதல் என்பது இயல்பானது மற்றும் விருப் பத்தின் பேரிலானது. தன் அதிகாரத்தை உணர்வுப்பூர்வ மாகப் பயன்படுத்திய எதிர்காலப் பார்வை அவருக்கு வேண்டும். அப்படிச் செய்யும்போது மற்றவர்கள் என்ன செய்யக்கூடும் என்பதை அவர் கருத்தில் கொள்ள வேண்டும். இதனை வேறு வார்த்தைகளில் சொல்ல வேண்டுமென்றால், ஓரளவு முன்கூட்டி சொல்லப்படும் அறிவு இல்லாமல் அவரால் சரியாக திட்டமிட முடியாது. மனித சுதந்திரம் தலையிட முடியாதவைகளிலும், பெருமளவிலான மக்களின் தொடர் செயல்பாடுகளுடனும் அல்லது அதிகாரத்தைக் கொண்டவர்களால் நிறுவப்பட்ட திட்டங்களுக்குமான முன்கூட்டி சொல்லுதல் நடக்கும். துரதிர்ஷ்டவசமாக முன்கூட்டி சொல்லுதல் என்பது தனிப் பட்டவர்களின் தனிப்பட்ட முடிவுகளையோ அல்லது சிறிய குழுக்களையோ சார்ந்திருக்கிறது. இவற்றில் முன்கூட்டி

சொல்லுதல் என்பது உள்ளுணர்விலான யூகங்கள்தான். முன் கூட்டி சொல்லும் தொழில் நுட்பத்தின் எந்த முன்னேற்ற மும் இதற்கு உதவாது. சில மனிதர்கள் மற்றவர்களைவிடச் சிறந்த யூகங்களைக் கொண்டிருக்கிறார்கள்தான். இது சிறந்த முன்கூட்டி சொல்லும் திறனாலோ அல்லது அவர்களது கணிப்பிற்கான சிறந்த இயந்திரங்களாலோ அல்ல.

எனில், ஒரு சுதந்திர சமூகத்தின் "தேசியத் திட்டம்" என்பதன் பொருள் என்னவாக இருக்க முடியும்? எல்லா அதிகாரத்தையும் ஒரு புள்ளியில் குவிக்கும் படியானதாக அது இருக்க முடியாது. ஏனெனில் சுதந்திரத்தை வேறறுத்ததாக அது ஆகிவிடும். நல்ல திட்டமிடல் என்பது அதிகாரத்துடன் விரிந்து செல்லக் கூடியது. ஒரு சுதந்திர சமூகத்தின் "தேசியத் திட்டம்" என்ற சொற்களின் அறிவுப் பூர்வமான பொருளாக, 'உண்மையான அதிகாரத்தைத் தம் வசம் கொண்டிருப்பவர்களின் சுய விருப்பத்திலான எண்ணங்கள்' என்றே எனக்குத் தோன்றுகிறது. அத்தகைய எண்ணங்களிலான வாக்குமூலங்கள் ஒரு மைய ஏஜன்ஸி யால் சேகரிக்கப் படுகின்றன.

நீண்டகால முன்கூட்டிச் சொல்லுதலும் சாத்தியமான ஆய்வுகளும்

ஐந்து அல்லது அதற்கு மேற்பட்ட காலங்களுக்கான மதிப்பீட்டை உருவாக்கும் நீண்டகால கணிப்பு பற்றிப் பார்ப்போம். மாற்றம் என்பது காலத்தால் நிகழ்வது. குறுகிய கால கணிப்பைவிட நீண்டகால கணிப்பு கடினமானது. உண்மையில் எல்லாவித நீண்டகால கணிப்பு களும் யூகங்களிலானவை, மடத்தனமானவை. நீண்டகால கடப்பாடுகளின் அடிப்படைகளில் முடிவுகள் மேற்கொள்ள வேண்டி இருப்பதால் எதிர்காலம் குறித்த பார்வையைக் கொள்ள வேண்டும் என்பது அவசியமாகிறது. இதனை எதனைக் கொண்டும் சரிப்படுத்திவிட முடியாதா?

முன்கூட்டிய கணிப்புகள் மற்றும் சாத்தியமான ஆய்வு கள் ஆகியவற்றுக்கு இடையிலான வேறுபாட்டை மீண்டும் வலியுறுத்த நினைக்கிறேன். ஒன்றில் இது அல்லது அது

இன்னும் இருபது ஆண்டுகளில் இப்படி இருக்கும் என்று கூறுவது. மற்றொன்றில் யூகங்களின் அடிப்படையில் நீண்டகால விளைவுகள் இப்படி இருக்கும் என்று கூறுவது என்று கணக்கிடுகிறேன். பெரிய பொருளாதாரக் கல்வியில் சாத்தியமானவை பற்றிய ஆய்வுகள் அபூர்வமாகவே செய்யப்பட்டுள்ளன. மக்கள் பொதுவான முன்கூட்டிய கணிப்புகளை அவ்வளவாக சார்ந்து இருப்பதில்லை.

சில உதாரணங்களைக் கூறுவது பொருத்தமாக இருக்கலாம். வளர்ச்சியற்ற நாடுகளில் வளர்ச்சி பற்றி பேசப் படுகிறது. அதற்காக எண்ணற்ற "திட்டங்கள்" போடப் படுகின்றன. உலகின் எதிர்பார்ப்பின்படி சில பத்தாண்டு களில் உலகின் பெரும்பான்மையான மக்கள் வளர்ச்சி யடைந்த மேற்கத்திய நாடுகளில் இப்போது மக்கள் வாழ்வது போல் வாழ்வார்கள். இதனை முறையாக ஆய்வு செய்ய வேண்டும். அந்த வளர்ச்சிக்குத் தேவையான உணவுப் பொருள்கள், எரிபொருள், உலோகங்கள், துணி இழைகள் போன்றவை எவ்வளவு இருக்க வேண்டும்? தொழில்துறை இருப்பு எவ்வளவு இருக்க வேண்டும்? இவற்றிற்கெல்லாம் நிறைய புதிய யூகங்கள் வேண்டி இருக்கும். ஒவ்வொரு யூகமும் ஆய்வுக்குள்ளாகும். பெருமளவிலான மக்கள் ஏழ்மையில் வாழும் நாடுகளில் சரியான பொருளாதார முன்னேற்றங்கள் இருக்க வேண்டும் எனும்போது வளர்ச்சிக்கான மாற்று வகைகளும் செய்யப் பட வேண்டும். சில வகையான வளர்ச்சிகள் மற்றவற்றை விட மிகவும் சாத்தியமானவைகளாகத் தோன்றும்.

குறைவாக உள்ள புதுப்பிக்க இயலாத மூலப்பொருட் களான படிம எரிபொருட்கள், உலோகங்கள் ஆகியவை பற்றிய பிரக்ஞாபூர்வமான சாத்தியமான ஆய்வுகளுடனான நீண்டகால சிந்தனைகள் விரும்பத்தக்கவை. இப்போதைய நிலையில் நிலக்கரிக்கு மாற்றாக எண்ணெய்ப் பொருட்கள் இருக்கின்றன.

சிலர் நிலக்கரி இனி பயன்படாது போகும் என நினைக்கின்றனர். நிலக்கரி, எண்ணெய்ப் பொருட்கள்

(பெட்ரோலியப் பொருட்கள்) மற்றும் இயற்கை எரிவாயு வின் இருப்பு பற்றிய ஆய்வு அச்சமூட்டி எச்சரிக்கை செய்யும் விதத்தில் உள்ளது.

மக்கள் தொகைப் பெருக்கம் மற்றும் உணவுப்பொருள் விநியோகம் சம்பந்தமான ஐக்கிய நாடுகள் சபையின் தகவல்களின் அடிப்படையில் உற்பத்தி செய்யப்பட வேண்டிய உணவுப் பொருட்களின் அளவை அடைய, குறிப்பிட்ட சிறப்பு நடவடிக்கைகள் மேற்கொள்ளப் படவேண்டும் என்கிறது.

இவை எல்லாவற்றிலும் மிகத் தேவையானது அறிவுப் பூர்வமான ஒன்றாகும். அது முன்கூட்டிக் கணித்தலுக்கும் சாத்தியமான ஆய்வுகளுக்கும் இடையிலான வேறுபாட்டை ஏற்றுக் கொள்வதுதான். இவை இரண்டையும் குழப்பிக் கொள்வது புள்ளி விவர அறிவின்மையின் அடையாளம் தான். நீண்ட கால கணிப்பு என்பது யூகத்தினாலானது. ஆனால் சாத்தியக்கூறுகள் பற்றிய நீண்டகால ஆய்வு ஆபத்தை எண்ணி நாம் ஒதுங்கிவிடும் இணக்கமான, நேர்மையான ஒன்றாகும்.

இந்த ஆய்வுப் பணி கணினி போன்றவைகளால் செய் யப்பட வேண்டுமா என்பது ஒரு கேள்வி. முடிவுகளைக் காண வேண்டிய சில துறைகளின் பெருகிவரும் முடிவற்ற உதவிகளை கணக்கிட அவை தேவைபோல் எனக்குத் தோன்றுகிறது. ஒரு மின்னணுக்கருவியான கணினியால் பல்வேறு தகவல்களின் அடிப்படையில் பல்வேறு சாத்தியக்கூறுகளினாலான கணக்குகளை மனித மூளையை விட சில நொடிகளில் செய்ய முடியும்தான். ஆனால் அதனை மனித மூளை எப்போதும் செய்ய வேண்டிய தேவையே இருக்காது. மனித மூளை முடிவுகளை எடுக்கக் கூடிய ஆற்றல் மூலம் சரியான முடிவுகளை எடுக்க சில குறிப்பிட்ட அளவுகோல்களில் கவனம் செலுத்தி செயல் படக் கூடியது. நடப்புத் தகவல்களை தொடர்ந்து அளிப் பதன் மூலம் நீண்ட காலத்திற்கான கணிப்புகளை கணினி மூலம் செய்யமுடியும் எனச் சிலர் கருதுகின்றனர். இது

சாத்தியம்தான் என்றாலும் உதவிகரமாக இருக்குமா? ஒவ்வொரு தகவலும் அதன் நீண்ட காலத்திற்குமான பொருத்தத்தை ஆய்வு செய்ய வேண்டியதாக இருக்கும். எனவே உறுதியான முடிவுகள் உடனடியாகத் தெரியவராது. அல்லது நீண்டகால கணிப்புகளை இயந்திரகதியில் தொடர்ந்து மீண்டும் மீண்டும் செய்து கொண்டிருப்பதில் எந்தப் பலனும் இல்லை என்றே நான் நினைக்கிறேன். மாபெரும் வர்த்தகத்தில் மிகவும் அபூர்வமான ஒன்று சம்பவிக்கும்போது நீண்டகால முடிவு செய்யப்படும் முன்கூட்டிய கணிப்பு தேவைப்படும். இதற்கான மிக சிக்கலான நீண்ட நிச்சயமில்லாத செயல்பாட்டை ஒரு இயந்திரசாதனத்தின் மூலம் செய்துவிடலாம் என்பது சுயமாக ஏமாற்றிக்கொள்வதைப் போன்றது.

சாத்தியக் கூறுகள் பற்றிய ஆய்வு என்று வரும்போது ஒருவரின் யூகங்களில் ஏற்படும் மாற்றங்களை சோதித்துக் கொள்ள எப்போதாவது இத்தகைய இயந்திர சாதனங்கள் பலனளிக்கலாம்.

கணிக்க இயலாத் தன்மையும் சுதந்திரமும்

முன்கூட்டிய கணிப்பில் கணினி மீது எனக்கு எதிர்மறை யான அபிப்ராயம் இருந்தாலும் அவற்றின் மற்றப் பயன் பாடுகள் குறித்து நான் தவறாக மதிப்பிடவில்லை. அவை கணிதப் பிரச்சினைகளில் தீர்வுகாண்பதிலும், அவைகளின் உற்பத்திச் செயல்பாடுகளிலும் எனக்குத் தவறான மதிப்பீடு களில்லை. இந்த செயல்பாடுகள் அனைத்தும் அறிவியலும் அவற்றின் பயன்பாடும் சார்ந்தவை. அவை சார்ந்துள்ள விஷயம் மனிதம் சம்பந்தமானதல்ல. "மனிதம் சார்ந்த சம்பந்தமானவை" என்று நான் கூறுவேன். இதன் மிகச் சரியான அடையாளம் என்னவெனில், சுதந்திரமின்மை தான், தேர்ந்தெடுக்க இயலாமைதான். பொறுப்பின்மை மற்றும் கௌரவமின்மைதான். மனித சுதந்திரம் என்பது நுழையும்பொழுது, இயந்திர சாதனங்களின் வளர்ச்சிக்கு அபாயம் நேரிடுகின்ற வேறு விதமான உலகில் இருக் கிறோம் என்று பொருள். வேறுபாடுகளை அழிக்க

எத்தனிக்கும் எந்த முயற்சியும் உச்சகட்ட வேகத்தில் எதிர்க்கப்பட வேண்டும். இயற்கை அறிவியலைப் போன்ற போலியான முறைகளைப் பின்பற்றும்படியாக தவறாக வழி நடத்தப்பட்ட சமூக அறிவியலினால் மனித கௌரவத் திற்குப் பெரும் சேதம் விளைந்துள்ளது. பொருளாதாரமோ அல்லது பயன்முறைப் பொருளாதாரமோ, சரியான அறிவியலல்ல. உண்மையில் அதனைவிடப் பெரியதாக இருக்க வேண்டியவை. அதாவது விவேகத்தின், புத்திசாலித்தனத்தின் ஒரு பிரிவாக இருக்க வேண்டியது. "அரசியல் மற்றும் சமூக சார்பற்றதாக தனக்கான அபூர்வ மான முறையில் உலகப் பொருளாதார சமநிலை தனக் குள்ளே வளர்ந்திருக்கிறது" என்று திரு. கோலின் கிளார்க் ஒருமுறை குறிப்பிட்டார். இந்தக் கூற்றின் அடிப்படையில் "*1960*ஆம் ஆண்டின் பொருளாதாரம்" என்ற நூலை **1941**-ல் அவர் எழுதினார். அவர் அதில் என்ன எழுதியிருந்தாரோ அது காணப்படவில்லை என்று கூறுவது சரியல்ல. இருந்த போதும் மனிதன் தனது சுதந்திரத்தை இயற்கையின் மாறாத விதிகளுக்குள் பயன்படுத்துகிறான் என்ற கருத்திலிருந்து வெளியானவைகளை அந்த நூல் கொண்டிருந்தது. திரு. கிளார்க்கின் நூலில் உள்ள யூகம் உண்மையல்ல. உண்மை யில் உலகப் பொருளாதார சமநிலை, நீண்ட காலத்திலும் கூட அரசியல் மற்றும் சமூக மாற்றங்களை சார்ந்ததாக உள்ளது. அவரது நூலில் பயன்படுத்தப்பட்டுள்ள நவீன கணிப்பு முறைகள் வெறும் புள்ளி விவரங்களாகவே உள்ளன.

முடிவுரை

வாழ்க்கை (பொருளாதார வாழ்க்கை உட்பட) வாழ்வ தற்கு ஏற்றதாகவே உள்ளது. ஏனெனில் அது முன்கூட்டியே கணிக்கப்பட முடியாததாக உள்ளது என்பதால் மகிழ்ச்சி யாக வாழ்வதற்கு ஏற்றதாகவே உள்ளது என்ற முடிவுக்கு வருகிறேன். வாழ்க்கையை பொருளாதார நிபுணராலோ அல்லது புள்ளி விபரக்காரர்களாலோ அறுதியிட முடியாது. இயற்கையின் விதிகளுக்கு உட்பட்டு நாமெல்லோரும்

நன்மை அல்லது தீமை என்ற முடிவு எடுப்பதற்கும், அவரவர்க்கும் எஜமானர்களாக உள்ளோம்.

ஆனால் பொருளாதார நிபுணர்களால், புள்ளியியலாளர்களால், இயற்கை விஞ்ஞானிகளால், பொறியியலாளர்களால் அல்லது சரியான தத்துவவியலாளர்களால் கற்பிக்கப்பட்ட அறிவுகள் நமது முடிவை தீர்மானிக்க உதவ முடியும். எதிர்காலம் என்பதைக் கணிக்க இயலாது. ஆனால் அதனை ஆராய்ந்துணர முடியும். சாத்தியக் கூறுகள் பற்றிய ஆய்வுகள் நாம் எங்கே சென்று கொண்டிருக்கிறோம் என்பதைக் காண்பிக்க இயலும். உலகம் முழுமைக்கும் "வளர்ச்சி" என்பது அடிநாதமாக இருப்பதால் முன்னெப்போதையும் விட நாம் எங்கு சென்று கொண்டிருக்கிறோம் என்பதை அறிவது மிக முக்கியமானது.

நிர்ணயிக்கப்படாத எதிர்காலத்தின் சாதகமான அறிவை பெற்றுக் கொள்ளும் அவசரத்தில் நவீன உலகின் மனிதனது செயல்பாடுகள், முன்கூட்டிய கணிப்புகள், தகவல்கள் போன்ற விஷயங்களுக்குள் சிக்கி இருக்கின்றன. இந்த விஷயங்கள் அதிகரித்து வளர்ந்து மனிதனைச் சுற்றிலும் மலைகள் போல ஆகிவிட்டன. இதன் விளைவு நம்ப வைக்கும் பெரிய ஏமாற்று வேலையாகவும் பார்கின்ஸன் விதியை சரி என்று நிரூபிப்பதாகவும் ஆகிவிடுமோ என்று தான் அஞ்சுகிறேன். எல்லாவற்றையும் நன்றாகப் பார்த்துக் கொண்டு நிதானமாக, அமைதியாக செயல்படும் முதிர்ச்சியடைந்த மூளைகளின் முடிவுகளின் அடிப்படையிலேயே எல்லா சிறந்த முடிவுகளும் உள்ளன. "நில், பார், கவனி" என்பதே "முன் கூட்டிய கணிப்புக்களை எதிர் நோக்கு" என்பதைவிட மிகச் சிறந்த குறிக்கோளாகும்.

பெருமுதலீட்டு தொழில் கொள்கையை நோக்கி

கிட்டத்தட்ட எல்லா நாட்களிலும் "இணைந்தது", "ஏற்றுக் கொண்டது" போன்ற சொற்கள் கேட்டுக் கொண்டே இருக்கின்றன. பெரிய நிறுவனங்கள் பங்கு பெறும், பெரிய சந்தை வாய்ப்புகளைத் திறந்துவிடும்படி யாக ஐரோப்பிய பொருளாதார சமூகத்தில் பிரிட்டனும் சேர்ந்துள்ளது. முதலாளித்துவ நாடுகளில் தோன்றியுள்ள எதனையும் கடந்து முறியடிக்கும்படியாக அல்லது போட்டி யிடுவதாக சோஷலிச நாடுகளில் தோன்றியுள்ள தேசியமய மாக்கல் பெரிய கூட்டிணைப்பை உருவாக்கி உள்ளது. பொருளாதார நிபுணர்கள் மற்றும் வர்த்தக வல்லுனர்களின் பெரும்பான்மையோர் இந்தப் பரந்த பெரிய தோற்றத்தை ஆதரிக்கின்றனர்.

மாறாக இதனுடன் உள்ள அபாயங்களைக் குறித்து சமூக வியலாளர்களும், மனோதத்துவ நிபுணர்களும் எச்சரிக்கின் றனர். மாபெரும் இயந்திரப் பற்சக்கரத்தின் மிகச்சிறிய ஒரு பல்லாக ஒரு தனிமனிதன் தன்னை அற்பமாக உணரும் போது அவனது அறநெறிசார் உயர்பண்புத்தரமும் அவன் பிரிவற்றவன் என்ற எண்ணமும் அபாயத்திற்குள்ளாகின் றன. அவனது தினசரி வாழ்க்கையின் மனித உறவுகள் மனிதத்தன்மையற்று போய்க்கொண்டே இருக்கும் அபாய மும் இருக்கிறது. உற்பத்தியிலும், திறனிலும் கூட இந்த அபாயம் நேர்கிறது.

துணிச்சலான நவீன இலக்கிய உலகம் நமக்கும் அவர்களுக்குமிடையிலான பரஸ்பர சந்தேகத்தால் கிழிபட்ட நிலை, மேலுள்ளவர்களின் அதிகாரம், கீழுள்ளவர்களின் அடக்கம் ஆகியவைகளால் உருவான வெறுப்பு ஆகியவற்றை பயமுறுத்தும் வகையில் சரியாகப் பிரித்துக்காட்டுகிறது. அமைப்பு, ஒருங்கிணைத்தல், நிதிகள், உற்சாக மூட்டும் பணக் கொடை, முடிவற்ற எச்சரிக்கைகள் மற்றும் பயமுறுத்தல்கள் மூலமாக அனைத்தையும் நடக்கும்படி வீணான வகையில் ஆட்சியாளர்கள் செயல்படும்போது மக்கள் சொல்ல விரும்பாத பொறுப்பின்மையால் ஆட்சியாளர்களுக்கு எதிர்வினை புரிகின்றனர்.

இவை அனைத்துமே புரிதல் இல்லாமையால் உண்டாகும் பிரச்சினைகளே என்பதில் சந்தேகமில்லை. பலனளிக்கக் கூடிய தொடர்பு, புரிதல் என்பது மனிதனுக்கும் மனிதனுக்கும் இடையிலான தொடர்பு மட்டுமே. பிரான்ஸ் காஃப்காவின் "கோட்டை" என்ற திகில் நாவல் இடைவெளியின் அதிர்ச்சியளிக்கும் விளைவுகளைக் கூறுகிறது. திரு. கே எனப்படும் நில அளவீட்டாளர் அதிகாரிகளால் வேலைக்கு அமர்த்தப்படுகிறார். ஆனால் அதன் காரண காரியம் ஒருவருக்குமே தெரியவில்லை. "துரதிர்ஷ்ட வசமாக எங்களுக்கு நில அளவீட்டாளர் தேவையில்லை, அவரால் இங்கு எந்தப் பயனும் இல்லை" என்று அவர் சந்திக்கும் அனைவரும் சொல்வதால் அவர் தனது உண்மை நிலையைத் தெளிவாக அறிந்து கொள்ள முற்படுகிறார்.

எனவே அதிகாரத்தில் உள்ளவர்களை நேருக்கு நேர் சந்திக்கும் முயற்சியில் திரு. கே அதிகாரத்தைக் கொண்டிருக்கும் பலரைச் சந்திக்கிறார். ஆனால் மற்றவர்கள் அவரிடம் சொல்கிறார்கள், "நீங்கள் இன்னும் எமது அதிகாரிகளுடன் உண்மையான தொடர்புக்கு வரவில்லை. இந்தத் தொடர்புகள் எல்லாம் மாயத் தோற்றம்தான். ஆனால் உங்களுக்குள்ள அறியாமையால் அவற்றை உண்மையானதென்று நீங்கள் எடுத்துக் கொள்கிறீர்கள்".

அவர் உருப்படியான வேலைகளை செய்யாமலிருக்கிறார். கோட்டையிலிருந்து அவர் ஒரு கடிதத்தைப் பெறுகிறார். “நீங்கள் செய்த நில அளவீட்டு வேலைகள் எனது அங்கீகாரத்தைப் பெறாதவைகளாக இருக்கின்றன. உங்கள் முயற்சிகளை தளர்த்த வேண்டாம். உங்களது வேலைகளை வெற்றிகரமான ஒரு முடிவுக்குக் கொண்டுவாருங்கள். எந்தத் தலையீடும் என்னை வெறுப்பூட்டும். உங்களை நான் மறக்க மாட்டேன்”

பெருமுதலீட்டு நிறுவனங்களை அமைப்புகளை உண்மையில் எவரும் விரும்புவதில்லை. உயர் அதிகாரிகளிடமிருந்து படிப்படியாக கட்டளைகளைப் பெற எவருமே விரும்புவதில்லை. அதிகார அமைப்புகளால் உருவாக்கப்பட்ட விதிகளும் சட்டங்களும் மனிதத் தன்மையுடையதாக இருந்தாலும் கூட, விதிகளால் ஆளப்படுவதை ஒருவரும் விரும்புவதில்லை. ஒவ்வொரு புகாருக்குமான பதில் இப்படித்தான் இருக்கும். “நான் விதிகளை உருவாக்கவில்லை, வெறுமனே பயன்படுத்தவே செய்கிறேன்”.

பெரு நிறுவனங்கள் இந்த இடத்தில்தான் திகைத்து நிற்கும் என்று தோன்றுகிறது. எனவே இதனைப் பற்றி சிந்தித்து கருத்துருவாக்குவது மிகவும் அவசியமானதாகிறது. ஆற்றின் ஓட்டம் வலிமையானதாக இருக்கும் போது அதில் பயணம் செய்ய திறன் மிகவும் அவசியம்.

அடிப்படையான கடமை பெரு முதலீட்டு நிறுவனங்களுக்குள்ளேயே சிறியனவற்றை அடைவதுதான்.

ஒரு பெரு முதலீட்டு நிறுவனம் உருவானால், அதிகாரம் மையத்தில் குவிவதும், பரந்து விரிந்து எல்லா மட்டங்களுக்கும் கிடைப்பதும் கடிகாரத்தின் பெண்டுல ஆட்டம் போல் மாறிமாறி நடக்கும். அப்படி நடக்கையில் ஒவ்வொருவரும் தத்தமக்கு சாதகமான விவாதங்களை முன் வைப்பார்கள். இவற்றுடன் ஒத்துப் போவதைவிட பிரச்சினையின் ஆழத்தைக் கண்டுணர்ந்து தீர்க்க வேண்டும்.

வெளிப்படையாகத் தோன்றும் பிரச்சினைகளைத் தீர்ப்பதில் ஆராய்ச்சிக் கூடங்களில் தங்களது பெரும் பாலான நேரத்தைச் செலவிடுபவர்களிடம் இந்தப் பிரச்சினை பிரபலமில்லை என்றாலும், இது ஒட்டுமொத்த வாழ்க்கையிலும் விரவிப் பரவியிருக்கிறது. நாம் நமது உண்மையான வாழ்க்கையில் எதனைச் செய்கிற போதிலும் பொருத்தமற்ற காரணிகள் என்று சொல்லப்படுகின்ற வற்றையும் கொண்ட நிலைக்கு நாம் நியாயமான செயற் பாட்டை மேற்கொள்ள முயலவேண்டும். இதே போன்ற தேவையை ஒழுங்கு, சுதந்திரம் என்ற இரண்டிலும் ஒரே சமயத்தில் எதிர் கொள்கிறோம்.

எந்த நிறுவனத்திலும் அது சிறியதாக இருந்தாலும், பெரியதாக இருந்தாலும் தெளிவும் ஒழுங்கும் இருக்க வேண்டும். ஒழுங்கில்லாமல் இருந்தால் எதனையும் நிறைவேற்ற முடியாது. ஒழுங்கு என்பது நிலையானதும் உயிரற்றதும் சுவாரஸ்யமற்றதாகவும் உள்ளது. எனவே புதிய கணிக்கப்பட்ட, கணிக்கப்படக் கூடிய மனிதனின் படைப்புச் சிந்தனைகளை, இதுவரை செய்யப்பட்டிராத, முன்பே உள்ளே ஒழுங்கமைப்பின் காவலர்களால் எப் போதும் எதிர் பார்த்திருக்க முடியாத, புதிய, கணிக்கப் பட்ட, கணிக்கப்படக்கூடிய மனிதனின் படைப்புச் சிந்தனைகளை செயலாக்க நிறைய சரியான வாய்ப்புக் களும், அவற்றைப் பயன்படுத்தும் வாய்ப்புகளுக்கும் வேண்டும்.

எனவே ஒவ்வொரு நிறுவனமும் அமைப்பும் ஒழுங்கின் ஒழுங்கமைப்பிற்காகவும், படைப்புச் சுதந்திரத்திற்கான ஒழுங்கின்மைக்காகவும் தொடர்ந்து கடினமாக முயன்று கொண்டே இருக்கும். பெரு நிறுவனங்களிடம் இணைந்து உள்ள அபாயம் என்னவெனில், படைப்புச் சுதந்திரத்தைப் பலியாக்குவதும், இயல்பாகவே அதனுடன் உள்ள பாரபட்சமும் ஆகும்.

குவிப்பு என்பது ஒழுங்கின் ஒரு கருத்தாக்கம். விரவல் என்பது ஒரு வகை சுதந்திரம். ஒழுங்கான மனிதன்

என்பவன் கணக்காளன். பொதுவாக நிர்வாகி. அதே வேளையில் படைப்புச் சுதந்திரம் என்பது தொழில் துணிவுள்ளவர். ஒழுங்கு என்பதற்கு ஆற்றலைக் கொண்டு செல்லக் கூடிய புத்திசாலித்தனம் வேண்டியிருக்கிறது. ஆனால் சுதந்திரம் உள்மனத்தூண்டல் மூலமான புத்தகங்களுக்கான கதவுகளை - வாய்ப்புகளை திறந்து விடுகிறது.

நிறுவனம் பெரிதாக இருக்கும்போது ஒழுங்கு அதற்கு வெளிப்படையாகவும், தவறாமல் வேண்டியதாகவும் உள்ளது. ஆனால் இந்தத் தேவை முழுமையாகக் கோரப் படும்போது, மனிதனின் படைப்புச் சுதந்திரத்திற்கும் புத்தகத்திற்குமான வாய்ப்புகளற்றுப் போகிறது. நிறுவனம் மந்தமானதாகவும் சலிப்பூட்டி வெறுப்படையக் கூடியதாக வும் ஆகிவிடுகிறது.

பெரு நிறுவனங்களுக்கான தத்துவங்களை உருவாக்கும் முயற்சிக்கு இவ்வகையான பார்வைகளே பின்புலமாக அமைந்துள்ளன. அவற்றிற்காக ஐந்து அடிப்படைக் கொள்கைகளை நான் இப்போது கூறுகிறேன்.

முதல் கொள்கை "துணைக் கொள்கை" அல்லது "துணை நிலை செயல்பாட்டுக் கொள்கை" என்றழைக்கப் படுகிறது.

"குறைந்த திறனுள்ள துணை நிறுவனங்களை பெரிய உயர் நிலை கற்றலுக்குக் கொடுப்பது ஒழுங்கை குலைப் பதும், நியாயமற்றதும், பெரும் பாவமுமாகும். ஒவ்வொரு சமூகச் செயல்பாடும் சமூக அங்கத்தினர்களுக்கு உதவிகர மானதாக இருக்க வேண்டுமேயொழிய, அது ஒரு போதும் அவர்களை உறிஞ்சி அழிக்கக் கூடியதாக இருக்கக் கூடாது", என்பது பிரபலமான ஒரு கொள்கை. இது பொது வாகச் சொல்லப்பட்டது என்றாலும் ஒரு பெரு நிறுவனத் தின் பல்வேறு நிலைகளுக்கும் பொருந்தக் கூடியது. உயர்மட்டம், கீழ்மட்டச் செயல்பாடுகளை உறிஞ்சக் கூடியதாக இருக்கக் கூடாது. விசுவாசம் என்பது சிறிய யூனிட்டுகளிலிருந்தே பெரிய யூனிட்டுகளுக்கு வளர

முடியும். ஒரு நிறுவனத்தின் ஆரோக்கியமான நிலைக்கு விசுவாசம் மிகவும் அவசியம். "நிரூபிக்க வேண்டிய சுமை எப்போதும் கீழ்மட்ட வேலைகளை செயல்பாட்டிலிருந்து தடுக்க விழைபவர்கள் மீதே இருக்கிறது" என்று துணைக் கொள்கை கூறுகிறது. அதன்படியே அதன் பொறுப்பும் அமைகிறது. ஒரு வேலையை திருப்திகரமாக சரியாக கீழ் நிலையால் செய்ய இயலாது என்றும், எனவே மேல் நிலையே அதனைவிட நன்றாகச் செய்யும் என்றும் அவர்கள் நிரூபித்தாக வேண்டும். நாட்டின் நன்மைக்கும் மகிழ்ச் சிக்கும், வளத்திற்கும் பல்வேறு அமைப்புகளில் படித் தரத்தை அதிகாரத்திலுள்ளவர்கள் வைத்திருக்க வேண்டும்.

கீழ்மட்ட அமைப்புகளின் சுதந்திரத்தையும், பொறுப் பையும் தக்க வைக்கும்படி மைய அமைப்பு செயல் பாட்டால், மொத்த நிறுவன அமைப்பு மகிழ்ச்சியாகவும், வளமாகவும் இருக்கும் என்று துணைக் கொள்கை கூறுகிறது.

அதைப் போன்ற அமைப்பை எப்படி அடைவது? நிர்வாகிகளின் பார்வையில் அது சரியான ஒன்றல்ல. ஒரு பெரு நிறுவனம் பகுதி தானியங்கி யூனிட்டுகள் பல வற்றைக் கொண்டிருக்கும். அவை ஒவ்வொன்றும் படைப்புக்கான பெரிய வாய்ப்புகளுடன் தொழில் துணிவுத் தன்மையுடன் இருக்கும்.

நிறுவன அமைப்பை நிறைய பலூன்களை ஒரு கையில் பிடித்துக் கொண்டிருக்கும் ஒரு மனிதனைப் போன்றது என்று கூறலாம். ஒவ்வொரு பலூனும் தனக்கான மிதப்புத் தன்மையுடனும், உயரத் துடிக்கும் உந்துதலுடனும் இருக்கும். பலூன்களுக்கு மனிதன் கடவுளல்ல. ஆனால் இடையில் நின்று நூலால் வலுவாகப் பிடித்துக் கொண்டி ருப்பவன். ஒவ்வொரு பலூனும் நிர்வாகத் தன்மை கொண்டது மட்டுமல்ல, தொழில் துணிவும் கொண்ட தாகும். தனியான கல்தூண் போன்ற நிறுவனம் கிறிஸ் துமஸ் மரம் போன்றது. அதன் உச்சியில் நட்சத்திரம் இருக்கும். மற்றவை எல்லாம் அதற்குக் கீழ் இருக்கும்.

அனைத்துமே உச்சியிலிருந்து பெறப்பட்டு உச்சியையே சார்ந்திருக்கும். உண்மை சுதந்திரமும், தொழில் துணிவும் உச்சியிலேயே இருக்கும்.

ஆகவே ஒரு நிறுவனத்தின் செயல்பாடுகளை ஒவ்வொன்றாகத் தனித்தனியாகக் காண்பதும், எத்தனை முடியுமோ அத்தனை துணை அமைப்புகளை உருவாக்கு வதும் சாத்தியமானதும் சரியானதும் என்றே தோன்றுகிறது. உதாரணமாக பிரிட்டிஷ் தேசிய நிலக்கரி நிறுவனம் பல்வேறு பெயர்களில் பல்வேறு பணிகளுக்கான துணை அமைப்புகளைக் கொண்டிருப்பதில் வெற்றிகண்டுள்ளது.

மத்திய கட்டுப்பாட்டு அமைப்பு நன்றாகவும் அர்த்தப் பூர்வமாகவும் செயல்பட வேண்டுமென்றால், “சரி என் பதை நிரூபிக்கும் கொள்கை” எனப்படும் இரண்டாவது கொள்கையைப் பயன்படுத்த வேண்டும். “சரி என்பதை நிரூபிக்கும்” என்பதன் பொருள் என்னவென்றால், குற்றச் சாட்டை மறுத்து வாதிடல், உண்மையையும் சரியானதை யும் நிரூபித்தல், நியாயப்படுத்துதல், பிடித்து நிறுத்துதல் என்பதாகும். எனவே மைய அதிகார அமைப்பின் கீழ் அமைப்புகளின் மீதான முக்கிய கடமைகளில் ஒன்றை இந்த இரண்டாம் கொள்கை விளக்குகிறது. நல்ல அரசாங்கம் என்பது விதிவிலக்கான அரசாங்கம் ஆகும். விதிவிலக்கான சிலவற்றைத் தவிர துணை யூனிட் நிபத்தனையிலிருந்து காப்பாற்றப்பட்டு உயர்த்திப் பிடிக்கப்படுகிறது. எனவே விதிவிலக்கு என்பது சரியாக விளக்கப்பட வேண்டும். அதன் மூலம் துணை நிறுவனங்கள் திருப்திகரமாக செயல்படுகின்றனவா என்று சந்தேகமின்றி தெரிந்து கொள்ள முடியும்.

நிர்வாகம் என்பது ஒழுங்கான மனிதர்களைக் கொண்டு தன் கட்டுப்பாட்டுக்குள் ஒவ்வொன்றையும் கொண்டு வரும் போது, மகிழ்ச்சியடையும் மாசற்ற குற்றமற்ற தூய்மையான ஒன்றாகக் கொள்ளப்படுகிறது. கணினிகளை வைத்துக் கொண்டு மிகச் சரியான அளவில் எண்ணற்ற பணிகளைச் செய்து கொண்டு அவை இருக்க முடியும். தர்க்க ரீதியில்

இது போதுமானதுதான். ஆனால் உண்மை என்பது வாழ்க்கை தர்க்கத்தை விடப் பெரியது. கணக்கீட்டிற் கென்று பெரும் எண்ணிக்கையிலான விஷயங்கள் இருக்கும்போது, துணை அமைப்புகளின் மீது ஏதோ ஒன்றில் குற்றம் சாட்டப்படலாம். விதிவிலக்கான அரசாங்கம் என்பது பரிகாசத்திற்காளாகும். குற்றம் சாட்டப் பட்ட யூனிட் எப்படி நிலைத்து நிற்கும் என்று எவரும் நிச்சயப்படுத்த முடியாது.

சரி என்பதை நிரூபிக்கும் கொள்கையின் பயன்பாட்டில் லாபம் என்ற ஒன்றை மட்டுமே வர்த்தக நிறுவனத்தில் கையாள அனுமதிக்கும் அதிகார மைய அமைப்பிலிருந்து உருவாக்கப்பட்ட காரணியாகத்தான் அதுவும் இருக்கும்.

உலகில் உயர் லட்சியங்களை அபூர்வமாகவே அடைய முடியும். ஆனால் அவை அர்த்தப்பூர்வமானவை. உயர் லட்சியங்களிலிருந்து தொடங்கும் எந்தப் பயணமும் தனிப்பட்ட கவனத்துடன் விவாதிக்கப்பட்டு நியாயப் படுத்தப்பட வேண்டும் என்று அவை தெரிவிக்கின்றன. கணக்கீட்டல்களுக்கான எண்ணிக்கையை குறைவாக வைத்துக் கொள்ளவில்லை என்றால், சிறு துணை யூனிட்டுகளில் படைப்பாற்றலும் தொழில் துணிவும் செழிக்க முடியாது.

லாபம் என்பதே முடிவான காரணியாக அலகாக இருக்கும்போது, அதனை இயந்திரத்தனமாகப் பயன் படுத்துவதென்பதை எப்போதும் அனுமதிக்கலாகாது. சில துணை யூனிட்டுகள் விதிவிலக்காக நன்றாக அமைக்கப் பட்டிருக்கும். மற்றவை மோசமாக அமைக்கப்பட்டிருக் கும். லாபம் என்பதை முதன்மையாகக் கொள்ளாத, சேவைகளைப் புரியும் துணை யூனிட்டுகளும் இருக்கும். அப்படிப்பட்டவற்றில் லாபம் என்பதை மாற்றி அமைக்க வேண்டும். அதனை நாம் வாடகை மற்றும் மானியம் என்றழைக்கலாம்.

ஒரு யூனிட் சிறப்பான தவிர்க்க இயலாத சாதகங்களைக் கொண்டிருக்கும் போது அது சரியான முறையான வாடகையை செலுத்த வேண்டும். ஆனால் அவை பாதங் களைக் கொண்டிருக்கும் போது, அவைகளுக்கு சிறப்புக் கடன் அல்லது மானியம் வழங்கப்பட வேண்டும். இத்தகைய முறை லாபத்திற்கான வாய்ப்புகளை சமமாக வழங்குவதால், அது சாதனையின் அர்த்தப்பூர்வமான அடையாளமாக இருக்கும். அப்படி செய்யப்படாவிட்டால் அதிர்ஷ்டவசமான யூனிட்டுகள் மலர்ப்படுக்கையிலும், மற்றவை முள்படுக்கையிலும் இருக்கும். இது நல்ல நிலையாகவோ அல்லது நல்ல செயற் பாடாகவோ இருக்க முடியாது.

சரி என்று நிரூபிக்கும் கொள்கையின்படி, லாபம் என்பதை மட்டுமே முதன்மையான கணக்கீட்டுக் கூறாகக் கொண்டால் விதிவிலக்கான அரசாங்கம் என்பது சாத்தியமே. இயக்குதல், கவனித்தல், வேகப்படுத்துதல், ஒழுங்குபடுத்துதல் ஆகியவற்றை தேவைக்கேற்றபடி செய்யும் செயலில் மைய அமைப்பினால் கவனம் செலுத்த முடியும்.

விதிவிலக்குகள் என்பதை தெளிவாக வரையறுக்க முடியும். விதிவிலக்காக மைய அமைப்புக்கு தலையிடு வதற்கான இரண்டு வாய்ப்புகள் இருக்கும். வாடகை அல்லது மானியம் என்பனவற்றில் மைய அமைப்பும் துணை யூனிட்டும் ஒரு ஒப்பந்தத்துக்கு வர முடியாத நிலையில் முதலாவது வாய்ப்பு அமையும். அந்த சூழலில் துணை அமைப்பினைப் பற்றிய சரியான முடிவுக்கு வர மையஅமைப்பு துணை அமைப்பினை முழுமையாக ஆற்றல் ஆய்வு செய்ய வேண்டும். வாடகையும் மானியம் அனுமதிக்கப்பட்ட நிலையிலும் லாபமீட்டவில்லை என்ற நிலையில் இரண்டாவது வாய்ப்பு ஏற்படும். துணை யூனிட்டின் நிர்வாக அமைப்பு முன்னெச்சரிக்கை நிலைக்கு செல்லும். ஆற்றல் ஆய்வின் முடிவுகள் சாதகமாக இல்லை என்றால் நிர்வாக அமைப்பு மாற்றப் படலாம்.

மூன்றாவது கொள்கை "அடையாளப்படுத்தும் கொள்கையாகும்". ஒவ்வொரு துணை அமைப்பும் லாப நஷ்ட கணக்கையும், சொத்துப் பொறுப்பு அட்டவணை யையும் (Balance Sheet) கொண்டிருக்க வேண்டும். ஒரு யூனிட் நிதி ரீதியாக லாபமுள்ளதா இல்லையா என்பதை அறிய நிர்வாக அமைப்புக்கு அதன் லாப நஷ்ட கணக்கு போதுமானது. ஆனால் தொழில் துணிவோருக்கு சொத்துப் பொறுப்பு அட்டவணையும் வேண்டும்.

வர்த்தகம் என்பது பொருளைக் கொண்டு இயங்குகிறது. அந்தப் பொருள், லாபத்தினால் வளருகிறது. நஷ்டத்தினால் குறைகிறது. யூனிட்டின் லாபமும் நஷ்டமும் அந்த நிதியாண்டின் இறுதியில் என்னவாகும்? அவை அமைப்பின் ஒட்டுமொத்த கணக்குகளுக்குள் செல்லும். யூனிட்டைப் பொறுத்தவரை ஒன்றுமே இருக்காது. சொத்துப் பொறுப்பு அட்டவணையோ அல்லது அதனைப் போன்ற எந்தக் கணக்குமோ இல்லை என்றால் புதிய நிதியாண்டில் யூனிட் "பூஜ்யக் கணக்குடன்" தொடங்கும். இது சரியான தாக இருக்க முடியாது.

ஒரு யூனிட்டின் வெற்றி என்பது யூனிட்டின் இன்னும் சுதந்திரத்திற்கான வாய்ப்புக்கும், நிதி வாய்ப்புக்கும் யூனிட்டை இட்டுச் செல்லும். அதேவேளையில் லாப அடிப்படையில் தோல்வி என்பது இயலாமைக்கும் கட்டுப்பாடுகளுக்கும் கொண்டு செல்லும். வெற்றியைப் பெறவும், தோல்வியைத் தவிர்க்கவுமே எவரும் விரும் புவர். சொத்துப்பொறுப்பு அட்டவணை நடப்பு முடிவு களைக் கொண்டு பொருளாதாரப் பொருளை அதிகமான தாகவோ குறைவானதாகவோ காட்டும். இது பொருள் மீதான செயல்பாட்டை பொறுப்பானவர்களைத் தொடரச் செய்யும். ஆகவே அனைத்து துணை யூனிட்டுகளும் தனித் தனியான சொத்து பொறுப்பு அட்டவணையைக் கொண் டிருக்க வேண்டும். அதில் லாபம் என்பது மைய அமைப் புக்குக் கொடுக்கப்பட்ட கடனாகவும், நஷ்டம் என்பது மைய அமைப்பிலிருந்து பெறப்பட்ட கடனாகவும்

இருக்கும். இது மனோரீதியாக மிகவும் முக்கியத்துவம் வாய்ந்த ஒன்றாகும்.

நான்காவது கொள்கை "இயக்கு கொள்கை" ஆகும். மக்கள் தங்களின் இயங்கு நோக்கத்தின்படியே செயல் படுகிறார்கள் என்பது தெளிவான பொதுவான உண்மை யாகும். இது பெரு நிறுவனங்களுக்கும் பொறுத்தமானது. அதன் அதிகார அமைப்பு, மறைமுக கட்டுப்பாட்டு அமைப்புகள், அவற்றின் பலவிதமான விதிமுறைகள், ஒழுங்குமுறைகள், எல்லாவற்றுக்கும் மேலாக அதன் பெரிய அளவினால் உண்டாகும் புரிந்து கொள்ள இயலாத நுட்பங்கள் ஆகிய எல்லாவற்றுக்கும் உந்தி இயங்கும் நோக்கமே பிரச்சினையாகும். இது உயர் மட்டத்தில் இல்லை. ஆனால் கீழே செல்லச் செல்ல மிகவும் சிக்கலானதாக மாறுகிறது.

பெரு முதலீடுகளையும் பெரிய அமைப்பையும் கொண்ட நவீன தொழில் சமூகம் இதனைப் பெரிதாக சிந்திப்பதில்லை. மக்கள் பணத்திற்காகத்தான் உழைக்கிறார் கள் என்று நிர்வாகம் எண்ணுகிறது. இது ஒரு கட்டம் வரையில் சரிதான். ஆனால் கடந்த வாரத்தில் ஏன் நான்கு ஷிப்ட்டுகள் வேலை செய்தாய் என ஒரு தொழிலாளியிடம் கேட்கப்பட்டபோது, "மூன்று ஷிப்டுகளின் கூலியைக் கொண்டு என் தேவைகளை நிறைவேற்றிக் கொள்ள இயலவில்லை" என்றார். இதனைக் கேட்ட ஒவ்வொரு வரும் எதிலோ மாட்டிக் கொண்டது போல திகைத்து நின்றனர்.

அறிவுப்பூர்வ குழப்பம் அதற்கான விலையை கட்டாயம் அளிக்கிறது. வேலையில்லாமலும் கட்டுப்பாடு இல்லாமலும் வரைமுறையற்ற நுகர்வின் கற்பனைப் படத்தை வரைகையில் கடின உழைப்பு மற்றும் கட்டுப் பாட்டின் நன்மைகளைக் குறித்து போதிக்கிறோம். "என்னால் அக்கறை கொள்ள முடியாது" என்ற பதில் அதிக முயற்சிகளைச் செய்யும்படியான அறைகூவலுக்கு வரும் போது நாம் அதனைப் பற்றிக் குறை கூறுகிறோம்.

"ஒரு சிறுபான்மையினரால் பெரும்பான்மையினருக்கான உணவை அளிக்கவும் பராமரிக்கவும் முடியும் என்றால் உற்பத்தியில் உண்மையான ஆவல் இல்லாதவர்களை உற்பத்தி நீரோட்டத்தில் வைத்திருப்பது அர்த்தமானதாக இருக்காது" என்று ஒரு விரிவுரையாளர் கூறியுள்ளார். அந்த வேலை திருப்தியளிக்கக் கூடியதாக இல்லாததால் பலருக்கும் அந்த வேலையிலீடுபட விருப்பம் இல்லை. அவர்களது எண்ணம் ஊதியத்தில் மட்டுமே இருக்கிறது. பெரும்பான்மையினரைக் கருத்தில் கொண்டு வேலை என்ற தீமையை ஒழிக்க வேண்டியது என்று நமது அறிவுப்பூர்வத் தலைவர்கள் கருதினால், அது ஆச்சர்ய மூட்டக் கூடியதாக இருக்காது. இயங்கும் நோக்கம் நிறைவேற முடியாததாகிவிடும்.

எப்படி இருந்தபோதும், ஒரு பெரு நிறுவனத்தின் ஆரோக்கியம் என்பது, அதன் இயங்கு நோக்கத்திற்கான நியாயத்தை முடிந்த அளவில் சரியாகச் செய்வதில் இருக்கிறது. இந்த அடிப்படையில் அமையாத எந்த நிறுவனமும் வெற்றியடைவது கடினம்.

எனது ஐந்தாவது கொள்கை "வெளிப்படையான மத்திய உண்மை" என்பதாகும். ஒரு பெரு நிறுவனத்தின் உயர் நிலை நிர்வாகம் என்பது தவிர்க்க இயலாத கடினமான பணியாகும். உண்மை நிகழ்வுகளிலிருந்து தொலைவில் இருந்தாலும், நடந்த அத்தனைக்கும், நடக்காதவற்றிற்கும் உயர்நிலை நிர்வாகமே பொறுப்பு. நன்கு திட்டமிடப்பட்டு உருவாக்கப்பட்டு நிறுவப்பட்ட வசதிகள் மற்றும் ஒழுங்கு முறைகளின் அடிப்படையில் அது செயல்பட முடியும். ஆனால் புது வளர்ச்சி, புதிய படைப்புக் கருத்துக்கள் மீது அதன் பங்கு என்ன?

நாம் மீண்டும் தொடங்கிய இடத்திற்கே வருவோம். மனிதனின் உண்மையான எல்லாப் பிரச்சினைகளும் ஒழுங்கு மற்றும் சுதந்திரம் ஆகியவற்றின் முரண்களால் தோன்றுபவை. இரண்டுமே காரணங்களுடனானவை.

இதுதான் வாழ்க்கை. தர்க்கத்தை விடப் பெரியதும் முரண்களைக் கொண்டதும்தான் வாழ்க்கை. ஒழுங்கு, திட்டமிடல், முன்கூட்டிய கணிப்பு, மையக்கட்டுப்பாடு, கணக்கீடுகள், பணிவு, ஒழுக்கம், அறிவுரைகள் ஆகிய இவை ஏதுமின்றி பலனளிக்கக் கூடியவை நடப்பதில்லை. நடக்க முடியாது. ஏனெனில் ஒவ்வொன்றும் பலவாறாகப் பிரியும் தன்மை உடையவை. ஒழுங்கின்மை பெரிய அளவில் இல்லை என்றால், மகிழ்ச்சி அற்றுப் போய் விடும். தொழில் துணிவு முனைவு என்பது அறியாத, கணக்கிடப்படாதவற்றில் ஈடுபடும். படைப்புக் கற்பனை ஆற்றல் எந்த அச்சமும், பந்தயமும் இல்லாமல் அதிகார அமைப்பு பயணிக்க அஞ்சும் பாதையில் நுழையும். இது இல்லை எனில் வாழ்க்கை என்பது போலியானதும் அகௌரவமானதுமாகவும் இருக்கும்.

மைய அமைப்பால் ஒழுங்கமைப்பை எளிதாகப் பார்த்துக் கொள்ள முடியும். ஆனால் சுதந்திரத்தையும் படைப்பாற்றலையும் அதனால் பேண முடியாது. ஒழுங்கை நிறுவுவதற்கு மைய அமைப்புக்கு அதிகாரம் உண்டு. ஆனால் படைப்பாற்றல் என்று வரும்போது அதனைத் தூண்டக்கூடிய ஆற்றல் மைய அமைப்புக்கு இல்லை. அப்படி என்றால், புத்தாக்கத்திற்கும், வளர்ச்சிக்கும் உயர் நிர்வாகத்தினால் என்ன செய்ய இயலும்? இங்கேதான் "வெளிப்படையான உண்மை" என்ற கொள்கை வருகிறது. வெளிப்படையான உண்மை என்றால் சுயமான ஆதாரங் களைக் கொண்ட உண்மை, சொல்லப்பட்டவுடனே ஏற்றுக் கொள்ளப்பட்ட உண்மை என்று பொருள்படும். கண்டு பிடிக்கப்பட்ட உண்மையை அமைப்பு ஏற்றுக் கொள்ள லாம். சில ஆண்டுகளுக்கு முன்னால் "உற்பத்தியில் கவனம் செலுத்துவது" என்பதில் பிரிட்டனின் தேசிய நிலக்கரி நிறுவனம் ஒரு முக்கிய உண்மையை ஏற்க வேண்டி வந்தது. அது உற்பத்தி குறைவான நிலக்கரி முனையங்களில் உற்பத்தியை அதிகரிப்பது என்பதைப் பற்றியதாகும். பிரச்சினை எல்லாருக்கும் தெரிந்திருந் தாலும், எதனையும் செய்ய முடியவில்லை.

இந்த பிரச்சினையில் மாற்றங்கள் வேண்டுமெனில் நிறைய வேலைகளைச் செய்தாக வேண்டும். ஒவ்வொரு முனையங்களைப்பற்றி நிறைய சிந்தனைகளும், திட்டமிடலும் செய்யப்பட வேண்டும். மைய அமைப்பிலிருந்து அறிவுறுத்தல் போதனையாக வந்தால் சுதந்திரமும், படைப்பாற்றலும் குறைந்த அளவிலேயே இருக்கும்படியாகும். அந்த நிலையில் "பேசுவதுதானே ஒழிய ஒன்றுமே செய்வதில்லை" என்ற குற்றச்சாட்டு எழும். மைய அமைப்பிலிருந்து என்ன செய்ய வேண்டும் என்று அறிவுரை வழங்கினால், "அவர்கள் தலைமையகத்தில் இருந்து கொண்டு தொழிற்சாலையை நடத்த முயல்கிறார்கள்" என்ற குற்றச்சாட்டு எழும். அரசாங்கத்தின் மென்மையான அணுகுமுறையோ அல்லது கடினமான முறையோ பலனை அடையாது. இந்த கட்டத்தில் இவை இரண்டுக்கும் இடையிலான நிலை தேவைப்படுகிறது. அதுதான் வெளிப்படையான மத்திய உண்மை", என்பதாகும்.

பிரிட்டனின் தேசிய நிலக்கரி நிறுவனம் உற்பத்தியில் கவனம் செலுத்த முடிவு செய்தபோது, புதிய நிலக்கரி முனையங்களை சில குறிப்பிட்ட குறைந்தபட்ச உற்பத்தி நிலைகளுடன் திறக்க முடிவு செய்தது. இந்த நிலைகளை நிறைவேற்ற இயலாத நிலக்கரி முனையங்கள் பதிவு செய்யப்பட்டன. அந்தப் பதிவேட்டில் மூன்று கேள்விகள் கேட்கப்பட்டிருந்தன.

தேவையான குறைந்தபட்ச அளவை அடைய முடியாதபடி இந்தக் குறிப்பிட்ட நிலக்கரி முனையம் ஏன் நிறுவப்படவில்லை?

இது ஏன் கையாளப்படவேண்டும்?

இந்த நிலக்கரி முனையத்தின் திட்டமிடப்பட்ட தோராயமான லாபம் என்ன?

இதுதான் வெளிப்படையான மத்திய உண்மையை சரியாகவும் உண்மையாகவும் பயன்படுத்தும் விதமாக

இருந்தது. அது நல்ல மந்திரம் போன்ற பயனையும் தந்தது. அச்சமூட்டி எச்சரிக்கை செய்வதற்கு அப்பால் மைய அமைப்பு சென்றது. அதுவும் கீழ்மட்ட அளவில் சுதந்திரத்தையும் படைப்பாற்றலையும் குறைக்காமலேயே.

"புள்ளியியலின் தாக்கம்" என்பதிலிருந்து இன்னுமொரு வெளிப்படையான மத்திய உண்மையைக் கொண்டு வரலாம். பொதுவாக புள்ளியியல் விபரங்கள் அவற்றை சேகரிப்பவரின் பயன்பாட்டுக்காக சேகரிக்கப்படும் தகவல்களாகும். ஆனால் புள்ளியியல் தாக்கம் என்பது வேறுபட்ட பயன்பாட்டைக் கொண்டது. அதாவது விபரங்களைத் தருபவர்களை விவரங்களை உருவாக்க வைப்பதன் மூலம் சேகரிப்பது. இது நிலக்கரித் தொழிலில் குறிப்பாக பாதுகாப்பு பற்றிய துறையில் பயன்படுகிறது.

ஒப்புக்கொள்ளப்பட்ட நடுநிலை உண்மையைக் கண்டு பிடிப்பது குறிப்பிடத்தக்க ஒரு சாதனைதான். போதிப்பதும், அறிவுரை கூறுவதும் எளிது. கீழ்மட்ட அமைப்புகளின் சுதந்திரத்தையும் பொறுப்பையும் பாதிக்காத வகையில் படைப்பாக்கக் கருத்துக்களை உயர்மட்ட அமைப்பால் செயலாக்குவது என்பது மிகவும் கடினமானது.

நான் பெரு நிறுவனங்களுக்கான ஐந்து கொள்கைகளைக் கூறியுள்ளேன். அவை பொருத்தமானவை என்று நம்பு கிறேன். அவற்றுக்குப் பெயரும் இட்டுள்ளேன். இவற்றின் பயன் என்ன? இவை வெறும் அறிவுப்பூர்வ விளை யாட்டா? சிலர் அப்படி எண்ணக் கூடும். "பல ஆண்டு களாக நான் செயல்படுத்த எண்ணியவற்றுக்கு நீங்கள் வார்த்தைகளைக் கொடுத்துள்ளீர்கள்" என்று எண்ணுபவர் களுக்காக இந்த அத்தியாயம் எழுதப்பட்டது. பெரு நிறுவனங்களால் உண்டாகும் பிரச்சினைகளுடன் ஆண்டுக் கணக்கில் போராடும் பலர் நம்மில் உண்டு. பிரச்சினைகள் இன்னும் மோசமாகிக் கொண்டே இருக்கின்றன. இவற்று டன் போராடுவதற்கு நமக்கு தத்துவமும் கொள்கைகளும் தேவைப்படுகின்றன. ஆனால் இந்தக் கொள்கைகள் எங்கி

ருந்து வரும்? நன்கு கவனிப்பதன் மூலமும், செயல்வடிவிலான புரிதல்கள் மூலமே அவற்றை உருவாக்க முடியும்.

தத்துவத்தையும் கொள்கையையும் கொண்டு செயல்படும் மிகச்சிறந்த முறை சீனத்தலைவர் மாசேதுங்கிடமிருந்து வருகிறது. அவர் சொன்னார், "உழைத்துச் செயல்படும் மக்களிடம் செல்லுங்கள். அவர்களிடமிருந்து கற்றுக் கொள்ளுங்கள். பின்னர் அவர்களுடைய அனுபவங்களை கொள்கைகளாகவும், தத்துவங்களாகவும் உருவாக்குங்கள். மீண்டும் உழைக்கும் மக்களிடம் திரும்பி, அந்தக் கொள்கைகளையும், தத்துவங்களையும் கொண்டு அவர்கள் பிரச்சினைகளைத் தீர்த்து சுதந்திரத்தையும் மகிழ்ச்சியையும் அடையும்படி செய்யுங்கள்" என்று.

சோஷலிஸம்

சோஷலிஸத்தின் கொள்கை கோட்பாடுகளையும் அதன் நடைமுறை உண்மைகளையும் நன்கு கவனித்தபோது, சோஷலிஸம் பொருளாதார ரீதியில் பயனற்ற நெறிகளின் மீது கட்டப்பட்டு மதப் பொருளாதாரத்தை வெல்லும் சாத்தியங்களையும் உருவாக்குகிறது என்ற முடிவுக்கே என்னை இட்டுச் செல்கிறது. கொண்டாடப்பட்டு ஆராதிக் கப்படும் பெரும் பணக்காரர்களால் ஆளப்படும் சமூகம், சமூகமயமாக்கலினால் எந்தப் பயனையும் அடைய முடியாது. அந்த சமூகம் இல்லாமல் சமூக மயமாக்கலும் பயன்பெற முடியாது.

எனவே முன்னேறிய சமூகங்களின் பல சோஷலிஸ்டுகள் - அவர்களுக்குத் தெரிகிறதோ இல்லையோ பொருளாதார மதத்தின் பக்தர்களாக இருக்கும் அவர்கள், தேசிய மயமாக்கல் என்பது தனித்ததாக இல்லையோ என்று திகைக்கிறார்கள். இதில் வியப்பேதுமில்லை. தனி உரிமை யாளர்களை ஒழித்தது மிகப் பெரிய பலன்களைத் தர வில்லை. சரியான ஒவ்வொன்றும் இன்னும் பொறுமை யுடனும் அர்ப்பணிப்புடனும் செய்யப்பட வேண்டும். சமூக உயர் நோக்கங்களுடன் மாறுபட்ட சூழலிலும் தொடர்ந்து வளரும் நிதியமைப்பு பல தடுமாற்ற நிலைகளையும், தோன்றக்கூடிய முரண்பாடுகளையும் உருவாக்கி நிர்வாகத் திற்குக் கூடுதல் சுமையை ஏற்றுகிறது.

வேகமான பொருளாதார வளர்ச்சி, உயர்திறன், நன்கு திட்டமிடல் ஆகியவை தேசிய மயமாக்கலின் நோக்கம் என்றால், அவை கிட்டாமல் ஏமாற்றமே மிஞ்சுகிறது. தனியார்களின் பேராசையின் அடிப்படையில் முழுப் பொருளாதாரத்தையும் கொண்டு செல்வது, உலகின் உருவத்தையே மாற்றிவிடும் அசாதாரணமான ஆற்றலை - சக்தியைக் காட்டுகிறது. இதனை கார்ல் மார்க்ஸ் நன்குணர்ந் திருந்தார்.

"எங்கெல்லாம் பூர்ஷ்வாக்கள் வலிமையைப் பெறு கிறார்களோ, அங்கெல்லாம் பிரபுத்துவம், வம்சத்தலைமை, தெய்வமாகக் கொண்டாடப்படும் தலைமை முறை ஆகிய எல்லாவற்றுக்கும் முடிவைக் கொண்டு வந்து, சுயநலம் என்பதைத் தவிர அனைத்துவித மனிதர்களுக்கிடையிலான உறவுகளையும் இல்லாதாக்குகிறார்கள்".

"பூர்ஷ்வாக்கள் உற்பத்திக்கான எல்லா வழிகளையும் வேகமாக வளர்ப்பதன் மூலமும், நன்கு கட்டியமைக்கப் பட்ட தகவல் தொடர்புகள் மூலமும் அனைத்து தேசங் களையும், ஏன் மிகவும் காட்டுமிராண்டித்தனமாக இருப் பவர்களையும் கூட ஒரு பண்பாட்டிற்குக் கொண்டு வருகிறார்கள்". (கம்யூனிஸ்ட் அறிக்கை)

தனியார் நிறுவனங்களின் வலிமை அதன் எளிமையான அமைப்பில் இருக்கிறது. ஒட்டு மொத்த வாழ்க்கையையும் லாபம் என்ற ஒன்றாக குறுக்க முடியும் என்று அது கூறு கிறது. ஒரு வியாபாரி தனிப்பட்ட முறையில் உண்மை, அழகு போன்றவைகளிலும் ஈடுபாடு கொண்டிருக்கலாம். ஆனால் வியாபாரி என்ற நிலையில் அவர் "லாபம்" என்ற ஒன்றிலேயே கவனம் கொள்கிறார்.

இதன் அடிப்படையில், "சந்தை" என்ற கருத்தாக்கத்தில் தனியார் நிறுவனம் மிகக் கச்சிதமாகப் பொருந்துகிறது. இதைத்தான் "தனியார்மயத்தையும் பொறுப்பற்ற தன்மை யையும் நிறுவனமாக்கல்" என்று நான் குறிப்பிட்டிருந்தேன். தரம் என்ற ஒன்றை பலியாக்கி "அளவு", "எண்ணிக்கை"

என்பதை மட்டுமே கொண்டுள்ள நவீன போக்கிலும் இது மிகச் சரியாகப் பொருந்துகிறது. தனியார் நிறுவனம் எதை உற்பத்தி செய்கிறது என்பதைக் காட்டிலும் தனது உற்பத்தி யிலிருந்து எவ்வளவு லாபமீட்டுகிறது என்பதிலேயே அதிக கவனம் கொள்கிறது என்பது கவனிக்கத்தக்கது.

ஆயிரக்கணக்கான அம்சங்களில் ஒன்றை மட்டும், ஒன்றே ஒன்றை மட்டும் உண்மையென சரியானதென நீங்கள் குறைத்துக் கொள்ளும் ஒவ்வொன்றும் மிகக் தெளிவாகத் தெரியும். லாபத்தைத் தருவதைச் செய்ய வேண்டுமென உங்களுக்குத் தெரியும். நஷ்டத்தைத் தருவதை தவிர்க்க வேண்டும் என்பதும் உங்களுக்குத் தெரியும். வெற்றியையும், தோல்வியையும் அளவிட சரி யான அளவுகோலும் அதுவே. ஒரு குறிப்பிட்ட செயல் சமூக நலனுக்கானதா என்று எவரும் கேள்வி கேட்டு விஷயத்தை மறைக்காமலிருக்கட்டும். அந்தச் செயல் பலனளிக்கிறதா என்பதை மட்டும் கண்டுபிடியுங்கள். அதனைவிடச் சிறந்த பலனைத் தரக்கூடிய வேறு ஏதும் உண்டா என்று ஆராயுங்கள். அப்படி ஏதும் எதுவும் இருக்குமாயின் அதனை எடுத்துக் கொள்ளுங்கள்.

வெற்றிகரமான வியாபாரிகள், பண்டைய வழக்கத் தைப் பின்பற்றுபவர்களாக இருப்பது ஒரு விபத்து போன்ற தாலல்ல. அவர்கள் வாழும் உலகம் எல்லா அம்சங்களை யும் குறைத்துக் கொண்டே சென்று லாபம் என்ற ஒன்றை மட்டும் கொள்ளும் தொன்மையாலானது. அவர்கள் இந்த எளிய உலக அமைப்பில் பொருந்தி, அதனுடன் திருப்தி யடைகிறார்கள். உண்மையான உலகம் அவர்கள் பொருந் திப் போன நிலையிலிருந்து வேறொரு நிலைக்கு அவர் களைத் திருப்பும்போது, அவர்களுக்கான தத்துவக் கோட்பாடுகள் அவர்களிடம் இல்லை எனில் அவர்கள் உதவிகளேதுமற்று மிகவும் குழம்பி விடுகிறார்கள். கணிக்க முடியாத அபாயங்களுக்கும், சக்திகளுக்கும் அவர்கள் ஆட் பட்டதாகவும், அழிவு வரப்போவதாகவும் முன்கூட்டியே உணர்கிறார்கள்.

இதன் விளைவாக, வாழ்க்கையின் அர்த்தம் குறித்த, பயன் குறித்த அவர்களது பார்வையின் அடிப்படையில் எடுத்த செயல்களின் முடிவுகள் மதிப்பற்றவையாக இருக்கும். பல விஷயங்களும், தனி உரிமையாளருடைய தாக இல்லை என்றால் வெற்றி பெறாது என்பது அவர்களுக்கு முன்பே தீர்மானிக்கப்பட்ட ஒன்று. உதாரணம்: வியாபாரம். அனைத்தும் வெற்றி பெற்றால் அதில் "நுகர்வோரைச் சுரண்டுதல்", "மறைமுக சலுகைகள்", "கட்டாய தொழிலாளர் முறை" போன்ற அபாயகரமான விளக்கங்கள் இருக்கும்.

அறிவியல் தத்துவக் கொள்கையின் வெற்றியால் உருவாக்கப்பட்ட நவீன முறையில் அது பொருந்துகிறது என்பதே தனியார் நிறுவனக் கொள்கையின் பலம். அறிவியலின் பலமும் கூட பல அம்சங்களிலிருந்து ஒரு சில அம்சங்களுக்குக் குறுக்கப்பட்டதுதான். அதாவது தரம் என்பதிலிருந்து அளவு என்ற ஒன்றுக்குக் குறுக்கப்பட்டது போல. ஆனால் 19 ஆம் நூற்றாண்டின் சக்திமிக்க உண்மை அம்சங்கள் கைவிடப்படவேண்டியவைதாம். ஏனெனில் பொருந்தாத பல உண்மைகளை அது கொண்டிருக்கிறது. எனவே வியாபார வாழ்க்கையின் மீதான "லாபம்" சார்ந்த வலிமையான கவனம், மனிதனின் உண்மையான தேவைகளுக்கு நியாயமானதாக இல்லை என்பதால் அது மாற்றி அமைக்கப்பட வேண்டியதாகிறது. இதனை முன்னெடுத்துச் சென்றது சோஷலிஸ்டுகளின் வரலாற்றுச் சாதனையாகும். இதன் விளைவாக இன்றைய முதலாளித்துவ வாதிகளின் விருப்பமிகு சொல்லாடலாக "இப்போது நாமெல்லோரும் சோஷலிஸ்டுகளே" என்பது இருக்கிறது.

அதாவது, தனது எல்லா செயல்பாடுகளில் இறுதிக் குறிக்கோள் லாபம்தான் என்பதை முதலாளித்துவவாதிகள் இன்று மறுக்க விரும்புகிறார்கள். அவர்கள், "எங்கள் தொழிலாளர்களுக்கு நாங்கள் செய்ய வேண்டியிராதவற்றை யெல்லாம் நாங்கள் செய்கிறோம், நாங்கள் கிராமப்புறப் பகுதிகளை அழகாக வைக்க முயல்கிறோம், நல்ல பலன் அளிக்கக்கூடிய ஆராய்ச்சிகளில் நாங்கள் ஈடுபடுகிறோம்"

போன்றவைகளை சொல்கிறார்கள். இவையெல்லாம் எல்லோருக்கும் தெரிந்தவைதான். சில நேரங்களில் சரியாக வும், சில நேரங்களில் அப்படி இல்லாமலும் இருக்கும் இவையெல்லாம் மிகவும் பிரபலமானவைதான்.

இங்கே நமது கவலை என்னவென்றால், தனியார் நிறுவனம் என்பது "பழைய முறை", அதாவது லாபத்தை நோக்கமாகக் கொண்ட முறை. வெற்றி அல்லது தோல்வி என்ற அளவு கோலுடன் இதன் நோக்கங்களும் பலன்களும் மிகவும் எளிமையாகின்றன.

மற்றொரு வகையில் "புதிய முறை" நிறைய நோக்கங் களைக் கொண்டதாகக் கொள்வோம். அது பணத்தை ஈட்டும் ஒரு அம்சத்தை மட்டுமல்லாது, முழுவாழ்க்கையை யுமே கருத்தில் கொள்ள முயல்கிறது. எனவே வெற்றி அல்லது தோல்வி என்ற அளவுகோலுடன் இதன் நோக்கங் களும் பலன்களும் மிகவும் எளிமையானவைகளாக இருப்பதில்லை. அப்படி என்றால், "புதிய முறையிலான" பெரு முதலீடுகளைக் கொண்ட தனியார் நிறுவனம் பொதுத் துறை நிறுவனங்களில் இருந்து ஒரு விதத்தில் மட்டுமே வேறுபடுகின்றது. அதாவது தனது பங்குதாரர்களுக்கு உழைப்பு காரணமாக பெறாத வருமானத்தையும் அளிக்கிறது.

முதலாளித்துவவாதிகள் இரண்டு வழிகளிலும் அதனைப் பெற முடியாது. "நாமெல்லோரும் இப்போது சோஷலிஸ்டுகள்" என்று அவர்களால் சொல்ல முடியாது. அதே நேரத்தில் "சோஷலிஸம்" சாத்தியமாகாது என்றும் கூறிக் கொண்டிருக்க முடியாது. "லாபத்தை உண்டாக்குவது அல்லாத மற்ற நோக்கங்களில் அவர்கள் செயல்படுவார் களேயானால், லாபம் அளிப்பவை அல்லாத மற்றவற்றை அனுமதித்தால், உற்பத்தித்திறன் என்பதை நிர்வகிப்பது இயலாததென அவர்களால் வாதிட முடியாது. "பணம் ஈட்டல்" என்ற ஒழுங்கற்ற அளவுகோலின்றி அவர்களால் செயல்பட முடியுமெனில், தேசிய மயமாக்கப்பட்ட தொழில் துறையாலும் அது முடியும்.

மற்றொருவகையில், இவை எல்லாம் சரியானவையல்ல என்றால், தனியார் நிறுவனம் லாபத்திற்காகவே செயல்படுமே அல்லாமல், வேறொன்றிற்காகவும் செயல்படாது. மற்ற நோக்கங்களெல்லாவற்றையுமே லாப நோக்கின் அடிப்படையிலே அமைக்கும் என்றால், அந்த நோக்கங்கள் தனது லாபத்தைக் கொண்டு எதனைச் செய்ய வேண்டும் என்ற விருப்பத்தின்படியே அமையும். இவ்வகையில் தனியார் நிறுவனங்களே எளிமையின் ஆற்றலைக் கொண்டுள்ளதாகக் கோரும். இந்த நிலையில் பொதுத்துறை நிறுவனங்கள் ஒரே நேரத்தில் பல்வேறு நோக்கங்களுடன் செயல்பட வேண்டியிருப்பதால், அது திறனற்றதாகிவிடும். இந்த நிலையில் சோஷலிஸ்டுகளின் நிலைப்பாடு எப்போதும் போலவே பொருளாதார ரீதியான பயன்களைக் கொண்டிருக்காது. தனிப்பட்டவர்களின் பேராசையின் அடிப்படையிலேயே எல்லா செயல்பாடுகளும் அமையும் என்றும் அது வாழ்க்கையைத் தனது எளிமையான அமைப்பால் தரம் தாழ்த்திவிடும் என்றும் சோஷலிஸ்டுகள் கூறுவார்கள்.

பொதுவான உரிமை மறுக்கப்படுவது, தனியார் உரிமையை முழுமையாக ஊர்ஜிதப்படுத்துவதாகும். இது பற்றுறுதி கொண்ட கம்யூனிஸ்டுக்கு எதிரான மிகக் கடுமையான ஒரு நிலையாகும். ஆனால் எல்லாவித பேரபிமான முள்ளவைகளும் அறிவுப்பூர்வமான விதத்தில் பலவீனமானவையாக இருக்கும்போது, நிச்சயமில்லாத நோக்கங்களை அடையப் பயன்படுத்தும் வழிமுறைகளைக் கொண்ட அபிமானம் மிகவும் பலவீனமான மன நிலையைக் கொண்டதாக இருக்கும்.

முன்பே சொல்லப்பட்டபடி, பொருளாதார வாழ்வின் முழுமையான பிரச்சினை எதிர்முனைகளை சரிப்படுத்த வேண்டி நிற்கும் தேவை ஆகும். சரியாகச் சொல்லப்போனால் எதிர்முனைகளை சரிப்படுத்த முடியாததாகும். முழுமையான பெரும் பொருளாதாரம் திட்டமிடுதலையும் சுதந்திரத்தையும் கொண்டிருப்பது எப்போதும் தேவையானது. அது பலவீனமான உயிரற்ற ஒத்துப்போதல்

மூலமானதாக இருக்கக்கூடாது. ஆனால் இரண்டிற்குமான தேவையை சரியாக அங்கீகரிப்பதன் அடிப்படையிலானதாக இருக்க வேண்டும். அதேபோன்று நுண் பொருளியலில் (தனியார் நிறுவனங்களில்) நிர்வாகப் பொறுப்பும் அதிகார மும் இருக்க வேண்டும். நிர்வாக முடிவுகளில் தொழிலாளர் களின் ஜனநாயக ரீதியிலான பங்களிப்பும் இருக்க வேண்டும். இது எதிர் எதிரான இரண்டையும் அரை மனது டன் சரிப்படுத்துவதல்ல. மாறாக, அவை இரண்டையும் அங்கீகரிப்பதாகும். இரண்டு எதிர் விஷயங்களில் ஒன்றின் மீது, உதாரணமாக திட்டமிடுதல் மீது கவனக்குவிப்பு செய் வது ஸ்டாலினிஸத்தை உருவாக்கும். அதே வேளையில் மற்ற ஒன்றில் சிறப்புக் கவனம் செலுத்துவது குழப்பத்தை உண்டாக்கும். இது கடிகாரத்தின் பெண்டுலத்தின் ஊச லாட்டம் போன்றதுதான். இருந்தும், இந்தப் பதில் ஒன்றே சாத்தியமான பதிலல்ல. கருணையும் அன்பும் நிறைந்த அறிவுப் பூர்வமான பெரு முயற்சி ஒரு சமூகத்தை, ஒரு கால அளவிலாவது, இரண்டு எதிரான விஷயங்களையும் தரம் தாழ்த்தாமல் நடுநிலையில் வைத்திருக்க முடியும்.

இந்த விஷயம் வியாபார வாழ்க்கையின் நோக்கங்களுக் கும் பொருந்தும். எதிரானவற்றில் ஒன்றான தனியார் நிறுவனத்தின் "பழைய முறை" என்பது அதன் எளிய அமைப்புக்காகவும் இலகுவான அளவிடுதலுக்காகவும் வேண்டியதாக இருக்கிறது. "பழைய முறை" லாபம் என்ற ஒன்றிற்கான சரியான வரைமுறையைக் கொண்டது. தனியார் துறைக்கு எதிரானது இலக்கணமான பொதுத்துறை நிறுவன அமைப்பு. இதற்குப் பெரும் புரிந்துணர்வுடன், பரந்த மனிதத்தன்மையுடன் கூடிய பொருளாதார ரீதியான செயல்பாடுகள் வேண்டும். முதலாவது (தனியார் நிறு வனம்) மனிதனின் கௌரவத்தைக் குலைக்கக் கூடியது. இரண்டாவது (பொதுத்துறை) குழப்பமான திறனற்ற ஒரு நிலைக்குக் கொண்டு செல்வது.

இந்த வகைப் பிரச்சினைகளுக்கு இறுதித் தீர்வு என்ற ஒன்று இல்லை. ஆனால் இரண்டையும் தொடர்ந்து கவனிப் பதன் மூலம் அப்போதைக்கப்போதையான தீர்வு உண்டு.

உடமைத்துவம் என்பது, பொதுவாக இருந்தாலும் தனியாராக இருந்தாலும் ஒரு அமைப்பு முறைதான். தனது திட்டத்திற்குள்ளாகவே தனது நோக்கங்களை அடையும்படி அது அமைந்திருக்கவில்லை. இந்த வகையில் உடைமைத் துவம் தீர்மானமான பதிலைக் கொண்டிருக்கவில்லை என்பது சரியே. ஆனால் தனியார் உடமைத்துவம் என்பதில் அதன் நோக்கங்களைத் தேர்ந்தெடுப்பதில் மிகவும் வரை யறைக்குட்பட்டது என்பதை அறிந்து அங்கீகரிப்பது மிகவும் அவசியம். ஏனெனில் அது லாபத்தைத் தேடும்படி நிர்பந்திக்கப்பட்டு சுயநலமிக்க குறுகிய பார்வையைக் கொண்டதாக இருக்கிறது. பொதுத்துறை உரிமைத்துவம் நோக்கங்களைத் தேர்ந்தெடுப்பதில் முழு சுதந்திரத்தை அளிக்கிறது. ஆகவே தேர்ந்தெடுக்கும் எந்தத் தேவைக்கும் அதனைப் பயன்படுத்த முடியும். தனியார் உடமைத்துவம் என்ற சாதனம், எதற்கு அதனைப் பயன்படுத்த முடியுமோ அதனை நிர்ணயிக்கையில் பொதுத்துறை சாதனத்தின் பயன் பாட்டின் முடிவு நிர்ணயமில்லாததாகவும் மிகவும் கவனத்துடன் தேர்ந்து எடுக்கக் கூடியதாகவும் உள்ளது.

எனவே முதலாளித்துவ உற்பத்தி போன்று அளவான குறுகியதாக தேசியமயமாக்கப்பட்ட தொழில் துறையின் நோக்கங்கள் இருக்குமேயானால் பொதுத்துறை உடமைத் துவம் என்பது வலிமையற்றதாகி விடுகிறது.

தேசிய மயமாக்கலுக்கு எதிரானவர்களின் திட்டத்தில் இரண்டு வித நகர்வுகள் உள்ளன. தேசியமயமாக்கலில் பங்கு கொண்டுள்ள மக்களின் நோக்கம் உற்பத்தி, விநி யோகம் மற்றும் லாபத்தை மாற்றிக் கொள்வதுதான் என்ப தும், மக்களை இதனை ஏற்றுக் கொள்ள வைப்பதுமே முதல் நகர்வு. இந்த நிலையிலிருந்து செய்யப்படும் எந்த செயலும் ஒவ்வொருவருக்கும் தாங்க முடியாத சுமையை அளித்து, ஏற்படக்கூடிய எந்த தவறுகளுக்கும் ஒவ்வொரு வரையும் நேரடியாகப் பொறுப்பாளியாக்குகிறது. இது வெற்றிகரமான நகர்வாகும். இரண்டாவது நகர்வு, தேசிய மயமாக்கப்பட்ட தொழில் துறையின் புழக்கங்களில் சிறப்

பானதாக ஏதும் இல்லை என்பதால், சிறப்பான சமூகத் திற்கான வளர்ச்சிக்கான எந்த உறுதியும் இல்லை என்று சொல்கிறது. இன்னும் செய்யப்படும் எந்த தேசியமய மாக்கலும் கடுமையான மாறாத பிடிவாதத்தைக் கொண்ட தாகவும், சலிப்படைந்த அரசியல்வாதிகளால் பறிக்கப்பட்ட தாகவும், கற்பிக்கப்படாத, இயலாத அறிவுப்பூர்வமான சந்தேகமாகவே அது இருக்கும்.

இந்த வகையான தேசிய மயமாக்கலுக்கெதிரான திட்ட மிட்ட பிரச்சாரம் சோஷலிஸ சிந்தனையில் எந்த வித தாக் கத்தையும் ஏற்படுத்தவில்லை என்பதை ஏற்றுக் கொண்டே யாக வேண்டும்.

தொடக்க கால சோஷலிஸ உள்தூண்டல் உணர்விலோ அல்லது தேசிய மயமாக்கல் செய்யப்பட்ட விதத்திலோ இதற்கான காரணங்கள் இல்லை. மாறாக, சோஷலிஸ்டுகள் தங்கள் மீது கொண்ட பார்வைக் குறைபாடே காரணம். தங்களது பார்வையை மீட்டாலொழிய அவர்கள் மீள முடியாது. தேசிய மயமாக்கல் தனது செயல்பாட்டை முழுமையாக்க முடியாது.

இங்கு கவனிக்கப்படவேண்டியது கலாச்சாரமே தவிர பொருளாதாரமல்ல, வாழும்தரம் அல்ல, வாழ்க்கைத் தரமே. பொருளாதாரமும் வாழும் தரமும், சரிசெய்யப்பட்ட திட்டமிடுதல் மற்றும் வரி அமைப்பு முறையைக் கொண்ட முதலாளித்துவ முறையால் கவனித்துக் கொள்ளப்பட முடியும். ஆனால் கலாச்சாரம் மற்றும் வாழ்க்கையின் தரத்தை அது போன்ற முறையால் கலப்படமடையவே செய்ய முடியும்.

முதலாளிகளை, முதலாளித்துவத்தை வெளியேற்று வதற்கென்று மட்டுமல்லாமல், நல்ல ஜனநாயக முறையில் அமைந்த தொழில் நிர்வாக அமைப்புமுறை, மனிதத் தன்மை, இயந்திரங்களை அளவாகப் பயன்படுத்துதல் மற்றும் புத்திசாலித்தனமான மனித ஆற்றல் ஆகியவற்றை தேசிய மயமாக்கப்பட்ட தொழில்களில் சோஷலிஸ்டுகள்

வலியுறுத்த வேண்டும். இதனை அவர்களால் செய்ய முடியும் என்றால் எதிர்காலம் அவர்கள் கைகளில்தான். அப்படிச் செய்ய இயலவில்லை எனில் மனித உழைப்புக்கு ஈடான எதையும் அவர்களால் அளிக்க முடியாது.

உடைமைத்துவம்

"மனித இயல்பிலமைந்த சச்சரவிடும் தன்மை, பேராசை, அகங்காரம் ஆகியவற்றிலான சமூகத் தீமைகளைத் தவிர்ப்பதற்கு எந்த இயந்திரத்தாலும், அமைப்பு முறையின் எந்த மாற்றத்தினாலும் முடியாது என்பது தெளிவானது. என்ன செய்யலாம் எனில், அந்த குணங்களை ஊக்குவிக்காத ஒரு சூழ்நிலையை உருவாக்கலாம். மனிதர்கள் தங்களது கொள்கைகளுடன் வாழ்கிறார்கள் என்பதற்கு எந்த உத்தரவாதத்தையும் அது அளிக்காது. அவர்கள் வாழும்படியான கொள்கைகளினால் சமூக அமைப்பை உருவாக்குதலையே அது செய்ய முடியும். அது அவர்களது செயல்களைக் கட்டுப்படுத்தாது. அதனால் அவர்களது மனதைச் செலுத்தும்படியான ஒரு முனையைத் தரமுடியும். சில வற்றைத் தவிர, அவர்கள் மனதின்படியே அவர்களது செயல்களும் இருக்கும்".

மேற்கண்டவை பல பத்தாண்டுகளுக்கு முன்னால் ஆர்.ஹெச். டாவ்னியால் எழுதப்பட்டவை. இந்த வார்த்தைகள் அவற்றின் முக்கியத்துவத்தை இழந்து விடவில்லை. ஆனால் நாம் இப்போது கவலைப்படும் சமூகத்தின் ஆரோக்கியமற்ற நிலையுடன், மிக அவசரமாக கவனிக்கப்பட வேண்டியதான, மனித இனம் தொடர்ந்து வாழ்வதற்கு சுற்றுச் சூழல் சீர் கேட்டினால் நேரிட்டுள்ள பேரபாயத்தை டாவ்னியின் வார்த்தைகள் குறிப்பிடவில்லை. இதுவரை கண்ட அத்தியாயங்களில் பேசப்பட்ட அத்தனை பிரச்சினை

களும் "அமைப்பா அல்லது இயந்திரமா" என்ற கேள்வியை வைத்திருக்கிறது. இருந்த போதும், எந்த அமைப்போ அல்லது இயந்திரமோ அல்லது பொருளாதாரக் கொள்கையோ அல்லது கோட்பாடோ தனது சொந்தக் காலில் நிற்க முடியாது. அது எந்த மாறுபாடும் இல்லாமல் மனிதனின் வாழ்க்கையின் அர்த்தம் மற்றும் பொருள் பற்றிய மெய் விளக்க இயலின் அடித்தளத்தில் கட்டப் பட்டள்ளது. நான் பொருளாதார மதம் குறித்து பேசி யிருக்கிறேன். பொருள்களைப் பெற்றிருப்பதை பெரிதும் ஆராதிக்கும் வாழ்க்கைத்தரம் என்ற நுகர்வு குறித்தும், நமது தந்தையர்களுக்கு ஆடம்பர சாதனமாக இருந்தவை நமக்கு அவசியமானவைகளாக மாறிப் போன இயற்கையான போக்கு குறித்தும் பேசியிருக்கிறேன்.

அமைப்புகள் என்பது, மனிதனின் அடிப்படை எண்ணங்களின் உருவம் என்பதை விட அதிகமாகவோ குறைவாகவோ இருந்ததில்லை. நவீன தனியார் நிறுவன அமைப்பு என்பது தனிமனித வளத்தை நோக்கியதாக இருப்பதே பொருள் சார்ந்த வளர்ச்சிக்கான பொதுவான ஆதாரமாக இருக்கிறது. நவீன தனியார் நிறுவன அமைப்பு மனித உணர்வுத் தூண்டல்களாக பேராசை மற்றும் பொறாமை ஆகியவற்றையே தனது நோக்க சக்தியாகக் கொண்டிருக்கிறது. ஆனால் அது கீன்ஸின் பொருளாதார மேலாண்மை மூலம் சில வலுவான குறைபாடுகளை மிக எளிதாக சமாளிக்கிறது. மறுவிநியோக வரியமைப்பின் ஒரு பகுதியையும், தொழிற்சங்கங்களின் *counter vailing power*யும் சமாளிக்கிறது.

நாம் எதிர் கொள்ள வேண்டியிருக்கிற பிரச்சினைகளை அதனைப் போன்ற ஒரு முறையால் சரியாகக் கையாள முடியுமா? பதில் தன்னுள்ளே ஆதாரங்களைக் கொண்டிருக் கிறது. அதாவது பேராசையும் பொறாமையும் தொடர்ந்த வரையற்ற பொருளாதார வளர்ச்சியை வேண்டி நிற்கின்றன. ஆகவே தனியார் அமைப்பின் முக்கியமான இயல்பையும், புதிய சூழ்நிலைக்குப் பொருந்தக்கூடிய மாற்று அமைப்பின்

உருவாக்கத்தையும் குறித்து நாம் ஆய்வு செய்ய வேண்டி இருக்கிறது.

தனியார் நிறுவனத்தின் சாரம் உற்பத்தி, வினியோகம் மற்றும் மாற்றிக் கொள்வது ஆகியவை மீதான தனியார் உடமைத்துவம் ஆகும். ஆகவே, தனியார் நிறுவன அமைப்பை விமர்சிப்பவர்கள் பொதுத்துறை அல்லது கூட்டு சேர்ந்த உடமைத்துவத்திற்காக வாதிடுவார்கள். அப்படி செய்வதில் பலவற்றில் வெற்றியும் கண்டிருக் கிறார்கள். எல்லாவற்றுக்கும் முன்பு, "உடைமைத்துவம் அல்லது சொத்து" என்பதன் பொருள் பற்றி காண்போம்.

தனியார் சொத்து என்பதைப் பொறுத்தவரையில்,

அ. படைப்பாக்கத்திற்கு உதவியாகும் சொத்து

ஆ. இதற்கு மாற்றான சொத்து

என்பனவற்றின் அடிப்படை வேறுபாடுதான் முதலாவ தாகும். முதலில் சொல்லப்பட்டதில் இயல்பான ஆரோக்கி யமான விஷயம் உண்டு. அதாவது உழைக்கும் உடைமை யாளரின் தனிச்சொத்து. இரண்டாவதைப் பொறுத்த வரையில் இயல்புக்கு மாறான ஆரோக்கியமற்ற விஷயம் உண்டு. அதாவது மற்றவர்களின் உழைப்பில் ஒட்டுண்ணி யாக உண்டு உறிஞ்சி வாழும் தனியார் சொத்தின் உடமை யாளர். இந்த அடிப்படை வேற்றுமையை டாவ்னியின் இந்தக் கூற்றில் காணலாம். "குறிப்பிடப்படும் சொத்து என்ன வகையானது எப்படி இருக்கிறது என்பதைப் பற்றிக் குறிப்பிடாமல் தனியார் சொத்து பற்றியோ, அதற்கு எதிராகவோ குற்றம் சாட்டுவது ஒன்றுமேயில்லாதது."

"வேலை செய்வதிலிருந்து ஒதுங்கி, தொழில் துறையின் கொள்கையை களங்கப்படுத்துவதே தனியார் உடைமைத் துவம். சில சோஷலிஸ்டுகள் எண்ணுவது போல் நிலத்தி லும், மூலதனத்திலும் தனியார் உடைமைத்துவம் என்பது பழைமைவாதிகள் தங்கள் எல்லா சொத்துக்களையும்

மர்மமான வகையில் முதலீடு செய்வது போல மடத் தனமானது."

முதல் வகையில் சொல்லப்பட்ட சொத்தைக் கொண்டு இயங்கும் தனியார் நிறுவனம் சிறு முதலீட்டிலான தனிப் பட்டவருடையதான மற்றும் உள்ளூர் நிறுவனமாகும். அதற்கு அதிகமான சமூகப் பொறுப்புகள் கிடையாது. அதனுடைய நுகர்வோருக்கான பொறுப்புகள், நுகர் வோரையே சார்ந்தவை. உள்ளூர் சட்டங்களும், தொழி லாளர் யூனியன்களின் கண்காணிப்பும் அதன் தொழிலாளி களைப் பாதுகாக்கக் கூடியவை. அந்த நிறுவனங்களின் சமூகப் பயன்பாடு மிகப் பெரியதாக இருப்பினும், இத்த கைய சிறு முதலீட்டு நிறுவனங்களிலிருந்து தனியாருக்கான அதிர்ஷ்டகரமான லாபங்கள் இருக்காது.

தனியார் உடைமைத்துவத்தில் முதலீட்டு அளவு என்பது முடிவான ஒன்று என்பது வெளிப்படையாக உடனடியாகத் தெரிவது. சிறு முதலீட்டிலிருந்து நடுத்தர முதலீட்டுக்கு நாம் மாறும்போது உடைமைத்துவத்திற்கும் வேலைக்குமான தொடர்பு பலவீனமாகிவிடுகிறது. தனியார் நிறுவனம் உள்ளூரில் முக்கியத்துவம் வாய்ந்த சமூகக் காரணியாகவும், ஒருவருக்கென இல்லாததாகவும் மாறி விடுகிறது. அது உள்ளூர் முக்கியத்துவத்தைவிட அதிகமான முக்கியத்துவம் கொண்டதாகிவிடுகிறது என்றும் எண்ணிக் கொள்ளலாம். தனியார் சொத்து என்ற கருத்து அதிகமான முறையில் தவறாக வழிநடத்துவதாகிவிடுகிறது.

1. *சம்பளம் பெறும் மேலாளர்களைக் கொண்ட ஒரு உரிமையாளர் தனது வேலையைச் செய்யக்கூடியவராக இருக்க வேண்டியதில்லை. அவர் கட்டாயம் வேலை செய்ய வேண்டிய உரிமையாளர் என்ற நிலை ஒழிகிறது. நியாயமான சம்பளம் என்பதைவிடக் கூடுதலாக லாபத்தை அவர் பெறுவது சுரண்டலாகி விடுகிறது. வெளியிலிருந்து கடனாகப் பெறப்பட்ட மூலதனத்திற் கான பணப்பயனைவிட அதிகமாக அவரது மூலதனத் திற்குப் பணப்பயன் பெறுவதும் சுரண்டலாகிவிடுகிறது.*

2. அதிக லாபம் என்பது அதிர்ஷ்ட வசத்தினாலோ அல்லது உரிமையாளரினால் அல்லாத ஒட்டு மொத்த நிறுவனத்தினாலோ இருக்கும். அந்த லாபம் உரிமையாளருக்கு மட்டும் செல்வது நியாயமற்றதும், சமூக அளவில் பாரபட்சமானதாகவும் இருக்கும். அந்த லாபம் நிறுவனத்தின் அனைத்து உறுப்பினர்களாலும் பகிர்ந்து கொள்ளப்பட வேண்டும். அந்த லாபம் தொழிலிலேயே மீண்டும் போடப்பட்டால், அது உரிமையாளரின் வளத்தில் சேராமல் எல்லோருக்கும் சொந்தமான முதலீடாக இருக்க வேண்டும்.

3. தனியொருவருக்குத் தொடர்பில்லாதது என்ற நிலைக்குக் கொண்டு செல்லும் நடுத்தர முதலீட்டுத் தொழில், கட்டுப்படுத்துதல் சம்பந்தமான புதிய கேள்விகளைத் தருகிறது. உழைக்கும் உரிமையாளரைக் கொண்ட குடும்பப் பண்பான சிறு முதலீட்டு நிறுவனத்தின் மீதான அவர்களது கட்டுப்பாடு கூட அவ்வளவு மோசமான பிரச்சினை அல்ல. நிறுவனத்தின் முதலீடு குறிப்பிட்ட அளவுக்குமேல் அதிகரிக்கும் போது, மனித கௌரவத்துக்கும், நல் திறனுக்கும் ஒவ்வாததாகிறது. இந்த சூழலில் நிறுவனத்தின் அனைத்து உறுப்பினர்களையும் ஓரளவு நிர்வாகத்தில் பங்கு பெறும்படி செய்ய வேண்டியதிருக்கிறது.

4. நிறுவனம் அமைந்துள்ள இடத்தில் அதன் சமூக முக்கியத்துவமும், வலிமையும் அதன் விளைவுகளும் நிறுவனத்தின் உறுப்பினர்களையும் தாண்டி உடைமைத்துவத்தின் சமூக மயமாக்கலைக் கோருகிறது. நிறுவனத்தின் லாபத்தின் ஒரு பங்கை பொது அல்லது நிறுவனத்தின் வெளியில் உள்ள அறங்காவலர்களைக் கொண்ட தொண்டு நிறுவனங்களுக்கு அளிக்கப்படுவதன் மூலம் இந்த சமூகமயமாக்கல் செயல்படுத்தலாம்.

இங்கிலாந்திலும் இன்னபிற முதலாளித்துவ நாடுகளிலும் இப்படிச் செயல்படுவதன் மூலம் தனியார் உடைத்துவத்துவத்தில் உள்ள மறுக்கப்படக் கூடிய, பிளவு

களை ஏற்படுத்தக்கூடிய பிரச்சினைகள் சரி செய்யப் படுகின்றன. இங்கிலாந்தின் நார்த்தாம்டன்ஷையரிலுள்ள ஸ்காட்பேடர் அன்ட் கம்பெனி என்ற நிறுவனம் அப்படிப் பட்ட ஒன்று. அவர்களின் அனுபவங்கள் சோதனை முயற்சி கள் ஆகியவற்றை பின்னர் காணலாம்.

பெருமுதலீட்டு நிறுவனங்கள் என்று வரும் போது தனி உரிமையாளர் என்பது மடத்தனமானதாகி விடுகிறது. எவ்வகையிலும் சொத்து என்பது தனியாருடையதாக இருக்க முடியாது, இருக்காது. இதனைப் பற்றியும் டாவ்னி கூறியுள்ளார்.

“அத்தகைய சொத்தை செயலற்ற மந்தமான சொத்து என்று அழைக்கலாம் அல்லது பொருளாசையால் அமைந்த சொத்து, சுரண்டலுக்கான சொத்து, அதிகாரத்திற்கான சொத்து என அழைக்கலாம். அது உரிமையாளர் தனது குடும்ப அமைப்பை நிர்வகிக்க தனது வேலையைத் தொடர உதவும் சொத்திலிருந்து மாறுபட்டது. இதனைப் பொரு ளாதார நிபுணர்கள் “சொத்து” என்றே அழைப்பார்களா என்பது கேள்விக்குரியது. ஏனெனில் அது உரிமையாளர் தனது உழைப்பிலிருந்து சாதாரணமாகப் பெறக் கூடியதற்கு எதிராக இருக்கிறது”.

பெரு முதலீட்டு நிறுவனங்களின் தனியார் உரிமை என்பது, தொழில் முனைவோர், கைவினைஞர்கள் அல்லது சிறு நில உரிமையாளர்களின் சிறு சொத்து போன்றது அல்ல. டாவ்னி, “புரட்சி அதனை அழித்தது வரை பிரெஞ்சு ஏழை விவசாயிகளின், மக்களின் உற்பத்தியை கொள்ளையடித்தது போன்றது அது” என்கிறார்.

“உரிமைப்பணம், பிரத்தியேக லாப உரிமை, தள வாடகை, எல்லாவற்றின் அமித உபரி வருவாய் ஆகிய உரிமைகள் சொத்துக்களாகும். சொத்து என்பதைக் காக்கும் விவாதங்களின் மீதான விமர்சனம் அவைகளுக்கு மிகவும் நாசகரமானது. நிறுவனம் என்பதன் பொருள், உழைப்பாளி தனது உழைப்பிற்கேற்ற பலனைப் பெறுவதை உறுதிப்

படுத்துவதன் மூலம் தொழிலை ஊக்கப்படுத்துவது என்று சொல்லப்படுகிறது. ஒரு மனிதன் தனது உழைப்பால் ஈட்டிய சொத்தை காப்பதன் முக்கியத்துவத்துடன், மற்றவர்களின் உழைப்பால் சேர்ந்த சொத்தை அப்படி இல்லாமல் செய்வதும் முக்கியமானதே".

எல்லாவற்றின் சாரம்

அ. சிறு முதலீட்டு நிறுவனத்தில் தனி உரிமையாளர் - தனி உடமைத்துவம் என்பது இயல்பான, பலனளிக்கக் கூடியது, மற்றும் நியாயமானது.

ஆ. நடுத்தர முதலீட்டிலான தொழிலில் தனி உடமைத் துவம் அல்லது தனி உரிமையாளர் என்பது அவசிய மற்றது. சொத்து என்ற கருத்து பலனற்றதாகவும், நியாய மற்றதாகவும் கறைபடிந்ததாகவும் ஆகிவிடுகிறது. ஒரு உரிமையாளரோ அல்லது சிறு குழுவோ உரிமையாள ராக இருக்கும் பட்சத்தில், உண்மையில் உழைக்கும் பாட்டாளிகளின் பெரிய கூட்டத்திற்கு தாமாகவே முன் வந்து லாபப் பலன்களை அளிக்க வேண்டும்.

இ. பெருமுதலீட்டு நிறுவனங்களில், தனி உரிமையாளர் அல்லது தனி உடமைத்துவம் என்பது உழைக்காத உரிமையாளர்களை ஊக்குவித்து மற்றவர்களின் உழைப்பின்மீது ஒட்டுண்ணிகளாக வாழ்வதாகும். இது நியாயமற்றது மட்டுமல்ல, நிறுவனத்திற்குள் உறவு களை பாதிப்பதுமாகும். மீண்டும் டாவ்னி கூறுகிறார்:

"குழுவின் ஒவ்வொருவரும் ஏதேனும் பலனை எடுக்க வேண்டி பொதுவான முதலீட்டில் பங்களிப்பை இடும் போது, தம் பங்குகள் குறித்து அவர்கள் சச்சரவிடலாம். மொத்தமும் தெரிந்து அவர்களின் கோரிக்கைகளும் அனுமதிக்கப்படும்போது, அதனைப் பற்றி அவர்கள் சச்சர விடக் கூடும். ஆனால் தொழிலில் ஒன்றையுமே இடாதவர் கள் எதையும் பெறும் கோரிக்கைகள் அனுமதிக்கப் படுவ தில்லை".

பெரு முதலீட்டு நிறுவனங்களில் தனியார் உரிமை - உடமைத்துவம் என்பதைச் செயல்படுத்த பல முறைகள் இருக்கின்றன. அவற்றுள் மிகப் பிரதானமான பொதுவாகக் கூறப்படும் ஒன்று "தேசியமயமாக்கல்".

ஆனால் தேசியமயம் என்ற வார்த்தை மிகச் சந்தோஷ மான ஒன்றாகவோ பல சந்தேகங்களை உருவாக்கக் கூடிய தாகவோ இல்லை. சரியாகச் சொல்வதானால் பொது நுகர் வோரைக் கொண்ட ஒரு அமைப்பின் உரிமை என்று பொருள்படும். பொதுச் சேவையாற்றக் கூடிய ஒரு நிறுவனத்தின் சாத்தியமான வகைகளைச் சொல்வதற்குப் பொருத்தமான வார்த்தை எந்த மொழியிலும் இல்லை.

எனவே "தேசியமயமாக்கல்" என்ற சுவை ஏதுமற்ற ஒரு பெரும் வார்த்தை தவிர்க்க முடியாமல் பயன்படுகிறது. அரசின் குறிப்பிட்ட இயக்குநர்கள் மற்றும் அதிகாரிகளைக் கொண்டு ஒரு முறையில் நிர்வகிக்கப்படுவதற்கு இந்த வார்த்தை பயன்பட்டுவருகிறது. பொதுமக்களுக்கான சேவை என்றில்லாத தற்போது செயல்பட்டுக் கொண்டி ருக்கும் முறையையே விரும்புபவர்கள், பங்குதாரர்களுக் காக தேசியமயமாக்கம் என்பது திறனற்றது என்று கூறி தேசிய மயமாக்கலைத் தாக்குகிறார்கள்.

ஏராளமான பெரிய தொழில்கள் பிரிட்டனில் தேசியமய மாக்கப்பட்டுள்ளன. அவை தொழிலின் தரம் என்பது அதனை நடத்தும் மக்களைப் பொறுத்ததே அல்லாமல் வருகைதராத உரிமையாளர்களைப் பொறுத்தது அல்ல என்பதைக் காட்டிக் கொண்டிருக்கின்றன. தேசிய மயமாக் கப்பட்ட தொழில்கள் அவைகளின் சாதனைகளுடன் வெற்றிகரமாக இருந்தாலும் சில குழுக்களால் வெறுக்கப் படுகின்றன. இவற்றிற்கு எதிரான வதந்திகள் அவற்றில் பங்குதாரராக இல்லாத மக்களையும் தவறாக வழி நடத்து கின்றன. அவர்கள் இன்னும் நிறைய தெரிந்து கொள்ள வேண்டும். தனியார் நிறுவன செய்தித் தொடர்பாளர்கள் தேசியமயமாக்கப்பட்ட தொழில்களின் உத்தரவாதத்தைக் கோருவதில் களைப்படைவதேயில்லை. பொதுமக்களின்

நலன்களுக்காகவே உள்ள இந்த தேசிய மயமாக்கப்பட்ட தொழில்களின் உத்தரவாதமும் பொறுப்பும் நன்கு வளர்ந் துள்ள அதே வேளையில் லாபத்தை மட்டுமே நோக்கமாகக் கொண்ட தனியார் நிறுவனம், நடைமுறையில் இருக்க முடியாது என்பது எதிர்பார்ப்புக்கு எதிரான ஒரு சிந்தனை யாக இருக்கலாம்.

உடைமைத்துவம் என்பது ஒரு உரிமையல்ல. மாறாக அது பல உரிமைகளைக் கொண்டது. "தேசிய மயமாக்கல்" என்பது வெறுமனே இந்த உரிமைகளை *'A'* யிடமிருந்து *'B'*க்கு மாற்றிக்கொடுப்பதல்ல. அதாவது, தனி நபர் களிடமிருந்து அரசுக்கு. அந்த ஒட்டுமொத்த தனியாரிட மிருந்த உரிமைகளை எங்கே வைக்கலாம் என்பதைப் பற்றிய கச்சிதமான வாய்ப்புகளை உருவாக்குவது பற்றிய தாகும் அது. ஆகவே டாவ்னி கூறுகிறார்: "தேசியமய மாக்கல் என்பது அரசியல் சாசனத்தை உருவாக்கும் பிரச்சினை" என்று. தனியார் சொத்து என்பதற்கான சட்ட ரீதியான உரிமை நீக்கப்படும்போது, அனைத்தும் ஒவ் வொன்றையும் புதிதாக அமைக்கும் சுதந்திரம் அமைகிறது. ஒன்றுபடுத்த, கலைக்க, மையப்படுத்த, பரவலாக்க, அதி காரத்தை குவிக்க அல்லது இல்லாமலாக்க, பெரிய யூனிட்டுகளையோ சிறிய யூனிட்டுகளையோ உருவாக்க, ஒன்றுபடுத்தப்பட்ட ஒரு முறையை உருவாக்க அல்லது கூட்டமைப்பை உருவாக்க அல்லது அமைப்பு என்ற ஒன்றையே இல்லாமலாக்க என்ற வகைகளில் புதிதாக அமைக்கும் சுதந்திரம் கிடைக்கும்.

டாவ்னி கூறுகிறார்:

"பொது உடைமைத்துவத்திற்கான எதிர்ப்பு, மைய அதி கார குவிப்பிற்கு எதிரான எதிர்ப்புதான். ஆனால் மைய அதிகார குவியலுக்கான தீர்வு, தனியார்களின் கைகளிலுள்ள செயலற்ற சொத்து அல்ல. மாறாக அதிகாரம் பரவலாக்கப் பட்ட பொதுச் சொத்தின் உரிமைத்துவம்".

தேசியமயம் என்பது தனிச் சொத்துரிமையை ஒழிக் கிறது. ஆனால் உரிமைத்துவம் - உடமைத்துவம் என்று

இருக்கும் வார்த்தையின் அர்த்தத்தில் எதனையும் அது உருவாக்குவதில்லை. அதனைப் போன்றே அசல் உரிமையாளர்களின் உரிமைகள் என்னவாக மாறும் என்றும், அதனை யார் செயல்படுத்துவார்கள் என்பதையும் நிர்ணயிப்பதில்லை. எனவே முன்னர் இருந்த ஏற்பாடுகளுக்கு எதிரான புதிய வாய்ப்புகளை உருவாக்கும் தேவையை அது ஏற்படுத்துகிறது. "தேசியமயமாக்கல்" மூலம் சாத்தியமான புதிய ஏற்பாடுகள், ஒவ்வொன்றின் தேவைக்கும் பொருத்தமானதாக இருக்க வேண்டும். பொதுச் சேவைகளைச் செய்யும் தேசிய மயமாக்கப்பட்ட நிறுவனங்களுக்கான ஏராளமான கொள்கைகள் கடைபிடிக்கப்படவேண்டும்.

முதலாவதாக, அரசியலையும் வியாபாரத்தையும் கலப்பது அபாயகரமானது. இத்தகைய கலப்பு, திறனற்ற வியாபாரத்தையும், ஊழல் மலிந்த அரசியலையும் உருவாக்கும். எனவே தேசிய மயமாக்கல் சட்டம் மற்றும் உரிமைகளை வரையறுத்து மதிப்பிட்டு மிகுந்த எச்சரிக்கையுடன் குறிப்பாக அரசியல் சார்ந்தவற்றில் செய்யப்பட வேண்டும். உதாரணமாக அமைச்சர் அல்லது அரசில் அங்கம் வகிக்கும் எவரும், எதுவும் வியாபாரத்தில், வியாபாரம் சார்ந்தவற்றில், வியாபார அமைப்புகளில் பங்கு பெறுவது பற்றி மிகவும் கவனத்துடன் வரையறையும், நிர்ணயமும் செய்யப்பட வேண்டும். நியமன விஷயத்தில் இது முக்கியமாகக் கடைபிடிக்கப்பட வேண்டியதாகும்.

இரண்டாவதாக, பொதுச் சேவை புரியும் தேசியமயமாக்கப்பட்ட நிறுவனங்கள் - வாழ்வதற்காக உண்பது, உண்பதற்காக வாழ்வதல்ல - என்ற முறையில் லாபத்தைக் குறிக்கோளாகக் கொள்ள வேண்டும். சேமிப்பையும் உருவாக்க வேண்டும். அவை தமது லாபத்தை ஒருவருக்கும், ஏன் அரசுக்கும் கூட அளிக்கக் கூடாது. மேலதிகமான சேமிப்பு வரும்படியான மேலதிக லாபம் வரக்கூடிய நிலையில், அதனைக் குறைக்கும் முகமாக விலைகளைக் குறைக்க வேண்டும்.

மூன்றாவதாக, தேசியமயமாக்கப்பட்ட நிறுவனங்கள் "எல்லா வகையிலும் மக்கள் நலன்களுக்காக செயல்படு வதையே" சட்டப் பூர்வமான கடமையாகக் கொள்ள வேண் டும். "மக்கள் நலன்" என்ற வார்த்தைகளுக்கான பொருளை கட்டமைத்துக் கொள்வதை அந்தந்த நிறுவனங்களிடமே விட்டுவிட வேண்டும். தேசியமயமாக்கப்பட்ட நிறுவனங் களை அவற்றின் லாபத்தின் அடிப்படையிலேயே நோக்க வேண்டும் என்று ஏதோ தனியார் நிறுவனங்களின் பங்கு தாரர்கள் சொல்வது போல 'பொதுமக்கள் நலன் அரசிடம் மட்டுமே' என்ற வகையில் காட்டுவது பயனற்றது. பிரிட்ட னில் இந்தக் கருத்து தேசியமயமாக்கப்பட்ட தொழில்களை எப்படி நடத்தவேண்டும் என்ற கொள்கையைத் தகர்த்து, லாபத்துக்காக செயல்படும்படி எதிர்பார்க்கப்பட்டு, அரசின் தலையீட்டின்படி எப்படி செய்ய வேண்டும் என்று அறிவுறுத்தப்பட்டது. லாப நோக்கம் மட்டுமே கொண்டு செயல்படுவதென்பது, தேசியமயமாக்கப்பட்ட தொழில் களின் நிர்வாகத்திற்கு உரித்தான பண்புகளை அழிக்கும்படி யானதாகும். "எல்லா வகையிலும் மக்கள் நலனுக்காக சேவை புரிவது" என்றால், நிர்வாகத்தின் தினசரி நடத்தை களை நடத்துவதுதான். இதனைக் கட்டுப்படுத்தவும் கூடாது, கட்டுப்படுத்தவும் முடியாது. குறைகளை அரசின் நிதியால் சரி செய்யப்பட மட்டும் அனுமதிக்க வேண்டும். லாபம் ஈட்டுவது மற்றும் பொது நலனுக்கு சேவை செய்வது என்ற இரண்டிற்கும் பிணக்குகள் தோன்றும் என்பதை மறுக்க முடியாது. தேசியமயமாக்கப்பட்ட தொழில்கள் தனியாரால் நிர்வகிக்கப்படும் நிறுவனங்களை விட அதிக மான கவனிப்பை வேண்டி நிற்கின்றன என்பதே இதன் பொருள். அதிக தேவைகளைக் கோராமல் ஒரு சிறந்த சமுதாயத்தை அமைக்க முடியும் என்பது சுய முரண் மட்டு மல்லாது ஆதாரமற்ற வீண் கனவுமாகும்.

நான்காவதாக, தேசியமயமாக்கப்பட்ட தொழில்களில் "பொது நலன்" என்பதைக் காக்கவும், அங்கீகரிக்கவும், தொழிலாளர்கள், உள்ளூர் சமுதாயத்தினர், நுகர்வோர் மற்றும் போட்டியாளர்கள் ஆகியோருக்குப் பொருந்தும்

படியான ஏற்பாடுகளை, முறைகளைச் செய்ய வேண்டியது அவசியம். இதனை நன்முறையில் செய்திட பரிசோதனை முயற்சிகள் தேவைப்படும். நிர்வாகத்தின் திறனை பாதிக்காமல் இந்த நலன்களைக் காப்பது என்பது பிரச்சினையே.

இறுதியாக தேசியமயமாக்கலின் பெரிய அபாயம், அதி காரப்பரவலுக்கு திட்டவியலாளர்கள் அடிமையாவதுதான். பொதுவாக பெரு நிறுவனங்களைவிட சிறு நிறுவனங்களே தேர்ந்தெடுக்கத்தக்கவை. தேசியமயமாக்கலின் மூலம் பெரு நிறுவனங்களை இப்போதும் செய்து கொண்டே இருப்பதைப் போல உருவாக்குவதை விட அதிகாரத்தையும் பொறுப்பையும் பரவலாக்கும் சிறிய அமைப்புகளை உருவாக்குவது சிறந்தது. பகுதி தானியங்கும் சிறிய யூனிட்டுகளை முதலில் உருவாக்கி, அவற்றின் சில குறிப்பிட்ட செயல்பாடுகளை உயர்மட்ட அளவில் மையப்படுத்துவது, அதுவும் நன்கு இணைந்து செயல்படுவதற்குத் தேவையெனில் மட்டும் உருவாக்குவது சிறந்தது.

இவற்றை ஆர்.ஹெச். டாவ்னியைவிட சரியாகப் பார்த்து புரிந்து கொண்டவர்கள் யாருமில்லை. எனவே அவருடைய பொருத்தமான இன்னுமொரு மேற்கோளுடன் இந்த அத்தியாயத்தை நிறைவு செய்யலாம்.

"எனவே சமூக அமைப்பு அதன் உரிமைகளுக்குப் பதிலாக அதன் செயல்பாட்டின் அடிப்படையில் மூன்று விஷயங்களை உணர்த்துகிறது. முதலாவதாக, உடமையாளருக்கான உரிமைகள் செயல்பட்டு சேவை புரிவதாக இருந்தால் இருக்கட்டும். அப்படி இல்லை எனில் உடமையாளர்களின் உரிமைகள் ரத்து செய்யப்படும். இரண்டாவதாக, உற்பத்தியாளர்கள் எந்த சமுதாயத்தினருக்காக உற்பத்தி செய்கிறார்களோ அவர்களுடன் நேரடித் தொடர்பில் இருக்க வேண்டும். எனவே அவர்களின் பொறுப்பு இப்போதுள்ளதைப் போன்று சேவைகளில் அல்லது பலன்களின் மீது மட்டுமே கவனம் கொண்ட பங்குதாரர்களைப் போன்றதாக அல்லாமல், வெளிப்படையானதாகவும், தவறே இல்லாததாகவும்" இருக்கும். மூன்றாவதாக,

"சேவைகளைச் செய்யும் அமைப்புகளின் மீதே பராமரிக்கும் கடமை இருக்கும். எனவே அந்த அமைப்புகள் தமது கடமையைச் செய்வதில் சரியாக உறுதியாகச் செயல்படுகின்றனவா என்று கண்காணிப்பதிலும் கண்டிப்பதிலும் நுகர்வோர் இருக்கும்படியாக அமைந்திருக்கும்".

உடமைத்துவத்தின் புதிய வகைகள்

ஜே.ஜே. கால்பிரெய்த் தனியாரின் வளமையையும் பொது மக்களின் குறைகளையும் குறித்துப் பேசியிருக் கிறார். உலகின் பணக்கார நாடான அமெரிக்காவைப் பற்றி அவர் பேசியுள்ளது குறிப்பிடத்தக்கது. அந்தப் பணக்கார நாட்டில் எப்படி குறைபாடுடைய அழுக்கான பொதுமக்கள் இருக்க முடியும்? அதுவும் உள்நாட்டு மொத்த உற்பத்தியை அந்தந்த நாடுகளின் மக்கள் தொகையோடு ஒப்பிடுகையில் (மிகக் குறைவான உள்நாட்டு மொத்த உற்பத்தியுள்ள நாடு களை விடவும்) அங்கு எப்படி பொதுமக்கள் குறைகளுடன் அழுக்கானவர்களாக இருக்க முடியும்? தற்போதைய அமெரிக்காவின் தற்போதைய பொருளாதார வளர்ச்சி குறைகளுள்ள பொதுமக்களிடமிருந்து குறைகளைக் களைய முடியவில்லை என்றால், இன்னும் வளர்ச்சியடைவது என்பது அதனை எப்படிக் களைய முடியும்? நீக்கமுடியும்? மிக அதிக வளர்ச்சி விகிதத்தை உடைய நாடுகள் மிகவும் சுற்றுச் சூழல் சீர்கேடடைந்துள்ள நிலையில் திகைக்க வைத்து அதிர்ச்சியூட்டக் கூடிய நிலையில் குறைகளைக் கொண்டுள்ள மக்களைக் கொண்டிருப்பதை எப்படி விளக்க முடியும்? இங்கிலாந்தின் மொத்த உள்நாட்டு உற்பத்தி ஐந்து சதவீதம் வளருமானால் இங்கிலாந்தின் தேவைகளை நிறைவேற்ற அந்தக் கூடுதல் தொகையை முழுவது மாகவோ அல்லது அதில் சற்றுக் குறைத்தோ செலவு செய்ய முடியுமா?

நிச்சயமாக முடியாது, தனியாருக்குச் சொந்தமாகவுள்ள வளம் தனியாரிடமே இருக்கும். பொது அமைப்புகள் அவற்றுக்கான வருமானம் என்ற ஒன்றைப் பெற்றிருப்ப தில்லை. குடிமக்கள் தங்களுக்கு உரிமையானது என்று எண்ணக்கூடிய பணத்தை பிழிந்தெடுக்கும் அமைப்பாக பொது அதிகார அமைப்புகள் குறுகிப் போயுள்ளன. இது வரி வசூலிப்பவர்கள் மற்றும் குடிமகன்களிடையே முடி வற்ற ஒரு யுத்தத்தைக் கொண்டிருப்பதில் வியப்பில்லை. இந்த போரில் அதிக சம்பளம் பெறும் வரித்துறை நிபுணர் களின் உதவியுடன் பணக்காரர்கள் ஏழைகளைவிட நன்றாக செயல்படுகிறார்கள். வரிவசூல் முறையிலுள்ள ஓட்டை களை அடைக்கும் முயற்சியாக வரிவசூல் சட்டங்கள் முன்னெப்போதையும் விட அதிக சிக்கலானவையாக மாறி யுள்ளன. எனவே வரி சம்பந்தமாக அறிவுரை வழங்கும் நிபுணர்களின் வருவாயும் பெரிதாகிறது. வரி செலுத்து பவர்கள் ஈட்டிய பணம் அவர்களிடமிருந்து எடுத்துச் செல்லப்படுவதாக என்னும் வரி செலுத்துபவர்கள் சாத்திய மான வகையில் வரி செலுத்தாமலிருக்க முயற்சிப்ப தோடல்லாமல் (இங்கே சட்டத்திற்குப்புறம்பான வரி ஏய்ப்பைக் குறிப்பிடவில்லை) பொதுச் செலவுத்திட்டத்தில் வெட்டு கொண்டு வருவதற்கு ஆதரவாகத் தொடர்ந்து குரல் எழுப்புகிறார்கள். "அதிகமாக வரி விதிப்பது அதிக பொதுச் செலவிற்கே" என்பது தேர்தலில் ஓட்டுக்களைப் பெறும் ஒரு முழக்கமாக இருக்காது. தனியார் வளத்திற்கும் பொதுமக்கள் குறைகளுக்கும் (ஏழ்மைக்கும்) இடையில் உள்ள வித்தியாசம் எவ்வளவுதான் பளிச்சென்று தெரிந் தாலும் அந்த முழக்கம் ஓட்டுக்களைக் கவரும் ஒன்றாக இருக்க முடியாது.

உற்பத்தியிலான உடமைத்துவ அமைப்பில் பொதுச் செலவு என்பதன் தேவை அங்கீகரிக்கப்படாதவரை இந்த இரண்டுவித மன நிலையிலான ஊசலாட்டத்திலிருந்து வெளியே வர முடியாது

மனநோய் மையங்கள், சிறைச்சாலை மற்றும் இவற் றைப் போன்ற பல்வேறு அமைப்புகள் போன்ற மோசமான

குறைபாடுகள் அல்ல இந்த பொது மக்கள் குறைபாடு. இது பிரச்சினையின் எதிர்ப்பக்கமே. "உள்கட்டமைப்பு" என்பதன் மீது செலவிடப்படும் பெருந்தொகையிலிருந்து பிரச்சினையின் நேர்மறையான பக்கம் எழுகிறது. மேலும் அப்படி செலவு செய்யப்படுவதன் பலன்கள் பெரிய அளவில் தனியார் நிறுவனங்களுக்கே இலவசமாகப் போகின்றன. இந்த விஷயம் உள்கட்டமைப்பு சரியாக உருவாகாத அல்லது உள்கட்டமைப்பு வளர்ச்சி தேக்கமடைந்துள்ள ஏழ்மை நிரம்பிய பகுதிகளில் நிறுவனங்களை, தொழில்களை நடத்தியே இருக்காத எவருக்கும் மிக நன்றாகத் தெரியும். அவரால் மலிவான போக்குவரத்து வழிகளையோ அல்லது மலிவான மற்ற பொதுச் சேவைகளையோ சார்ந்திருக்க முடியாது. கட்டமைப்பு வசதி நன்கு அமையப்பெற்றுள்ள பகுதிகளில் அவரால் இந்த வசதிகளை இலவசமாகவோ அல்லது மிகக் குறைந்த செலவிலோ பெற முடியும்போது உள்கட்டமைப்பு வளர்ச்சியுறாத பகுதிகளில் அவர் தன் பணத்தை செலவு செய்ய வேண்டிவரும். பயிற்சி பெற்ற தொழிலாளர்களை அவரால் வேலைக்கு அமர்த்த முடியாது. ஆட்களைத் எடுத்து அவர்களுக்குப் பயிற்சி அளிக்க வேண்டியிருக்கும். இப்படிப்பட்ட பல பிரச்சினைகளும் இருக்கும். ஒரு சமூகத்தின் - அது ஏழையோ அல்லது பணக்கார சமூகமோ, கல்வி, மருத்துவம் மற்றும் ஆராய்ச்சி நிலையங்கள் தனியார் நிறுவனங்களுக்கு கணக்கிட இயலாத பலன்களை, அந்த நிறுவனங்கள் நேரடியாகப் பணம் செலுத்தாத நிலையிலும் அளிக்கின்றன.

ஆனால் இந்த நிறுவனங்கள் "வரி" என்பதன் மூலம் மறைமுகமாகப் பணம் செலுத்த வேண்டியவையாய் இருக்கின்றன. முன்பே குறிப்பிட்டபடி, இந்த வரி செலுத்துதலை இந்த நிறுவனங்கள் எதிர்ப்பைக் காட்டியோ, ஆட்சே பித்தோ, எதிர் இயக்கம் நடத்தியோ திறமையான வழிகளில் தவிர்க்கின்றன. தனியார் நிறுவனங்கள் உள்கட்டமைப்பு மூலம் பெற்ற பலன்களுக்காக செலுத்த வேண்டிய தொகைகளை அந்த நிறுவனங்களின் லாபங்களிலிருந்து நேரடியாகப் பெற முடியாது, அந்த நிறுவனங்களின் ஒப்புதலின்

அடிப்படையிலேதான் பொது அதிகார அமைப்பு பெற முடியும் என்பது தர்க்க ரீதியாக சரி இல்லாததும், பெரும் சிக்கலுக்கும், புரிந்து கொள்ள இயலாத ஒரு நிலைக்கும் இட்டுச் செல்லும். தனது லாபங்கள் அத்தனையும் தனது சொந்த முயற்சியால் பெறப்பட்டவை என்றும், அந்த லாபத்தின் கணிசமான தொகை வரியாக பொது அதிகார அமைப்பிற்கு செலுத்தப்பட்டுவிட்டது என்றும் கூறலாம். இது உண்மையல்ல. உண்மை என்னவெனில் தனியார் நிறுவனங்களுக்காகும் செலவின் பெருந்தொகை பொது அதிகார அமைப்பால் உள்கட்டமைப்புக்காக செய்யப் படும் செலவிலேயே நடக்கிறது. தனியார் நிறுவனங்களின் லாபம் என்பது அது இயல்பாக அடையக்கூடிய லாபத்தை விட அதிகமாக சொல்லப்படுகிறது. உற்பத்தியிலான உட மைத்துவ அமைப்பு தனியார் நிறுவனத்தின் லாபத்திற்காக செய்யப்படும் பொதுச் செலவை அங்கீகரிக்காதவரை உண்மையான நிலையை பிரதிபலிப்பதற்கான நடைமுறை வழியே இல்லை.

மேலே விமர்சிக்கப்பட்டுள்ள இரண்டு விஷயங்களை யும் சமாளிக்கும்படி உடைமைத்துவ அமைப்பு எப்படி மாற முடியும் என்பதற்கு நான் இரண்டு உதாரணங்களைக் கூறுகிறேன்.

ஸ்காட் பேடர் காமன்வெல்த்

எர்னஸ்ட் பேடர் தனது 30வது வயதில் அதாவது 1920-ல் ஸ்காட் பேடர் கம்பெனி லிமிடெட் என்ற நிறுவனத்தைத் தொடங்கினார். 31 ஆண்டுகள் கழித்து பல முயற்சிகள், போர்க்காலத்தைய கஷ்டங்கள் எல்லாவற்றையும் கடந்து, 161 தொழிலாளர்களுடன், வியாபாரத்தில் இட்ட ஆண்டு விற்று முதல் தொகை 625,000 பவுண்டுடன் நிகர லாபம் 72,000 பவுண்டு என்ற ரீதியில் ஒரு நடுத்தர முதலீட்டு நிறுவனமாக ஆனது. கிட்டத்தட்ட ஒன்றுமே இல்லை என்ற ரீதியில் துவங்கப்பட்ட இந்தத் தொழில் மூலம் அவரும் அவரது குடும்பத்தினரும் வளம் மிக்கவர்களாக ஆனார்கள். பாலியெஸ்டர் பிசின் உற்பத்தியில் முன்னோடி நிறுவன மாகவும், மற்ற சில நவீனப் பொருட்களை தயாரிப்பவர்

களாகவும் அவரது நிறுவனம் ஆனது. அவர் ஒரு தொழிலாளியாக இளமையில் இருந்த போது, தொழிலாளி என்ற நிலையின் கூறுகள் மற்றும் அம்சங்கள் குறித்து மிகவும் ஆழமான அதிருப்தியடைந்திருந்தார். “தொழிலாளர் சந்தை” மற்றும் “கூலி அமைப்பு” ஆகியவற்றில் அவர் மிகவும் ஆத்திரம் அடைந்தார். அதிலும் குறிப்பாக, மூலதனத்தை மனிதர்கள் ஆள்வதை விட மனிதர்களை மூலதனம் ஆள்வதன் மீது மிகவும் ஆத்திரமடைந்தார். அவர் தொழிலாளர்களுக்கு வேலை கொடுக்கும் நிலையில், தனது வெற்றியும் வளமும் தன்னால் மட்டும் அடையப்பெற்றவை அல்ல, தான் தனது தொழிலை செய்யும் சமூகமும் தனது தொழிலில் தன்னுடன் இணைந்து பணியாற்றுபவர்களாலும்தான் என்பதை அவர் மறக்கவில்லை. அவர் சொல்கிறார்:

“மக்களை நிர்வகிக்கப்படுபவர்களாகவும், நிர்வகிப்பவர் களாகவும் பிரிக்கும் முதலாளித்துவத் தத்துவத்திற்கு எதிரானவன் நான் என்பதை உணர்ந்து கொண்டு சில ஆண்டுகளுக்கு முன்பு நிர்வகிக்கப்படும் தொழிலாளியாக இருக்கக்கூடாது என்று முடிவெடுத்தேன். உண்மையான தடைகளாக இருந்தவை கம்பெனிச் சட்டங்களும், பங்குதாரர்களின் சர்வாதிகாரமும், அவர்கள் கட்டுப்பாட்டில் இருந்த நிர்வாகத்தின் அதிகார படி நிலைகளும்தான்.”

மனிதர்களின் தேவைகளுக்குப் பொருந்தும்படி முயற்சிகளுடனான தத்துவத்தின் அடிப்படையில் தனது நிறுவனத்தில் “புரட்சிகரமான மாற்றங்களை” அறிமுகம் செய்ய அவர் முடிவு செய்தார்.

“இரண்டுவிதமான பிரச்சினைகள் இருந்தன. ஒன்று, நமது நிறுவனத்தில் லாபத்திற்கு எந்த நஷ்டமும் ஏற்படாமல், மனித கௌரவம், மகிழ்ச்சி மற்றும் சுதந்திரத்தை அதிகபட்ச அளவில் இருக்கும்படி எப்படி கட்டமைப்பது என்பதும், இரண்டாவதாக இவற்றை தனியார் தொழில் துறையினர் ஏற்கும்படி எவ்வகையில் செய்வது என்பது மாகும்.”

இரண்டு விஷயங்கள் இல்லாமல் இந்த முடிவுகளை செயல்படுத்த முடியாது என்று திரு. பேடர் ஒரு கட்டத்தில் உணர்ந்தார். தான் தொடக்கத்திலிருந்து செய்து வந்ததைப் போன்று லாபத்தில் மட்டும் பங்கு பெறுவது என்பது போதுமானதல்ல - உடைமைத்துவத்தில் மாற்றம் வேண்டும். இரண்டாவதாக, சில விதிகளை ஏற்றுக் கொள்வது. முதலாவதை செய்வதற்காக ஸ்காட் பேடர் "காமன் வெல்த்" என்ற அமைப்பை ஏற்படுத்தினார். அதில் நிறுவன உரிமையை எல்லோருக்குமானதாக்கினார். இரண்டாவதை செயல்படுத்துவதற்கு, இப்போதைய தொழில் கூட்டாளிகளான தனது முன்னாள் ஊழியர்களுடன் "அதிகாரப்பரவலை"க் குறித்து விளக்கும் நிர்ணய சட்ட அமைப்பை உருவாக்க ஒப்புக் கொண்டார். ஆனால் நிறுவனத்தின் சுதந்திரமான செயல்பாட்டிற்காகப் பின்வரும் நியதிகளை செயல்படுத்த வேண்டுமாறும் செய்தார்.

முதலாவதாக நிறுவனத்தின் ஒவ்வொரு உறுப்பினரும் தனது அறிவையும், கற்பனைத் திறனையும் பயன்படுத்தும் வகையில் நிறுவனம் இப்போது உள்ளது போல் வரையறுக்கப்பட்ட அளவிலேயே இருக்க வேண்டும். நிறுவனத்தின் உறுப்பினர் எண்ணிக்கை 350க்கும் அதிகமாகும்படி நிறுவனம் வளரக் கூடாது. அந்த வரையறையைவிட நிறுவனம் வளர்ந்தே ஆக வேண்டும் என்ற சூழ்நிலை ஏற்பட்டால், ஸ்காட் அன்ட் பேடர் காமன்வெல்த்தைப் போன்ற அமைப்புடன் புதிய சுதந்திரமான யூனிட்டுகளாக தொடங்க வேண்டும்.

இரண்டாவதாக நிறுவனத்தில் பணிபுரிபவர்களிடையே வயது, பால், வேலை அல்லது அனுபவம் இவற்றினடிப் படையில் வரிப்பிடிப்பு இல்லாத நிலையில் 1:7 என்ற விகிதத்தில் குறைந்தபட்ச - அதிகபட்ச சம்பள வேறுபாடு இருக்க வேண்டும்.

மூன்றாவதாக காமன்வெல்த்தின் உறுப்பினர்கள் எல்லோரும் தொழிலாளிகளாக இல்லாமல் பங்காளிகளாக இருப்பதால், அவர்களை மிகப்பெரிய துர்நடத்தை காரண

மாக அன்றி வேறெதற்காகவும் வேலை நீக்கம் செய்யக் கூடாது. உறுப்பினர் முறையான அறிவிப்பைக் கொடுத்து விட்டு எப்போது வேண்டுமானாலும் பணியிலிருந்து தாமாக விடுபடலாம்.

நான்காவதாக, ஸ்காட் அன்ட் பேடர் நிறுவனத்தின் இயக்குநர்கள் அமைப்பு காமன்வெல்த்திற்குக் கட்டுப் பட்டது. நிர்ணய சட்ட விதிகளின்படி இயக்குநர்கள் அமைப்பின் உறுப்பினர்களை நியமிக்கவோ நீக்கவோ காமன்வெல்த் அமைப்பிற்கு உரிமை உண்டு. அதேபோல் அவர்களது சம்பளத்தை நிர்ணயிப்பதிலும் காமன் வெல்த்துக்கு உரிமை உண்டு.

ஐந்தாவதாக, நிகர லாபத்தில் நாற்பது சதவீதத்திற்கும் அதிகமாக காமன்வெல்த்திடம் இருக்கக் கூடாது. குறைந்தது அறுபது சதவீத நிகர லாபத் தொகை நிறுவனத்தின் சுயநிதி யாகவும் வரி செலுத்துவதற்காகவும் வைத்துக் கொள்ளப் படவேண்டும். காமன் வெல்த்திடம் இருக்கும் தொகை யின் ஒரு பாதி, உறுப்பினர்களின் போனஸ் மற்றும் இதர சலுகைகளுக்காகவும் மறுபாதி நிறுவனத்திற்கு வெளியே அறப் பணிகளை செய்வதற்காகவும் இருக்க வேண்டும்.

இறுதியாக, போர் சம்பந்தமானவற்றிக்குப் பயன்படுத் தப்படும் எனத் தெரியும் நுகர்வோர்களுக்கு ஸ்காட் பேடர் நிறுவனத்தின் எந்த உற்பத்திப் பொருளும் விற்கப்படக் கூடாது.

இத்தகைய புரட்சிகர மாற்றங்களை திரு. எர்னஸ்ட் பேடரும் அவர் கூட்டாளிகளும் அறிமுகம் செய்தபோது, இத்தகைய அமைப்பு நீடித்திருக்காது என்று சாதாரணமாக எல்லோராலும் கருதப்பட்டது. கஷ்டங்கள் இருந்தபோதும், உண்மையில் அந்த அமைப்பு பலப்பட்டு வலிமை யடைந்தது. *1951*-லிருந்து *1971*-க்குள் அதன் விற்பனை 625,000 பவுண்டிலிருந்து ஐந்து மில்லியன் பவுண்டானது. ஆண்டு நிகர லாபம் 72,000 பவுண்டிலிருந்து மூன்று லட்சம் பவுண் டானது. மொத்த ஊழியர் எண்ணிக்கை 161 லிருந்து 371

ஆக மாறியது. 150,000 பவுண்டுகள் ஊழியர்களுக்கு போன ஸாக வழங்கப்பட்டது. அதே அளவு தொகை நிறுவனத்தின் வெளியே அறப்பணிகளுக்காக செலவிடப்பட்டது. இது இருபது ஆண்டுகளுக்குள் நிகழ்ந்தது என்பது குறிப்பிடத் தக்கது. பல புதிய யூனிட்டுகள் அமைக்கப்பட்டன.

இப்படிச் செய்ய விரும்பும் எவரும், ஸ்காட் பேடர் நிறுவனத்தின் வர்த்தக வியாபார ரீதியிலான வெற்றி அசாதாரணமான சூழ்நிலையால் விளைந்தவை எனக் கருத லாம். இவ்வகையில் அதனை விடவும் வெற்றியடைந்த நிறுவனங்கள் உண்டு. 1951க்குப் பிறகு ஸ்காட் பேடர் நிறு வனம் தோல்வி அடைந்திருந்தால் அது ஒரு எச்சரிக்கை யாகவே அமைந்திருக்கும். மரபுசார் நிலைகளின்படி அதன் மறுக்க முடியாத வெற்றி, பேடர் அமைப்பு வழக்கமான நிலைகளை விட உயர்வானது என்று நிரூபிக்கவில்லை. பேடர் ஸ்காட் அமைப்பு வழக்கமான நிலைகளிலிருந்து வேறுபட்டது என்பதையே காட்டியது. வர்த்தக நோக்கங் களைத் தாண்டி மனிதத்துவமான, மனிதனுக்கான நோக்கங்களைக் கொண்ட அதன் வெற்றியில் நல்ல உயர் தரம் இருக்கிறது. இந்த மனிதத்துவமான, மனிதனுக்கான நோக்கங்கள் மற்ற நிறுவன அமைப்புகளுக்கு இரண்டாம் பட்சம் தான் அல்லது புறந்தள்ளி ஒதுக்கப்பட்டதுதான். வேறு வார்த்தைகளில் சொல்ல வேண்டுமானால், தனியார் உடமைத்துவத்தின் குறைகளை பேடரின் முறை வென்றது என்றும் முதலாளிகளை இன்னும் வளம் மிக்கவர்களாக மாற்றும் சாதாரண பயன்படு கருவியாக தொழில் அமைப்பை இருக்க அனுமதிப்பதை விட்டு, தொழில் அமைப்பு என்பது மனிதனுக்கு சேவை புரிவது என்றும் நிரூபித்தது என்று சொல்லலாம்.

எர்னஸ்ட் பேடர் சொல்கிறார்:

“பொது உடமைத்துவம் அல்லது காமன்வெல்த் என்பது லாபத்தை பங்கிட, எல்லோரையும் பங்குதாரர்களாக்க, அல் லது எல்லோரையும் உரிமையாளர்களாக்க பொது நிறுவனத் தில் எல்லோரும் விருப்பத்துடன் ஈடுபடும்படியான

இயல்பான ஒரு வளர்ச்சியாகும். எல்லாப் பொருள்களும் எல்லோருக்கும் பொதுவானது என்பதற்கான வழியாகும். மேலும், காமன்வெல்த் உடமைத்துவத்திற்கு தனிப்பட்ட சிறப்புகளுண்டு.”

1951-லிருந்து தோன்றியுள்ள புதிய நிர்வாக அமைப்பு முறைகள் மற்றும் கூட்டுறவு குறித்து நான் அதிகமாகப் போக விரும்பாத அதேவேளையில், அனுபவங்களிலிருந்து பெற்ற சில கொள்கைகளைக் குறிப்பிடுவது இங்கே பயனுள்ளதாக இருக்கும்.

முதலாவதாக உடமைத்துவத்தை ஒரு நபரிடமிருந்தோ அல்லது ஒரு குடும்பத்திடமிருந்தோ மாற்றுவது. பேடர் குடும்பம் சம்பந்தப்பட்ட வகையில் காமன்வெல்த் முறையின் மூலம் தனியார் உடமைத்துவத்திலிருந்து கூட்டு உடமைத்துவத்திற்கு உடமைத்துவம் மாறியது. ஒரு நபர் அல்லது குறிப்பிட்ட சில நபர்களுக்கான சொத்து உரிமையிலிருந்து, காமன்வெல்த் முறையின் மூலமான உரிமை, உறவு நிச்சயமாக வேறுபட்டது. உடமையாளர்களின் அளவு என்ற நிலையிலிருந்து உடமையாளர்களின் தரம் என்ற நிலைக்கு உடமைத்துவம் உயர்ந்தது ஆச்சர்யப்பட வேண்டிய ஒன்றல்ல. அது குறிப்பாக ஸ்காட் பேடர் விஷயத்தில் சிறப்பாக அமைந்தது. ஸ்காட் பேடர் நிறுவனம் என்பது சட்டப்பூர்வமாக காமன்வெல்த் அமைப்பு முறைக்கு சொந்தமானது. ஆனால், காமன்வெல்த்தின் உறுப்பினர்களோ, தனிப்பட்டவர்களோ அதற்கு உடமைதாரர்களல்ல என்பது உண்மை. உண்மையில் சொத்துக்களை நிர்வகிப்பதில் சிறப்பு உரிமைகள் மற்றும் பொறுப்புக்களால் உடமைத்துவம் என்பது மாற்றப்பட்டது.

இரண்டாவதாக எந்த சொத்தையும் எவரும் வைத்துக் கொள்ளவில்லை. திரு. பேடரும் அவர் குடும்பத்தினரும் சொத்துக்களை வைத்துக் கொள்வதிலிருந்து தங்களைத் தாங்களே விடுவித்துக் கொண்டார்கள். செல்வவளம் மிக்க பணக்காரர்களாவதை அவர்கள் சொந்த விருப்பத்தின் பேரிலேயே விட்டார்கள். அளவுக்கு மீறிய பணக்காரர்கள்

இருப்பது இன்றைய நிலையில் பெரிய சமூகத் தீமை என்பதைப் புரிந்து கொள்ள ஒருவர் ஒட்டு மொத்த தரத்தின் மீது நம்பிக்கை கொண்டவராக இருக்க வேண்டியதில்லை. செல்வவளத்திலும் வருவாயிலும் சில சமத்துவமின்மை நிலவுவது இயல்பானது, ஓரளவு நியாயப்படுத்தப்படக் கூடியதே. இதனை தாமாகவே அங்கீகரிக்காத, ஏற்றுக் கொள்ளாத சிலர் இருக்கிறார்கள். எல்லாவித மனித விஷயங்களிலும் போல, இது அளவிட வேண்டியதாக இருக்கிறது. அதிக அதிகாரம் பெற்றிருப்பதைப் போல அதிக செல்வவளம் பெற்றிருப்பதும் ஊழலுக்கு வழி வகுக்கும். செல்வவளம் பெற்றிருப்பவர்கள் வெறுமனே இல்லாவிட்டாலும் கூட, அவர்களது உழைப்பு மற்றவர்களை விடக் கடினமானதாக இருந்தாலும் கூட, அவர்கள் வேறுபட்ட வகைகளிலேயே பணிபுரிவார்கள். வேறுபட்ட நிலைகளில் மனிதத்துவத்திற்கு அப்பாற்பட்ட வகைகளிலேயே பணிபுரிவார்கள். இவற்றையெல்லாம் தனது ஞானத்தால் உணர்ந்த திரு. பேடர், அளவுக்கு மீறிய செல்வந்தர் ஆவதை மறுத்து, உண்மையான ஒரு சமுதாயத்தை அமைப்பதில் வெற்றிகண்டார்.

மூன்றாவதாக, ஸ்காட் பேடரின் செயல்பாடு உடமைத்துவ மாற்றத்தின் அவசியத்தை மிகத்தெளிவாகக் காட்டும் அதே வேளையில், உடமைத்துவ மாற்றம் என்பது, சாத்தியமாக்கும் சாத்தியப்படுத்தும் ஒரு செயலே தவிர, உயர் நோக்கங்களை அடையப் போதுமானதல்ல என்பதையும் காட்டுகிறது. ஒரு வர்த்தக நிறுவனத்தின் பணி வெறும் லாபத்தை அடைவது மட்டுமல்ல, லாபத்தை அதிகரித்து வலிமையானதாக மாற வேண்டும் என்பதை காமன்வெல்த் அங்கீகரிக்கிறது. ஏற்றுக் கொள்கிறது. காமன்வெல்த் சம முக்கியத்துவம் வாய்ந்த நான்கு பணிகளை அங்கீகரிக்கிறது.

அவை

அ. **பொருளாதாரப் பணி:** லாபமீட்டும் வகையில் உருவாக்கப்படக் கூடிய, வடிவமைக்கப்படக் கூடிய மற்றும் சேவை புரியக் கூடிய ஆர்டர்களை (பணிக் கட்டளைகளை) உறுதிப்படுத்துவது.

ஆ. **தொழில் நுட்பப் பணி:** இன்றைய தேதிக்கு நிகரான உற்பத்தி வடிவமைப்புகளை சப்ளை (விநியோகம்) செய்து லாபத்தை உறுதியாக ஈட்டும் ஆர்டர்கள் கிட்டும்படி சந்தைப் படுத்துவது.

இ. **சமூகப் பணி:** நிறுவன உறுப்பினர்கள் அனைவரும் திருப்தியடையும் வகையில் வாய்ப்புக்களை வழங்க வேண்டும். அவர்களது பங்களிப்பின் மூலம் அவர்கள் பணிபுரியும் அமைப்பு வளரவும் வாய்ப்பளிக்கப்பட வேண்டும்.

ஈ. **அரசியல் பணி:** சமூகத்தில் பொறுப்புடன் இருப்பதிலும், பொருளாதார ரீதியில் ஆரோக்கியமாக இருப்பதிலும் சமூகத்தின் மற்ற ஆண் - பெண்களை ஊக்கப் படுத்தும் விதமாக முன்னுதாரணமாகத் திகழ்வது.

நான்காவதாக, சமூகப் பணியை நிறைவேற்றுவது மிகவும் சவாலான மிகக் கடினமானதாகும். பேடர் நிறுவனத்தின் காமன்வெல்த் அமைப்புமுறை பல நிர்ணய சட்ட மாற்றங்களை இருபது ஆண்டுகளில் கண்டுள்ளது. 1971-ன் மாற்றத்தின்படி அது, உண்மையான ஜனநாயகத்தை திறன்மிக்க நிர்வாகத்துடன் இணைந்து செல்லும்படியாக மாற்றி உள்ளது. திரு. எர்னஸ்ட் பேடர் கூறுகிறார்:

“மிக அதிக கேள்விகளையும் பதில்களையும் கொண்ட மிக நீண்ட கட்டுரைகளை எழுதுவதை விடவும், நாற்பத்தைந்து ஏக்கர் பரப்பைக் கொண்ட “மேனோர் ஹவுஸ் எஸ்டேட்” என்ற ரசாயன நிலையங்களையும் ஆய்வகங்களையும் கொண்ட எங்கள் தொழிற்சாலைக்குள் ஆர்வம் கொண்டவர்களை அழைத்துச் செல்வதையே நான் மிகவும் விரும்புவேன்”.

ஸ்காட் அண்ட் பேடரின் நிறுவன உருவாக்கம் ஒரு கற்றுக் கொள்ளக் கூடிய செயலாக்கமாக இருந்துவருகிறது. அதன் உறுப்பினர்களை (தொழிலாளர்களை) வெறும் சம்பளத்தைப் பெற்றுக் கொண்டு, நிறுவனத்தின் லாபத்திற்

காக உழைப்பவர்களாக இருப்பதற்கும் மேலாக "எல்லோரும் நிறுவனத்தின் அங்கம்" என்பதைக் கற்றுக் கொள்ளும் படி செய்திருக்கிறது என்பதே 1951-க்குப் பிறகு அங்கே நடந்திருக்கிறது. ஸ்காட் பேடர் நிறுவனங்களுக்குள்ளேயே ஒவ்வொருவரையும் மனிதத்துவத்தின் உயர்நிலைக்கு தனிப்பட்டவகையில் தங்களை உயர்த்திக் கொள்ளும்படியும், எவ்வளவு மோசமான நிலையிலும் தங்களுக்கான சிறப்பான நோக்கங்களை வளர்த்துக் கொண்டு, நிறுவனத்திற்கான நோக்கங்களுடன் சுதந்திரமாகவும் மகிழ்ச்சியாகவும் இருக்க வைத்திருக்கிறது. இது கற்றுக் கொள்ள வேண்டியது. கற்றுக் கொள்வதற்குக் காலம் பிடிக்கும். ஸ்காட் பேடரில் இணைந்தவர்களில் பெரும்பாலானோர் வாய்ப்புக்கு ஏற்றபடி செயல்பட்டார்கள், செயல் படுகிறார்கள்.

இறுதியாக, அறப்பணிகளுக்கென கட்டாயமாக ஒதுக்கப்படும் லாபத் தொகையின் ஒரு பகுதி, முதலாளித்துவ அமைப்புகள் புறந்தள்ள முனையும் மாற்றுத் திறனாளிகள், ஆதரவற்ற இளையோர், முதியோர், கைவிடப்பட்டவர்களுக்கான பணிகளைச் செய்வதோடல்லாமல், காமன் வெல்த் உறுப்பினர்களுக்கு மற்றெந்த மரபான தொழில் அமைப்பில் உள்ளவர்களைக் காட்டிலும் பெரும் சமூக பிரக்ஞையையும், விழிப்புணர்வையும் அளிக்கிறது. இது தொடர்பாக சொல்வதற்கு ஒன்றுண்டு. அது காமன்வெல்த் அமைப்பு என்பது தனியார் சுயநலம் என்பதிலிருந்து குழு சுயநலம் என்பதாக மாறிவிடக் கூடாது என்பது முடிந்த வரை சாத்தியமானவரை உறுதி செய்யப்பட வேண்டும் என்பதாகும். முக்கிய முடிவெடுக்கும் அதிகாரம் கொண்ட நிறுவனத்திற்கு வெளியில் உள்ளவர்களைக் கொண்ட அறங்காவலர் குழு அமைக்கப்பட வேண்டும். அவர்கள் நிர்வாகத்தில் தலையிடும் அதிகாரம் அற்ற நிர்ணய சட்டத்தின் அறங்காவலர்களாக இருக்க வேண்டும்.

இந்த விஷயம் பேசத் தொடங்கும்போது கூறப்பட்டதைப் போல, திரு. பேடர் தனது நிறுவனத்தில் புரட்சிகர மாற்றங்களை செய்யத் தொடங்கியபோது, "தனியார்

துறையினரால் ஏற்றுக் கொள்ளும்படியான வழி முறைகளில் செய்யப்பட வேண்டும்'' என்று செயல்பட்டார் என்பதைக் குறிப்பிட வேண்டும். அவரது புரட்சி ரத்தமற்றது. எவரும் துன்பப்படவில்லை. அவரும் அவரது குடும்பமும் கூட துன்பப்படவில்லை. எல்லா இடங்களிலும் வேலை நிறுத்தங்கள் இடம் பெறும்போது, ஸ்காட் பேடர் நிறுவன ஊழியர்கள் (உறுப்பினர்கள்) "வேலை நிறுத்தம் இல்லை'' என்று பெருமையாகச் சொல்லிக் கொள்ளலாம். எர்னெஸ்ட் பேடர் சொல்கிறார்:

"பல ஆண்டுகளாக கிறிஸ்தவ வழியிலான வாழ்க்கை முறை எமது தொழிலில் கொண்டு வரச் செய்த முயற்சிகள் மிகுந்த ஊக்கமளிப்பவை. அது எங்களுக்கிடையே நல்லுறவைக் கொண்டு வருவதில் நல்ல பலனைத் தந்தது. அது எங்கள் உற்பத்தியில் அளவையும் தரத்தையும் நன்கு கொண்டு வரவும் உதவியது''.

"இறைவனுக்கு சேவை செய்யும் நல்லதொரு சமூகத்திற்கும் எங்களது சகோதரர்களுக்கும் நல்வகையில் பணியாற்றியதையே நாங்கள் அழுத்திக் கூறவும் இன்னும் நிறைவாகச் செய்யவும் விரும்புகிறோம்''.

பேடரின் புரட்சிகர மாற்றங்கள் தனியார் துறையினரால் ஏற்றுக் கொள்ளப்பட வேண்டியவை என்றாலும், உண்மையில் அது ஏற்றுக் கொள்ளப்படவில்லை. ஆயிரக்கணக்கானவர்கள், ஏன் வர்த்தக உலகினரும் கூட நடப்புச் செயல்பாடுகளைக் கண்டு, "புதிய கோட்பாட்டை''க் கோருகிறார்கள். ஆனால் ஸ்காட் பேடரும் இன்னும் சிலரும், பேராசையாலும் பொறாமையாலும் ஆளப்படும் பெரிய சமூகத்தில் தனித்தனியாக தீவுகளாக இருக்கிறார்கள். என்னதான் புதிய வழிகளைக் காண்பித்தாலும் "பழைய நாய் புதிய உத்திகளை கற்றுக் கொள்ளாது'' என்பது உண்மையாகவே இருக்கிறது. இருந்தாலும் "புதிய நாய்கள்'' வளர்ந்து கொண்டே இருக்கும் என்பதும் உண்மையே. 'இந்தப் புதிய நாய்கள்' ஸ்காட் பேடர் காமன்வெல்த் நிறுவனத்தில் என்ன சாத்தியமாகிறது

என்பதைக் கவனிக்கும்படியும் எப்போதும் அறிவுறுத்தப் படுகிறார்கள்.

புதிய சமூகமயமாக்கல் முறைகள்

பொருளாதார விவகாரங்கள் குறிப்பான கவனத்தைக் கொண்டுள்ள சமூகத்தில் தேர்ந்தெடுக்க பிரதானமான மூன்று வாய்ப்புகள் உள்ளதெனத் தோன்றுகிறது. அவை உற்பத்தியினாலமைந்த தனியார் உடமைத்துவத்திற்கும் பல்வேறு வகையிலான பொது மற்றும் கூட்டு உடமைத் துவத்திற்கும் இடையிலானது. சந்தைப் பொருளாதாரத் திற்கும் திட்டமிடுதலின் பல்வேறு ஏற்பாடுகளுக்கு மிடையிலுமானது. சுதந்திரம் மற்றும் சர்வாதிகாரத்திற்கு மிடையிலானது. இந்த மூன்று எதிர் எதிர் இணைகளிலும், உண்மையில் ஒரு அளவிலான கலப்பு இருக்கும் என்பதைச் சொல்லத் தேவையில்லை. ஏனெனில் சில வகைகளில் அவை எதிர் எதிர் என்பதை விட ஒன்றை ஒன்று சார்ந்த வையே. ஆனால் இந்தக் கலப்பில் ஏதாவது ஒன்று அதிக மானதாகவே இருக்கும்.

தனியார் நிறுவன அமைப்புக்கு ஆதரவானவர்கள், தனியார் அல்லாத உடமைத்துவம் திட்டமிடுதலையும், சர்வாதிகாரத்தையும் தவிர்க்க முடியாமலும் அவசியமாக வும் கொண்டிருக்கும் அதே வேளையில், தனியார் உடமைத் துவத்திலும் சந்தைப் பொருளாதாரத்திலும் தவிர "சுதந் திரம்" என்பது வேறெதிலும் நினைத்தே பார்க்க முடியாதது என்று வாதிடுவார்கள். அதே போன்று, பல்வேறு விதமான கூட்டு உடமைத்துவத்திற்கு ஆதரவானவர்கள் மத்திய திட்டமிடல் கூட்டு உடமைத்துவத்துவத்திற்கு தேவைப் படும் என்றும், சுதந்திரம் என்பதை சமூகமயமாக்கலினா லான உடமைத்துவம் மற்றும் திட்டமிடுதலின் மூலமே பெற முடியும் என்று கூறுகிறார்கள். அதே வேளையில் தனியார் உடமைத்துவம் மற்றும் சந்தைப் பொருளா தாரத்தில் சொல்லப்படும் சுதந்திரம் என்பது நட்சத்திர உணவு விடுதிகளில் உண்டு. 'ஆற்றுப் பால நிழலில் உறங்குவது போன்றது' என்றும் கூறுவார்கள். வேறு வார்த்தைகளில் சொல்ல வேண்டுமென்றால், ஒவ்வொரு

வரும் "சுதந்திரத்தை" தத்தமது வழிகளில் பெறுவதையும் மற்ற வழிகளை சர்வாதிகாரமானது, கொடுமையானது, நாசகரமானது என்றும் குறை கூறுகின்றனர்.

உண்மையிலிருந்து கருத்தாக்கத்தை அடைவதற்கு பதிலாக, கருத்தாக்கத்திலிருந்து உண்மையை அடையும் எல்லா விவாதங்களையும் போலவே இந்த விவாதங்களும் தெளிவை உருவாக்குவதை விட சிக்கலையே உருவாக்கு கின்றன. மாற்றான மூன்று விஷயங்கள் இருக்கையில், 23 அல்லது 8 இணைப்புக்கலவைகள் இருக்கின்றன. எல்லாவற்றையும் ஒரு நேரத்திலோ அல்லது மற்ற நேரத்திலோ அல்லது ஒரே நேரத்தில் பல இடங்களில் கூட இவற்றை எதிர்பார்ப்பது சரியானதே. அந்த எட்டு வாய்ப்புகளும் பின்வருமாறு:

முதல் வகை: சுதந்திரம்
சந்தைப் பொருளாதாரம்
தனியார் உடமைத்துவம்

இரண்டாம் வகை: சுதந்திரம்
திட்டமிடல்
தனியார் உடமைத்துவம்

மூன்றாம் வகை: சுதந்திரம்
சந்தைப்பொருளாதாரம்
கூட்டுஉடமைத்துவம்

நான்காவது வகை: சுதந்திரம்
திட்டமிடுதல்
கூட்டு உடமைத்துவம்

ஐந்தாவது வகை: சர்வாதிகாரம்
சந்தைப்பொருளாதாரம்
தனியார் உடமைத்துவம்

ஆறாவது வகை: சர்வாதிகாரம்
திட்டமிடுதல்
தனியார் உடமைத்துவம்

ஏழாவது வகை: சர்வாதிகாரம்
சந்தைப்பொருளாதாரம்
கூட்டுஉடமைத்துவம்

எட்டாவது வகை: சர்வாதிகாரம்
திட்டமிடுதல்
கூட்டுஉடமைத்துவம்

முதல்வகையும் எட்டாவது வகையுமே சாத்தியம் என்று கூறுவது மடத்தனம். இவை தத்துவ பிரச்சாரகர்களால் எளிமையானவை என்று சொல்லப்படுவதால் நாமும் அப்படி சொல்லக் கூடாது. உண்மை என்பது கற்பனை செய்தே அறியக் கூடியது.

ஒரு "கலப்பு பொருளாதாரத்தை" அடையக்கூடிய, எதிர்காலத் தேவைகளுக்குப் பொருந்தக் கூடிய கலப்புப் பொருளாதாரத்தை அடையக் கூடிய பெரு முதலீட்டு நிறுவனத்திற்கான உடமைத்துவ அமைப்பை உருவாக்கும் சாத்தியத்தை கணிப்பதே எனது நோக்கம். பூஜ்யத்திலிருந்து தொடங்காமல் எல்லா வாய்ப்புகளும் உள்ளது போல, எல்லா வாய்ப்புக்களும் திறந்திருப்பதைப் போல உலகின் தொழில்மயமான பகுதியின் உண்மையான நிலையிலிருந்து தொடங்குவோம்.

முன்பே நான் குறிப்பிட்டதைப் போல தனியார் நிறுவன அமைப்புகள் நேரடியாகவும் மறைமுகமாகவும் பல்வேறு பலன்களை பொதுச் செலவுகளின் மூலம் கட்டப்பட்டுள்ள உள்கட்டமைப்புகளின் மூலம் பெறுகின்றன. ஆனால் தனியார் நிறுவனங்களின் செலவின் பெரும் பகுதியை ஏற்றுக் கொள்ளும் பொது அமைப்பு, தனியார் நிறுவனத்தின் லாபத்திலிருந்து எதையும் பெறுவதில்லை. தனியாரின் எல்லா லாபங்களும் தனியாரிடமே போகின்றன. தனது நிதித் தேவைகளுக்காக பொது அமைப்பு தனியாரிடமிருந்து நிதியைப் பெற வேண்டி இருக்கிறது. நவீன வர்த்தக முதலாளி ஒவ்வொருவரும் தான் "நாட்டுக்காகப் பணியாற்றுவதாக" சொல்லிக்கொள்வதில் சலிப்படைவதே

இல்லை. தனக்கும் தனது பங்குதாரர்களுக்குமேயான கணிசமான தொகையை வரியாக அரசு பிடுங்குகிறது என்று குறை சொல்வதிலும் சலிப்படைவதேயில்லை. தனியார் லாபத்தின் பொதுப்பங்கை அதாவது நிறுவனத்தின் லாபத்தின் மீதான வரியை தனியார் வர்த்தகத்தின் பொதுப் பங்காக மாற்றிக் கொள்ளலாம் என்றும் அது சொல்கிறது.

பெரு முதலீட்டிலான தனியார் நிறுவனத்தின் லாபத்தின் பாதியை பொது அதிகார அமைப்பு பெற்றுக் கொள்ள வேண்டும் என்று நான் கருதுகிறேன். இந்தப் பங்கை வரியாகப் பெறக்கூடாது. அந்த நிறுவனங்களின் ஐம்பது சதவீத உடைமைத்துவத்தின் அடிப்படையிலேயே அதனைப் பெற வேண்டும்.

1. இந்தத் திட்டத்தில் சேர்த்துக் கொள்ளப்படும் நிறுவனத்தின் குறைந்த பட்ச அளவு வரையறுக்கப்பட வேண்டும். ஒவ்வொரு வர்த்தகமும் அதன் தனியார் மற்றும் தனிச் சொந்தம் என்ற பண்புகளை இழப்பதால் அது பொது நிறுவனமாகும்போது, அதில் பணிபுரியும் தொழிலாளர்களின் எண்ணிக்கை வரையறுக்கப்பட வேண்டும். சில குறிப்பிட்ட வகைகளில் அதன் ஆண்டு பணப் பரிமாற்றம் அல்லது மூலதனம் என்பதன் அடிப்படையில் அது வரையறுக்கப் படவேண்டும்.

2. இந்த குறைந்தபட்ச அளவை அடையும் அல்லது முன்பே அந்த அளவைக் கடந்துவிட்ட நிறுவனங்கள், பலரும் முதலீடு செய்துள்ள நிறுவனங்களாக இருக்க வேண்டும்.

3. இந்த நிறுவனங்களின் எல்லாப் பங்குகளும் சமமதிப் புள்ள பங்குகளைக் கொண்டதாக மாற்றுவது விரும்பத் தக்கதாகும்.

4. வழங்கப்பட்டுள்ள அத்தனைப் பங்குகளையும், அதற் குச் சமமான எண்ணிக்கையுள்ள புதிய பங்குகளுடன் இரட்டிப்பாக்க வேண்டும். இந்தப் புதிய பங்குகள்

பொது அதிகார அமைப்புக்கானதாக வேண்டும். ஒவ்வொரு பழைய பங்கைப் போலவே ஒவ்வொரு புதிய பங்கும் இருக்கும்.

இந்த முறையில் "நஷ்டஈடு" என்ற கேள்வியே எழாது. ஏனெனில் அனைவரும் உடமையாளர்களே (பங்குகளைப் பெற்றிருப்பவர்களே). பொருளாதார சொத்துக்களில் லாபத்தினாலான வரிகளை செலுத்தி, வரி பெறும் சொத்துக் களாக மாற்றுவதென்பதே நடக்கிறது. இவ்வகையில் உருவாகும் சொத்துக்கள் தனியார் சொத்துக்களாக இருக்காது. பொதுச் சொத்துக்களாகவே இருக்கும்.

இப்போது மூன்று கேள்விகள் உடனடியாக எழும். முதலாவது, "பொது அதிகார அமைப்பு" என்பதன் பொருள் என்ன? புதிதாக வெளியிடப்பட்டுள்ள பங்குகளை எங்கு வைப்பது? பொது அதிகார அமைப்பின் பிரதிநிதி யார்? இரண்டாவதாக, இந்தப் புதிய பங்குகள் என்ன விதமான உடமைத்துவ உரிமையைக் கொண்டிருக் கின்றன? மூன்றாவதாக, முன்பே உள்ள அமைப்பில் இருந்து புதிய அமைப்புக்கு மாறுவது, சர்வதேச மற்றும் பிற இணைப்புகளை கையாள்வது, புதிய மூலதனங்களை உருவாக்குவது பற்றியதாகும்.

முதல் கேள்வியைப் பொறுத்த வரையில், ஐம்பது சதவீத சாதாரணப் பங்குகளாக உருவாக்கப்பட்டுள்ள புதிய பங்குகளை நிறுவனம் அமைந்துள்ள மாவட்டத்தின் உள்ளூர் அமைப்பு பெற்றிருக்க வேண்டும். இதன் நோக்கம் என்னவெனில், அதிகாரப் பரவல் மற்றும் பொதுமக்கள் பங்களிப்பின் அளவை அதிகமாக்கி, தொழிலின் ஒருங் கிணைப்பை உள்ளூர் மக்களிடம் உருவாக்கி நிறைய பலன்களைப் பெறுவதுதான். இப்படியாக தொழில் நடக்கும் அந்த மாவட்டத்திலேயே ஐம்பது சதவீத பங்கு கள் இருக்கும். அரசியல் ரீதியாகத் தேர்ந்தெடுக்கப் பட்டவர்களோ அல்லது உள்ளூர் ஊழியர்களோ இந்தப் பங்குகளை கையாள்வார்கள்.

இரண்டாவது கேள்விக்கு வருவோம். உடமைத்துவத்திற்கான உரிமைகள், நிர்வாக உரிமைகள் மற்றும் நிதி சம்பந்தமான உரிமைகள் என்ற இரண்டு குழுக்களாக உள்ளன.

பொது அதிகார அமைப்பு, நடப்பிலுள்ள வர்த்தக நிர்வாகத்தில் சுதந்திரமாகவோ அல்லது சுதந்திரமில்லாமலோ முழுமையான பொறுப்புடன் தலையிடும்போது ஒரு பலனும் கிட்டாமல், பெரும் நஷ்டமே சம்பவிக்கும் என நான் கருதுகிறேன். எனவே அசாதாரண நிலைகளில் அல்லாது மற்ற சாதாரண நிலைகளில் தனியார் நிறுவன மேலாளர்களே முழுப் பொறுப்பில் இருக்க வேண்டும். அதாவது, பொதுவானதாகக் கொள்ளப்பட்டிருக்கும் பங்குகளுக்கு ஓட்டளிக்கும் உரிமை கிடையாது. விஷயங்களைத் தெரிந்து கொள்ளவும் கவனிக்கவும் மட்டுமே உரிமை உண்டு. பொது அதிகார அமைப்பு ஒன்றோ அல்லது அதற்கு மேற்பட்டவர்களையோ ஒரு நிறுவனத்தின் இயக்குநர் அமைப்பை கண்காணிக்கும்படி நியமிக்க முடியும். ஆனால் கண்காணிப்பவ்ர்களுக்கு முடிவெடுக்கும் அதிகாரம் இருக்காது. பொது அதிகார அமைப்பின் தலையீடு தேவையென கண்காணிப்பாளர் நினைக்கும் பட்சத்தில் சிறப்பு நீதிமன்றத்தை அணுகி ஓட்டுரிமையைக் கோரலாம்.

நிர்வாகத்தில் உயர்நிலை அல்லது நடுத்தர பொது அல்லது அரசு பொது ஊழியர்களை பிரதிநிதிகளாக நியமிப்பதன் மூலம் “பொது நலன்கள்” காக்கப்படும் என்று பொதுவாக எண்ணப்படுகிறது. தேசியமயமாக்கலின் முக்கியமான இந்தக் கொள்கையின் மீதான நம்பிக்கை குழந்தைத் தனமானதாகவும், நடைமுறைக்கு சாத்தியமில்லாததாகவும் எனக்குத் தோன்றுகிறது. நிர்வாகத்தின் பொறுப்புகளைப் பிரிப்பதனாலல்ல, பொது நலன்களில் வர்த்தக நிறுவனங்கள் தற்போது காட்டும் அக்கறையை அதிகமாகத் தூண்டும்படியான வெளிப்படைத் தன்மையையும், தெளிவாக எல்லாவற்றையும் காண்பிக்க வேண்டும், பதில் சொல்ல வேண்டும் என்ற

அடிப்படையில் அப்படித் தோன்றுகிறது. பொது நிர்வாகம் என்பது ஒரு பக்கம், வர்த்தக நிறுவனம் என்பது அடுத்த பக்கம் என இருக்கும் நிலையில் இவை இரண்டையும் கலப்பது கெடுதலையே விளைவிக்கும்.

பொது அதிகார அமைப்பு கொண்டிருக்கிற உடமைத் துவ நிர்வாக உரிமைகள் பயன்படுத்த இயலாதவையாக உள்ளபோது, பொது அதிகார அமைப்பு தனது வரி ரூபத் திலான முதலீட்டைச் செய்வதால் அதன் நிதி சார்ந்த உரிமைகள் தொடக்கம் முதலே வலிமையான செயல் பாடுடையதாக இருக்க வேண்டும். புதிய பங்குகளைக் கொண்டிருக்கிற பொது அதிகார அமைப்பிற்கு லாபத்தின் பாதி தானாகவே போய்விடும். பொது அதிகார அமைப் பால் கைக்கொள்ளப்பட்டு பங்குகள் மாற்ற முடியாதவை களாக இருக்க வேண்டும். அவை பணமாக மாற்றப்பட முடியாததாக இருக்க வேண்டும். அமைப்பைச் சார்ந்து கடன் கொடுப்பது என்பதைப் பற்றி பின்னர் காண்போம்.

புதிய பங்குகள் குறித்த உரிமைகளையும் கடமைகளை யும் பார்த்தோம். இப்போது உறுப்பினர் அங்கத்தினர் என்பது பற்றிய கேள்வி எழுகிறது. திட்டத்தின் பொதுவான நோக்கம் என்னவெனில், பெரு முதலீட்டு வர்த்தக நிறுவ னங்களை அவற்றின் சமூக சூழலோடு ஒருங்கிணைப்பதே. மேலும் இந்த நோக்கம் உறுப்பினர் பற்றிய கேள்விக்கான தீர்வையும் தர வேண்டும். தொழில் உடமைத்துவத்தி லிருந்து வரும் நிர்வாக மற்றும் நிதி சம்பந்தமான உரிமை களை செயல்படுத்துவது அரசியல் முரண்பாடுகளுக்கு அப்பாற்பட்டதாக இருக்க வேண்டும். அதே நேரத்தில் பல்வேறு பணிகளுக்கு ஏற்பாடு செய்யப்பட்டுள்ள பொது ஊழியர்களின் கைகளிலும் சிக்கி விடக்கூடாது. எனவே இதற்கான குடிமக்களைக் கொண்ட சிறப்பு சமூக சபையை அமைக்க வேண்டும், என்று கூறுகிறேன். இந்த சபை அரசியல் தேர்தல்கள் மூலமாகவோ, அரசு அதிகார அமைப்பின் உதவியாலோ அமைக்கப்படக்கூடாது. இந்தச் சபையின் கால்பகுதி உறுப்பினர்கள் உள்ளூர் தொழிற்சங்கத்

தினரால் நியமிக்கப்பட வேண்டும். கால்பகுதி உள்ளூர் உத்தியோகஸ்தர்களின் சங்கத்தினராலும், கால் பகுதி உள்ளூர் குடிமக்களிலிருந்தும் நியமிக்கப்படவேண்டும். உறுப்பினர் குறிப்பிட்ட காலத்துக்கு உதாரணமாக, ஐந்து ஆண்டுகளுக்கு நியமிக்கப்படுவார்களேயானால், ஒவ்வொரு ஆண்டும் ஐந்தில் ஒரு பங்கு உறுப்பினர்கள் ஓய்வு பெறும்படி இருக்க வேண்டும்.

இந்த சமூக சபை சட்டப்பூர்வமாக வரையறுக்கப் பட்டதாகவும், கட்டுப்படுத்தப்படாத உரிமைகளையும், செயல் படும் சக்தியையும் கொண்டிருக்க வேண்டும். அது சமூகத் திற்கு பதிலளிக்கும் பொறுப்புடன், அதனுடைய செயல் பாடுகள் குறித்த அறிக்கைகளை வெளியிடும்படியான தாகவும் இருக்க வேண்டும். உள்ளூர் அதிகார அமைப் புக்கு சில அதிகாரங்களை அளிக்கும் படியானதாகவும் இருக்க வேண்டும். அந்த அதிகாரம் சமூக சபைக்கு தனது பார்வையாளரை அனுப்பும்படியாகவும், சச்சரவுகள் ஏற்படும்போது தலையிட்டு தீர்க்கும்படியானதாகவும் இருக்க வேண்டும். அந்த தலையீடுகள் அசாதாரணமான நிலையில் மட்டுமே செய்யப்படும்படியானதாக இருக்க வேண்டும். சாதாரண நிலைகளில் சமூக சபைக்கு செயல் படும் முழு சுதந்திரம் இருக்க வேண்டும்.

பொது அதிகார அமைப்பின் மீதுள்ள பங்குகளின் பணப்புழக்கத்தின் கட்டுப்பாடு முழுவதும் சமூக சபைக்கு இருக்க வேண்டும். இந்த நிதிகளின் செலவினம் குறித்த வழிகாட்டு நெறிமுறைகள் சட்ட வடிவில் வரையறுக்கப்பட வேண்டும். சமூக சபை நிதியைப் பயன்படுத்துவதில் உடன் எழும் ஒரு ஆட்சேபம் என்னவெனில் உள்ளூர் அமைப்பு அல்லது மத்திய அரசால் கட்டுப்படுத்தப்படும் நிதிக்கான உறுதி உண்டா என்பதுதான். மாறாக, உள்ளூர் சமூகத்தின் பிரதிநிதியாக உள்ள சமூக சபை, உள்ளூர் அல்லது மத்திய பொது ஊழியர்களிடமிருந்து எதிர்பார்க்கப்படுவதை விட, முக்கியமான சமூக தேவைகளுக்குக் குறைவான அர்ப்பணிப்பையே அளிக்கும்.

மூன்றாவது கேள்விக்கு வருவோம். நடப்பு முறை இங்கு சொல்லப்பட்ட முறைக்கு மாறுவதில் மிகக் கடினமான விஷயங்கள் ஏதுமில்லை. நிறுவனத்தின் லாப வரிகளை ஒழித்து, பங்குகளில் பாதியை வாங்குவதால் "நஷ்ட ஈடு" என்ற பேச்சுக்கே இடமில்லாமல் போகிறது. குறிப்பிட்ட அளவிலான எல்லா நிறுவனங்களும் ஒன்று போலவே கையாளப்படுகின்றன. குறைந்த எண்ணிக்கையிலான பெரு நிறுவனங்களுக்கு மட்டுமே அளவு என்பது வரையறுக்கப்படுவதால் "மாறுவது" என்பது படிப்படியாகவும் சோதனை முயற்சி அடிப்படையிலுமே நிகழும். இந்தத் திட்டத்தின்கீழ் தாங்கள் செலுத்தும் வரிகளை விட சற்று அதிகமாக பங்குகளின் வடிவில் பொது அதிகார அமைப்புக்கு பெரு நிறுவனங்கள் அளிக்க வேண்டி வந்தால், அளவு பெரிதாவதைத் தடுக்கும்படியாக உற்சாகமாக விரும்பி அளிப்பதாக அது அமையும்.

லாபத்தின் மீதான வரி பங்குகளாக மாறுவதால் அதற்குள்ளே வர்த்தக முடிவுகள் மேற்கொள்வது ஊக்கப்படுத்தும் செயலாகும். லாபத்தின் மீதான வரி ஐம்பது சதவீதமாக இருக்குமானால், தவிர்த்திருக்கக்கூடிய செலவினங்களுக்கு கருவூலத்திலிருந்து நிதி செலுத்தப்படுகிறது, செலவழிக்கப்படுகிறது என்று வர்த்தகர்கள் கூறக்கூடும். (அந்த தவிர்த்திருக்கக் கூடிய செலவினங்கள் லாபமாக மாறும். அந்த லாபத்தில் ஐம்பது சதவீதம் வரியாக வசூலிக்கப்படும்)

லாபத்தின் மீதான வரி என்பது ஒழிக்கப்பட்டு அந்த இடத்தைப் பங்குகள் நிறைவு செய்யும் பொழுதுள்ள மன நிலை நிச்சயமாக வேறுபட்டதாகவே இருக்கும். நிறுவனத்தின் பாதிப்பங்குகள் பொது அதிகார அமைப்பினுடையதாக இருக்கும்பொழுது, தவிர்த்திருக்கக் கூடிய செலவினங்கள் லாபத்தைக் குறைக்கும் என்ற உண்மை நம்பக்கூடியதாகவே இருக்கும்.

பல்வேறு மாவட்டங்களில் செயல்படும் பல்வேறு நிறுவனங்கள் (சர்வதேச நிறுவனங்கள் உட்பட) தொடர்

பான பல கேள்விகள் எழக்கூடும். இரண்டு கொள்கை களைக் கடைபிடித்தால் மிகவும் கடினமான சிரமங்கள் ஏதும் இருக்காது. அவை: லாபத்தின் மீதான வரியை பங்குகளாக மாற்றுவது மற்றும் பொது அதிகார அமைப்பு என்பது நிறுவனத்தின் ஊழியர்கள் எங்கு வேலை செய்து எல்லா விதமான பொதுச் சேவைகளையும் பயன்படுத்தி வாழ்கிறார்களோ அந்த உள்ளூர் மக்களைக் கொண்ட தாகவும் இருக்க வேண்டும். சில சிக்கலான நிறுவன அமைப்புகளில் கணக்காளர்களுக்கும் வழக்கறிஞர்களுக் கும் தேவை ஏற்படலாம். ஆனால் அதில் பெரிய அளவில் சிரமங்கள் இருக்காது.

இத்தகைய முறையைப் பின்பற்றும் நிறுவனம் கூடுதலான முதலீட்டைப் எப்படிப் பெறும்? இதற்கான விடை மிகவும் எளிதானது. வெளியிடப்படும் தனியார் பங்குகள் ஒவ்வொன்றுக்கும் (பணம் செலுத்தப்பட்டோ, இலவசமாகவோ) ஒரு இலவசப்பங்கை பொது அதிகார அமைப்புக்கு வழங்க வேண்டும். தனியார் பணம் செலுத்திப் பெறுவதை, பொது அதிகார அமைப்புக்கு இலவசமாக வழங்குவது நியாயமானதல்ல என்று முதலில் தோன்றலாம். நிறுவனங்கள் லாபத்தின் மீதான எந்த வரியையும் செலுத்துவதில்லை. புதிய மூலதன நிதிக்காக சுமத்தப்படும் லாபம், லாபத்தின் மீதான வரி செலுத்துவ திலிருந்து விடுபடுகிறது. மேலும் பொது அதிகார அமைப்பு தான் பெற வேண்டிய வரிக்கு பதிலாகவே, பங்குகளைப் பெறுகிறது.

இறுதியாக, நிறுவன மறுசீரமைப்பு, நிறுவன இணைப்பு, மூடுதல் போன்றவை தொடர்பாக சில பிரச்சினைகள் எழலாம். இவை முன்பே கூறப்பட்டுள்ள கொள்கைகளின் அடிப்படையில் முழுமையாகத் தீர்க்கப் படக் கூடியவையே. திவாலாவது போன்றவை காரணமாக மூடப்படுதல் நிகழும்போது, தனியார் பங்குகளுக்கு என்ன நேர்கிறதோ அதுவே பொது அதிகார அமைப்பின் பங்கு களுக்கும் நேரும்.

மேலே முன்மொழியப்பட்டவை எல்லாவற்றையும் அரசியல் நிர்ணய சட்டத்தைத் தயாரிப்பது போல எடுத்துக் கொள்ளலாம். இந்த முறை நிச்சயமாக சாத்தியமானதே. அது பெரு முதலீட்டு நிறுவன உடைமைத்துவம் புரட்சி யின்றி, பறித்துக் கொள்ளப்படாமல், மத்தியக் குவிப்பு இன்றி, அல்லது பொறுத்தமற்ற அதிகார அமைப்பிலான தனியார் வளைந்து கொடுத்தலுக்காகச் செய்யப்படாத மறு அமைப்பாக இருக்கும். அதனை சோதனை முயற்சியாகவும் பரிணாம முயற்சியாகவும் அறிமுகப்படுத்தலாம். வர்த்தக நிறுவனங்களின் மீது பொது மக்களின் போதுமான கவனமும் விருப்பமும் வந்துவிட்டது என உணரும்வரை பெரிய நிறுவனங்களிலிருந்து தொடங்கி, படிப்படியாகக் கீழ் நோக்கி கொண்டு செல்ல வேண்டும். கடுமையான வரியமைப்பு, சட்ட வரைவுகளை செய்து கொண்டே இருந் தாலும், பெருமுதலீட்டு தொழில் நிறுவனங்களின் தற் போதைய அமைப்பு பொது நலத்தைத் தரக் கூடியதல்ல என்பதற்கான அடையாளங்கள்தான் மேற்சொல்லப் பட்டவை எல்லாம்.

முடிவுரை

தனது அறிவியல் தொழில் நுட்ப ஆற்றல்களைப் பயன் படுத்தும் தூண்டுதலால் இயற்கையை சூறையாடும் உற் பத்தி முறையையும், மனிதனை ஊனமாக்கும், முடமாக்கும் சமூக அமைப்பையும் நவீன மனிதன் உருவாக்கியுள்ளான். மிக அதிக அளவில் வளம் இருந்தால் எல்லாம் சரியாக நடக்கும் - இருக்கும் என்று எண்ணப்படுகிறது. பணம் என்பது எல்லாவகையிலும் ஆற்றல்மிக்கது என்று கருதப் படுகிறது. பணத்தைக் கொண்டு நியாயம், நீதி, இணக்கம், அழகு மற்றும் ஆரோக்கியத்தை வாங்க முடியவில்லை என்றால், அவற்றிற்கான தேவையை அது தவிர்க்க வேண்டும் அல்லது ஈடுசெய்ய வேண்டும். உற்பத்தி வளர்ச்சியையும், செல்வவளத்தையும் பெறுவதுமே முக்கிய உயர் நோக்கங்களாகி மற்றவை எல்லாம் இரண்டாம்பட்ச நோக்கங்களாகிவிட்டன. இந்த உயர் நோக்கங்களுக்கு நியாயங்கள் வேண்டியதில்லை. இந்த உயர் நோக்கங்கள் நியாயமானவையாக இருக்க வேண்டியதில்லை. எல்லா இரண்டாம்பட்ச நோக்கங்களும் முதல்பட்ச உயர் நோக்கங் களை அடைவதற்காக செயல்படுவதிலேயே இறுதியாக தங்களை நியாயப்படுத்திக் கொள்ள வேண்டும்.

இதுதான் பொருள்வாதத்தின் தத்துவம். இந்த தத்துவம் அல்லது மெய் விளக்க இயல், சம்பவ நிகழ்வுகளால் சவாலுக்குள்ளாக்கப்படுகிறது. உலகின் எந்தப் பகுதியிலும் எந்த சமூகத்திலும் பொருள்வாதத்தை எதிர்த்தும்,

மற்றவற்றிற்கு முக்கியத்துவம் அளிக்கக் கோரிய ஞானிகளோ ஆசான்களோ இல்லாமல் இருந்த கால கட்டமே இல்லை. மொழிகள் வேறாக இருந்தன. அடையாளங்கள் வேறுபட்டிருந்தன. ஆனால் செய்தி ஒன்றாகவே இருந்தது. இறைவனின் இராஜ்யத்தைத் தேடு. உனக்கு தேவைப்படும் இந்தப் பொருட்கள் உன்னுடன் சேர்க்கப்படும். "பூமியில் நமக்குத் தேவைப்படுபவை நம்முடன் சேர்க்கப்படும், நமது கற்பனையில் இல்லாத மரணத்திற்கு அப்புறமான வாழ்க்கையில் மட்டுமல்ல", என்று நமக்குச் சொல்லப்பட்டது. இன்று இந்தச் செய்தி நமக்கு ஞானிகள் மற்றும் துறவிகளால் மட்டுமல்ல, நடக்கும் இயற்கை இயற்பியல் நிகழ்வுகளாலும் சொல்லப்படுகிறது. அது தீவிரவாதம், இனப்படுகொலைகள், நாசம், சுற்றுப்புறச் சூழல் சீர்கேடு, சோர்வு போன்ற மொழிகள் மூலமாக நமக்கு சொல்லப்படுகிறது. தனிப்பட்ட குவியும் ஒரு கால கட்டத்தில் நாம் வாழ்வதாகத் தோன்றுகிறது. "நீங்கள் இறைவனின் ராஜ்யத்தை முதலில் தேடவில்லை என்றால், உங்களுக்குத் தேவைப்படும் மற்ற பொருட்கள் உங்களுக்குக் கிடைக்காமல் போய்விடும்" என்பது உறுதிமொழியாக மட்டும் இல்லாமல் அச்சமூட்டுவதாகவுமே தோன்றுகிறது. அது இப்போது தெளிவாகத் தெரிவது போலவே தோன்றுகிறது. பொருளாதாரம் மற்றும் அரசியலை குறிப்பிடாமல் நவீன உலகின் நிலை பற்றி ஒரு எழுத்தாளர் இப்படி எழுதுகிறார்:

"உண்மையிலிருந்து மனிதன் மொத்தமாகச் சுருங்கிக் கொண்டே போகிறான் என்று சொல்லப்படுமானால், எல்லா முனைகளிலிருந்தும் மனிதன் மீது உண்மை நெருங்கி வருகிறது என்று சொல்லலாம். பண்டைய காலத்தில் ஒரு முழு வாழ்க்கை முழுதுமே தேவைப்பட்ட அந்த "உண்மையைத் தொடுதல்" என்பதற்கு இப்போது தேவையான தெல்லாம் "பின்னால் சுருங்காதே" என்று அவனைக் கேட்டுக் கொள்வதுதான் என்று கூடச் சொல்லலாம். இருந்தும் அது எவ்வளவு கடினமானது!"

சுற்றுப்புறச் சீர்கேட்டை சரிப்படுத்த, வனத்தைப் பாதுகாக்க, புதிய ஆற்றல்களை, சக்திகளைக் கண்டுபிடிக்க

அமைதியான இணக்கமான வாழ்க்கைக்கான ஒப்பந்தங் களை ஏற்படுத்தி செல்வவளம், கல்வி, ஆராய்ச்சி ஆகிய வற்றின் மூலம் நவீன உலகின் அழிவு சக்திகளை கட்டுக் குள் கொண்டு வந்து விடலாம் என்று நம்பினால் நாம் உண்மையிலிருந்து நழுவிச் சுருங்கி விடுகிறோம். ஒரு சமூகத்திற்கு செல்வவளம், கல்வி, ஆராய்ச்சி மற்றும் இன்ன பிறவும் தேவைதான் என்பதை சொல்லத் தேவை யில்லை. இவற்றை அளிக்கும் வழிகளை மீள்பார்வை செய்வது இன்று மிகவும் தேவையானதாக உள்ளது. அதாவது, எல்லாவற்றுக்கும் மேலாக பொருட்களுக்கு முக்கியத்துவம் அளிக்கும் வாழ்க்கை வளர்ச்சி என்பது முதன்மையானதல்ல, இரண்டாம் பட்சமானதுதான் என்பதை அது தெரிவிக்கிறது.

"உற்பத்திக்கான தர்க்கம்" என்பது வாழ்க்கைக்கானதோ சமூகத்திற்கானதோ அல்ல. அது இரண்டைவிடவும் சிறிய மற்றும் அவற்றிற்குள் அடங்கியதாகும். "உற்பத்தித் தர்க்கத்தை" கட்டுப்பாட்டுக்குள் கொண்டு வராமல், அதனால் உருவான அபாயகர சக்திகளை கட்டுக்குள் கொண்டுவர முடியாது. மனிதனின் படைப்பாற்றலில் நாசகர சாதனங்களை உருவாக்குவது மனிதனின் படைப் பாற்றல் என்று கொள்ளப்படுவதுவரை தீவிரவாதத்தை ஒழிக்க முடியாது. மற்ற படைப்புக்களைப் போலவே மனிதனும் ஒன்று என்றுள்ள உலகத்தில், பிரபஞ்சத்தின் சட்டங்களுக்குப் பொருந்தாமல், அதிகமாகிக் கொண்டே வரும் வன்முறை மற்றும் சிக்கல் ஆகியவற்றைக் கொண்ட உற்பத்தி மற்றும் நுகர்வு முறையும் சுற்றுச் சூழல் சீர் கேட் டிற்கு எதிராகப் போராட முடியாது. அதனைப் போன்றே, அதிக நன்மைகளையும் குறைவான தீமை களையும் கொண்டிருப்பது பற்றிய கருத்தே இல்லாத நிலையில் அதிகாரத்தையும் செல்வ வளத்தையும் பெற்றி ருப்பவர்களுக்கும் அவற்றைப் பெறாதவர்களுக்கும் இடை யில் இணக்கத்தைக் கொண்டு வருவது நடவாதது.

இத்தகைய ஆழமான பிரச்சினைகளைக் குறித்து அதிகாரிகள் அளவில் விழிப்புணர்வுடன் சில முயற்சிகள்

நடைபெறுவது நம்பிக்கையான ஒரு அடையாளமாக உள்ளது. பிரிட்டனின் சுற்றுச் சூழல் செயலாளரின் வேண்டு கோளுக்கு இணங்க ஒரு கமிட்டியால் அனுப்பப்பட்ட அறிக்கை, தொழில் நுட்ப வகையில் வளர்ந்துள்ள சமூகங் கள் தங்களின் மதிப்பீடுகளை மறு ஆய்வு செய்யவும், தங்களது அரசியல் நோக்கங்களை மாற்றிக் கொள்வதற்கும் கால அவகாசம் கோரியுள்ளது.

அந்த அறிக்கை மேலும் கூறுகிறது: "அது அறநெறியின் அடிப்படையில் தேர்ந்தெடுப்பதாகும்" என்றும், எந்த அளவிலான கணக்கீடுகள் மட்டுமே விடைகளைத் தராது என்றும் கூறுகிறது. மேலும் அது நமது அதிகரித்து வரும் தொழில் பண்பாடு சம்பந்தமாக மரபு சார்ந்த நன்மதிப்பு கள் குறித்து உலகம் முழுவதிலுமுள்ள இளைஞர்களிடம் எழுந்துள்ள அடிப்படையான கேள்வி எங்கும் பரவி யிருக்கும் அமைதியின்மையின் அடையாளமாகும் என்று கூறுகிறது. சுற்றுச் சூழல் மாசடைவது கட்டுக்குள் கொண்டு வரப்பட வேண்டும். மனித குலமும் அதன் நுகர்வும் நிரந் தரமான நீடித்திருக்கக்கூடிய சமநிலையை நோக்கி செலுத்தப்பட வேண்டும். இதனைச் செய்யவில்லை என்றால் உடனேயோ அல்லது சிறிது காலம் கடந்தோ (மிகவும் குறைந்த கால அவகாசமே உள்ளது என சிலர் நம்புகின்றனர்) மனித இனம் அழிவது என்பது அறிவியல் புனைகதையாக இருக்காது. அது நமது குழந்தைகள், பேரக் குழந்தைகளின் அனுபவமாக இருக்கும்.

ஆனால் இது எப்படிச் செய்யப்பட வேண்டும்? அற நெறி சார்ந்து தேர்ந்தெடுக்க வேண்டியவை எவை? நமது தூய்மையான சூழலுக்கு எவ்வளவு தொகையை நாம் செலுத்த விரும்புகிறோம் என்பதான ஒரு விஷயமா இது? மனித குலத்திற்கு தேர்ந்தெடுக்கும் சுதந்திரம் உண்டுதான். அவை "உற்பத்தி தர்க்கத்தின்" வகைகளுக்குட்பட்டதல்ல. ஆனால் அவை உண்மைக்குள் அடங்கியது. உண்மையாக சேவை புரிவதே முழுமையான சுதந்திரம். தற்போது நடப்பிலுள்ள முறையுடனான கற்பனை இணைப்பை விட்டு விடும்படிக் கேட்கும் சிலர் உண்மையை அங்கீகரிக்

கும் தெரிந்துகொள்ளும் வழியை கூறுவதில் தோல்வியுறு கிறார்கள்.

என்றுமே கண்டறிந்திராத உண்மையைக் கண்டறிய இருபதாம் நூற்றாண்டு மனிதனை அழைக்கவில்லை. கிறிஸ்தவ மரபில், மனித குலத்தின் தூய்மையான எல்லா மரபையும் போலவே, உண்மை என்பது மதரீதியாகச் சொல்லப்பட்டுள்ளது. அது நவீன உலகின் மனிதர்களால் அநேகமாகப் புரிந்து கொள்ள முடியாத மொழியில் சொல்லப்பட்டுள்ளது. அதனை அத்துமீறாமல் புரிந்து கொள்ளும்படி எழுத சில சமகாலத்தைய எழுத்தாளர்கள் இருக்கின்றனர். கிறிஸ்தவ மரபிலிருந்து, நான்கு நெறி களாக சொல்லப்பட்டவற்றை யாரும் போதிப்பதில்லை. அவை விவேகம், நீதியுணர்வு, மனோதிடம் மற்றும் சகிப்புத் தன்மை *(Prudentia, Justia, Fortitudo and Temperantia)* ஆகியவை.

எல்லா நற்குணங்களின் தாயாக விளங்கும் Prudentia என்பது உடனடியாகப் பலன் அளிக்காத எதனையும் பார்க்க மறுக்கும் வாழ்க்கையின் சிறிய, அற்பமான கணக்கிடும் மன நிலைக்கு எதிரானதைக் குறிக்கிறது.

“உண்மையான அறிவின் நன்மையாக இருப்பதாக எண்ணப்படுவதை உணர்வதே Prudence என்ற வார்த்தை யின் பொருளாக உள்ளது. ஒவ்வொன்றும் எப்படிப்பட்டது என்றும் அவற்றின் நிலை என்னவென்றும் அறிந்த ஒருவனா லேயே நன்மையை, நல்லதைச் செய்ய முடியும். உண்மையை உணர்வதற்கு உண்மையான நிலைக்கான சரியான செயல் பாடுகள் வேண்டி இருக்கிறது. வலுவான மாறாத உண்மை கள் வலிமையான மனிதச் செயல்பாட்டிற்கான “சூழலை” உருவாக்குகிறது. இந்த வலிமையான உண் மையை நாம் தெளிவான நோக்கத்துடன் எடுத்துக்கொள்ள வேண்டும்.

மனிதனின் அகங்கார எண்ணங்கள் தற்காலிகமாக வேனும் மௌனமாகும், ஓசையற்ற நிசப்தமான உண்மை யின் சாத்தியமாகக் கூடிய நிலையில் அல்லாது தெளிவான நோக்கத்தை அடைய முடியாது. உடனடியாகப் பலனளிக்

காத அற்பமான கணக்கிடும் மனநிலைக்கு எதிரான ஒரு நிலையையும் அடைய முடியாது.

இந்த உடனடியாகப் பலனளிக்காத அற்பமான கணக் கிடும் மனநிலைக்கு எதிரான ஒரு நிலையின் அடிப் படையில்தான் நீதி, சகித்துக் கொள்ளும் மனோ பலம் மற்றும் "உள்ளதே போதும்" என்பன போன்றவற்றை அடைய முடியும். விவேகம் (Prudence) எனப்படுவது உண்மையின் அறிவை உண்மையுடனான முடிவுகளாக மாற்றுவதுதான்.

ஆகவே மனித குலம் தொடர்ந்து வாழ்வதற்கு அவசிய மான மூன்று முக்கியமான நெறிகளை நிச்சயமாகப் புரிந்து கொள்ளச் செய்யும், விவேகத்தை செப்பனிட்டு சரிப்படுத்து வதைவிட இன்றைக்கு வேறெது முக்கியமானதாக இருக்க முடியும்?

நீதி என்பது உண்மையுடன் தொடர்புடையது, மனோ பலம் நன்மையுடன் தொடர்புடையது, உள்ளதே போதும் என்பது அழகுடன் தொடர்புடையது. எனவே விவேகம் இந்த மூன்றையும் உள்ளடக்கியது. நன்மை, உண்மை, அழகு போன்றிருக்கும் உண்மையான நிலை, குறித்ததாக இல்லாததும் சமூகத்தின் மற்றும் தனி மனிதனின் வாழ்க்கையில் கடைப்பிடிக்க வேண்டிய உயர் நோக்கங் களாகும். செல்வவளத்தினையும், அதிகாரத்தையும் தேடிச் சென்று வெற்றிபெறுவது "உடைந்த உண்மை நிலை யாகும்". "நான் இப்போது என்ன செய்ய வேண்டும்?" என்று எல்லா இடங்களிலும் மக்கள் கேட்பார்கள். நம்மில் ஒவ்வொருவரும் நமது அகவீட்டை ஒழுங்காக வைத்துக் கொள்ள வேண்டும், வைத்துக் கொள்ள முடியும் என்பதே அதற்கான பதில். இந்த வேலைக்கான வழிகாட்டியை நாம் அறிவியல் அல்லது தொழில் நுட்பத்தில் கண்டு பிடிக்க இயலாது. அவை எங்கு செயல்படுகின்றனவோ அங்கேயே அவற்றின் நன்மதிப்புகள் அமைந்திருக்கும். ஆனால் அதனை மனித குலத்தின் மரபார்ந்த புத்தி விவேகத்திலும் கண்டறிய முடியும்.

குறிப்புகள்